I0645469

NGÔN NGỮ
TẠP CHÍ VĂN HỌC NGHỆ THUẬT
SỐ 25 1/5/2023

NHÓM CHỦ TRƯƠNG:
Luân Hoán - Song Thao - Nguyễn Vy Khanh - Hồ Đình Nghiêm - Lê Hân

CỘNG TÁC TRONG SỐ NÀY:
Ben OH, Cao Nguyên, Cao Thu Cúc, Chu Nguyên Thảo, Chu Vương Miện, Dan Hoàng, Du Tử Lê, Dung Thị Vân, Dương Thắng, Đặng Kim Côn, Đặng Hiền, Đinh Trường Chinh, Đinh Văn Tuấn, Hoàng Hoa Thương, Hoàng Quân, Hoàng Xuân Sơn, Hồ Chí Bửu, Hồ Đình Nghiêm, Hồ Xoa, Huỳnh Liễu Ngạn, Huỳnh Minh Lệ, Kiều Huệ, Lâm Băng Phương, Letamanh, Lê Chiều Giang, Lê Hân, Lê Hứa Huyền Trân, Lê Hữu Minh Toán, Lê Minh Hiền, Lê Thị Cẩm Hương, Luân Hoán, Lưu Lãng Khách, Lương Thiếu Văn, M.H. Hoài Linh Phương, Minh Đạo Đoàn Vinh, Minh Ngọc, Ngàn Thương, Nhị Ngã, Nguyên Cẩn, Nguyễn An Bình, Nguyễn Châu, Nguyễn Dạ Quỳnh, Nguyễn Đình Toàn, Nguyễn Đức Nam, Nguyễn Hoàng Quân, Nguyễn Kiến Thiết, Nguyễn Lê Hồng Hưng, Nguyễn Nhã Tiên, Nguyễn Mộng Giác, Nguyễn Nguyên Phượng, Nguyễn Thái Dương, Nguyễn Văn Điều, Nguyễn Văn Gia, Nguyễn Viết Kim, Nguyễn Vy Khanh, Ngự Thuyết, Orchid Lâm Quỳnh, Phạm Cao Hoàng, Phạm Hiền Mây, Phạm Phú Minh, Phan Việt Thủy, Phương Tấn, Quan Dương, Quỳnh Nguyễn, Song Thao, Thái Tú Hạp, Thanh Trắc Nguyễn Văn, Thiếu Khanh, Thục Uyên, Thy An, Tiểu Lục Thần Phong, Tiểu Nguyệt, Tôn Nữ Mỹ Hạnh, Trang Châu, Trang Thùy, Trần Dzạ Lữ, Trần Huy Bích, Trần Thanh Quang, Trần Thị Nguyệt Mai, Trần Văn Lâm, Trần Vấn Lệ, Trần Yên Hòa, Triều Hoa Đại, Trúc Lan, Trung Chính Hồ, Trương Văn Dân, Trương Xuân Mẫn, Vinh Hồ, Võ Kỳ Điền, Võ Phú, Võ Quê, Xuyên Trà.

BÌA: Uyên Nguyên Trần Triết

TRANH BÌA: Uyên Nguyên Trần Triết

DÀN TRANG: Lê Hân

ĐỌC BẢN THẢO: Trần Thị Nguyệt Mai, Song Thao

LIÊN LẠC:
Thư và bài vở mời gởi về:
- Luân Hoán: lebao_hoang@yahoo.com
- Song Thao: tatrungson@hotmail.com

TÒA SOẠN & TRỊ SỰ:
Lê Hân: (408) 722-5626 han.le3359@gmail.com

MỤC LỤC

THƯ TÒA SOẠN

Vui chào tất cả bạn đọc, bạn viết, kính chúc tất cả bước vào mùa Xuân qua đầu Hạ năm 2023 thật vui vẻ an bình.

Ngôn Ngữ số 25 là số báo thứ tư có nội dung hai phần:

Phần 1:

Giới thiệu một tác giả còn đang sinh hoạt. Kỳ này chúng tôi hân hoan giới thiệu nhà văn Song Thao, một trong năm người chủ trương Ngôn Ngữ. Với Song Thao phần bài vở viết về anh rất nhiều, có thể thực hiện một số riêng như số Cung Tích Biền. Tuy nhiên, chúng tôi muốn giữ mỗi số báo có hai phần như đã nói trong thư lần trước, và được anh Song Thao vui vẻ đề nghị gác lại một số bài, do các cây bút đã có tuổi viết trước đây. Tuy vậy phần bài về nhà văn Song Thao cũng rất phong phú và khá đặc biệt, bởi có nhiều bài của những nhà văn trẻ nữ góp tay, cụ thể có thể kể: Phạm Hiền Mây, Orchid Lâm Quỳnh, Trần Thị Nguyệt Mai, Minh Ngọc, Hoàng Quân, Nguyễn Dạ Quỳnh... (kê theo thứ tự nhận bài), bên cạnh những bài của Trang Châu, Võ Kỳ Điền, Trần Vấn Lệ, Lê Hân, Hoàng Xuân Sơn, Trần Yên Hòa, Nguyễn Vy Khanh, Trần Huy Bích, Quan Dương, Nguyễn Đình Toàn, Nguyễn Mộng Giác, Du Tử Lê, Phạm Phú Minh, Hồ Đình Nghiêm, Trúc Lan, Minh Đạo Đoàn Vinh, Luân Hoán.

Chúng tôi cũng xin lặp lại: thực hiện phần giới thiệu về một tác giả hiện còn tại thế, không phải là một việc dễ dàng. Trước nhất phải được sự đồng ý của tác giả đó, tiếp đến phần bài viết về tác giả phải đủ số trang dành riêng. Thực hiện số Nguyễn Vy Khanh trước đây và Song Thao (hai người trong ban chủ trương) lần này, là cách giúp chúng tôi có đủ ngày giờ chu toàn một tác giả khác, tư liệu vốn khó sưu tập kịp cho mỗi định kỳ phát hành.

Số 26 phát hành vào tháng 7-2023, Ngôn Ngữ sẽ hân hạnh giới thiệu một nhà văn còn sinh hoạt tại quốc nội, nhà văn Nguyên Minh.

Trong tương lai, chúng tôi tha thiết thực hiện về các nhà văn Doãn Quốc Sỹ, Ngô Thế Vinh, Thái Tú Hạp, Trần Doãn Nho, Lâm Chương, Thành Tôn, Phan Việt Thủy, Xuyên Trà, Tưởng Năng Tiến, Đỗ Trường vv...Thưa thật, đây chỉ là dự định nằm trong mong đợi của tờ báo, không nhiều khả thi. Mai này, nếu việc thực hiện này hoàn toàn bế tắc, phải dừng lại, cũng mong được các bạn thông cảm việc "nói trước bước không qua" của chúng tôi.

Phần 2:
Tuyển chọn Thơ, Văn, cũng là việc thực hiện lâu nay và sẽ đồng hành tiếp tục, nếu quí bạn đọc, bạn viết còn ưu ái góp tay như hiện nay.

Một việc làm khác của chúng tôi là xúc tiến thực hiện tuyển tập Truyện Ngắn do một số bạn viết cho Ngôn Ngữ đề nghị. Ở đây chúng tôi xin lưu ý, không hạn chế cho tác giả đã góp bài cho Ngôn Ngữ. Các tác giả ở mọi nơi đều có thể góp truyện ưng ý của mình. Điều kiện nhẹ nhàng nhưng sẽ rất khó chấp nhận: Không đóng góp ấn phí, không nhuận bút, không sách tặng. Và chỉ thuần thể loại truyện ngắn (có thể tự truyện) nhưng không là hồi ký, tùy bút, hoặc kể lể về gia thế một cách rất riêng, như một số bài chúng tôi đã nhận.

Hy vọng quí bạn sẽ vui vẻ, hài lòng khi đọc Ngôn Ngữ 25.

Xin hẹn gặp lại.

Thân tình,

Luân Hoán
Tháng 4-2023

CHIA BUỒN

Nhà Thơ Nam Chi cũng là nhà phê bình, biên khảo về thi ca Đặng Tiến, đã qua đời vào sáng ngày 17 tháng 4 năm 2023 tại nơi định cư Orleans, Pháp; theo tin gia đình sẽ được hỏa thiêu và đưa tro cốt về Việt Nam.

Ông là người Quảng Nam, con dân của làng An Trạch, phủ Điện Bàn, nhưng từ nhỏ đã cư trú tại thành Phố Đà Nẵng, học trường Pháp. Ông sinh ngày 30 tháng 3 năm 1940; sinh hoạt văn học tại Sài Gòn, đi công tác dưới thời VNCH và lưu lại tại Pháp cộng tác cùng các tạp chí Thông Luận, Đoàn Kết, về sau có bài trên Hợp Lưu, Văn, Văn Học. Tác phẩm đã in: Vũ Trụ Thơ (nxb Giao Điểm SG 1972), Thơ - Thi Pháp và Chân Dung (biên khảo, 2009)

Cung kính tiễn biệt.
Thành thật chia buồn cùng gia đình.

TẠP CHÍ NGÔN NGỮ

PHẦN ĐẶC BIỆT VỀ
SONG THAO

TRẦN THỊ NGUYỆT MAI
VUA PHIẾM

Bắt chước ông Luân Hoán
Thử bày giấy, cọ, sơn
"Vẽ" chân dung Vua Phiếm
Xem giống chút nào không?

Ra đời năm 38
Khi cha ở Sơn Tây
Ngặt quê làng Giáp Bát
Muốn về khai sinh đây

Phải chờ thêm vài tháng
Dĩ nhiên giấy tờ sai
Tử vi chẳng thể chấm
Ngẫm lại, thế mà hay

Không bận tâm lo nghĩ
Phần số như thế nào
Cứ học hành chăm chỉ
Đường công danh, đẹp sao!

Năm 64 tốt nghiệp
Cử nhân trường Văn Khoa
Đã có những bài viết
Trên Văn Học, Thời Nay,

Thời Việt, Thăng Tiến nữa
Cả nhật báo Con Ong
Đời Nay cùng Tìm Hiểu
Vân vân và vân vân

Tên thật Tạ Trung Sơn
Ký dưới nhiều bút hiệu
Sơn Nhân, Tạ Sương Phụng,
Phượng Uyển rồi Song Thao...

Năm 75 đứt bóng
Nền cộng hòa miền Nam
Phúc cho ông chỉ sống
Trong "đại học" [1] một năm

"Ra trường" không thể chọn
Nên làm đủ thứ nghề
Chẳng nề hà việc mọn
Mở quán nhỏ cà phê

Sửa radio, ti-vi
Còn lăm le xây cất...
Nhưng số ông may mắn
Chẳng nhọc nhằn tay chân

Chỉ sau đó hai năm
Được trở về bục giảng
Dạy Anh văn cấp ba
Tại trung học Thanh Đa

85 ông rời nước
Định cư Canada
Xứ lạnh, tình nồng ấm
Vẫn không quên nỗi nhà...

Vốn sống đã rất dày
Vầy cùng nhiều lăn lóc
Với cuộc đời... Nơi đây
Bắt đầu năm 91

Khởi sự viết truyện ngắn
Khi in tập đầu tiên
"Bỏ chốn mù sương", nên
Thành công rất vượt bực

Được thể, nhảy qua Phiếm
Phiếm 1 rồi Phiếm 2
Cuốn nào cũng tái bản
Chậm chân phải thở dài

Sung sức ông viết tiếp
Phiếm 3 rồi Phiếm 4
... Năm ngoái Phiếm 28
Phiếm 29 năm nay...

Không mang nặng lý tưởng
"Văn dĩ tải đạo" chi
Nhẹ nhàng sống sao sướng [2]
Cười khì là "ăn tiền"

Nói vậy, không phải vậy
Độc giả một đôi khi
Buông sách còn ngẫm nghĩ
Vấn vương lời thầm thì...

Đời thật 4 đứa con
Nhân cho ông thêm cháu
Văn chương: 29 phiếm
7 tập truyện chào đời

Cộng thêm 2 du ký
Thành 38 chẵn chòi
Tặng ông bao bằng hữu
Quý giá nhất trên đời

Ông xứng danh VUA PHIẾM
Mong ông khỏe, dẻo dai
Mãi hoài mê chữ nghĩa
Tiếp tục viết dài dài

Sẽ chẳng bao giờ chán
Nên ông cứ lai rai
Mỗi ngày một truyện ngắn
Hay phiếm mọi đề tài

Đừng lo, nơi cõi tạm
Mộng Lệ An [3] xinh tươi
Luôn có thừa giấy bút [4]
Giữ ông với cuộc chơi

Một hôm nào sách mới
Theo ông bước vào đời
Cùng nâng ly kính chúc
Mừng ông VUA PHIẾM ơi!

Trần Thị Nguyệt Mai
28.3.2023

(1) Đại Học Máu – Hà Thúc Sinh
(2) Già Sao Cho Sướng? – Đỗ Hồng Ngọc
(3) Montréal, Canada
(4) Lấy ý từ thơ Luân Hoán viết tặng Song Thao

SONG THAO
CHỐN CŨ

Trời hoe nắng. Từ cửa sổ khách sạn, tôi nhìn thấy những sợi nắng óng ả ngơi nghỉ trên những tàn cây bàng trụi lá. Hà Nội đang trở rét, cái rét đậm đà người ta nói là mấy chục năm nay mới thấy lại. Dưới đường, khách bộ hành co ro trong những tấm áo dày mà kiểu cách hình như chỉ là chuyện phụ. Trên những chiếc xe gắn máy xuôi ngược nhộn nhạo, người lái xe che chắn kỹ lưỡng với mũ len, khăn choàng, găng tay ấm áp. Những bà già bán hàng, người cắp thúng, người đội, người gánh, khăn vuông chùm kín đầu, vừa te tái rảo bước vừa lớn tiếng rao hàng. Những tiếng rao mất hút bên kia lớp cửa kính.

Tôi trở vào nằm dài trên giường, lười biếng. Bộ bàn ghế, tủ áo quần, chiếc bàn phấn, tất cả đều bằng gỗ mun khảm xà cừ, cho tôi một cảm giác lạ. Trên bàn phấn, nằm xộc xệch như muốn rơi khỏi góc bàn tờ tạp chí đang đọc dở tối qua tôi vất đại lên khi giấc ngủ tới làm ríu mắt. Lẽ ra phải có Diệu trong căn phòng này. Mặt bàn phấn trơ trên nhắc tôi sự thiếu vắng tưởng như không thể có được. Mọi khi, trong mỗi chuyến đi, trong mỗi phòng khách sạn, mặt bàn phấn bao giờ cũng ôm đầy những chai lọ làm đẹp của Diệu. Chuyến đi vội vã, bất chợt lần này của tôi đã khiến Diệu không theo kịp. Diệu vẫn mơ một chuyến ra Hà Nội, với tôi, cùng tôi đi lại những con đường thơ ấu của thời tôi non yếu cắp sách tới trường. *Em muốn biết Hà Nội của anh, muốn cùng anh sống lại những xúc động khi anh trở về chốn cũ, thời anh chưa có em.* Giọng Huế nói về Hà Nội mà cũng tha thiết như giọng Hà Nội.

Chiếc điện thoại cầm tay nằm vất vưởng nơi nào đó trên giường reo lên từng chập hối hả. Tôi lật chăn mền, tìm kiếm một hồi mới lôi ra được.

"Allô!"

"Em Phương đây anh. Hôm nay anh muốn đi đâu? Nửa giờ nữa em tới đón nhé."

Tôi ngần ngừ.

" Chắc sáng nay em khỏi tới. Anh muốn thả bộ một mình, loanh quanh coi thành phố. Nhẩn nha như một người Hà Nội dư thừa thời giờ."

"Ái chà! Anh lên cơn mơ mộng hồi nào vậy?"

Tiếng cười khanh khách rộn ràng bên tai tôi.

"Ở giữa Hà Nội mà không biết mơ mộng một chút thì mắc cỡ chết."

"Anh, dân Hà Nội không nói mắc cỡ. Anh phải nói xấu hổ."

Phương sửa lưng tôi. Mấy hôm nay tôi cứ bị sửa lưng hoài vì cái giọng Hà Nội mà dùng chữ Sài Gòn. Vậy mà mấy bà bán hàng, khăn nhung quấn nghiêm chỉnh trên đầu, ở các con đường có đội chữ Hàng đẳng trước, cứ xoắn xuýt khen lấy khen để cái giọng Hà Nội tôi đã vác đi ta bà thế giới trong ngót năm chục năm qua là đúng giọng Hà Nội xưa. Giọng Hà Nội nay có khác. Nghe lượn lờ như có thêm múi chanh trên môi.

"Anh ơi, hôm nay rét lắm đấy. Mười hai độ, em vừa mới nghe đài loan báo như vậy. Anh thả bộ có được không?"

Giọng tôi nhuốm vẻ bỡn cợt.

"Mười hai độ lận!"

"Anh bỏ dùm chữ lận đi được không?"

"Ừ thì bỏ! Em rắc rối quá! Lưng anh bị sửa hoài, cứng ngắc, đi bộ ngoài đường người ta dám tưởng là hình nộm lắm đấy!"

Phương cười rúc rích bên kia đầu dây.

"Mười hai độ! Bên xứ anh, âm ba mươi, bốn mươi. Cái rét Hà Nội của em ăn nhằm gì!"

"Thôi, anh đừng nói nữa, em rùng mình. Anh ở cái nơi chốn gì mà kỳ quái. Chắc con người co rút lại chẳng nhìn thấy nhau nữa nhỉ?"

Câu nói vô tình mà hữu ý của Phương làm tôi khựng lại. Quả thật, từ khi về lại trên mảnh đất này con người tôi như trải rộng ra. Máu mủ tôi rần rần trong châu thân những người chung quanh. Tôi mềm lòng với những con người bên tôi. Tôi thương cả những cái ranh mãnh, mánh mung vặt vãnh của những con người mà đời sống đã dậy họ phải lắt léo với chút lợi lộc còm cõi.

Cái rét tháng chạp của Hà Nội chỉ vừa đủ làm tôi tỉnh táo hơn khi bước chân ra khỏi khách sạn. Ngõ Bảo Khánh nằm chen chân với những con phố cổ. Tôi chọn đại một bên đầu ngõ dẫn ra một ngã ba. Quẹo phải hay trái đây? Tôi mường tượng ra đường quẹo của chiếc xe gắn máy bụi đời của Phương. Tôi theo con đường và ngơ ngẩn trước ngã tư kế tiếp. Hàng gì đây chẳng biết? Tôi nhìn lên bảng tên đường. Hàng nào cũng đánh đố bước đi của tôi. Tôi quẹo mặt ngã tư kế tiếp. Người đi như hội. Ngoại kiều dập dìu lên xuống. Phố mang tên Hàng rất chuyên môn nhưng Hàng nào cũng toàn những cửa tiệm bán cho du khách. Cái trật tự cũ đã quá lỗi thời. Những rươi, mắm, đường, than, trống chẳng thể ngang nhiên đi vào kinh tế thị trường được. Tôi nhởn nhơ sánh vai với các khách bộ hành khác mà đầu chẳng có một ý niệm gì về phương hướng. Đi một hồi chẳng thấy tới đâu, tôi dừng bước hỏi một bà bán hàng đường đi tới nhà thờ Lớn. Cậu đi xuống hai ngã tư nữa rồi rẽ tay trái là thấy nhà thờ. Lại đi lộn lại. Phương mà biết tôi vừa ngơ ngáo ra khỏi khách sạn đã lạc lung tung, chắc cô nàng cười phải biết. Hồi sáng, Phương đã dặn đi dặn lại là nếu lạc thì gọi điện thoại ngay. Dân Hà Nội chẳng lẽ đi lạc ngay giữa Hà Nội, tôi đã vênh váo trả lời. Dại gì mà điện thoại, tôi phải cố giữ cái vênh váo vài chục phút trước. Bà bán hàng tài tình thiệt, vừa quẹo một cái là hai cái tháp chuông cổ lỗ đen đủi đã đập vào mặt!

Tôi đứng trên bực cấp nhà thờ, bên trái tôi là trường Dũng Lạc cũ. Trường vẫn còn đó, với một cái tên mới, trường Hoàn Kiếm-Tân Trào. Hàng rào đã được xây lại, cửa sắt cao kín mít. Ngày xưa, giờ ra chơi, bàn tay tôi đã muôn lần vất vả chen lấn thọc qua những song sắt của chiếc cửa, tờ bạc một đồng kẹp giữa hai ngón tay, tranh nhau mua cây kem mát rượi. Tôi đảo mắt qua vạt đất trước hàng rào trường. Không một bóng người. Những tủ gánh thịt bò khô, bánh tôm loẹt xoẹt tiếng kéo rao hàng đã trốn đi đâu tất cả? Tôi như nhìn thấy ông thịt bò khô hai tay hai chai xì dầu pha đường và chai dấm lợn cợn ớt có những tép tỏi trắng hấp dẫn thi nhau dốc xuống những đĩa đu đủ thịt bò bầy xúm xít trên mặt gương, bà bánh tôm má hồng trên lửa cuống quít với những tiếng lao xao đòi hỏi của bầy trẻ háu ăn. Chợt nhớ tới cái mánh mua một cái bánh tôm mà lợi dụng lúc bà hàng bối rối lấy được tới hai ba đĩa rau muống chẻ ăn kềnh bụng, tôi mỉm cười một mình. Thằng nhỏ khoảng mười tuổi mặc chiếc áo len sọc xanh sọc nâu ngơ ngác nhìn tôi cười góp. Tôi như thấy lại tôi mấy chục năm trước. Tôi giơ chiếc máy hình rủ chụp hình chung, thằng nhỏ lắc đầu bỏ chạy một mạch.

Tôi quẹo mặt theo phố Nhà Thờ. Phố xá ngày xưa yên tĩnh với những dãy nhà ở kín đáo nay nhộn nhịp những cửa hàng. Ngôi trường bà sơ giữa con phố hẹp vẫn nết na cửa đóng then cài. Ngày xưa, giờ chúng tôi tan học về cũng là giờ bầy con gái trong ngôi trường này túa ra. Cái tên trường chạy đâu mất tiêu trong ký ức tôi. Tôi dừng lại trước cánh cửa sắt nhỏ xíu của ngôi trường Tây kín cổng cao tường, đứng ngẩn ngơ chôn mắt như muốn soi thấu vào bên trong. Có một thời tôi quá nhỏ trước bầy con gái mượt mà sang cả, liếc mắt thích thú nhìn những anh lớn học đòi làm những con trống, những con trống vụng về tội nghiệp! Đường Tràng Tiền hiện ra thênh thang xe cộ lên xuống. Tôi quẹo trái ra phía Bờ Hồ. Hồ Hoàn Kiếm tôi đã làm quen lại ngay buổi chiều ngày tôi đặt chân xuống phi trường Nội Bài. Anh tắc xi chạy văng mạng đưa tôi về tới khách sạn vào buổi trưa, vất chiếc va ly vào một góc, tôi gọi ngay cho Chí. Chí là bạn của Hoàng. Hoàng là bạn tôi. Khi tôi vất vả về được tới Saigon, điện thoại cho Hoàng, hắn hốt hoảng. Sao ông về bất thần vậy? Tôi đang ở Hà Nội, mai tôi trở lại Saigon, tôi sẽ hú ông. Vừa tới Saigon, hình như vẫn còn say Hà Nội, Hoàng hỏi tôi có rảnh được vài ngày không? Làm chi vậy? Ông phải ra Hà Nội. Thế là tôi phải đi Hà Nội. Chỉ nội trong một buổi sáng, Hoàng lấy vé máy bay, đặt phòng khách sạn, gọi anh Chí nhờ hướng dẫn tôi ở Hà Nội, và không quên đưa cho tôi chiếc điện thoại cầm tay để dễ liên lạc. Chí tới ngay khách sạn sau cú điện thoại của tôi. Chuyện trò một hồi cũng ra được một điểm chung. Chúng tôi cùng học ở Dũng Lạc ngày xưa, Chí trên tôi hai lớp. Nhìn Chí râu ria sợi đen sợi trắng, da mặt xếp nếp, tàn nhang vất vưởng trên má, tôi khó tưởng tượng được tôi hai năm sau.

"Thời thế cả anh ạ. Anh sa chân vào chỗ mát mẻ, người ngợm cũng mát mẻ. Tôi bị cột chân vào nơi bức bối. mặt mũi như bị thiêu đốt, trông chẳng ra làm sao cả."

Tôi với tay lấy ly bia Halida cao cao trên chiếc bàn mây. Bia lạnh không đá. Ly của Chí sóng sánh hai cục đá vuông. Chí cũng nhấc ly, nhìn tôi, cụng.

"Bỏ qua mọi chuyện đi. Mừng gặp anh, hai thằng Dũng Lạc của cha Nguyễn Huy Mai."

Chí hớp vội một hụm bia, khề khà

"Cha Mai về sau làm Giám Mục. Cha Trịnh văn Căn, anh còn nhớ không, người kế chức Hiệu Trưởng sau cha Mai, làm tới Hồng Y. Các Ngài đã về với Chúa hết rồi."

Tôi cười khan với Chí.

"Thì anh như vậy, tôi như thế này. Các Ngài đã tới lúc đi hết cũng là phải. Mình còn lao đao muốn đi nữa là."

Tháp Rùa dưới nắng chiều như gần gũi trước mắt tôi. Liễu lê thê rũ bên bờ sạch sẽ. Ngày xưa, lúc về học, tôi vẫn cùng lũ bạn cắm cần câu bên bờ đất bắt mấy chú cá lòng tong dại dột. Chung quanh bờ bây giờ đã cẩn gạch thoai thoải, chỗ đâu mà cắm cần câu.

"Anh ở xa về lại chốn cũ, cũng ngót nghét nửa thế kỷ chứ ít gì, nghe mà thấy khiếp, anh thấy ra sao?"

"Tháp Rùa coi nhỏ quá anh ạ. Tôi có cảm tưởng với tay ra là đụng được."

Chí cười, pha trò.

"Chắc tại bây giờ anh lớn hơn."

"Già hơn chứ, tuổi mình hết lớn rồi anh ạ! Mà không hẳn như vậy. Tôi nghĩ cái gì trong kỷ niệm cũng vạm vỡ hơn trong thực tế. Mình thường phóng đại, tô hồng chuốc lục cho những kỷ niệm. Còn anh, ngồi lại với tôi trong khung cảnh cũ, anh thấy sao?"

Chí ngả người. Người anh lọt thỏm trong chiếc ghế mây rộng rãi. Mắt anh lim dim.

"Tôi thấy cái thiệt thòi của mình. Anh nhìn lại Tháp Rùa bằng con mắt khác, tôi nhìn Tháp Rùa bằng con mắt khác. Nó như cái gông trí trá, không những kìm giữ tôi lại, nó còn tước đi cuộc sống của tôi mỗi ngày, cho tới khi tôi phải tự cảm thấy tôi không còn cuộc sống nữa."

Tôi cố không nhìn thẳng vào mặt Chí. Có nỗi buồn nào đáng cho người ta muốn nhìn đâu. Tôi hất đầu ra phía bờ hồ.

"Hồi xưa anh có bao giờ ăn bánh mì ba tê của những anh nhí bán hàng chỗ này không?"

"Không, nhà tôi ở phía trên phố cổ nên ít la cà ở chỗ này. Hồi đó anh ở đâu?"

"Gần chợ Hôm.'

"Vậy thì đi học anh phải ngang qua đây hàng ngày rồi."

"Chỗ này là đất của tôi mà! Để tôi kể anh nghe. Chỗ này là chỗ buổi sáng tôi thường mua bánh mì ba tê. Ngày xưa, nơi đây chỉ có cỏ với cây, làm gì có quán giải khát như thế này. Thằng nhỏ móc chiếc bánh mì nhỏ bằng bàn tay con nít ra khỏi chiếc bao tải. Nóng hôi hổi. Một lát dao rạch dọc, nhét vào một lát ba tê mỏng như lá lúa, xục xục chiếc lọ muối tiêu. Vậy mà ngon thấu trời anh ạ. Nhất là những bữa trời lạnh như ngày hôm nay."

"Thú nhỉ! Tôi chỉ biết những hàng nổi tiếng hơn. Như ông Tàu bán phát xa ở phía bờ bên kia."

Tôi theo ánh mắt của Chí bắt gặp chiếc cổng gạch vuông vức. Giọng tôi như reo.

"Tôi vẫn còn nhớ mặt mũi ông ta! Nếu bây giờ ông ấy đi ngang đây, tôi có thể ra nắm áo ông ấy mà không sợ nhầm. Cặp kính gọng đen xộc xệch, đôi mắt hấp háy kèm nhèm, cái miệng lúc nào cũng nhe ra như cười mà không phải cười, hàm răng cải mả có mấy chiếc răng cửa to bản, cái dáng ngồi co ro và bàn tay gian xảo. Anh có nhớ cái bàn tay ra tiền đó không? Bàn tay thọc vào túi lạc rang nóng ròn một cách mạnh bạo, tưởng như có thể rút hết lạc ở bên trong, nhưng khi rút ra thì chỉ có mấy hạt lạc dính theo mấy đầu ngón tay chụm hờ vào nhau. Nhả vội mấy hạt lạc vào chiếc sâu kèn quấn bằng giấy báo kín mít. Ba cái bốc như vậy, ấn tay cho kín cái đầu sâu kèn, trao cho khách và xòe rộng bàn tay nhận tiền. Có nài nỉ thêm thì cái bốc bất đắc dĩ còn tệ hại hơn nữa. Vậy mà cứ xúm nhau vòng trong vòng ngoài chờ tới lượt mua."

Chí rung đùi cười khoái chí.

"Cái mùi húng lìu thấm vào từng hạt lạc bất hủ thật!'

Tôi nuốt nước miếng.

"Nhất là những ngày trời mưa lạnh, ông Tàu ngồi vào trong chiếc cổng gạch bốn bề hở toang để trốn mưa và gió, mình đứng run run chờ gói lạc, nắm được chiếc sâu kèn, hơi ấm tỏa ra trong lòng tay, đã cách gì đâu!"

Tôi lang thang qua chiếc cổng gạch rêu phong. Nó có cũ thêm chút nào không? Tôi sờ tay vào lớp vôi sứt mẻ. Tôi mường tượng ông già Tàu ngồi trong đó. Chiếc cổng như vẫn vậy. Nó đã rêu phong tới mức không thể rêu phong thêm. Tôi đang chạm tay vào quá khứ. Nỗi tê dại làm tôi ngây ngất. Tôi quay người lại khi nghe tiếng đằng hắng vọng lên từ phía sau.

"Đổi tiền không anh?"

Chị đàn bà mặc chiếc áo dạ dài phủ gần hết chân nhìn tôi chờ đợi. Nụ cười vẽ vội ra trên môi nằm cứng trên mặt. Tôi lắc đầu.

"Không, chị ơi."

"Em đổi giá nới hơn ở ngân hàng mà anh."

Tôi lại lắc đầu.

"Anh đổi giùm em đi. Từ sáng tới giờ chưa được mối nào."

Tôi lắc đầu, rảo bước, lòng phân vân không hiểu sao chị đổi tiền lại biết tôi có đô la. Tôi phì cười nhìn xuống quần áo mình. Chúng đã mách lẻo nhiều chuyện. Liếc nhìn thấy nhà Gô Đa cũ nay đã lột xác thành Trung Tâm Thương Mại Tràng Tiền ở phía bên trái, tôi thẳng bước. Phố Huế đây rồi. Xuôi xuống tới chợ Hôm là nhà tôi. Phố phường rộ ra buôn bán. Ngày xưa đâu có lắm cửa hàng như thế này! Cảnh vật có lạ nhưng tôi thấy rõ ràng thiếu một cái gì rất thân quen. Lặng nghĩ một hồi, tôi mới nghiệm ra chiếc xe điện xưa leng keng kéo chuông giữa lộ nay đã biến đâu mất chẳng còn dấu tích. Ngày xưa, hai buổi đi học về học, chiếc xe điện vẫn là trò chơi thú vị của chúng tôi. Khi nhảy đổi tầu từng trạm dừng, khi luồn lách từ toa này qua toa khác, lũ học trò chúng tôi thích thú chơi trò cút bắt với mấy ông soát vé. Những đôi chân thoăn thoắt nhanh như sóc của chúng tôi bao giờ cũng làm tức giận các ông đội mũ kê pi mặc áo trắng. Có bao giờ mấy ông ấy thu được tiền vé của chúng tôi đâu!

Chiếc điện thoại trong túi quần quần quại rung lên. Tôi bấm nghe.
 Tiếng Hoàng vang vang.
"Ông đang ở đâu vậy?"
"Tôi đang đi trên phố Huế."
"Ông đi đâu vậy?"
"Tôi tìm về nhà cũ của tôi."
"Ông đi với anh Chí hả?"
"Không, tôi đi một mình."
"Vậy anh Chí đâu?"
"Anh ấy bị cái rét Hà Nội đánh gục rồi. Mới đi với tôi một buổi, anh ấy lạnh quá không chịu nổi,'
"Rồi làm sao?"
"Ông khỏi lo. Anh Chí của ông đàng hoàng lắm. Anh ấy sang tôi cho cô cháu con người bạn của anh ấy rồi."
"Số ông lạ nhỉ!"
"Lạ là sao?"
"Là hay hay. Kỳ này ông về lại Saigon, tôi phải vạch tay ông ra coi cái chỉ tay ông nó chạy loạng quạng ra sao mà cứ chỗ nào có hoa đào là tấp vào như vậy!"
"Nói bậy nào! Cháu chắt ấy mà!"
"Ông thì cháu chắt chồng chất! Thôi, không tán nhảm nữa. Tôi sẽ gọi ông sau."
Bỏ chiếc điện thoại nhỏ xíu vào túi lại, tôi nhớ cái giọng nhẽo nhẹt thảm khổ của Chí. Mới bảy giờ sáng, còn nằm nướng trên giường, tôi đã choàng tỉnh với cú điện thoại sớm sủa.
"Allô!"
"Tôi Chí đây anh. Đêm qua anh ngủ ngon không?'
"Ngủ được anh ạ. Cám ơn anh. Di chuyển suốt ngày mệt nên nằm xuống là làm một giấc chẳng biết trời trăng chi cả."
"Anh khỏe thật. Tôi bết bát hơn nhiều. Tôi bệnh rồi anh ơi.'
Mấy tiếng ho phụ họa cho cái giọng khàn khàn đục đục.
"Chết chửa! Chắc tôi lôi anh đi nên anh bệnh. Trời lúc này đang lạnh, gió máy độc địa."
"Không phải tại anh đâu. Tại cái thân rệu rạo của tôi đấy. Chắc tôi lết đi với anh không nổi rồi. Nhưng tôi đã nhờ được cô cháu của một anh bạn đưa anh đi. Anh muốn đi đâu cứ nói với cháu. Con bé làm ở một công ty du lịch nên chắc biết nhiều hơn tôi. Chút nữa con bé sẽ tới gặp anh nhé. Chúc anh vui với Hà Nội. Của anh!"
Con bé cao như một người mẫu. Tôi đã thuộc loại cao mà Phương chẳng chịu nhường tôi phân nào. Mà không hề ăn gian nghe! Giày đế phẳng, tóc không uốn rẽ ngôi giữa nằm sát sạt trên đầu. Người kín bưng trong

chiếc áo giả da nâu, áo len tím cao cổ, khăn choàng nửa nâu nửa đen kéo sát lên tới miệng, đôi găng len sậm mầu và chiếc mũ len chỉ để ló ra mái tóc dài. Dân Hà Nội phòng thủ kỹ thật!

Vượt qua tấm cửa kính rộng của khách sạn, Phương nhìn tôi đang ngồi chờ. Cười gượng. Vừa run vừa nhẩy nhẩy chống rét. Chờ cho bài nhẩy vãn, tôi mới hỏi.

"Cô Phương phải không?"

"Vâng ạ. Để em xếp chương trình đi với anh nhé. Anh đã đi được những đâu rồi?"

Thật là chuyên nghiệp! Nhưng cách nói và cử chỉ của Phương cho tôi cái cảm tưởng không phải mới biết nhau lần đầu. Chẳng cứ Phương. Dân Hà Nội bây giờ hình như ít hình thức hơn. Cứ em em anh anh vô tư. Có lần Phương nói chuyện với một anh lái xe hợp đồng với công ty du kịch nơi Phương làm việc. Phương tự nhiên em anh. Anh lái xe cũng anh em mềm mỏng. Khi anh lái xe đi, hỏi Phương, Phương tự nhiên. *Không, em gặp anh ấy lần đầu đấy chứ!* Tôi cứ phân vân không hiểu tại sao người ta có thể phí phạm lối xưng hô thân mật thường chỉ dành cho những người thương đến như vậy.

Tôi ngơ ngáo trên những thước vỉa hè cũ. Nhìn lên bảng tên đường tôi giật mình. Phố Hàng Bài. Mình đi lạc rồi sao? Tôi nhìn quanh. Chỗ này phải là rạp chiếu bóng Ciro's chứ. Chẳng có dấu vết gì của một rạp chiếu bóng! Cửa hàng vẫn san sát chen lấn nhau. Chắc lạc thật rồi. Tôi hỏi bà cụ bán hàng bên lề đường. *Đây là Phố Hàng Bài, cậu cứ đi thẳng xuống, không rẽ chỗ nào hết, là tới Phố Huế.* Tôi cám ơn mà lòng vẫn phân vân. Cái tên Hàng Bài không có chỗ trong ký ức của tôi. Con đường này tôi đã hai buổi đi về trong bao nhiêu năm, làm sao mà lầm được. Đi một quãng, tôi gặp một trại lính. Ký ức tôi bừng dậy. Trại lính Bảo Chính Đoàn rồi Đệ Tam Quân Khu ngày xưa đây. Những buổi sáng đi học, tôi thường gặp ban quân nhạc từ cổng trại này ra đường đi tập. Cả trăm người hàng ngũ nghiêm chỉnh, kèn trống rền trời mà lũ chúng tôi chỉ hứng thú đi theo hai hàng cuối, nơi có những chiếc kèn đồng bóng loáng to lớn che kín mít ông lính thổi kèn. Những tiếng ồm ộp phát ra từ những chiếc kèn ngoại khổ giữ nhịp cho ban nhạc làm thích chí đám con nít chúng tôi. Mộng ước của chúng tôi lúc đó giản dị lắm: lớn lên đi lính thổi kèn to. Thổi như thế mới là thổi chứ!

Ngôi trường Nguyễn Trãi xưa nay vẫn là trường học. Nhưng bên kia đường, rạp chiếu bóng Majestic nay đã được xây lại mang tên Rạp Tháng 8 đang chiếu phim *The Quiet American*. Tôi đứng lặng nhìn qua. Lũ nhóc chúng tôi ngày xưa lăng xăng chạy đi kiếm cho được những tờ chương trình phim đang chiếu để bỏ vào bộ sưu tập. Xin ở quầy bán vé, ai mà cho. Phải len lỏi xin những khán giả đã đọc xong lơ là cuộn tròn trên tay hay lượm những tờ người ta vứt dưới đất. Tôi nhớ tới Trần, với cái trán to qua khổ mà chúng tôi thường gọi xách mé là quái thai, người có trí nhớ tuyệt vời. Chỉ đọc qua truyện phim trên tờ chương trình một lần là Trần có thể gấp lại, đọc thuộc lòng vanh vách không sai một chữ.

Bảng tên đường trên ngã tư kế tiếp làm tôi thở phào. Rõ ràng chữ Phố Huế. Con đường cắt ngang: Phố Hàm Long. Gần tới nhà tôi rồi. Hiệu sách Bình Minh thân quen, nhỏ xíu ngày xưa với bà bán sách đẹp kiêu sa, hình như là bà Hồ Dzếnh, nay chói chang ánh đèn của một tiệm bán kính đeo mắt thời trang. Hiệu kem Cẩm Bình kế đó đã mất dấu. Những que kem còn thở khói rút từ những chiếc khuôn lạnh ngắt ra còn làm nước miếng tôi kéo kín miệng. Kem đậu xanh đã ngon mà kem xúc cù là cũng tuyệt diệu không kém!

Chân tôi như có động cơ. Càng gần tới nhà, đôi chân càng cuống quít. Chợ Hôm bên kia đường không gợi được một nét quen thuộc nào ngôi chợ Hôm của tôi. Đâu còn chiếc hàng rào chợ cũ rích, đâu còn những gánh hàng lê lết trên vỉa hè trước chợ, đâu còn những chú bé len lỏi chào mời mua thơ Nguyễn Bính, đâu còn những đôi chân khẳng khiu thoăn thoắt di chuyển của những em nhỏ bán báo Cậu Ấm Cô Chiêu, Khỏe hay những tập truyện kiếm hiệp 16 trang ra hàng ngày.

Ngã tư Trần Xuân Soạn. Mắt tôi như mờ đi. Tôi đang đứng trước rạp chiếu bóng chuyên chiếu phim Tàu. Tên rạp là gì nhỉ? Trí nhớ tôi lại loạng quạng. Vắt óc mãi mới ra cái tên rạp Hà Nội.

Tôi đã từng xốn xang đếm từng ngày rạp sẽ khai trương với phim Hỏa Thiêu Hồng Liên Tự có cảnh các hiệp sĩ đằng vân. Mây trôi, gió cuốn ào ào, áo quần các hiệp sĩ bay phất phới mà ông quay phim lại lỡ tay quay xuống quá thấp làm khán giả thấy cả bức tường mà các hiệp sĩ đang đứng vững vàng trong khi đằng vân! Rạp nay đã thành tiệm bán áo cưới rộng mênh mông. Các hiệp sĩ ngày nhỏ của tôi nay đã di tản đi đâu?

Tôi như người mộng du rẽ trái theo đường Trần Xuân Soạn. Xe cộ tấp nập, vỉa hè kín mít người. Tôi chong mắt nhìn về phía trước. Nhà tôi đó, nằm ngay góc ngã ba Phùng Khắc Khoan. Chân tôi như muốn vấp ngã. Tôi đã quá gần nơi chốn ấu thơ vẫn đậm nét trong trí tôi những ngày xa Hà Nội. Tôi len lỏi giữa dòng người lên xuống tấp nập. Mắt tôi choáng lên với những cửa hàng vải. San sát nhau toàn cửa hàng vải. Vườn trước nhà tôi nay cũng đã rào dậu thành hai cửa hàng vải. Tôi đứng lặng trên ngã ba đường. Cả con đường Phùng Khắc Khoan nay là chợ vải. Vải tràn lan trên hai lề đường. Tôi nhớ lại hai bên vỉa hè đất ngày xưa vắng lặng, nơi chúng tôi mải mê suốt ngày bắn bi, đánh đáo, đánh khăng, chơi quay... Đất thánh của tuổi thơ tôi. Mắt tôi hoa lên vì tức. Người ta đã ăn cắp vỉa hè của tôi. Tôi ngậm ngùi trước nhà cũ. Ngót nửa thế kỷ lưu lạc, tôi mới trở về. Tôi có phải khóc không nhỉ? Mắt tôi khô đi vì xúc động. Tôi đứng lặng người. Hình ảnh những ngày cũ quay mòng trong chiếc đầu đã hai thứ tóc, những sợi tóc bạc mầu nhung nhớ nằm lấn lướt những sợi tóc ngày xanh.

Thấy cánh cửa bên hông nhà để ngỏ, tôi bước vào. Ba cửa phòng cõng ba chiếc khóa to bè bè. Chiếc cầu thang lên lầu nhớp nháp. Những lớp đất lưu cữu bám chặt vào từng bậc thang mà mầu xanh đá mài còn bóng loáng trong tôi. Tôi bước lên thang không dám vịn vào tay cầm. Khoảng tiền sảnh rộng rãi trên lầu dẫn vào cửa ba căn phòng khác cũng nhớp nhúa. Những viên gạch bông nhiều mầu sắc nay chỉ còn một mầu xỉn ảm đạm. Lại ba chiếc khóa nằm lủng lẳng trên ba cửa phòng. Tôi theo hành lang cạnh cầu thang xuống nhà sau. Sân chơi trên nóc nhà để xe đã được xây kín mít thành một căn phòng khác. Tôi lặng người, nhìn lên nhìn xuống. Đứng mãi cũng chẳng thấy bóng người. Chẳng có ai để tôi hỏi han. Đứng chán, tôi quay ra cửa. Nhà để xe ngày xưa nay cũng là một tiệm vải. Tôi hỏi thăm mới biết nhà nay có tới mười hộ chia nhau ở, mỗi hộ một phòng. Cửa nẻo, cầu thang, hành lang nay là chốn công cộng chẳng ai ngó ngàng tới. Ông chủ tiệm vải vui tính, biết tôi ngày xưa ở đây, đã dẫn tôi vào góc nhà, nơi đặt đồng hồ điện, bảo tôi nhìn kỹ đi. Tấm bìa ghi số điện tiêu thụ treo bên cạnh đồng hồ vẫn còn mang tên ba tôi. Ông cười trước bộ mặt ngẩn ngơ của tôi. Đồng hồ nước cũng vẫn còn để tên ông cụ đấy!

Ra trước nhà, tôi bâng khuâng ngó quanh, lòng rối bời. Có thực tôi đang dẫm lên những thước đất của thằng bé ham chơi nhếch nhác ngày xưa vẫn chạy nhảy không? Chiếc điện thoại trong túi lại lồng lộn như cá quẫy.

“Em, Phương đây anh. Anh đang ở đâu vậy?”

“Anh đang đứng trước nhà cũ.”

“Chết cha! Em phôn anh có được không? Sợ anh đang bận cảm động!”

Tiếng cười bong bong trong tai tôi. Phương có tiếng cười xổng xểnh. Chữ “xổng xểnh” tôi mới nghe được ở Hà Nội, chẳng biết dùng có đúng chỗ không. Tôi thích chữ này vì âm thanh tượng hình của nó. Nghe như lơi lỏng, buông rơi. Chờ cho Phương dứt tiếng cười, tôi mới nói.

“Này, cô bé, không ai có quyền cười trên sự cảm động của người khác đấy nhé!”

“Mà em lỡ cười rồi, thu lại làm sao được. Em đến đón anh nhé?”

“Ừ. Em đến đi. Anh chờ em trước cửa nhà.”

“Anh vẫn còn đang cảm động phải không? Nhà anh chứ có phải nhà em đâu mà em biết. Nhà anh ở đâu mới được chứ?”

Tôi ngớ ra, cười trừ.

“Em tinh quái quá đi! Nhà anh ở góc đường Trần Xuân Soạn và Phùng Khắc Khoan. Em tới cứ vạch vải ra là thấy anh.”

“Sao lại vạch vải? Thế anh nai nịt kỹ càng lắm à?”

"Không, chung quanh anh toàn tiệm bán vải. Anh đang đứng trên lề đường chen vai thích cánh với vải đây này."

"Ồ, chỗ chợ vải! Em biết chỗ đó rồi. Con gái mà anh! Vậy mà từ sáng tới giờ em cứ sợ anh đi lạc, hao mất mấy cân thịt rồi đó!"

"Ối dào! Em cũng biết điêu ra phết đấy nhỉ!"

"Ối giời ơi! Ai ngờ anh nói được đúng tiếng Hà Nội như thế! Anh ơi, còn sớm, em tới đón anh rồi mình đi thăm Lăng Bác anh nhé."

Lần này là lần thứ ba, Phương dục tôi đi thăm Lăng. Lần đầu, khi Phương chở tôi đi ngang qua. Đang từ phố cổ chật chội, đi ngang Lăng thấy nghênh ngang chiếm nhiều chỗ quá. Lần thứ hai, khi tôi mua tượng Chùa Một Cột bằng đá trong khu bán đồ kỷ niệm nơi Đền Ngọc Sơn, cầm tượng Chùa trên tay, tôi chợt muốn đi thăm Chùa. Phương vội bảo muốn đi thăm Chùa phải vào qua Lăng. Tôi lơ đi. Tôi nhìn thẳng vào mắt Phương. Làm sao có thể nói cho em hiểu là con người không thể nên thánh bằng cách mạnh bạo đắm mình theo con đường trần tục, rất trần tục.

"Thôi, để khi khác. Anh muốn đi tìm vài người bạn cũ ở quanh đây." Tiếng Phương lỏng le.

"Vậy cũng được. Tùy anh."

Phương tới khi tôi vẫn còn nghểnh cổ nhìn vào ngôi nhà cũ. Chắc đã lâu, tòa nhà không biết mùi vôi vữa gì. Hai tấm hoa văn trắng chạy dọc từ trên xuống lấy gió và ánh sáng cho cầu thang nay đen đủi thảm hại. Chấn song sắt trên các cửa sổ nhìn ra đường vẫn là chấn song xưa nay đã bị thời gian gặm nhấm lồi lõm. Những cánh cửa vênh váo, sứt mẻ, tróc sơn không biết có còn đóng kín lại được không? Phương đứng bên tôi, ngắm tòa nhà, giọng e dè.

"Nhà anh đấy hả?"

Tôi gật đầu không nói gì. Phương dựa tay lên vai tôi, ghé sát tai nói nhỏ.

"Anh là con địa chủ!"

Tôi quay phắt người lại. Phương buông tay khỏi vai tôi, đứng sững. Tôi nhìn chằm chặp vào mặt Phương. Khi chiến tranh kết thúc, Phương còn chưa tượng hình trong bụng mẹ. Em học ở đâu được cái danh từ tưởng đã phải bị chôn vùi với thời gian từ lâu rồi. Mắt tôi chắc lạ lắm. Tôi thấy vẻ sửng sốt trên mặt Phương. Khắp người tôi ớn lạnh trước giọng nói nhởn nhơ của em. Mặt Phương bỗng giãn ra. Miệng em nhếch lên bày ra một nụ cười bằng hai hàm răng muốt mát. Cũng may! Phương có nụ cười hiền, thật hiền.

Song Thao
2/2003

SONG THAO
NHÀ NẰM TRONG HẺM

1.

Hẻm nằm trên đường Công Lý. Tiếng là hẻm nhưng con hẻm này được tráng nhựa phẳng phiu, rộng dư sức cho hai chiếc xe nhỏ cỡ xe Simca 1000 của Hoàng đi ngược chiều nhau một cách thoải mái. Nhưng Hoàng vẫn đậu xe ngoài đường Công Lý. Cho chắc ăn. Cười. Hoàng khéo lo xa. Căn nhà hai tầng lầu nằm chung với những căn nhà lầu thẳng tắp dọc theo hai bên hẻm, nếu không phải là tay chơi cỡ Hoàng, thì chẳng ai biết đó là một ổ điếm. Gọi là ổ điếm nghe như có điều xúc phạm tới nơi ăn chơi bề thế và sang trọng này. Hoàng gọi đây là nhà chị Marie.

Nhà đúc bê tông, cửa sắt kín mít, lưới chống lựu đạn giăng thoai thoải từ trên lầu xuống hàng rào gạch có những thanh sắt nhọn tua tủa chĩa lên trời như một bàn chông. Trông như nhà của một ông lớn nào đó. Mà quả thực cả con hẻm này hầu như toàn là nhà các ông lớn. Bốn tên đực áo bỏ trong quần, giày da bóng loáng, tụm nhau trước cửa. Hoàng giơ tay bấm chuông. Hai tiếng dài, ba tiếng ngắn. Nghỉ vài giây. Hai tiếng dài nữa. Đúng mật hiệu. Một đôi mắt hiện ra nơi chiếc lỗ vuông bằng bao thuốc lá vừa được kéo cạch ra. Nhận ra đúng người quen, cửa mở. Một nụ cười và một câu trách nhẹ.

"Chào các anh. Các anh kéo nhau tới như đi hành quân không bằng. Lần sau các anh nhớ tách ra, hai người vào một lần thôi. Chịu khó giúp em một chút! Cẩn thận vẫn hơn!"

Marie đưa bàn tay ra bắt tay từng người, kiểu cách như một mệnh phụ. Bộ đồ thêu mỏng màu kem không che giấu chi mấy hai mảnh đồ lót hồng ở bên trong. Phòng khách rộng rãi, mờ dưới ánh đèn vàng, có hai bộ sa-lông nằm ở hai đầu, được bài trí sang trọng. Bốn tên chia với chị Marie một bộ. Bộ kia, sáu em gái ngồi đánh bài với nhau. Tiếng con gái tranh cãi chí chóe như đang diễn kịch. Chị Marie quay sang nạt.

"Mấy em ồn quá vậy! Em nào rảnh ra rót nước mời khách đi chứ!"

Mấy em ôm miệng, lè lưỡi làm điệu. Em nào mặt mũi trông cũng sáng sủa, thân hình trắng trẻo đầy đặn, chỗ nào ra chỗ nấy, mỗi em hớ hênh một cách. Em đứng dậy rót nước mời khách mặc một chiếc *robe* cũn cỡn khá xa trên đầu gối. Ngực vun cao nằm lộ liễu dưới làn áo mỏng. Đầu vú hằn lên mặt vải hai chấm tròn lẳn duyên dáng. Đằng hấp háy cặp mắt sau tròng kiếng trắng.

"Em ngồi đây chơi."

Em bé sà vào ngồi bên cạnh Đằng. Chị Marie vội giới thiệu.

"Em Mai, mới lên chơi được một tuần."

Đằng, lúc nào cũng nhanh nhẹn, một tay vắt trên vai Mai, bóp bóp nắn nắn, tay kia đặt hờ trên bắp đùi trắng mịn thon thả.

"Xin phép các anh. Tính tôi hay làm sớm nghỉ sớm."

Tiếng cười hề hề rơi lại khi Đằng kéo em Mai đứng dậy leo lên thang lầu. Chị Marie mời khéo.

"Các anh qua đánh bài với mấy em cho vui."

Hoàng và Khoa đứng dậy. Còn trơ lại Thạch với chị Marie. Thạch nhìn chăm chăm vào người thiếu phụ đối diện. Anh đang cố gắng lắp khuôn mặt quen quen này vào một nơi chốn nào đó trong ký ức. Chị Marie ngượng ngập sửa lại cổ áo.

"Anh là bạn anh Hoàng?"

"Phải, bạn từ nhỏ cho tới giờ. Có thể nói là bạn nối khố được đấy."

Marie cười. Miệng chỉ hơi nhếch lên, nhưng người vặn vẹo thì nhiều.

"Thời bây giờ có ai xài khố nữa đâu anh!"

Thạch cười lớn. Người đổ về phía trước.

"Vậy thì phải nói sao cho hợp thời bây giờ?"

Marie vặn vẹo tiếp, mặt ánh hồng.

"Em nghĩ, chắc phải gọi là bạn nối xi-líp!"

Mặt Thạch nở ra, miệng hấp tấp.

"Ai mà nối xi-líp với nó. Chán phèo!"

"Anh tìm người khác mà nối đi."

Marie hất mặt qua bộ xa-lông bên kia. Thạch nhìn sang. Hai tên bạn đã biến mất với hai em. Còn ba em đang nhấp nhổm liếc mắt qua. Thạch chậm rãi châm điếu thuốc, ngả người ra, tay giang thẳng nằm dài trên lưng ghế, mắt vẫn dán vào Marie. Marie ngồi chịu trận trước ông khách kỳ quái. Thạch rít từng hơi thuốc.

"Anh qua chơi với mấy em cho vui. Bài còn thiếu một chân đấy."
Marie nhắc khéo Thạch. Thạch lững lờ.
"Tôi đánh bài dở lắm. Sợ mấy em lột tới xi-líp thì lấy gì mà nối. Đang
tính kiếm cái gì để nối đây."
"Thì anh kiếm nhanh lên. Cái đỏ, cái xanh, cái tím đó. Anh thích nối với
mầu nào?"
Thạch vẫn chậm rãi hút thuốc, ỡm ờ.
"Tính tôi không thích mầu gắt. Marie có cái nào mầu dịu dịu hơn
không? Mầu hồng chẳng hạn!"
Mặt Marie sững sờ.
"Anh đừng giỡn chứ! Em già rồi!"
Thạch vẫn khệnh khạng từ tốn.
"Già thì chơi theo già. Vả lại, đã già đâu mà vội xưng ra. Mình lên lầu đi!"
Căn phòng được thắp sáng bằng một ngọn đèn chắc không quá 20
watts. Chiếc giường lớn trải khăn mầu vàng nhạt có những nụ hoa hồng
rải rác. Cùng mầu với bộ quần áo của Marie đang nằm chờ. Thạch treo
quần áo lên chiếc móc gắn trên tường. Những chấm xi-măng nhám trên
bức tường nâu nhạt cọ vào tay anh nhột nhột. Marie vừa cởi quần vừa
khẽ trách yêu.
"Anh thật là! Sao anh lại thích em?"
Chiếc quần xi-líp hồng vồng lên giữa cặp đùi đầy đặn. Thạch vuốt tay
dài theo cặp chân trần. Marie co người lại.
"Nhột em!"
"Nhột chi nữa!"
"Em nhột thiệt đấy. Lâu rồi em có đi đâu. Chỉ có anh cắc cớ!"
Thạch không nói. Anh lần từng chiếc khuy áo trên người Marie. Marie
giữ tay anh lại.
"Cởi làm chi anh. Chơi chỗ nào mở chỗ đó thôi chứ!"
Thạch kéo tay Marie đặt xuống giường.
"Chắc lâu ngày em quên thật rồi! Nằm ngoan đi."
Thạch phăng ngực áo Marie, nhẹ nhàng luồn qua người nhấc thân hình
trần lên, vứt chiếc áo sang một bên. Chiếc nịt ngực hồng phơi ra nửa
phần đôi vú đầy đặn. Anh hấp tấp kéo chiếc nịt xuống thấp. Đôi vú bật
ra. Anh nhìn chăm chăm vào bên vú phải. Hai hạt nốt ruồi đen nhánh
phơi ra sát bên dưới quầng vú. Cặp nốt ruồi lớn hơn ngày xưa nhiều.
Marie thả lỏng người, tay úp lên mặt. Thạch ngồi lặng ngắm cặp nốt
ruồi trên vú phải của người đàn bà giang hồ. Thân người anh như chìm
xuống trong tiếng máy lạnh rì rì âm ỉ. Giọng anh lạc đi.
"Xoan phải không?"
Marie giật bắn người, vơ vội chiếc áo phủ lên ngực. Mắt giương lớn.
Miệng run run.
"Anh là ai vậy?"

2.

Chiếc tăng-xê sâu chừng một thước được phủ kín bằng những chiếc phên tre xen lẫn với từng lớp đất dày cỡ gang tay. Thạch không nhớ có bao nhiêu lớp phên và đất tất cả nhưng chúng được đắp rất dầy. Phía trên cùng trồng những bụi cây leo rậm rạp. Cửa xuống tăng-xê được che bằng một miếng ván gỗ dầy kéo ra kéo vào được. Lòng tăng-xê rộng đủ cho bốn người ngồi thoải mái bây giờ là nhà của một gia đình gồm hai người. Thạch và Xoan. Xoan làm mẹ. Thạch làm con. Mẹ con cách nhau năm tuổi. Ba gia đình khác chiếm ba chiếc tăng-xê khác nằm rải rác trên một thửa vườn rộng trồng nhiều loại cây ăn trái xen lẫn với những luống rau nằm dài song song với nhau. Gia đình nào cũng toàn những đứa xấp xỉ tuổi nhau. Lúc có báo động, tăng-xê là chỗ trú an toàn tránh bom đạn từ trên máy bay oanh tạc. Lúc bình thường, tăng-xê là trò chơi lý thú cho đám trẻ tản cư từ Hà Nội về toa rập với lũ trẻ nhà quê biết bày ra nhiều trò chơi rất lạ với đám trẻ thành thị. Chúng chia nhau ra ghép thành từng gia đình vừa quê vừa tỉnh bắt chước sinh hoạt như một xóm làng người lớn. Cũng chợ búa, cũng trồng trọt, cũng nuôi gia súc, cũng thăm viếng, cũng cãi cọ. Xoan mười ba tuổi, dân quê, với Thạch, tám tuổi, dân Hà Nội thành một gia đình hai mẹ con. Xoan loay hoay cắt lá, cắt hoa làm cơm. Thạch nằm ngửa trên mấy tầu lá chuối ghép lại làm con nhỏ. Thỉnh thoảng Thạch phải è è khóc cho đúng vai trò đang đóng. Xoan, dáng người phổng phao trước tuổi, vừa vuốt mắt giả bộ che khói, vừa luôn miệng dỗ con.

"Nằm ngoan nghe con! Mẹ sắp xong rồi. Buồn ngủ phải không? Chờ chút mẹ ru cho ngủ."

Thạch đập chân đập tay. miệng nhè nhè. Xoan quơ tay xếp những khoanh lá đã thái nhỏ lên những chiếc đĩa làm bằng mo cau khô, chùi đôi tay vào quần, lết tới bên con.

"Con tôi hư quá đi! Nào mẹ ru cho ngủ nghe."

Xoan bế thốc Thạch cho nằm trên đùi, đầu Thạch ngả trên cánh tay Xoan lắc lư với tiếng ru ngọt ngào của Xoan. Thạch nằm nghe mùi mộc mạc toát ra từ người Xoan che lấp mùi ngai ngái ẩm thấp của vách đất. Xoan nhìn xuống. Mắt Thạch mở thao láo. Tay Xoan đập vào mông Thạch.

"Nhắm mắt ngủ đi cho mẹ phải ra làm vườn kẻo trễ."

Thạch cựa quậy trong lòng Xoan. Xoan vén áo.

"Cho bú một tí rồi ngủ nghe!"

Đôi vú nhỏ trắng mềm trật ra trước mắt Thạch. Đầu vú nhỏ bằng hột đậu hồng đỏ cương lên. Thạch đê mê ngậm róc rách, tay siết nhẹ trên cặp nốt ruồi xinh xinh nằm dưới quầng vú gọn nhỏ chấm li ti những hạt hồng thẫm.

3.

"Anh đừng kêu em bằng Xoan nữa. Ở đây, em là Marie!"

Marie ngồi khoanh hai tay trước ngực, dựa người vào tường, mắt buồn bã nhìn thẳng về phía trước, nơi có chiếc cửa phòng tắm mở hé hắt ra chút ánh sáng trắng như sữa của đèn ống.

"Anh cũng đừng gọi em là chị, xưng tôi nữa. Em không quen. Mọi người tới đây đều là khách của em. Em quen gọi tất cả là anh rồi. Anh cũng như mọi người thôi. Không có gì khác cả!"

Thạch ngồi bên cạnh Marie. Bộ ngực vun đầy của Marie như một ám ảnh kỳ quái kéo mắt anh liếc nhìn từng chặp.

"Em không coi anh khác mọi người sao?"

Marie vẫn bướng bỉnh, bất động như một bức tượng.

"Không! Cái tên Xoan chết rồi! Chết từ lâu lắm rồi."

Hai giọt nước mắt lăn dài trên khuôn mặt hóa đá. Marie chẳng buồn chùi. Những giọt lệ tiếp tục túa ra chảy ngoằn ngoèo trên mặt, rớt từ cằm xuống đôi bầu vú lạnh tanh.

4.

Chiều chủ nhật, sau buổi chầu trong nhà thờ, cả làng đều ở lại sinh hoạt văn nghệ trên khu đất trống trước cửa thánh đường. Một chiếc bục gỗ ghép bằng những mảnh ván thu góp được của dân làng nằm mé bên chiếc ao trước nhà thờ làm sân khấu. Không màn, không phông, không trang trí. Cách mạng cần giản dị. Đám nhi đồng đánh trống ếch đứng bên sân khấu cũng quần áo giản dị lôi thôi có chi mặc nấy. Tiếng trống rào rào một nhịp thúc hối qui lại hầu hết dân làng đứng lố nhố chờ giờ khai mạc. Họ nán lại coi văn nghệ vì thích thú cũng có, vì sợ không giống những người khác nếu không tham dự cũng có, vì ngại những anh cán bộ đi từng nhà hỏi han mời ra cũng có. Cán bộ văn nghệ là Bách, từ trên huyện xuống, phụ trách chương trình. Cũng đơn sơ chẳng có gì. Chào cờ, thông cáo, đơn ca, độc tấu măng cầm, hợp ca. Xoan là một giọng hát nổi trong ban hợp ca. Mục độc tấu măng cầm của Bách luôn luôn gây hào hứng cho dân làng. Những bản nhạc cách mạng hùng tráng được tiếng đàn chắc nịch gửi đến khán giả qua chiếc máy khuếch âm cổ lỗ chạy bằng pin có âm điệu rộn ràng thúc hối. Xoan mê tiếng đàn. Bách ưa cô gái quê trắng trẻo duyên dáng. Chẳng là trai tài gái sắc thì cũng là một cặp ra dáng một cặp đẹp đôi vừa lứa.

Chiến tranh có cặp chân biết leo thang rất tài. Súng đạn ráo riết đẩy cách mạng leo cao không kém. Tận núi rừng Việt Bắc, nơi an toàn cho kháng chiến. Bách ôm đàn đi lên vùng cao. Xoan hụt hẫng ở lại. Nhớ quay nhớ quắt người tình. Nỗi nhớ nhấc bổng bước chân quờ quạng. Xoan khăn gói bỏ nhà đi tìm Bách. Thân gái trong súng đạn được tình yêu nuôi cho vững vàng cất bước. Hỏi thăm, tìm kiếm riết rồi cũng gặp. Bách sững sờ nhìn Xoan lếch thếch vì mình. Anh cảm động nhưng nhiệm vụ cách mạng vẫn cố thủ trong đầu anh. Cách mạng còn gian nan lắm nhưng rồi cũng sẽ có ngày thành công. Anh không muốn Xoan cản trở bước chân hăm hở phá rừng bạt núi để hoàn thành nhiệm vụ cao quí của anh. Anh bắt Xoan quay trở về làng chờ anh trong ngày chiến thắng.

Xoan thẫn thờ quay lui. Tình cảm cá nhân phải nhường bước cho tình yêu cách mạng. Đường về gian nan hơn đường đi. Chẳng vì sức nặng của cõi lòng buồn thảm mà vì tiếng súng đạn rền vang hơn. Làng Xoan đã thuộc vùng tề, khá sâu trong đường ranh giới đổi thay mỗi ngày giữa bên này và bên kia. Vượt qua đường ranh giới không phải là chuyện dễ. Xoan đã tới cận kề. Phải chờ tới đêm mới có cơ hội băng qua giữa hai làn đạn mà còn giữ được mạng sống. Nàng hồi hộp chờ màn đêm buông xuống. Nước mắt lã chã tuôn rơi.

5.

Marie ngồi bất động. Quá khứ tưởng đã chôn chặt giờ như gượng dậy kiếm thêm ít nước mắt của nàng.

"Lúc đó em đã tính khi qua được vùng tề, em sẽ không trở về làng nữa. Phần vì ngại cha mẹ, phần vì ngại tiếng dị nghị của làng nước, phần vì con người em đã rã rời chán nản. Anh biết không, em đã tính sẽ lên Hà Nội tìm tới gia đình anh xin tá túc. Gái quê như em hồi đó đâu có biết Hà Nội rộng lớn ra sao nên nghĩ là cứ tới nơi hỏi thăm người ta khắc tìm thấy nhà anh."

Marie vừa cười vừa lấy tay quệt nước mắt. Thạch cười theo.

"May cho em chứ tới Hà Nội chắc em sẽ phải khóc ròng. Nhà anh đâu có nổi tiếng đến nỗi cả Hà Nội phải biết!"

"Vậy mới tức cười chứ! Lúc đó em còn ngờ nghệch chẳng làm sao tưởng tượng được Hà Nội lớn hơn cái làng của em nhiều đến thế. Buổi chiều hôm đó, trong vườn nhà trọ, em ngồi dựa gốc cây âm thầm khóc. Vừa giận Bách, vừa giận mình, vừa lo sợ cho cuộc vượt tuyến buổi tối. Một anh bộ đội sà xuống nói chuyện hỏi han. Em cứ tình thật kể hết mọi chuyện. Anh ta bảo Bách đuổi em về là không đúng chính sách. Cách mạng cần sự đóng góp của mọi người không kể già trẻ, lớn bé, nam nữ. Em còn trẻ, lanh lợi, khỏe mạnh là vốn quí của cách mạng. Anh ta hứa sẽ đưa em trở lại với Bách và thuyết phục Bách vì đơn vị của anh cũng sắp sửa rút lên vùng đó. Em đang bơ vơ lại lo sợ cuộc vượt tuyến nên nghe anh ta nói, em mừng như mở cờ trong bụng. Khuya đó, anh ta mò vào chỗ em ngủ, đòi em ủng hộ. Em chống cự nhưng không dám la to. Anh ta vừa dùng sức mạnh, vừa nhỏ nhẹ dụ dỗ chiếm đoạt được em. Em tỉ tê khóc đau đớn cho thân phận mình. Lúc đó, em nghĩ rất đơn sơ.

Em đã ra nông nỗi như thế thì sao mà nhìn lại được Bách. Thôi thì người ta đã lấy đời con gái của mình thì mình đành phải lấy người ta. Xong việc, anh ta vội chuồn về chỗ ngủ của anh ta vì sợ anh em trong toán biết. Anh ta hứa sẽ quay lại vào sáng hôm sau. Cho tới bây giờ, em cũng chẳng biết tên anh ta là gì!"

Thạch nhoài người ra mép giường, lục túi lấy bao thuốc lá hút. Marie giơ tay.

"Cho em xin một điếu. Em ít hút nhưng khi có chuyện xúc động em phải kiếm được điếu thuốc gắn lên miệng. Đó cũng là một cái tật phải không anh?"

Thạch quẹt lửa châm thuốc cho Marie.

"Nếu đó là một cái tật thì cái tật này cũng không đến nỗi tệ lắm. Em cứ thoải mái hút đi rồi kể tiếp cho anh nghe."

Marie rít một hơi thuốc, lơ đãng thả khói.

"Coi bộ anh cũng khoái nghe chuyện lâm ly bi đát nhỉ?"

"Em làm như đang kể chuyện tiểu thuyết cho anh nghe không bằng!"

"Chuyện đời em có khác gì tiểu thuyết đâu? Em đã cố quên từ lâu nhưng không hiểu sao hôm nay em lại ưa kể với anh mới chết chứ! Em thích kể đấy, nhưng anh có dám khóc với em không? Hay lại mắc cỡ?"

Thạch bẹo má Marie.

"Cứ giỡn cho thoải mái đi. Đời em khổ đã nhiều rồi!"

Marie trở lại giọng rầu rầu.

"Khổ thật đấy anh ạ! Em tưởng đã yên bề với anh bộ đội đòi ủng hộ nhưng tờ mờ sáng hôm sau, giữa lúc em đang mơ mơ màng màng thì nghe thấy tiếng xe gầm rú ầm ĩ mỗi lúc mỗi gần hơn. Làng xóm tán loạn bảo nhau là Tây về càn. Người thì lo núp, người thì chạy. Em tất tả đi kiếm anh bộ đội nhưng chẳng thấy đâu. Rồi lính Tây tràn lan khắp nơi lùa dân làng lên xe cam nhông chở về trại của họ. Lần đầu tiên trông thấy lính Tây em sợ run người. Họ bắt ngồi ngoài sân trại để phân loại. Em thuộc loại bị tình nghi và bị giam giữ. Tối đó tên quan tư trưởng trại cho dẫn em lên phòng hắn. Em khóc như cha chết ngồi co quắp dưới sàn nhà. Hắn dỗ dành, rót nước cam cho em uống. Em thấy hắn cũng tử tế nên bình tĩnh lại dần. Đêm đó, em làm vợ hắn. Hắn thích em nên giữ em luôn bên hắn. Em trở thành bà trưởng trại bất đắc dĩ với cái tên Marie hắn đặt cho. Được ăn uống phủ phê, cuộc sống cũng không đến nỗi nào, nên người em càng ngày càng mượt mà ra. Jean mê em như chết. Đâu được chừng sáu bảy tháng thì nó phải đổi về nước bàn giao chức vụ cho tên sĩ quan mới tới. Nó bàn giao luôn cả em! Thân em đã lún rồi kể làm chi nữa. Jean vẫn còn say mê em nên đêm cuối cùng hắn gỡ gạc em phờ cả người. Được cái trước khi chia tay, hắn cho em một số tiền khá lớn. Cầm tiền trong tay em nảy sinh trong đầu ý tưởng phải thu vén được nhiều tiền để thủ thân. Em say mê kiếm tiền bất kể mọi sự. Tiền từ tên trưởng trại mới và tiền của bất cứ đứa nào chịu chi. Khi quân Pháp rút vào Saigon sau hiệp định Genève thì em cũng vào theo. Hết Pháp đến Mỹ, em còn kiếm tiền bạo hơn. Anh bảo là đến rác mà còn ra tiền thì ở địa vị em, được chiến tranh dạy cho mở mắt ra lại sẵn nằm trong lòng Mỹ thì tiền vào trong tay biết đâu mà kể."

Điếu thuốc đã tàn trên tay Marie. Nàng dụi đầu thuốc, hỏi.

"Cho em xin điếu nữa đi. Mà thôi, hút chung với anh cho tình!"

Thạch đưa điếu thuốc đang hút dở cho Marie. Nàng rít một hơi rồi đưa lại cho Thạch.

"Vậy thì em giàu sụ rồi còn gì nữa."

"Giàu chứ sao không. Nhưng tiền nó biết đi vào thì cũng biết đi ra anh ạ. Em đổ đốn sa chân vào cờ bạc, lên chức bác thằng bần ngay."

Thạch lắc đầu nhìn Marie. Khói thuốc bốc nhẹ lên che mờ tầm mắt anh.

"Cũng may là em đã mua được căn nhà này làm kế sinh nhai chứ không lại đứng đường rồi. Mà cũng nhờ vậy mới gặp lại được anh. Anh hay đi chơi lắm hả?"

Marie ngước nhìn Thạch. Thạch thấy lại được đôi mắt Xoan xưa. Mùi ngai ngái ẩm ướt dưới lòng tăng-xê như lởn vởn trước mũi anh. Anh cúi xuống trên cặp nốt ruồi.

"Thỉnh thoảng. Khi nào vui anh em mới đi."

"Sao hồi nãy anh chọn em? Khách của em toàn thích những cô trẻ, có ai thích chơi đồ cổ như anh đâu!"

"Đồ cổ cũng có năm bảy đường đồ cổ chứ!"

Marie đập vào vai Thạch.

"Anh cũng tay tổ nhỉ!"

"Nói giỡn chơi vậy thôi, chứ hồi nãy thấy mặt em quen quen, anh có linh tính đúng là em."

"Vậy mà em chẳng mảy may nhận ra anh. Em tệ thật!"

Marie co người lại.

"Anh Thạch, ôm em đi!"

Thạch ôm chặt thân hình Marie. Nàng bật khóc, tay vuốt ve ngực Thạch.

"Em cô đơn quá!"

Marie rút người trong vòng tay Thạch, mắt nhắm nghiền, đầu ngả vào ngực Thạch. Thạch bóp nhẹ đôi vai trần. Marie kéo tay Thạch đặt lên vú.

"Đời em chưa một lần được ngủ với người mình chọn. Khốn nạn đời em quá! Anh Thạch, em van anh, đi em đi!"

Song Thao

SONG THAO
TUÂN NGUYỄN

Mỗi khi Valentine tới, tôi thường lặng lẽ cười khi nhìn thấy những trái tim mang đủ sắc đỏ lung linh khắp nơi. Tình yêu lúc nào cũng có bộ mặt đỏ ké vậy sao? Cười thầm nhưng tôi lại muốn viết chút gì đó vào ngày lễ mà tất cả bàn dân thiên hạ đua nhau yêu. Năm nay cũng vậy, viết tí chút về chuyện tình cho vui, tôi nghĩ vậy và chọn vài chuyện tình để viết chơi. Chọn được một vài chuyện khá hấp dẫn, tôi định viết. Nhưng tình cờ tôi vào đọc trên *internet* một bài viết của nhà văn Tưởng Năng Tiến viết vào năm 2010 về một người mang tên Tuân Nguyễn, tôi bỗng thấy những chuyện tình tôi đã chọn chẳng ra sao cả. Chuyện tình của Tuân Nguyễn mới...ra sao!

Tuân Nguyễn thì tôi biết, khá quen thuộc, nhưng chỉ biết bề ngoài. Bề ngoài anh chàng này thì chán chết. Anh gầy yếu đến không thể gầy yếu hơn được, cặp kính cận dày cộm uể oải rớt xuống tới chóp mũi, quần áo xốc xếch hình như anh mặc cho có, dáng đi lanh chanh lúc nào cũng như vội vàng, giọng nói lắp bắp. Cái gầy của Tuân Nguyễn không phải loại gầy khơi khơi mà có tên đàng hoàng. Anh bị chứng giun móc *ankylostome*. Anh không phiền hà chi những con ký sinh trùng ăn bám vào anh. Anh thường khoe là bao giờ anh cũng cố gắng ăn nhiều để còn "chia phần" cho bọn *ankylostome* ấy, nếu không, chúng nó sẽ ăn vào thịt anh!

Nhà văn Cao Xuân Hạo tả Tuân Nguyễn như thế này: "Tuân Nguyễn sinh ra ở đời là để đóng cái vai trò này: khi có ai đó muốn kêu lên 'Trời ơi, sao mà tôi khổ thế?', thì nhìn vào Tuân Nguyễn, sẽ thấy mình chưa phải là người khổ". Khổ đến như thế, anh không phải là mẫu người tình. Anh đúng là người ở cõi khác, thân xác ở nơi ta bà này nhưng tâm hồn anh đậu tuốt trên những đám mây. Chúng ta có những tính từ: cả quỷnh, gàn bát sách, cả đẫn, ngố… Gán cho anh chữ nào cũng đúng hết. Mà anh cũng sẵn sàng nhận hết. Anh ôm tất cả những thiệt thòi của mọi người vào mình. Ngay cái tên của anh cũng đã là sự thiệt thòi rồi. Cái tên Tuân Nguyễn làm chúng ta tưởng đó là cái tên lộn đầu lộn đuôi của những người sống ở ngoại quốc như chúng ta. Trật lất! Tên khai sanh của anh là Nguyễn Tuân, nhưng nếu giữ nguyên tên cúng cơm anh sợ mọi người hiểu lầm anh muốn đánh lận với cái tên của nhà văn Nguyễn Tuân nên anh chịu phần thiệt, lộn ngược cái tên như làm xiếc. Hồi anh sanh ra với cái tên Nguyễn Tuân là vào năm 1933, lúc đó Nguyễn Tuân chưa nổi danh. Nhưng anh vẫn nhận phần thiệt.

Nhưng bảo anh thông minh xuất chúng cũng không sai. Hồi nhỏ anh theo học trường dòng Pellerin ở Huế. Anh đã lấy được Tú Tài Toàn Phần ban Toán, thông thạo tiếng Pháp, tiếng Anh, lại biết cả chữ Hán. Sau này, khi ở tù, anh còn học được cả tiếng Nga tới mức dịch được tiểu thuyết Nga. Năm 1949, mới 16 tuổi, anh bỏ học tham gia vào Đoàn Học Sinh Kháng Chiến Huế và tiện chân đi luôn vào chiến khu tham gia Vệ Quốc Đoàn. Tại đây anh là lính mới tò te của tiểu đội do nhà thơ Phùng Quán cầm đầu. Dĩ nhiên anh là tân binh trẻ tuổi nhất. Mơ mộng, thích nghe nhạc cổ điển Tây phương, khi nghe bài *Danube Bleu* của Strauss, Tuân Nguyễn đã viết bốn câu thơ:

Sóng sông Hồng bỗng xanh màu Danube
Nhạc bồng bềnh trôi tới các vì sao
Trời lung linh khẽ chao mình theo nhịp
Những người nước lạ phải lòng nhau.

Bốn câu thơ nhỏ bé này đã vang danh thời đó, các cô các cậu choai choai thường chép tặng nhau. Nghe thơ Tuân Nguyễn, nhà thơ Phùng Quán liền hỏi nhận xét của Tuân Nguyễn về thơ của mình. Anh chàng tân binh quạt luôn: "Thơ của cậu, hai mươi câu đầu để giữ gìn trật tự, hai mươi câu cuối chuẩn bị cho người nghe vỗ tay, còn đoạn giữa là vè!". Phùng Quán kể lại trong bài "Người Bạn Lính Cùng Tiểu Đội": "Tôi không ngờ thơ của mình bị ông bạn mới "mạt sát" đến thế. Tôi đau quá, nổi sùng, chỉ muốn đạp cho hắn một đạp. Nhưng tôi đã ghìm được, vì nhớ đến chức danh Tiểu đội trưởng của mình. Tiểu đội trưởng mà đạp đội viên vì thơ bị chê thì ê quá. Nhưng Tuân hình như không để ý gì đến thái độ giận dỗi của tôi. Cậu ta đọc cho tôi nghe những bài thơ cậu ta làm, đủ các thể loại: tứ tuyệt, ngũ ngôn, thất ngôn bát cú, lục bát, những bài thơ mỗi đoạn bốn câu ba vần... Mặc dầu tự ái một cây, tôi phải cay đắng nhận rằng bên cạnh những bài thơ ý tứ hàm súc đầy nhạc điệu của Tuân, thơ tôi đúng là những bài vè tràng giang đại hải, không chối vào đâu được. Từ đó đến nay đã hơn bốn mươi năm trôi qua, mỗi lần tôi đặt bút định viết một bài thơ, lời nhận xét vừa nghiêm khắc, vừa giễu cợt của Tuân lại vang vọng bên tai tôi, làm tôi chùn bút".

Đừng mong chi Tuân Nguyễn có được những xử thế đời thường. Anh là người từ trên trời bước xuống trần gian, chưa nhả hết tính nhà trời. Sau 1975, vợ chồng anh dọn nhà vào Sài Gòn theo lời khuyên của bạn bè và học trò, anh bán căn phòng nhỏ bé ở Hà Nội. Căn phòng này anh mua trước đó với giá 600 đồng. Thời giá khi anh bán, khoảng từ 800 đồng đến 1000 đồng. Vậy mà anh nhất định chỉ bán 600 đồng. Anh lý luận như thế này: "Mình mua của người ta sáu trăm, mình có quyền gì được bán lại một ngàn?".

Con người sống ngu ngơ giữa đời như vậy có chăng những mối tình? Một người bạn, ông Hà Nhật, nghĩ rằng không. Trong bài "Tuân Nguyễn, Kẻ Mơ Mộng", Hà Nhật viết: "Hầu như cả đời, Tuân chưa được yêu một cô gái nào. Thỉnh thoảng Tuân cũng có kể chuyện cô này cô nọ, nhưng tôi biết tất cả đều do Tuân tưởng tượng ra. Có thể coi câu chuyện tình này như một chuyện tiêu biểu của anh. Hồi đó, qua bạn bè, anh quen gia đình một cô gái Hà Nội. Cô khá đẹp nhưng mắc bệnh tim, khuôn mặt lúc nào cũng phảng phất buồn. Chao ôi, đây đúng là vẻ đẹp lí tưởng của Tuân Nguyễn rồi! *Une beauté pâle et maladive!* Một nhan sắc xanh xao và đau ốm! Tuân yêu đến say mê, yêu và làm thơ, lấy cả tên cô gái để đảo lại thành bút danh kí dưới các bài thơ của mình. Trước mối tình ấy, cô gái vẫn từ chối cho đến trước khi qua đời. Sợ phiền lòng người đã khuất, tôi xin không nhắc tên người con gái ấy".

Đó là mối tình một chiều, nhiều mộng mơ và hình như chỉ toàn mơ hão. Tình yêu kiểu Tuân Nguyễn như vậy không có chi đáng ngạc nhiên vì chẳng có người con gái nào muốn mình là một cái bóng yêu cho người khác vẽ vời. Đây là một mối tình khác do chính Tuân Nguyễn kể lại: "Hôm qua, mình đi tàu điện từ Hà Đông về, ngay chuyến tàu đầu tiên. Trong toa gần như không có ai ngoài mình ở cuối toa và một người khác ở đầu toa. Lúc tàu gần đến chỗ dừng, mình bỗng nhận ra rằng đó là một cô gái đẹp vô cùng. Cái dáng ngồi, cái khuôn mặt của cô gái trong ánh sáng mờ mờ trước buổi bình minh, đẹp một cách kì lạ. Cô gái xuống tàu. Đến lúc mình chợt nghĩ ra là phải xuống tàu để đi theo cô ta, thì cô gái đã đi mất hút, tàu lại đang chạy nhanh...". Chỉ có vậy mà trong suốt một tuần liền sau đó, Tuân Nguyễn lại cứ đúng chuyến tàu đó mà đi, mong gặp lại được người đẹp. Tình yêu vô vọng như vậy đúng là thứ tình của một người mộng mơ thiếu thực tế.

Tác giả Hà Nhật còn kể thêm một mối tình nữa của anh chàng gàn bát sách này. "Thêm một chuyện nữa cũng đầy chất Tuân Nguyễn. Trong khoảng thời gian còn lại trước khi tôi vào xứ Nghệ, đến bây giờ tôi không còn nhớ là trong trường hợp nào, Tuân và tôi quen một cô gái Hà Nội. Cô không đẹp nhưng có duyên, dáng người khá thanh thoát, nói năng nhỏ nhẹ. Sáng nào cô cũng đến thăm chúng tôi ở 10 Hàng Gà, chuyện trò một lúc rồi ra về, cả đến và về đều đi bộ. Chúng tôi chỉ thấy cảm động khi nhìn những bước chân khoan thai của cô gái trên hè phố và cái bóng nhỏ của cô khuất dần mỗi khi cô từ nhà chúng tôi ra về. Có một cái gì đó thật đáng yêu. Có lần chúng tôi định đi theo cô đến thăm nhà cô thì cô khéo léo từ chối. Cô cũng khéo léo không cho biết nhà ở đâu, chỉ nói là ở mạn phố Nguyễn Thái Học. Mà phố Nguyễn Thái Học thì dài dẳng dặc. Thế mà có một buổi sáng cả hai thằng lững thững đi dọc con phố đến hai lần, thử đoán xem cái nhà nào có thể là nhà của cô. Sau khi tôi rời Hà Nội, cô gái vẫn chăm chỉ đến thăm Tuân. Và tôi, trong mỗi bức thư gửi từ xứ Nghệ cho Tuân, đều có một câu tái bút nhờ chuyển cho cô. Tôi vẫn mong có một chuyện tình, tuy không lãng mạn li kỳ nhưng đẹp giản dị như một chuyện tình Thạch Lam giữa Tuân và cô gái Hà Nội ấy. Cuối cùng thì mọi chuyện chẳng ra sao cả. Nguyên nhân thì thật cũng chẳng ra làm sao cả. Đại khái là có một lần, vì không thể từ chối, cô gái đành cho Tuân biết nhà. Và Tuân tìm đến. Đến rồi thì Tuân mới vỡ lẽ ra là cô gái không muốn chúng tôi biết nhà chỉ vì mặc cảm là nhà cô ấy nghèo. Điều ấy khiến anh chàng Tuân cảm thấy bị xúc phạm. Trong một bức thư khá dài cho tôi, Tuân viết rằng: 'Việc gì mà cô ấy phải làm như vậy? Mình đến nhà cô ấy, thấy bên hàng rào có giàn mướp, có cây đu đủ, xinh xắn và thơ mộng. Mẹ cô ấy là một bà cụ hiền từ, gợi mình nhớ đến mẹ mình. Lẽ ra cô ấy phải tự hào...' Tuân còn viết nhiều nữa, khá là gay gắt".

Tuân Nguyễn say mê văn của văn hào Nga Fyodor Dostoyevsky. Ông đã đọc hầu như toàn bộ văn nghiệp bề bộn của "Đốt". Ông say mê "Đốt" đến độ có thể nói về "Đốt" không ngừng nghỉ. Bạn bè ai cũng biết sự tôn sùng Đốt" của ông. Họ đặt cho ông biệt danh là "Cụ Đốt". Giữa những mỹ nữ và Đốt, có lẽ Tuân Nguyễn chọn Đốt. Phùng Quán kể lại: "Một lần tôi đến chơi, đúng vào chiều ngày mồng ba... Bước vào buồng, tôi thấy Tuân đang tiếp ba cô gái, nữ sinh hay sinh viên gì đó. Cửa buồng mở rộng cả hai cánh, và ngọn đèn trên trần bật sáng chói. Tôi đứng khựng lại một chút ở ngưỡng cửa, liếc nhìn ba cô. Cô nào cũng đẹp ngời ngời. Tôi định chào xin lỗi bước ra, nhưng hai chân cứ như bị trói, không bước ra nổi. Tôi chưa bao giờ được nói chuyện với một, chứ đừng nói đến ba cô gái đẹp đến thế. Một ý nghĩ ganh tỵ chợt ập đến trong đầu: "Hắn với mình cùng lứa mà mình sao kém thế, còn hắn sao mà ngon thế!". Tuân Nguyễn thì hình như chẳng chú ý gì đến sắc đẹp ba cô gái. Cậu ta mời ba cô ăn bánh, chuối, kẹo, và... rao giảng Đốt. Bao giờ "bập" vào Đốt - mà bập thường xuyên - gương mặt Tuân cũng sáng lên một cách khác thường. Đó là gương mặt của những nhà truyền giáo lớn - tôi nghĩ. Cậu ta rao giảng Đốt như các nhà truyền giáo rao giảng Thánh Kinh. Có một khác biệt là Tuân rao giảng Đốt, không cần quan tâm người nghe có nghe và có hiểu hay không. Tôi thường nói đùa: "Tuân Nguyễn đang nhập đồng Đốt"... Để khỏi quấy rầy "cụ Đốt", tôi ngồi nép mình ở góc buồng, chốc chốc lại ngước mắt nhìn những cái miệng xinh đẹp như bông hồng hàm tiếu, những hàng răng trắng như ngọc trai nhỏ nhẻ cắn bánh, nhai kẹo... những cặp mắt long lanh như mắt trẻ nít chăm chú nhìn "cụ Đốt" nhập đồng...Tôi thì hầu như chẳng nghe thấy gì. Đốt điếc với tôi lúc này trở thành vô nghĩa. Tôi chỉ thèm rộn rực được hôn lên một trong ba cái miệng hé hé mở có mùi thơm trái chín cây kia, chỉ một lần thôi, rồi nằm lăn ra chết thẳng cẳng cũng đáng đời! "Các cô ăn chuối, ăn bánh đi...". Tuân đưa tay lịch sự mời, cốt để lấy hơi rao giảng tiếp. Cô ngồi cạnh liền đặt miếng bánh xuống, góp: "Theo mình thì tác phẩm "Chiếc khuy Đồng" còn hay hơn. Đọc mà tim cứ giật thon thót!" Mặt Tuân Nguyễn tự nhiên nghệch ra. Miệng hơi hé mở mà không nói được, như bị cấm khẩu. Cậu ta đỏ bừng mặt, nhìn ba cô như những sinh vật kỳ dị lạc vào buồng mình. Tôi thì sướng tỉnh cả người, nhảy vào chuyện luôn: "Các cô đã đọc "Chiến Dịch Phượng Hoàng" chưa? Sách vừa xuất bản, mới toanh. "Nam Tước Phôn Gôn Rinh" và "Chiếc Khuy Đồng" còn phải gọi bằng cụ!".

Vậy là tan hàng cụ Đốt của Tuân Nguyễn. "Tuân Nguyễn tiễn các cô về với vẻ lạnh nhạt cố ý. Còn tôi thì xăng xái theo các cô xuống hết các bậc cầu thang, tranh thủ ngắm các cô đằng sau. Eo, lưng, mông - lưng mềm như ngọn lửa - mông tròn như trứng chim - và những cặp đùi, nói theo kiểu trường ca Tây Nguyên - nếu gió thổi tung váy sẽ sáng chói như tia chớp!...Lúc tôi trở lên, Tuân Nguyễn quạu cọ nói: "Những chuyện bá láp như thế mà cậu cũng rỗi hơi bàn luận!". Tôi cười tràn:'Cậu vẫn rao giảng cho mình điều rao giảng của Đốt: 'Cái đẹp sẽ cứu chuộc nhân loại!'. Theo mình thì chỉ với ba cô này thôi cũng đủ cứu chuộc cho cả nhân loại rồi!".

Rồi, vào cuối năm 1974, Tuân Nguyễn cưới vợ. Đây mới đúng là chuyện tình của chàng. Lúc đó Tuân Nguyễn đi tù gần chục năm vừa về, xác xơ, không có chi, tương lai như một khoảng tối mù tối mịt. Anh được tha từ trại tù Cẩm Thủy. Tại sao con người ngơ ngơ đó lại sa chân vào chốn tù tội trong khi đang là một cán bộ tại đài phát thanh? Phùng Quán cho biết: "Trong đợt học tập Nghị quyết 9, cậu ta xin bảo lưu ý kiến, bị cơ quan đưa ra kiểm điểm vì những luận điệu ủng hộ chủ nghĩa xét lại Liên Xô, cậu ta làm thơ ca ngợi Nikita Khrushchev. Vào thời gian ấy, những chuyện như thế là chuyện chết người cả". Muốn bắt, họ cần chút chứng cớ. Cuốn nhật ký của Tuân Nguyễn để tại ngăn kéo có khóa rất kỹ trong cơ quan đã bị một người trong cơ quan ăn cắp và mang trình làm chứng cớ. Trong nhật ký, Tuân Nguyễn ghi lại bằng cả tiếng Pháp và tiếng Việt những chuyện riêng tư và những nhận định về thời cuộc của đất nước. Và dĩ nhiên là có những bài thơ anh làm. Nhưng họ chẳng buộc được cho anh tội chi. Điều nực cười chắc chỉ xảy ra trong chế độ Cộng sản là sau này, khi khai lại lý lịch để vào Sài Gòn dạy học, tổ chức bảo anh khai thời gian 9 năm 7 tháng đi tù là thời gian "nghỉ chữa bệnh"!

Khoác ba lô từ nhà tù về, loanh quanh tới mấy tháng trời, anh không biết đi đâu, về đâu, làm gì. Buồn chán, anh lại khoác ba lô trở về trại giam Cẩm Thủy xin được ở tù tiếp. Mọi người trong trại khuyên anh nên trở về xã hội để đi tiếp đoạn đường bảo vệ cái đẹp của cuộc đời, anh nghe theo. Anh túng thế phải đi đổ thùng tại ga Hàng Cỏ để lất lây sống. Vậy mà anh được người thuận theo về làm vợ!

Nàng là Nguyễn Phương Thúy, con của Hoài Chân, đồng tác giả cuốn "Thi Nhân Việt Nam" cùng với Hoài Thanh. Chị Thúy làm thơ, dạy đàn tam thập lục ở Nhạc Viện Hà Nội. Chuyện lạ là chị đã có chồng được mười năm. Chồng chị là một Tiến Sĩ Vật Lý lừng danh. Bỏ ông chồng khoa bảng danh giá để lấy một anh chàng nghèo vừa từ nhà tù ra sau gần 10 năm bị giam cầm. Dĩ nhiên gia đình Phương Thúy phản đối cuộc hôn nhân không tương lai này. Nhưng chị vẫn về với anh trong cảnh cùng quẫn. Lúc đầu hai người phải ở nhờ nhà bạn bè, sau mua được một căn phòng chỉ có 6 thước vuông ở gần Ga Hàng Cỏ. Bạn bè xúm vào tặng đồ dùng trong nhà. Vậy là họ tổ chức đám cưới ngay tại căn phòng nhỏ tí tẹo này.

Thiệp mời là một bài thơ của Tuân Nguyễn được chính anh chép tay gửi tới từng bạn bè. Bài thơ mang tên "Thơ Mời Bạn Bè Ngày Cưới".

Quá nghèo nên tạm thế này thôi
Đâu dám làm cho khác mọi người
Thiếu rượu, vì tin tình nghĩa bạn
Không hoa, mong hiểu vợ chồng tôi
Bao năm ngoảnh lại hoàn tay trắng
Một sáng nhìn lên miệng hé cười
Thiếp báo là thơ – giờ gửi tới
Xin mời có dịp đến nhà chơi.

Sau 1975, hai vợ chồng vào Sài Gòn. Sau những ngày lận đận nơi thành phố mới, anh được nhận vào dạy tại trường Cấp 3 Thanh Đa, ngay trong cư xá Thanh Đa cũ. Tại đây, tôi gặp Tuân Nguyễn. Việc xin được vào dạy tại trường cũng là điều khá vất vả với anh. Một cô làm công việc tổ chức, thấy tên của anh, đã phán: "Cho cái tên phản động ấy dạy Văn sao được!". Người nói câu đó là một học sinh cũ của anh tại trường dành cho con em miền Nam tập kết ra Bắc mà anh ở trong ban giảng huấn! Tôi không hiểu diễn tiến sự việc ra sao mà anh vẫn dạy môn Văn tại trường. Anh được học trò rất yêu mến. Vợ anh biết vậy, rất mừng. Chị nói: "Thấy anh Tuân được các cô học trò yêu, em rất vui. Em biết em xấu. Anh Tuân phải được yêu người đẹp!".

Tôi dạy Anh Văn, anh dạy Văn, không cùng chung "tổ" nên chúng tôi chỉ gặp nhau giữa giờ dạy tại phòng giáo viên. Tuân Nguyễn rất hòa đồng với mọi người trừ một vài cán bộ trong trường. Trường có một bà Hiệu Trưởng, một bà Hiệu Phó, một bà tổ trưởng tổ Văn là dân tập kết trở về. Bà Hiệu trưởng rất...cơ bản, cứ như một bà nhà quê ra tỉnh. Bà Hiệu Phó và bà Tổ Trưởng rất thoải mái chạy theo cái đẹp của miền Nam. Hai người luôn xúm xít hỏi han các cô giáo mua vải ở đâu, may áo ở đâu, và rất chịu khó ăn diện theo. Ngoài ra còn có một Hiệu Phó là một anh nằm vùng rất khó khăn và nguyên tắc. Khi đó, tôi hoàn toàn không biết quá khứ của Tuân Nguyễn. Nếu biết, chắc các cuộc chuyện trò của chúng tôi đã khác đi. Chúng tôi chỉ nói chuyện chung chung vô thưởng vô phạt. Dù sao anh cũng là người ngoài Bắc vào và tôi vừa đi tù cải tạo về. Anh là nhà giáo chuyên nghiệp có bằng sư phạm đàng hoàng, tôi là giáo...gian đi dạy học chỉ vì hoàn cảnh bắt buộc khi phường khóm làm khó dễ bắt đi kinh tế mới.

Bỗng một ngày kia, không biết anh nghe ai nói, biết tôi có giấy bảo lãnh đi Canada, anh kéo tôi ra một chỗ vắng, hỏi tôi: "Anh sắp đi Canada phải không?". Tôi không chối. Anh nói nhỏ với tôi: "Bữa nào anh lại nhà tôi, tôi sẽ kể anh nghe chuyện thâm cung bí sử ngoài Bắc, sang bên đó anh viết cho mọi người biết". Tôi phân vân không biết anh có biết trước đây tôi có làm báo hay không mà anh nói với tôi như vậy. Nghe anh nói, tôi tìm cách hoãn binh. Thực ra tôi rét! Chuyện đi Canada với tôi là chuyện sống chết. Lúc đó không ai tin ai được. Nhất là anh từ Bắc vào. Tôi cho qua chuyện luôn. Sau đó tôi xin nghỉ dạy khi đã có sổ thông hành.

Ngày 25 tháng 4 năm 1983, anh gặp nạn khi đạp xe đi lấy báo về cho vợ bán. Anh cao lêu nghêu nhưng chiếc xe đạp của anh là xe *mini*! Một chiếc xe vận tải to đùng đang lùi đã tông phải anh lúc đó vừa đạp xe tới phía sau xe. Anh thấy trán mình bị va vào một vật gì, chiếc kính cận văng ra xa. Người lái xe vội xuống xe hỏi: "Ông có sao không?". Anh trả lời: "Không sao, chỉ thấy đầu hơi váng vất". Người tài xế hỏi tiếp: "Tôi bóp còi liên tục mà sao ông không nghe thấy?". Tuân ấp úng: "Xin lỗi anh, tại tôi đãng trí...Tất cả là lỗi tại tôi". Anh tài xế ngạc nhiên khi nạn nhân của mình lại nhận lỗi như vậy. Anh hỏi tiếp: "Ông công tác gì?". Tuân lau cặp kính: "Tôi chẳng công tác gì cả. Tôi làm...thơ! May quá, cặp kính văng xa thế mà không vỡ". Người tài xế đề nghị đưa về nhưng

Tuân không chịu. Anh đạp xe về nhà, kể chuyện tai nạn với vợ. Khi ngồi xuống mâm cơm, anh bỗng thấy buồn nôn. Bỏ bữa, anh lên giường nằm, cơn sốt bắt đầu. Cả đêm anh mê sảng. Sáng hôm sau, Phương Thúy đưa anh vào cấp cứu tại bệnh viện Chợ Rẫy. Anh bị xuất huyết não. Suốt một tuần sau đó, anh lúc mê lúc tỉnh. Người tài xế xin các bác sĩ mổ cho anh, phí tổn ông chịu hết, nhưng đã quá muộn. Trước khi chết, anh chỉ trăn trối lại có một câu: "Đừng bắt tội người lái xe. Cái kết cục buồn thảm này là lỗi tại tôi. Tôi là người có lỗi!".

Phùng Quán viết sau đó: "Nghe Phương Thúy và bạn hữu kể lại phút cuối cùng của Tuân, tôi bàng hoàng chợt nhớ lại hôm Tuân về chơi với tôi ở Nghi Tàm. Hôm đó Tuân ở lại với tôi suốt ngày. Tuân nói: 'Mình định viết một bài thơ dài, nhan đề "Tôi Có Lỗi". Tuân nói rõ thêm: 'Chữ "Tôi" ở đây phải viết hoa. Vì "Tôi" ở đây là nghệ sĩ và trí thức chân chính của đất nước. "Tôi" có trách nhiệm với tất cả những lỗi lầm, những oan uổng, đớn đau, những xấu xa, hèn mạt đáng lăng nhục và xúc phạm con người. Trong mọi chuyện, chính "Tôi" là người có lỗi. Vì "Tôi" chưa đem hết sức mình thực hiện sứ mệnh cao cả mà Thượng Đế đã đặc trao cho người nghệ sĩ".

Cho tới bây giờ tôi vẫn ân hận vì ngày đó đã không nhìn thấy tầm vóc lớn lao của Tuân Nguyễn trong cái dáng gầy guộc như gánh hết cái gầy của con người trên thế gian này. Tưởng anh chẳng bao giờ là một tình nhân, nhưng thực ra anh có một mối tình lớn: tình yêu nhân loại!

02/2015

 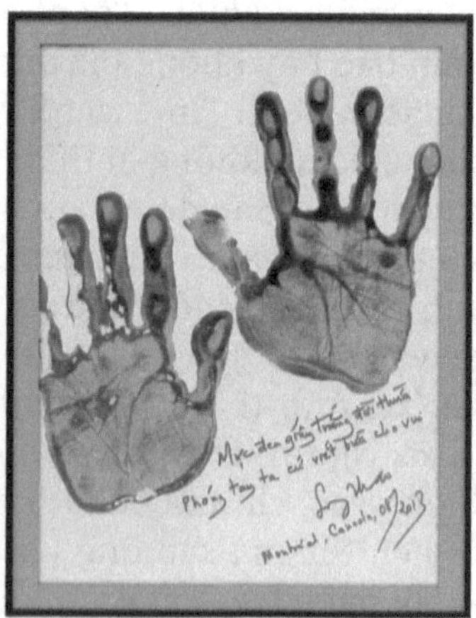

SONG THAO
LY RƯỢU MỪNG

Song Thao qua nét vẽ Trương Đình Uyên

Người ta thường nói: "Chán như bánh chưng ngày tết". Không sai. Bánh chưng có ngon tới đâu đi nữa mà ngày tết ê hề, bánh chưng độc chiếm trên các mặt bàn ăn, chán là phải. Nhưng cũng có thứ mà ngày tết nghe đi nghe lại mà không bao giờ chán, đó là bài "Ly Rượu Mừng" của Phạm Đình Chương. Tết mà không có "Ly Rượu Mừng" chẳng ra tết. Năm này qua năm khác, đã bảy chục năm qua, năm nào cũng "Ly Rượu Mừng", vậy mà lòng vẫn cứ mở ra với bài nhạc xuân bất hủ, chẳng biết chán là chi. Ngày nước non còn thanh bình của thập niên 1950, đêm giao thừa, tiếng chuông chùa và chuông nhà thờ đổ hồi báo hiệu xuân đã về, tiếng pháo nổ đì đùng bốn phương tám hướng, trên các đài phát thanh, sau lời chúc tết của vị nguyên thủ quốc gia, thế nào cũng "Ly Rượu Mừng" do ban hợp ca Thăng Long trình bày. Vậy là rộn ràng tết đến.
Đó là bài "quốc ca tết", bắt buộc phải có khi tết đến. Già trẻ lớn bé, nếu không thuộc lời thì cũng có thể ê a theo điệu nhạc. Người dân Việt Nam,

từ thành thị đến thôn quê, không ai không biết bài này. Vậy mà lời hát của toàn bài này chỉ độc nhất có mỗi một chữ "xuân" trong câu mở đầu. "ngày xuân nâng chén ta chúc nơi nơi...", tịnh không có chữ "tết" nào. Chẳng cố tình nhắc tới tết hay xuân mà ca khúc này lại tết hơn các ca khúc khác, xuân hơn các ca khúc khác. Nhà thơ Du Tử Lê nhìn xa hơn: *"Ca khúc "Ly Rượu Mừng" ở tỷ lệ (scale) nhỏ hơn, theo tôi, đã như một phẩm-vật-tinh-thần dâng cúng tổ tiên mỗi độ Xuân về. Vẫn theo tôi, đó là "ly rượu" đất nước gấm hoa, "ly rượu" tổ quốc độc lập, "ly rượu" ước mơ quê hương muôn đời thanh bình, được chia đều cho "anh nông phu", "người thương gia", "người công nhân", qua tới "người chiến sĩ", "bà mẹ già", "đôi uyên ương", "người nghệ sĩ". Một phân chia bình đẳng, đồng đều cho mọi tầng lớp. Tôi muốn nhấn mạnh thêm, người ta có thể tìm thấy đặc tính phân biệt giai cấp ở nhiều dân tộc, nhiều quốc gia trên thế giới. Nhưng Việt Nam thì không. Nếu nhớ lại câu ca dao "Nhất sĩ nhì nông, hết gạo chạy rông, nhất nông nhì sĩ" ta sẽ thấy mọi cố tình phân chia giai cấp trong xã hội Việt Nam là một áp đặt khiên cưỡng, trá ngụy theo mô hình xã hội tây phương. Và, người chỉ ra sự cưỡng chế vừa kể, chính là Phạm Đình Chương, tác giả "Ly Rượu Mừng" vậy".*

Tác giả "Ly Rượu Mừng", nhạc sĩ Phạm Đình Chương, là một đột phá trong nền âm nhạc Việt. Nhạc Việt thường là những bản nhạc buồn nhưng Phạm Đình Chương đã gạt nỗi buồn đó qua một bên khi những sáng tác của ông trong thời kỳ đầu toàn là những điệu reo vui. Sanh năm 1929, Phạm Đình Chương bắt đầu sáng tác từ năm 17 tuổi. Bản nhạc đầu tiên viết vào năm 1946 là bản "Ra Đi Khi Trời Vừa Sáng" viết chung với Phạm Duy. Hai năm sau là bài "Thanh Niên Tiến Lên". Năm 1949, bài "Trăng Rừng". Rồi "Bài Ca Tuổi Trẻ", "Sáng Rừng". Và "Ly Rượu Mừng" ra đời vào năm 1952. Nhạc điệu của những bài đầu tiên trong sự nghiệp sáng tác của Phạm Đình Chương toàn là những bài hát lên với con tim rộn ràng của tuổi trẻ. Nhà báo Phan Lạc Phúc, tức Ký Giả Lô Răng, là bạn thân của nhạc sĩ họ Phạm từ thuở thơ ấu, đã cho biết về tuổi trẻ của người nhạc sĩ này: *"Hà Nội ngày ấy tuy được mệnh danh là Hà Thành hoa lệ hay là Hà Nội của ba mươi sáu phố phường nhưng thực chất nó là tỉnh nhỏ – người ta biết nhau cả, trực tiếp hay gián tiếp. Và tỉnh nhỏ nó còn có tục lệ riêng của nó. Thế hệ tiền bối ở Hà Nội có tiêu chuẩn "phi cao đẳng bất thành phu phụ". Thời tụi tôi thì cái standard về một đấng trượng phu nó nôm na và thực tiễn hơn: "Đẹp trai, học giỏi, con nhà giàu". Phạm Đình Chương xét ra hội đủ những điều kiện ấy: Học trò Trường Bưởi, người cao ráo sạch sẽ lại là cậu út trong một gia đình nổi tiếng. Lại còn đàn ngọt, hát hay, còn là ca trưởng của học sinh trong những dịp hội hè, cắm trại. Trong con mắt tôi, một anh học trò nhà quê ra tỉnh học, từ thời áo dài mũ trắng, thì Phạm Đình Chương tư cách quá".*

Cái hừng hực của tuổi trẻ Phạm Đình Chương cũng đã toát ra trong ban hợp ca Thăng Long mà ông đã đóng dấu ấn rất sâu đậm. Đó là vui. Nghe ban Thăng Long hát, không ai ngồi yên được. Cái vui trong trình diễn của họ nhiễm vào người nghe. Khi nghe, chúng ta phải động đậy, lắc lư, sàng sê, gật gù. Tết là một ngày vui chung của cả một dân tộc. Tết mà nghe "Ly Rượu Mừng" thì cái vui được nhân lên nhiều lần. "Ly Rượu Mừng" được viết theo thể điệu *valse*, nhịp ¾ với tiết tấu nhanh. Đây là thể điệu của nhạc phương Tây dành cho những bài hát trong những dịp hội hè vui chơi nhộn nhịp. Nhạc điệu tưng bừng, dễ hát, lời nhạc giản dị dễ thuộc, dễ nhớ, ngay từ khi ra đời "Ly Rượu Mừng" đã chinh phục được đôi tai của mọi tầng lớp thính giả. Nhạc xuân của nền tân nhạc Việt có nhiều nhưng chẳng có bài nào phổ biến bằng "Ly Rượu Mừng". Thậm chí nhạc sĩ Phạm Duy đã viết bản "Mừng Xuân" 22 năm sau "Ly Rượu Mừng" với ca từ cũng chúc mọi tầng lớp dân chúng nhưng bản nhạc đã đi vào quên lãng. *Xin mừng anh chiến sĩ nơi tiền phương / Giữ đất cho Việt Nam hùng mạnh / Nơi đồng xanh chúc bác dân cầy luôn / Lúa tốt, hoa mầu tươi suốt năm / Xin cho phố xá nơi thành đô / Giới bán buôn làm to lời nhiều / Chúc cho một nước dân đủ no / Chúc cho một nước luôn tự do*. Rồi "mừng em bé vừa mới lên năm", "mừng lão ông lão bà tám mươi lăm", "mừng đôi lứa vừa mới kết hôn", "mừng những bước chân khẩn hoang", "mừng tôi mỗi ngày thêm một lớn". Cũng mừng tá lả như "Ly Rượu Mừng"!

Từ sau năm 1975, bản "Ly Rượu Mừng" đã bị khai tử tại quốc nội. Nhưng dù không được các phương tiện truyền thông cho hát bản nhạc mỗi dịp tết đến xuân về, "Ly Rượu Mừng" vẫn sống trong lòng dân chúng miền Nam. Nhạc sĩ Nguyễn Ánh 9 cho biết ông đã thích ca khúc nhạc xuân của Phạm Đình Chương từ khi bắt đầu chơi nhạc. Dù ca khúc bị cấm không được lưu hành trong nước nhưng mỗi lần tết đến ông đều tiếp tục chơi bản nhạc này tại nhà để mình và mọi người cùng thưởng thức. Ông chia sẻ thêm: "Từ lời đến giai điệu ca khúc đều rất hay, rất có ý nghĩa với mọi người. Ai nghe cũng sẽ thấy được mình trong đó". Mùa xuân năm 1975, mùa xuân cuối cùng trước khi tháng 4 oan khiên ập đến, "Ly Rượu Mừng" đã được chọn làm nhạc phẩm mở đầu cho cuốn băng tuyển chọn các ca khúc đặc sắc về Xuân do cơ sở băng đĩa của nhạc sĩ Ngọc Chánh tuyển chọn và thực hiện. Ly Rượu Mừng do ban hợp ca Thăng Long trình diễn có ghi tiếng pháo nổ tại phòng trà Đêm Màu Hồng, tiếng trống của đội lân Nhân nghĩa Đường Chợ Lớn, tiếng đại hồng chung của Viện Hóa Đạo và tiếng chuông nhà thờ Đức Bà.

Đó là cuốn băng cuối cùng có bài Ly Rượu Mừng trước khi bản nhạc bị chế độ mới cho ngủ một giấc ngủ dài. Dài đến 41 năm. Bản nhạc chúc tết cho tất cả các giai tầng xã hội tưởng là niềm vui ngày tết đã bị bắt bẻ vì hai chữ "binh sĩ" và "đời lính". Chúng ta hiểu binh sĩ mà Phạm Đình

Chương nhắc tới là binh sĩ quốc gia Việt Nam. Phía Cộng sản cũng hiểu như vậy nên cấm bản nhạc. Nay, có lẽ vì bản nhạc vẫn sống trong lòng dân chúng nên chuyện cấm đoán trở nên khó khăn. Nhà cầm quyền cộng sản muốn giải tỏa lệnh cấm này nên phải chứng minh "binh sĩ" này là binh sĩ Việt Nam chống thực dân Pháp. Muốn vậy phải viện tới thời điểm ra đời của bài hát và nơi cư ngụ của tác giả. Phạm Đình Chương từ chiến khu quay về Hà Nội và lập tức cùng gia đình vào định cư tại Sài Gòn từ năm 1951. Bản nhạc ra đời vào năm 1952. Tác giả Cao Đắc Tuấn, trong một bài viết trên trang Dân Làm Báo, đã đặt nghi vấn về chuyện này. Theo ông, nếu Phạm Đình Chương vào Nam năm 1951 thì người lính trong bản nhạc này không thể là người lính chống Pháp như nhà cầm quyền cộng sản mong muốn. Vậy phải cho tác giả Phạm Đình Chương vào Nam sau khi bản nhạc được sáng tác. Làm cách nào sửa lại sự kiện này? Họ cho sửa năm vào Nam của tác giả là 1953 trên tự điển mở Wikipedia. Tác giả Cao Đắc Tuấn viết: *"Trước hết, có vài chi tiết không được rõ rệt. Đó là năm bản nhạc được sáng tác và năm nhạc sĩ Phạm Đình Chương vào Nam. Theo tài liệu tôi tra cứu cách đây hai năm từ Wikipedia, nhạc sĩ Phạm Đình Chương vào Nam năm 1951 và ca khúc "Ly Rượu Mừng" được sáng tác vào năm 1952. (Tôi không có lý do gì để viết sai năm này vì bài viết lúc ấy không đề cập đến vấn đề ai là người lính trong ca khúc.) Tuy nhiên, Wikipedia đã được cập nhật, vào ngày 1 tháng 9 năm 2016 và có thể trước đó, với câu "Năm 1951, ông về Hà Nội lập ra ban hợp ca Thăng Long nổi tiếng" và "Năm 1953, ông lập gia đình với ca sĩ Khánh Ngọc rồi chuyển vào Sài Gòn sống." (Phần này có thể sẽ còn bị sửa đổi nữa.)*

Nói tóm lại, tài liệu từ Wikipedia thay đổi năm nhạc sĩ Phạm Đình Chương vào Nam từ 1951 sang 1953. Năm ca khúc "Ly Rượu Mừng" được sáng tác vẫn giữ nguyên là năm 1952. Ai là người thay đổi chi tiết này và với mục đích gì không được biết rõ. Tuy nhiên, việc sửa đổi này xảy ra sau ngày tôi truy cập cho bài viết hai năm trước như thể hợp thức hóa lý lẽ "người lính thời chống Pháp" cho năm 2016 tạo nên một nghi ngờ".

Tự điển mở Wikipedia là loại mở, nghĩa là ai cũng có thể vào sửa được. Nếu có người sửa vì lý do chính trị thì tài liệu trở nên không khả tín. Tác giả Cao Đắc Tuấn viết tiếp: *"Dựa vào các điểm trên, ta có thể kết luận chính xác rằng nhạc sĩ Phạm Đình Chương sáng tác ca khúc "Ly Rượu Mừng" sau khi ông định cư vào Nam hoặc sau khi ông trình diễn tại miền Nam. Do đó, câu trả lời cho câu hỏi người binh sĩ trong ca khúc "Ly Rượu Mừng" là ai trở nên hiển nhiên. Đó là người chiến sĩ quốc gia Việt Nam, chống đối quân đội cộng sản hoặc Việt Minh. Lý do đơn giản là nhạc sĩ Phạm Đình Chương không thể viết về người chiến sĩ của phe bên kia trong cuộc chiến tranh khi ông định cư trong miền Nam và với lời*

"Mừng người vì nước quên thân mình" và *"Hát khúc hoan ca thắm tươi đời lính."*

Dù sao, chuyện bản Ly Rượu Mừng được "cởi trói" vào năm 2016 cũng là một tin mừng cho người yêu nhạc Phạm Đình Chương trong nước. Họ được sống lại một thời còn ăm ắp kỷ niệm. Tết năm Bính Thân 2016, ca sĩ Quang Dũng và Phạm Thu Hà là hai người được chọn hát trở lại Ly Rượu Mừng lần đầu tiên sau 41 năm. Quang Dũng sanh năm 1976, lớn lên tại Quy Nhơn, tỉnh Bình Định đã tâm sự: "Tôi và Phạm Thu Hà rất tự hào khi sau bao nhiêu năm, nhạc phẩm này đã được hát trở lại...Tôi đã nghe, đã thuộc ca khúc này từ ngày bé, chất nhạc ấy đã thấm vào mình. Giờ hát lại, tôi không cần căng giọng hay sướt mướt mà cảm thấy rất nhẹ nhàng, rất hòa quyện cùng chất giọng của Phạm Thu Hà".

Chỉ tiếc một điều là Phạm Đình Chương không còn trên cõi đời này để vui cùng ly rượu đã được rót lại tại quê nhà. Ông rời xa chúng ta vào mùa hè 1991 tại Mỹ. Ông đã vướng vào căn bệnh ung thư gan. Nhà văn Mai Thảo, bạn thân của nhạc sĩ Phạm Đình Chương, cho biết tác giả bài "Ly Rượu Mừng" đã vào bệnh viện mổ và bệnh đã lui một thời gian. Cho tới khi gặp lại Phạm Đình Chương trong tiệc cưới của Duy Minh, con của Phạm Duy và Thái Hằng, ông mới tá hỏa khi Thái Thanh cho biết bệnh của Phạm Đình Chương tái phát. *"Thái Thanh tới bàn tôi, nghiêm trang: "Anh Chương đau nặng lắm, anh đã biết vậy chưa?". Tôi ngẩn người: "Đau nặng? Nó đang cười nói ở bàn bên kia mà! Đau nặng thì làm sao tới đây được?". Thái Thanh, có lẽ không muốn nói đến hai chữ ung thư giữa một tiệc cưới: "Anh chỉ cần biết anh ấy đang đau, lần nầy rất nặng. Anh sang ngồi chơi với anh ấy đi." Người đau nặng Phạm Đình Chương tối đó, nhớ lại tôi thấy thật là can đảm. Chào hỏi mọi người, cười nói như không. Tới lúc chúc mừng hai họ và cô dâu chú rể bằng bản nhạc danh tiếng đã được hát ở hàng ngàn đám cưới và trong bất cứ một cuộc vui tập thể nào là bản Ly Rượu Mừng, Phạm Đình Chương đích thân lên dàn nhạc, gọi hết thẩy mọi người, kể cả tôi: "Mai Thảo, không biết hát hỏng gì, cũng lên đây!" Và chúng tôi đã tuân lệnh nhạc trưởng, lên đứng chen chúc, kín đặc sân khấu sau Phạm Đình Chương, không một ai có thể ngờ được đó là lần cuối cùng của tác giả Ly Rượu Mừng trước mặt mọi người".*

Hai ngày sau, tác giả "Ly Rượu Mừng" đã xuôi tay. Khi Mai Thảo và ca sĩ Anh Ngọc có việc đi Los Angeles, đang ở chơi nhà nhạc sĩ Lê Trọng Nguyễn, thì nhạc sĩ Nghiêm Phú Phi điện thoại báo tin dữ. *"Chúng tôi tức tốc tới bệnh viện Kaiser và Phạm Đình Chương, nét mặt thư thái như người nằm ngủ, đã ra khỏi cuộc đời rồi, không còn biết đám bạn hữu chúng tôi, cùng chảy nước mắt, đứng chung quanh giường bạn. Cuối cùng chỉ còn là một cảm giác buồn bã mênh mông. Mênh mông. Và còn để làm gì nữa. Như Anh Ngọc la lớn: "Tại sao lại thế được!". Như Khánh Ly khi được tin, trả lời một người bạn: "Đang ngồi ngu ra đây". Như Thái Thanh: "Từ nay chúng ta còn hát bản Ly Rượu Mừng làm sao được nữa".* Tác giả "Ly Rượu Mừng" chỉ sống trên đời được 62 năm. Thân xác ông đã thành tro bụi. Bảy năm sau, năm 1998, ông anh Hoài Trung cũng theo bước ông em. Hai giọng nam của ban hợp ca Thăng Long được gia đình mang tro rải ngoài biển cùng một lúc. Có lẽ đó là ý nguyện của ông khi phổ nhạc bài thơ "Khi Tôi Chết Hãy Đem Tôi Ra Biển" của Du Tử Lê. *"Khi tôi chết hãy đem tôi ra biển / Nước ngược dòng sẽ đẩy xác tôi đi / Bên kia biển là quê hương tôi đó /Rặng tre xưa muôn tuổi vẫn xanh rì".* Khi đó bản "Ly Rượu Mừng" vẫn nằm chết trên quê nhà!

Song Thao
02/2023

TRẦN HUY BÍCH

SONG THAO,
NHỚ LẠI NHỮNG NGÀY CHU VĂN AN

Để giới thiệu nhà văn Song Thao, tôi xin phép được đi ngược lại nửa thế kỷ trước, nói đúng hơn là 49 năm trước, khi đất nước Việt Nam bị chia đôi vào ngày 20 tháng 7 năm 1954. Tuy hôm nay mới là 19 tháng 7 tại Hoa Kỳ, nhưng giờ này, 4 giờ chiều tại California, chính là 6 giờ sáng ngày 20 tháng 7 ở Việt Nam. Tôi xin được bắt đầu câu chuyện đúng vào ngày hôm nay của 49 năm trước.

Ngày 20 tháng 7 năm 1954, đất nước Việt Nam bị chia đôi tại vĩ tuyến 17, miền Bắc thuộc cộng sản. Gần một triệu dân miền Bắc biết là không thể sống với chế độ ấy nên đã tìm đủ cách lánh vào miền Nam. Trường Chu Văn An di cư vào Sài Gòn đã mở các lớp Đệ Nhị cấp, gồm Đệ Tam, Đệ Nhị, Đệ Nhất. Mỗi năm nhà trường mở được cho mỗi cấp từ năm tới bảy, tám lớp ban B, tức là ban Toán, và khoảng hai lớp ban A, tức là ban Khoa học Thực nghiệm. Nhưng mỗi năm trường chỉ mở được một lớp cho ban C, tức là ban Văn chương thôi. Học sinh của ban này bao giờ cũng ít hơn học sinh theo các ban Toán và Khoa học Thực nghiệm. Hầu hết phụ huynh và học sinh đều đã biết rằng theo các lớp Khoa học Thực nghiệm hay Toán thì có thể lên học Y khoa, Dược khoa,

Nha khoa, Khoa học..., vào các Trung tâm Kỹ thuật, và có thể trở thành các bác sĩ, dược sĩ, nha sĩ, khoa học gia, kỹ sư ..., sẽ có tài chánh và tương lai vững chắc. Còn tương lai một nhà văn An Nam thì ... không sáng sủa gì. Thời đó rất nhiều người đã biết câu: *"Nhà văn An Nam khổ như chó"* của Nguyễn Vỹ.

Nhưng tại lớp Đệ Tam ban Văn chương của trường Chu Văn An Sài Gòn niên khóa 1954-1955 ấy, chúng ta có nhà văn Song Thao. Nói đúng hơn, hồi đó chưa có "nhà văn Song Thao," mới có anh Tạ Trung Sơn, vui vẻ ngồi giữa khoảng năm mươi bạn học của anh. Một điều đáng ghi nhận trong lớp học là anh Sơn luôn luôn vui vẻ, dí dỏm, nhưng hiền hòa. Cụ Vũ Ngô Xán, Hiệu trưởng trường Chu Văn An giai đoạn ấy hiểu rõ giá trị của văn chương và nhân văn. Cụ thường nói: "Xã hội và đất nước chúng ta cần những bác sĩ, kỹ sư ..., nhưng cũng cần những bác sĩ, kỹ sư ... cho tâm hồn". Cụ luôn luôn trân trọng đối với ban C của trường. Cụ mời các nhà thơ, nhà văn nổi tiếng nhất có mặt tại miền Nam lúc ấy phụ trách môn Việt văn cho các lớp ban C của trường Chu Văn An. Lớp Đệ Tam C được học nhà văn Vũ Khắc Khoan, khi lên Đệ Nhị C được học nhà thơ Vũ Hoàng Chương. Lên Đệ Nhất, sau khi đã đậu Tú Tài I, không còn môn Việt Văn nữa. (Chắc các nhà lãnh đạo ngành giáo dục nghĩ rằng khi lên tới Đệ Nhất, học sinh đã đủ trình độ để có thể tự trau dồi thêm về Việt văn). Có một điểm tôi xin được nói ngay, là mặc dầu với sự trân trọng, chăm chút của cụ Hiệu trưởng Vũ Ngô Xán, mặc dầu được gần gũi những nhân vật như Vũ Khắc Khoan, Vũ Hoàng Chương "bằng xương bằng thịt," cho tới khoảng 10 năm trước đây, không một học sinh nào của lớp Đệ Tam ban Văn chương trường Chu Văn An niên khóa 1954-1955 ấy, tức là lớp Đệ Nhị Văn chương niên khóa 1955-1956, không một học sinh nào trở thành "nhà thơ" hay "nhà văn" cả.

Trong lớp Văn chương của trường Chu Văn An Sài Gòn niên khóa trước có nhạc sĩ Cung Tiến, tác giả các bản nhạc "Hoài cảm," "Hương xưa" ... Trong lớp Văn chương của trường Chu Văn An một năm sau xuất hiện hai nhà thơ được giải Văn chương Toàn quốc, được nhiều người biết tới, là nhà thơ Vương Đức Lệ, tên thật là Lê Đức Vượng, và Mai Trung Tĩnh, tên thật là Nguyễn Thiệu Hùng. Sau một năm nữa, từ trường Chu Văn An Sài Gòn, không cần phải theo ban Văn chương, xuất hiện rất nhiều các nhà thơ, nhà văn như Dương Kiền, Đỗ Quý Toàn, Y Dịch Lê Đình Điểu. Vài năm sau nữa có thêm Ngô Tằng Giao, Du Tử Lê, Ngọc Hoài Phương, Nguyễn Mạnh Trinh ... và rất nhiều những tên tuổi khác.

Nhưng tại lớp Đệ Tam Văn chương đầu tiên của nhà trường sau khi di cư vào Nam, cho tới khoảng mười năm trước đây, không thấy ai in một tập thơ, không thấy ai có được một tập truyện ngắn. Công bình mà nói, các bạn học của Song Thao trong các năm Đệ Tam và Đệ Nhị ban Văn chương tại Chu Văn An thuở ấy đều không phải những thanh niên quá tệ. Hầu hết bọn họ đều đã đậu Tú tài, lên Đại học lấy được bằng Cử nhân, đa số là Luật hay Văn khoa. Một số tốt nghiệp các trường chuyên môn như Đại Học Sư Phạm hoặc Quốc Gia Hành Chánh. Một số khá đông học thêm ở ngoại quốc, ít nhất có ba người đậu Tiến sĩ, số người đậu *Master* (hay Cao học) thì rất nhiều... Nói chung họ đều trở thành những người đóng góp tích cực cho việc xây dựng quốc gia, xã hội. Trong bọn họ cũng có người thành Thẩm phán hoặc công chức cao cấp, nhưng đa số theo ngành giáo dục. Có người đã là Phụ tá Viện trưởng Viện Đại Học Đà Lạt như anh Nguyễn Duy Diệm. Có người trở thành Phụ tá Khoa trưởng, hoặc ở Đại Học Luật Khoa Sài Gòn như anh Nguyễn Văn Canh, hoặc ở Đại Học Vạn Hạnh như anh Trần Như Tráng. Số người dạy ở Đại học như các anh Phạm Văn Quảng, Trần Như Tráng ... thì hơi nhiều. Đến lúc "xếp bút nghiên theo việc đao cung," cũng có những người trở thành sĩ quan ưu tú của Quân lực Việt Nam Cộng Hòa, được cực lực vinh danh, như anh Bùi Quyền. Theo ngành cảnh sát, nhiều anh lên tới địa vị lãnh đạo, như các anh Trần Minh Công, Viện trưởng, và Phạm Công Bạch, Phó Viện trưởng Học Viện Cảnh Sát.

Nhưng để đóng góp cho văn chương, cách đây ít năm, mới có người in được một tập thơ, là anh Nguyễn Tiến Đức, một người nữa đưa ra một bản dịch mới cho cuốn *Animal Farm* của George Orwell là anh Đỗ Xuân Triều. Hầu hết các bạn khác khi cầm bút đều thành "nhà biên khảo," viết về những vấn đề cần thiết nhưng khô khan, không mang tính cách văn chương gì hết, chẳng hạn như "Cộng Sản Trên Đất Việt," hay "Tình Trạng Nông Dân Việt Nam Giai Đoạn 1954-1975," hay "Tiến Trình Dân Chủ Hóa Tại Đài Loan" ... như các anh Nguyễn Văn Canh, Trần Như Tráng, và một vị nữa.

So sánh văn chương với các vấn đề thời thế, nhà văn, nhà cách mạng Nhất Linh Nguyễn Tường Tam từng viết: *"Tào Tháo và Châu Du đều không còn, giờ đây Việt Quốc và Việt Minh cũng không còn, nhưng những lời hay ý đẹp của Tô Đông Pha trong bài "Tiền Xích Bích Phú" vẫn sống mãi với thời gian".* Nhà thơ Lý Bạch cũng có câu: *"Khuất Bình từ phú huyền nhật nguyệt / Sở Vương đài tạ không sơn khâu,"* tức là "thơ văn của Khuất Nguyên treo mãi với mặt trời, mặt trăng, trong khi lâu đài, cung điện của vua nước Sở không còn gì giữa núi và gò hoang." Một người bạn học cũ của nhà văn Song Thao đã dịch là *"Khuất Nguyên trang gấm truyền lâu / Điện đài vua Sở chìm sâu lớp gò".* Cái đẹp của văn chương vẫn lâu bền, tồn tại mãi với thời gian.

Được giao nhiệm vụ giới thiệu nhà văn Song Thao hôm nay, trong cương vị một người bạn học từ nửa thế kỷ trước, tôi xin được nói với anh Song Thao rằng: "Tinh hoa văn chương của những lớp ban Văn chương trường Chu Văn An từ khi đất nước chia đôi, lớp Văn chương mà cụ Hiệu trưởng Vũ Ngô Xán đã đặt rất nhiều tin tưởng, mà các thầy Vũ Khắc Khoan, Vũ Hoàng Chương đã bỏ ra rất nhiều công lao, nay đã tập trung vào một người. Người ấy là Song Thao Tạ Trung Sơn. Trở thành một nhà văn được nhiều người mến mộ, một nhà văn có thành tích và văn tài, anh đã làm được một việc mà tất cả các bạn cùng lớp với anh từ 1954 như Nguyễn Văn Canh, Trần Như Tráng, Phạm Văn Quảng, Nguyễn Duy Diệm, Bùi Quyền, Trần Minh Công, Phạm Công Bạch, Trần Huy Bích ... không làm nổi. Tuy học với nhau từ nửa thế kỷ trước, tuy nhiều lúc không ở gần nhau theo "mệnh nước nổi trôi," chúng tôi vẫn luôn luôn quan tâm tới nhau, rất vui khi thấy nhau thành công. Chúng tôi coi sự thành công của một người như một thành công chung của cả nhóm. Chúng tôi mong ước anh Song Thao sẽ còn thành công hơn nữa vì chúng tôi quan niệm rằng, khi hoàn thành một tác phẩm văn chương, anh đã làm một việc thay tất cả anh em. Tôi tin chắc các bạn đồng học sẽ chấp thuận đề nghị của tôi: để Song Thao đứng đầu tiên khi nhóm Đệ Tam C Chu Văn An niên khóa 1954-55 chúng tôi có hoàn cảnh gặp lại các vị thầy cũ như các Thầy Vũ Ngô Xán, Vũ Hoàng Chương, Vũ Khắc Khoan.

Tháng 7/2003
Trần Huy Bích

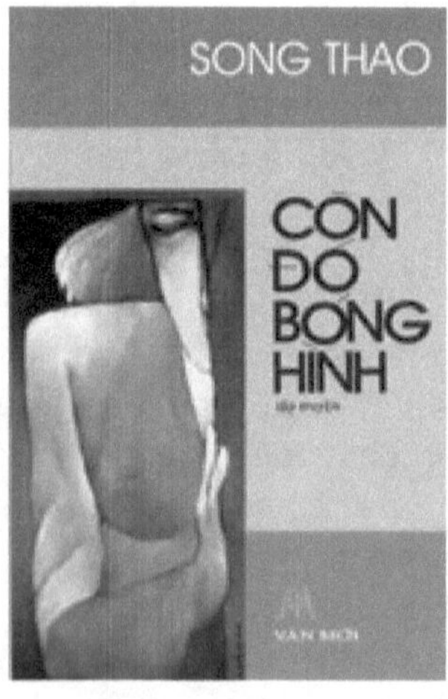

MINH ĐẠO ĐOÀN VINH
SONG THAO – TRUYỆN PHIẾM DU

Minh Đạo Đoàn Vinh – Song Thao – Hà Túc Đạo

Lần đầu tiên gặp anh, Hà Túc Đạo giới thiệu: Song Thao Thời Nay! Tôi ngước nhìn ông bạn mới, anh cao dáng người mảnh, thanh, ngược lại với Hà Túc Đạo thấp và đậm người. Song Thao cười đưa tay ra bắt, cái xiết tay ấm áp chân thành. Tôi nói có đọc anh, Sông Thao trên Thời Nay ! Anh đáp: Song Thao! Tôi xin lỗi phát âm sai bị ám bởi "Du kích Sông Thao" của Đỗ Nhuận; thực tình tôi chưa hiểu hết nghĩa bút danh của anh! Anh cười Hà Túc Đạo có nói về "ông", "Khô Vinh"! Khi nhắc đến cái tên đùa trong bè bạn, anh cười thoải mái, cái cười không chỉ là hàm răng khỏe mở rộng với chút kềm chế và cả cặp mắt to hơi lộ nheo lại. Có một chút gì trào lộng, khoái hoạt cái phong thái dễ gây thiện cảm.

Đó là khởi đầu quen biết giữa nhóm chúng tôi kéo dài đến nay có lẽ hơn năm thập kỷ. Phần lớn bè bạn khi nói về anh đều gọi bằng bút danh Song Thao, đến quên cả cái tên cúng cơm của "tiền bối" Tạ Trung Sơn, nếu không có những thiệp chúc Tết hay Giáng sinh in sẵn tiêu đề! Gọi đàn anh thì có vẻ giang hồ quá, nhưng thực tế cả về tuổi tác, kiến thức anh đích thực là tiền bối của tôi! Có lẽ những bài viết, tác phẩm của anh giúp tôi cảm nhận tầm vóc ấy. Anh là dân Hà Nội, học tại trường Dũng Lạc. Hà Nội theo tôi biết có hai trường đạo lớn, một là Dũng Lạc ở Nhà Thờ Lớn và trường Puginier thuộc dòng Lasan. Anh học trường đạo cho đến khi di cư vào Nam thì vào học Chu Văn An, hậu thân Trường Bưởi và Văn Khoa Sài Gòn; tôi có dính năm cuối học CVA và năm đầu ghi Văn Khoa SG nhưng tình hình SG lúc đó quá lộn xộn nên bỏ lên Đà Lạt học. Nếu nói là đồng môn với anh thì hơi quá "bắt quàng" vì đâu bằng vai bằng lứa; so tuổi tác cách nhau khá xa như thầy trò, khi tôi vào học thì anh đã ra trường mất tăm! Cố gợi lại chút truyền thống của mấy ngôi trường này để hiểu và cảm nhận chút phong cách, cá tính trong đời sống cũng như đời văn của anh.

Hà Túc Đạo giới thiệu tôi với anh là bạn cùng học với tôi từ nhỏ. Năm đó là năm cuối sưu khảo Chính Trị Kinh Doanh, khoa Báo Chí Đại Học Đà Lạt nên Đạo về Sài gòn thực tập tại báo Thời Nay và làm Tiểu luận ra trường dưới sự hướng dẫn của Giám đốc báo, thầy Nguyễn Văn Thái. Anh nhà báo Hà Túc Đạo này không biết Tam Thánh của chàng là tài nghệ gì? Cái đa tài không rõ lắm, nhưng đa tình thì bạn bè đều biết! Chàng ra trường làm việc ở Sài gòn, cô bạn gái vẫn còn học trên Khoa Học Đà Lạt, nên chàng không cách chi an tâm và Song Thao mượn lời nhân vật chính trong Bỏ Chốn Mù Sương kể: ""Hoàng tốt nghiệp Chính Trị Kinh Doanh năm ngoái rồi về Saigon làm báo. Nhờ cần cù, xốc vác và xông xáo anh đã sớm có chút tên tuổi trong làng báo Thủ Đô. Tiền vắt tim vắt óc kiếm được anh dùng để nuôi hãng máy bay Air Vietnam. Hãng Air Vietnam được cái diễm phúc như vậy cũng là nhờ...Việt Cộng. Số là Hoàng ở Saigon nhưng lại có cô bồ đang học ở Viện Đại Học Đà Lạt. Cái thỏi nam châm khả ái này kéo anh xuôi ngược Saigon Đà Lạt như một con thoi hạnh phúc. Đang yêu đương nồng nàn như vậy mà lại bị mấy anh mã tấu chặn đường kéo vô rừng thì mất vui đi nên Hoàng cứ đều đều góp tiền cho Air Vietnam mua thêm máy bay phản lực".

Vậy mà vẫn chưa yên thân, không hiểu Song Thao có biết không, Hà Túc Đạo tránh trời vẫn không khỏi nắng! Không bị Việt Cộng điểm mặt thì bị quốc gia xách tay! Hắn kể cho tôi biết lần đó vừa xuống máy bay đã bị công an an ninh phi trường còng dẫn vào phòng điều tra vì bị nghi là Việt Cộng! Thẩm vấn hỏi anh có phải là Hoàng Phủ Ngọc Phan không? Oan ơi chỉ vì tên căn cước Hà Túc Đạo là Hoàng Ngọc Phan!

Lại nói, cái lối viết u mặc (humorous) của Song Thao không chỉ tếu trên báo mà lan cả ngoài đời, giữa bạn bè gặp nhau là y như cái chợ, mạnh ai người nấy lây tính giễu cợt rất Chu Văn An của Song Thao.

Còn Hà Túc Đạo họ Hoàng này gia đình sống bên Lào, bố là đại diện Việt kiều ở Lào! Nên ông Song Thao tặng ngay cho họ Hoàng cái tên rất ư kênh kiệu "Hoàng thân Lèo"! Mà cũng phải trong khi bọn "gia tư thường thường bậc trung" như chúng tôi với Movado, hộp quẹt Zippo thì chàng máng lên tay cái Rolex và châm thuốc bằng hộp quẹt Dupont! Thân tình lắm tôi mới nói: "Mày mang ba thứ của nợ ấy làm gì?" . "Để khi cần,..cầm có giá!" Cũng phải ông bạn tôi trọ học mà gia đình ở xa.

Từ đó mỗi lần Hà Túc Đạo đi chơi với đào về, ôi thôi lắm chuyện lắm. Cứ ba ngày nắng bốn ngày mưa không biết đâu mà lường! Có lúc về cười toe, có khi mặt như cái mền, ném cái mũ xuống bàn như ném một con bài binh lủng! Những lúc đó Song Thao ổng đâu có tha, quơ tay kêu gọi "Anh em mau lên, Hoàng thân họp báo!" Hà Túc Đạo đến dở khóc dở cười.

Mối giao tình của bạn bè qua Hà Túc Đạo với Song Thao thêm gắn bó vì báo Thời Nay có vài anh em như Nguyễn Hoàng Quân và tôi cũng đóng góp bài cho báo. Tưởng đâu nhà báo Song Thao chỉ dự họp báo với Hoàng thân Lèo như chuyến du lịch Đà Lạt không dè tiền bối cũng bị cuốn hút vào cuộc vui do Hoàng thân sắp xếp khiến những cuộc đi về giữa trung nguyên lên cao nguyên của hai vị đều đặn như tàu con thoi, chẳng ai thua ai; mãi sau tôi mới biết nguồn cơn! Những sắp xếp trong tình trường cũng hệt như những cuộc đi đêm trong chính trường. Nhân vật nữ trong BCMS thuật lại: "Tôi hai mươi tuổi. Da tôi trắng ngần mượt mà mát dịu. Khí hậu miền núi tặng cho tôi đôi gò má hồng hào khỏe mạnh. Môi tôi như cánh hoa đào. Hai hàng răng trắng đứng xếp hàng thẳng tắp đều đặn. Nụ cười của tôi tươi trẻ thanh xuân rạng rỡ như ánh bình minh. Đó là nhận xét của chị Bích. Và chị cho nhan sắc tôi số điểm ngất ngưởng "mười phân vẹn mười"...."Tiếng Hoàng năn nỉ trong điện thoại: "Sao bà khó thế? Có ai đâu? Chỉ có mấy cô đàn em cũng dân Nha Trang mình vừa chân ướt chân ráo lên nhập Viện cần bà chỉ dẫn cho bước đầu. Có thêm vài ông bạn tôi ở Saigon lên chơi ngắm cảnh coi người xứ hoa anh đào cũng cần bà chỉ dẫn cho...đàn anh đang lạ nước lạ cái".

Vẽ đường cho hươu chạy là thế đấy! Lúc ấy chắc đàn anh thấy em út ong bướm đến sốt ruột. Dẫu lấy cái tên Song Thao ra mà bàn, thằng bạn sính chữ góp ý, chữ Thao Hối như Thao quang dưỡng hối, che dấu nỗi lòng, dễ gì mấy ai giữ được! Tiền bối cũng chỉ "Dĩ lạc thao ưu" 以樂慆憂 Dùng cái vui giấu cái ưu tư khi người ta vướng vào bất cứ cuộc tình nào, dù tôi chẳng chút nghi ngờ năng lực đàn anh. Với tài du thuyết, du tình của người, cuốn tiểu thuyết ngôn tình ấy tất ắt đắt giá, đúng y như rằng, chẳng bao lâu giai nhân xiêu lòng theo chàng mà "bỏ chốn mù sương" về nơi nắng ấm:

Giấc ngủ miền xa ôm trời núi dựng
Bên rừng nhớ nắng trung nguyên
(Kim Tuấn).

Câu chuyện happy ending với hồi kết: "Những ngày trống vắng sau đó đã đưa tôi tới một quyết định: tôi phải về nơi đáng lẽ tôi phải có mặt. Còn một năm chót tôi sẽ về học ở Saigon. Tôi viết thư cho bà chị ngỏ ý muốn về trọ học. Tôi âm thầm tiến hành thủ tục ghi danh. Tôi báo tin cho Trung. Tôi thu xếp mọi việc một cách gọn gàng thuần thục như được soi sáng bằng một mặc khải nào đó. Hình như vạt nắng thắp sáng trên mắt Trung ngày nào trên thác Cam Ly cứ quẩn quanh trong tâm trí tôi. Và tôi thấy dâng lên trong tôi một niềm tin mãnh liệt. Ngày rời học xá chân tôi nặng nề đổ xuống con đường dốc. Chiếc va ly trên tay hay nỗi lòng tôi ngổn ngang trăm mối đã làm trì trệ đôi chân tội nghiệp. Xuống hết con dốc tôi đặt va ly xuống đất quay người nhìn lại. Những khóm hoa muôn màu ngoài sân, ngôi nhà thân thương im lìm dưới nắng chiều và chiếc cửa sổ phòng tôi, tất cả như quá vô tình với tôi. Tôi chẳng biết mình vui hay buồn. Tôi quay lưng bước đi để lại học xá ở phía sau."

Cuộc thành hôn của Song Thao và Diệu Hương là khởi đầu cho những chân trời hạnh phúc. Có dịp nào tôi đến thăm anh chị, không quên được cảnh đầm ấm gia đình những đứa con trai gái hồn nhiên trong sáng như thiên thần, kết một cuộc tình được ươm lên trong một thành phố thơ mộng, của cỏ hoa, của những dấu tích kỷ niệm. Xin gửi anh chị một khúc tình ca gợi lại đôi hình ảnh các cuộc tình sinh viên thủa nào:

Đà Lạt diệu vợi cỏ hoa
Ngày trở về soi từng kỷ niệm
Căn nhà gỗ cửa sổ tường rêu
Tử đinh hương rải phấn
Hãy đổ đầy chúng tôi
Bằng hương da đào hoa của các em
Tuôn ra từ các giảng đường
Sũng đầy ký ức ngày mưa
Chiếc dù che chung niềm bí mật
Nụ hôn
Kính mừng các em xóm học
Đã dâng đầy hạnh phúc chúng tôi
Anh đào trở lại
Các em cũng trở lại với Xuân thì
Trên các lối đi
Forget me not
Học xá đồi hoa lối về

Pensée
Cửa sổ phòng em
Muguet
Hãy đánh thức em những hoa chuông nhỏ hò hẹn trữ tình
Những tờ thơ trao nhau đều như giảng khóa
Câu hát buổi chiều xuống phố
Thơm hàng quán vỉa hè
Tiếng dương cầm ngõ đêm
Chopin Nocturne
Hoài niệm nao nao.
Marguerite cánh sao phủ cuối tường
Mặt hồ màu nắng xa xăm hồn nhiên trắng xóa...
(Đoàn Minh Đạo).

     Nếu nói mỗi người sinh ra đời đều dưới một ngôi sao bản mệnh thì ngôi sao của Song Thao khá lấp lánh. Tiểu hay đại đăng khoa đều thuận lợi. Lúc đó đường công danh hoạn lộ của chàng đúng thời tấn phát. Mới thành hôn xong vợ chồng chàng đã được ông bà cụ chia cho một căn nhà khang trang, trong khuôn viên xây nhiều căn cho các con có thể sống quây quân với nhau như một tiểu gia trang bên Thị Nghè. Dịp đến thăm anh chị và thán phục các cụ thân anh đã chu đáo sửa soạn cho con cháu; cần nhất phải ổn định cuộc sống, trong tinh thần người xưa: Tri chỉ nhi hậu hữu định! Trước tiên phải có nơi sống chắc chắn. Nếu đọc truyện Song Thao viết thì mới hiểu đây là cơ ngơi thứ hai, cái đầu là ở Hà Nội phố Trần Xuân Soạn cũng lớn không kém đã bỏ lại để di cư vào Nam 54! Ở Hà Nội tòa nhà nhiều tầng với nhiều phòng ốc được phân cho 10 hộ gia đình cán bộ ở. Khi anh thăm lại mọi thứ đều xuống cấp, hư hỏng thảm hại. Trong "Chốn Cũ" anh nhắc lại những kỷ niệm Hà Nội từ phố xá, trường học với những hoài niệm niên thiếu, những nuối tiếc day dứt, xót xa của tuổi 15-16 mà tôi nghĩ với Song Thao những ngày vào Nam chắc hẳn có nhiều dịp ký ức Hà Nội trở về, giữa những ngày Sài gòn se lạnh tưởng đâu cái rét nàng Bân xưa làm xao động tâm hồn, như một hoài cảm thắt tim!

     Nay người tìm về cố quận lòng mang nặng nhớ thương từng góc phố, con đường, mảng tường, mái cũ, ... cảm xúc bàng hoàng của Song Thao: "Đất thánh của tuổi thơ tôi. Mắt tôi hoa lên vì tức. Người ta đã ăn cắp vỉa hè của tôi. Tôi ngậm ngùi trước nhà cũ. Ngót nửa thế kỷ lưu lạc, tôi mới trở về. Tôi có phải khóc không nhỉ? Mắt tôi khô đi vì xúc động. Tôi đứng lặng người. Hình ảnh những ngày cũ quay mòng trong chiếc đầu đã hai thứ tóc, những sợi tóc bạc mầu nhung nhớ nằm lấn lướt những sợi tóc ngày xanh."

Một Hà Nội lầm than, lạc hết phong cách, dù xưa kia giấy rách vẫn phải giữ lấy lề. Khi cái hạ tầng nhếch nhác ấy nắm đầu cái thượng tầng; khi cuộc cách mạng thứ nhất vừa qua đang lăm le xốc tới ván nhì, xây dựng Xã Hội Chủ Nghĩa thì chỉ thấy đổ nát chưa biết về đâu! Vì thực tế bày ra: "Chắc đã lâu, tòa nhà không biết mùi vôi vữa gì. Hai tấm hoa văn trắng chạy dọc từ trên xuống lấy gió và ánh sáng cho cầu thang nay đen đủi thảm hại. Chấn song sắt trên các cửa sổ nhìn ra đường vẫn là chấn song xưa nay đã bị thời gian gậm nhấm lồi lõm. Những cánh cửa vênh váo, sứt mẻ, tróc sơn không biết có còn đóng kín lại được không? Phương đứng bên tôi, ngắm tòa nhà, giọng e dè. "Nhà anh đấy hả?". Tôi gật đầu không nói gì. Phương dựa tay lên vai tôi, ghé sát tai nói nhỏ." Anh là con địa chủ!"

Câu nói vô tình khiến cố gắng chắp nối với quá khứ của nhà văn bỗng bị khựng lại. Dòng hồi niệm hiện ngay những biến cố lịch sử nửa thế kỷ tưởng đã qua đi như cơn ác mộng, nhưng bỗng hiện về đè nặng trên vai; nào kháng chiến, chiến tranh Quốc Cộng, cải cách ruộng đất, Nhân văn giai phẩm, Mậu thân, 30 tháng Tư, cải tạo, vượt biên…một vòng lịch sử tàn nhẫn, khốc liệt, vô lý… người ta gán cho nhau những tên gọi vô nghĩa để đàn áp, tiêu diệt, để khủng bố, để thuần hóa lớp người bị trị! Chung kết là một giai cấp bóc lột mới hình thành: Cộng sản! Chắc những ý nghĩ này vụt hiện trong đầu nhà văn khi nghe câu: "Anh là con địa chủ!". Không lẽ bài học cải cách ruộng đất phi nhân còn ảnh hưởng truyền đời? Nhưng cái tâm lành của anh luôn nhìn thấy mặt sáng và tìm được lý do để cảm thông: "Tôi quay phắt người lại. Phương buông tay khỏi vai tôi, đứng sững. Tôi nhìn chằm chặp vào mặt Phương. Khi chiến tranh kết thúc, Phương còn chưa tượng hình trong bụng mẹ. Em học ở đâu được cái danh từ tưởng đã phải bị chôn vùi với thời gian từ lâu rồi. Mắt tôi chắc lạ lắm. Tôi thấy vẻ sửng sốt trên mặt Phương. Khắp người tôi ớn lạnh trước giọng nói nhởn nhơ của em. Mặt Phương bỗng giãn ra. Miệng em nhếch lên bày ra một nụ cười bằng hai hàm răng muốt mát. Cũng may! Phương có nụ cười hiền, thật hiền."

Song Thao với Nguyễn Đình Toàn có thể nói là đồng trang lứa. Di cư 54 anh 16, Nguyễn Đình Toàn 18. Nhưng sự cách biệt nhỏ ấy lại cho ta hai nét hoài niệm về "chốn cũ" khác nhau. Tuổi trẻ đầu đời mỗi năm thân xác và tâm hồn đổi thay rất lớn. So ký ức 8 tuổi của tôi về Hà Nội thì chỉ đầy những trò nghịch ngợm! Trong "Áo mơ phai" của Nguyễn Đình Toàn tìm lại quá khứ qua hình ảnh được Xuân Diệu lãng mạn hóa *Đây mùa Thu tới, mùa Thu tới/ Với áo mơ phai dệt lá vàng*", hồi niệm trên trang văn người thanh niên Hà Nội ấy nhuốm đậm ưu tư, nỗi sầu mộng của những cuộc tình chia ly Nam Bắc. Nhà văn họ Nguyễn mô tả: *"Cái màu xanh của lá sẫm lại trong mùa Thu kéo dài sang mùa Đông, bao giờ cũng làm cho Hà Nội có một vẻ xanh xao ủ ê"*. Ủ ê ấy chính là sầu muộn trong lòng kẻ tha phương. Nhưng Hà Nội sau 50 năm trở lại trong mắt Song Thao nó thực tế hơn, nó phũ phàng hơn, dẫu vậy những nét thân thương của "đường xưa lối cũ" tha thiết ấy mấy ai đã chối bỏ được: *"Tôi vẫn nhận ra cái ngã tư này. Hàng cây xanh trên đường Ngô Thời Nhiệm vẫn đứng như vậy chờ tôi từ nửa thế kỷ trước. Từ con đường Trần Xuân Soạn chạy ngang trước cửa nhà tôi quẹo trái là những bóng cây lực lưỡng hơn, nơi những chú ve sầu họp nhau lại kêu ra rả suốt mùa hè. Bây giờ đang mùa đông, ve sầu vắng bóng. Những con sâu tiền thân của ve chắc còn đang nằm im lìm dưới lòng đất chờ tới đầu mùa hè sẽ nhích dần lên gốc cây để hóa thân".*

Miền đất chỉ sống động khi nó được nối kết với hồn người. Sợi dây ràng buộc mong manh ấy có thể chỉ là những rung động của mối tình "chanh cốm" khi xưa Hà Nội. *"Tuổi của nàng tôi nhớ chỉ mười ba/ Tôi phải van lơn ngoan nhé, đừng ngờ." (Nguyên Sa).* Khói sương cuộc tình ấy nằm trong vùng mây ký ức, bỗng trở về thì đã thành "Tình già" hơn của Phan Khôi, âu là : *"Năm mươi năm sau, tìm về đất cũ gặp nhau: Đôi cái đầu đều bạc. Nếu chẳng quen lung, đố có nhìn ra được? Ôn chuyện cũ mà thôi. Liếc đưa nhau đi rồi, con mắt còn có đuôi."*

Câu chuyện tâm tình nhẹ nhàng qua ngòi bút của nhà văn Song Thao mà tôi rất yêu, rất xúc động được kết thúc như sau: "Tôi muốn hỏi cô Chuyên?". Mắt Chuyên nheo lại. "Cô Chuyên?". "Vâng! Cô ấy khoảng mười ba tuổi". "Làm gì có cô Chuyên nào ở đây! Ông có nhầm nhà không vậy?". "Không. Tôi không nghĩ là tôi nhầm. Tôi ở xa về, mới hỏi thăm nơi nhà cũ của cô ấy và được người em cho địa chỉ ở đây." Chuyên run lên.

"Anh Ngạn phải không?"

Bao chuyện xưa như thước phim cũ tái hiện:

Chuyên cười. "Bố em dữ, em biết. Nhưng tưởng chỉ dữ với tụi em thôi chứ. Ai ngờ ông còn dữ cả với anh nữa." Tôi vẫn chưa ngưng được cuộc chơi. " Chắc tại em khai anh ra nên ông ấy đuổi anh chạy xa như vậy cho chắc ăn!" Chuyên luồn ra phía sau, ôm cứng lấy tôi, thì thào bên tai. " Vậy thì em phải giữ anh cho chắc. Ngày xưa em cũng đã giữ anh như vậy nhưng anh vẫn gỡ vòng tay em chạy mất. Em còn nhớ vòng tay xưa của em không?". Ngày xưa, Chuyên cũng ôm sát lưng tôi, đôi tay ngắn cố nối thành vòng, giọng nồng nàn. Em cầu trời cho ngực em mau lớn để em lấy anh! Tôi đứng như trời trồng. Gió bên bờ đê lồng lộng thổi bên tai. Vòng tay Chuyên chặt chịa. Ngực Chuyên giờ tràn đầy sau lưng".

Lần này Song Thao nhắn Nguyễn Hoàng Quân và tôi Tạp chí Ngôn Ngữ sắp ra số đặc biệt về anh, anh muốn có bài của anh em chúng tôi, những người từng cộng tác với Thời Nay xưa! Nhóm này coi lại đếm không hết bàn tay. Nhất là những người khai phá như anh hầu như không còn mấy ai! Hai anh em chúng tôi lớp trẻ đến với Thời Nay muộn màng nhất nên còn lại! Trả lời phỏng vấn với Lê Bảo Hoàng, giờ đây Song Thao là người có đủ tín dụng nhất nói về một tờ tạp chí đã có mặt trên thị trường sách báo Sài Gòn trước đây 65 năm: "Tôi tới với Thời Nay ngay từ những số đầu khi còn là sinh viên Văn Khoa và viết cho Thời Nay tới số cuối cùng. Trong năm học, tôi viết bài ở nhà và gửi tới tòa báo. Mỗi kỳ hè, tôi tới tỏa soạn ngồi viết thường xuyên. Có số tôi viết tới bảy, tám bài dưới nhiều bút hiệu khác nhau. Những bút hiệu tới ngày nay tôi còn nhớ được là: Sơn Nhân, Tạ Sương Phụng, Phượng Uyển và, dĩ nhiên, Song Thao! Khi nhà thơ Hoài Thương nhập ngũ thì tôi thay anh phụ trách việc chọn thơ đăng báo. Những cộng tác viên của Thời Nay ngày xưa, tôi còn liên lạc được với một số như Hoàng Hà, tức Bác Sĩ Hoàng Bính Tý, hiện cư ngụ tại Úc; Minh Đức Hoài Trinh hiện sống ở Hoa Kỳ; Hà Túc Đạo hiện ở Sài Gòn; Thiên Ân cũng còn ở Sài Gòn; Đông Quân ở Hoa Kỳ. Tổng Thư Ký Khánh Giang đã mất vào tháng 2 năm 2003 tại Sài Gòn, Hoài Thương cũng đã mất. Ông Giám Đốc Nguyễn Văn Thái hiện vẫn còn ở Sài Gòn".

Cuộc phỏng vấn trên là vào ngày 11/7/2006, thì những người nêu danh hầu như đã ra đi! Chắc chỉ còn Hoàng Hà ở Úc theo tôi biết. Ký ức đẹp về Thời Nay mà mỗi người không khỏi tiếc nuối. Cái không khí tòa báo bình an, thân thiện như một gia đình. Tờ Thời Nay mượn hình thức, khuôn khổ các tạp chí ngoại quốc như *Reader's Digest* của Mỹ hay *Constellation - Le monde vu en français* của Pháp và Thời Nay - Thế giới dưới mắt người Việt! Mục tiêu đem đến những kiến thức hiện đại phổ thông và đại chúng cũng như những tiết mục văn học, giải trí tầm cỡ đã giúp tờ báo định hình qua 15 sinh hoạt phục vụ độc giả cho tới 30/4/1975! Trong bài báo kỷ niệm 10 năm, Thẩm Dương còn kể đến nhiều khuôn mặt, tác giả đã từng cộng tác với Thời Nay : *"Mười năm Thời Nay không quên những Trần Nhã, Đoàn Bích, Trần Thọ, trong những số đầu rồi kế đến những Song Thao, Đoàn Văn Lập, Hoài Thương, Diệu Liên, Phạm Ánh Dương. Đó là những người vắng mặt mang ít nhiều kỷ niệm, có lẽ là kỷ niệm của "thủa ban đầu" (Thẩm Dương, Về Với Thời Nay.)*

Vì phải đi dạy học xa và sau này đi lính; thuộc lớp cuối cùng nên tôi ít có dịp tiếp xúc với anh em viết bài cho báo, may ra kỳ hè hoặc mãn khóa về Sài Gòn có dịp gặp gỡ thân tình với vài người. Trên đây tôi đã lướt qua một chút giao tình với Song Thao, tôi còn trở lại với anh. Tòa báo Thời Nay là một căn nhà phố đường Phạm Ngũ Lão. Bước vào bên phải ngay cửa là bàn của Cô Ca thủ quỹ và phía trong là phòng in ấn, tôi nhớ có một máy in Offset Heidelberg KORS hay KORD gì đó tôi không rõ, vì thường đi vào là leo cầu thang lên căn gác lửng có bàn làm việc của Khánh Giang thư ký tòa soạn và phòng phía trong là nơi làm việc của ông Giám đốc Nguyễn Văn Thái. Song Thao viết: *"Rồi bài được chọn đăng. Rồi giáp mặt với Khánh Giang"*! Có lẽ cái thủa ban đầu với Thời Nay ai cũng qua cánh cửa đó. Cảm tưởng lần đầu gặp gỡ của tôi với Khánh Giang rất thoải mái. Anh khá cao lớn so với tầm vóc chung, nước da mỏng trắng với khuôn mặt bầu bĩnh rất *baby*! Cung cách thân thiện, hào phóng kiểu công tử nhà giàu Nam kỳ, học trường Tây vừa học vừa ăn chơi tá lả! Anh là thư ký tòa soạn chăm sóc bài vở cũng là hồn của tờ báo, góp công tạo nét riêng và lớp đọc giả riêng cho tờ báo. Chủ nhân tạp chí ông Nguyễn Văn Thái là người chừng mực, tổ chức rất giỏi. Tâm nguyện ông làm báo chí không chỉ là kinh doanh. Thời Nay với số phát hành mười ngàn mỗi kỳ là một thành tích quán quân lúc đó, những ảnh hưởng đưa đến chủ trương đặt nặng kiến thức, giáo dục. Nhớ một lần ông gọi tôi vào phòng và đưa cho tôi mấy quyển sách như *The living philosophy, How shall we live* hay đại loại như cuốn khá phổ biến *The important of living* của Lâm Ngữ Đường bảo tôi thử theo lối viết đó để viết một loạt bài về ý thức sống và mục đích hành động đối với người trẻ. Tôi thưa, thầy ơi em sợ không viết nổi vì kinh nghiệm và kiến thức chưa đủ. Ông khích lệ, cuối cùng tôi cũng ráng. (Tôi quen gọi ông là thầy theo bạn tôi là Hà Túc Đạo, mỗi lần đi ăn uống, cà phê cùng ông khi ông lên dạy ở Đà Lạt.) .

Trở lại với người lo bài vở ở Thời Nay là Sáu Khoa, Song Thao viết về bạn cũ: *"Tôi không nhớ rõ lần đầu tiên gặp Khánh Giang, chúng tôi đã nói với nhau những gì. Tôi chỉ mường tượng được một vài điệu bộ, cử chỉ và lối nói của anh. Trước ly rượu (Khánh Giang bao giờ cũng phải có rượu) anh cân nhắc câu nói và như khó diễn tả những ý tưởng của mình. Những lúc đó anh thường nhờ vả đến đôi tay khua thành nhiều vòng trong không khí. Trong đời tôi, tuy đã nhiều lần tức bực vì sự kém trí nhớ của mình, bây giờ cũng vậy, tôi không thể nào mường tượng được "sắc đẹp" của Khánh Giang hồi đó. Nhưng có một điều chắc là từ đó tới giờ Khánh Giang đã khác xa. Anh sống một ngày bằng một năm, một năm bằng một đời. ... Nếu Khánh Giang có một tiểu sử thì tiểu sử đó phải có rất nhiều chữ đại loại như "rượu, nhậu, nhảy, OK, té". Và người ta có thể nhìn lối sống của anh trên chiếc xe Vespa EB của anh. Nó hư máy, cong lá chắn, bể lốp, móp méo, vỡ đèn... Dĩ nhiên những "hiện tượng" này không phải không liên quan tới những ly rượu và những cái té. Người buồn nhất vì những cái té đó lại không phải là Khánh Giang mà là ông Giám đốc! Mỗi cái té, đối với ông Giám đốc, là một ngày không có mặt Khánh Giang trong tòa soạn, một ngày anh Ba Dân – sếp thợ chữ - nhăn nhó, gãi đầu gãi tai đòi bài, một ngày báo ra trễ. Báo ra trễ là điều lo sợ nhất của ông"*.

Song Thao kể về những kinh nghiệm mưa nắng bất thường của Khánh Giang . Và tôi gặp anh thường là kỳ hè. Khi thì anh đang vui vẻ bia bọt một bàn. Có lúc thấy anh đang bận tíu tít trong tòa soạn. Nhưng không sao chỉ dăm phút là anh xong việc! Có bữa thấy anh gạch chỗ nọ xóa chỗ kia, xé dăm trang kẹp lại...nhớ lại trước đây có thời tôi là độc giả ái mộ và trung thành với những sáng tác của Khánh Giang, rất hấp dẫn dễ thương, chỉ tiếc nhiều khi chuyện đang đến hồi gay cấn ... bỗng ngưng, hồi đó đâu có biết ai để hỏi! Sau này làm việc với anh, tôi tôi thấy ít có người đặt đề tựa cũng như làm "chapeau" lời mào đầu cho một bài báo khi dí dỏm lúc sâu sắc hay được như anh! Tôi có lần thầm cám ơn nhờ anh bài viết của tôi thành trong sáng quyến rũ hơn nhiều ! Nhớ một hôm đến định rủ anh bia bọt lai rai, rồi ngần ngại thấy anh đang mắc công chuyện tính đi ra, anh bảo chờ chút làm xong cái quảng cáo. Anh nói một cái quảng cáo dầu gội đầu thôi, nhanh lắm. Tôi thấy sản phẩm của Lanson nên bật miệng đọc: "Tóc mai sợi vắn sợi dài / Lanson em gội thương hoài ngàn năm!".

Anh bỏ bút xuống, đứng dậy nói câu cửa miệng thường ngày: Xong, thôi đi kiếm cái gì mát mát uống đi!

Nhậu với Khánh Giang mới thấy cái vui hào sảng. Bất cứ Martel, Rivalet gì cũng ly cối soda đá chế vừa đậm đưa lên mời anh em : Zô một cái cho nó mát. Thường thì đồ nhậu tươm tất, và bia rượu thoải mái. Thiếu thì ký ứng trước tiền bài nơi Cô Ca. Cô chẳng hơi đâu mà thắc mắc, có lẽ anh em đều có tín dụng! Mỗi cuộc gầy sòng mà Sáu Khoa chủ xị biến thiên khôn lường khó đoán, người đến kẻ đi. Những người bạn của anh rất đa dạng nhưng có một người anh đặc biệt quý mến, đó là nhà văn Nguyên Vũ, một sĩ quan tác chiến và là một tác giả ăn khách của Sài gòn lúc bấy giờ. Nguyên Vũ hẹn đến là Khánh Giang bồn chồn ra mặt. Cũng phải, có bằng hữu từ phương xa đến chẳng là vui lắm sao.? Tuy chưa hẳn là tri âm tri kỷ, nhưng có lần Khánh Giang đang ngồi buồn nhổ râu thấy tôi bèn rủ kiếm cái gì uống cho nó mát, tôi gợi ý ra Ngã tư quốc tế kiếm cái lẩu đầu cá hấp. Hết la de đến rượu cũng trễ, bà bán dọn hàng đi về. Chưa đến chỉ, anh Sáu khều tôi về nhà nhậu tiếp. Chàng chạy vespa dẫn đường cũng dễ theo thẳng Trần Hưng Đạo gần Đồng khánh, quẹo vào căn nhà phố mặt tiền, nhìn vô tối thui không đèn đóm, gọi không người mở, lần túi không tìm thấy chìa khóa! Má con nó chắc sang ngoại! Ổng để tui! Vậy là chàng đưa vai dựt vô cái rầm, hai cánh cửa xanh bung ra tức thì! Bước vào nhà trên bàn đã sẵn sàng một mâm cơm mở lồng bàn thấy nửa con gà, tô canh, đĩa xào... tối đó đúng uống xả láng sáng về sớm!

Ăn nhậu mỗi người một nết, lâu quá tôi không nhớ hết những người sơ giao, chỉ đóng gọn trong nhóm bốn người chúng tôi: Hà Túc Đạo, còn ký tên Trang Cung một tên ký chung khi chúng tôi làm báo sinh viên. Côn Lôn Tam Thánh lả lướt bao nhiêu thì y lầm lỳ bấy nhiêu trong bàn rượu, y uống đằm và bền, ai tới đâu tôi tới đó. Vừa bập điếu thuốc tay trái vân vê cái hộp quẹt Dupont, nói năng chậm rãi như nhả chữ, hơi cúi đầu liếc nhìn người chung quanh như nhìn bài binh xì phé. Tôi cứ thắc mắc đi đứng như gấu sao hắn lại đào hoa vậy? Vợ tôi nói anh không thấy con mắt ổng đa tình lắm sao? Đàn bà thiệt rắc rối!

Hà Túc Đạo và tôi bạn bè từ nhỏ. Không đồng ý nhau là nói thẳng chẳng bao giờ giận. Vui buồn có nhau. Có lần ngồi quán cà phê trên Đà Lạt, hắn lên gặp được, tay bắt mặt mừng, khi chia tay hắn hỏi mày còn tiền xài không, rồi rút ra 5.000 đồng bảo viết bài gửi không gấp. Chợt nghĩ Thời Nay chơi đẹp quá còn ứng trước, nhẩm tính ít ra phải viết hai bài trả nợ. Sau này mới biết hắn trúng độc đắc! Lần sau về Sài gòn hắn lái cái Citroen đưa tôi đi ăn. Tên này còn nhiều cú phát tài lớn khác nhưng số không giữ được của!

Ngược lại với họ Hoàng. Nguyễn Hoàng Quân cũng bạn tôi thời trung học. Nếu chọn người hiền trong bàn hay trong đời tôi sẽ chọn anh. Trong bàn anh ăn uống từ tốn, chưa bao giờ thấy anh say. Và theo mọi người anh đẹp trai nhất trong đám bạn tôi và cũng là mẫu người tình thủy chung của quý bà, người chỉ thuộc có bài ca Only You! Anh thông minh, học giỏi, hiểu biết rộng. Khi cùng học hai đứa đều thích đọc và cùng có tủ sách khá tốt. Tôi quý và học nơi anh cái suy nghĩ độc lập. Chẳng hạn nói anh thích Thượng Chi Văn Tập hơn Nhận Định! Và tôi không ngạc nhiên khi anh thích Doãn Quốc Sỹ. Có vẻ bảo thủ, dù còn là học sinh chúng tôi đọc đều các tác giả cả trong lẫn ngoài nước. Nên sau này rắn rết sinh ra chúng tôi ít chịu tác hại. Anh thoát khỏi Việt Nam 30 tháng Tư 75. Nhờ khi tập sự ở văn phòng Thủ lãnh Luật sư đoàn Hồ Tri Châu anh có mối quan hệ với Luật sư đoàn Anh Quốc, anh được bảo trợ đến Anh làm việc, học tiếp và là Luật Sư cho chính phủ, một trong những luật sư Việt đầu tiên ở Anh, nay đã nghỉ hưu.

Trở về người đàn anh Song Thao của chúng tôi, Anh nặng như ngọn núi đứng giữa chúng tôi, Tạ Trung Sơn! Hồi đó anh giữ chức vụ chuyên môn trong Bộ Xã Hội, có nhiều chuyến xuất ngoại công vụ hay tu nghiệp. Đi nhiều cũng là điểm mạnh giúp anh có nhiều kiến thức, nhận định và hiểu biết xứ người là đề tài cho những du ký, hay chuyện phiếm vui trên báo. Nhìn cái Passport công vụ đóng đầy dấu quá cảnh hồi đó mà thèm. Một lần trên bàn nhậu Khánh Giang cho biết Song Thao mới báo đến Tokyo và có mua một chai Sake, anh em chờ về tới Tân Sơn Nhất là đến ngay! Anh em nhậu tiếp chờ, và Song Thao, người từ xứ mặt trời mọc trở về, tươi cười được nồng nhiệt chào đón bởi nhiều mặt trời trong bàn sắp lặn! Mọi người cầm chai Sake bàn nhau uống nóng hay lạnh đây? That's a question! Khánh Giang tiện tay cái ly trống bỏ cục đá rót gần đầy ly : Zô cái cho nó mát ! Rồi anh em chuyền nhau mỗi người thử một chút để xem đồ Nhật khác với đồ nhà ra sao.

Song Thao quý và chân thành, tin cậy bạn bè, đó là cái thiên lương của anh. Từ cách sống đến cách viết, từ công việc đến giao du lúc nào cũng chừng mực. Thái độ lạc quan; giọng văn của anh không nghiêng về lối phúng thích, lối châm biếm, trào phúng mà theo tôi là lối văn u mặc *(humour)*, thâm trầm, nhẹ nhàng, hóm hỉnh hơn, không nhắm đả kích, chỉ trích hay chế nhạo. Hướng tới đề cao xây dựng và hòa đồng. "Thực ra Phiếm không phải là một thể loại mới viết của tôi. Tôi đã viết phiếm trên Thời Nay ngày xưa ở Sài Gòn, trên Nắng Mới ở Montreal khoảng trên mười năm trước đây. Sở dĩ tôi viết phiếm trở lại bởi vì tôi...già! Khi có ý định về hưu, tôi sắp đặt cho tôi một chương trình làm việc thật bận rộn để tránh cái cảnh ra shopping mall ngồi nhìn ông đi qua bà đi lại. Vậy là tôi cứ ngày ngày ngồi gõ computer, giao du với cái anh mặt vuông, cho qua ngày. Không ngờ những bài phiếm dối già đó lại được độc giả đón nhận nồng nhiệt. Tôi làm tới: cho in Phiếm1, rồi Phiếm2, và vừa hoàn tất Phiếm3. Ai ngờ già rồi vẫn còn duyên. Sách bán khá chạy. Phiếm1 hết, vừa tái bản lại. Phiếm2 cũng vừa hết. Hứng chí, tôi chơi luôn Phiếm3 và còn mon men làm thêm Phiếm4 nữa!'

Từ Truyện đến Phiếm những cuốn sách của anh mang tính lạc quan vui sống và nếu được cố sống đẹp với đời! Lối suy nghĩ tích cực ấy giúp anh đạt được những kết quả tốt và niềm vui ngoài mong ước. Tôi nhớ lần ở tù cải tạo về anh đến chơi nhà tôi hỏi tình hình ngoài này ra sao, tôi sống được không? Hỏi đến chuyện tình hình trong ngoài nước, tôi nói lâu nay tôi không quan tâm, hỏi chuyện gì tôi cũng không biết, tôi hờ hững, dửng dưng với xã hội này! Anh nói thế ông còn thua bọn chúng tôi trong tù, chúng tôi biết hết! Không những biết các anh còn đảo ngược tình thế bi quan thành tích cực lạc quan, để sống còn để tồn tại. Anh hát cho tôi nghe những bài hát như Trường Sơn Đông Trường Sơn Tây mà các anh chế lời khôi hài, châm biếm đến khiến chúng tôi cùng bật cười.

Chuyện viết lách của anh cũng là một hiện tượng. Thị trường sách báo Việt ngữ ở đây nhỏ, mà cứ mỗi ngày một teo tóp lại. Báo giấy phải chuyển thành báo điện tử, còn sách số phát hành mỗi lúc một khiêm tốn hơn. Vậy mà Truyện, Phiếm của Song Thao vẫn bán được, vẫn phát hành mới đều đều. Hồi đó tôi thấy anh liên tục in sách hết Phiếm 1 lại 2, 3 đã đùa anh: "Bao giờ ông qua mặt Bầu Long đây?", chẳng là bầu Long chủ gánh cải lương Kim Chung Tiếng chuông vàng thủ đô hồi đó làm ăn khấm khá, mở thêm hết đoàn này đến đoàn khác, đến Kim Chung 6 mới ngừng. Nay Song Thao đã qua mặt bầu Long tới năm lần anh được tôn là Vua Phiếm. Anh đã tìm được tiếng nói chung của người đọc. Con người ta ai cũng mong được sống vui và hạnh phúc.

Và tiếng cười là khởi đầu và là chấm dứt cho một câu chuyện hạnh phúc.

Tôi định phân tích , minh giải một số Truyện và Phiếm của nhà văn Song Thao nhưng thấy nếu cố gắng cũng chỉ là cỡi ngưa xem hoa, mà cái vườn hoa văn học ấy anh cần mẫn vun trồng mấy chục năm nay với tôi nó bao la ước lượng tới gần 12,000 trang sách! Chắc nếu muốn tôi phải dành cả đời.

Ông Vĩnh nói người Annam ta cái gì cũng cười, bớt cười lại vì nó thiếu nghiêm túc. Mấy chục năm trước tôi không chấp nhận và đã suy tôn bằng bài Cái Cười trên Thời Nay. Nhà văn Song Thao qua con đường văn học trong sáng, thái độ mẫu mực, anh hiểu hơn ai giá trị xã hội của tiếng cười, sự hữu ích của nó làm cho xã hội nhân văn hơn, hạnh phúc hơn. Gửi đến nhà văn một tư duy của triết gia Bergson trong tác phẩm Cái Cười (*Le Rire*) như một lời chúc hoan lạc. *"Tiếng cười có chức năng xã hội: Muốn hiểu tiếng cười, chúng ta phải đặt nó trở lại môi trường tự nhiên của nó, đó là xã hội, và trên hết, chúng ta phải xác định tính hữu ích của nó, đó là tính xã hội. Đó sẽ là ý tưởng chỉ đạo cho tất cả các cuộc thẩm tra của chúng tôi. Tiếng cười phải đáp ứng những yêu cầu nhất định của cuộc sống chung. Nó phải có một ý nghĩa xã hội"* (Henri Bergson).

Minh Đạo Đoàn Vinh
California 4/14/2023.

NGUYỄN HOÀNG QUÂN
SONG THAO, THỜI NAY VÀ ĐÀ LẠT

Ngồi phía sau là Hà Túc Đạo (Saigon, 2002)

Tôi giã từ Thời Nay khi nhận giấy mời vào Bộ Binh Thủ Đức . Đã hơn 50 năm từ những ngày nón sắt, ba lô, súng trường, *poncho* nền đất ấy, tôi mới cầm bút lại. Lần đầu cách đây khoảng ba năm, Hà Túc Đạo bất ngờ ra đi

không trở lại, vài ngày sau khi báo tin bạo bệnh tới Song Thao, Đoàn Minh Đạo (Đoàn Vinh) và tôi.

Lần này là lần thứ hai cầm bút. Nhưng có khác vì sẽ viết về một tin vui. Ngôn Ngữ số tới phát hành có phần đặc biệt, giới thiệu Song Thao, Bạn ta.

Bạn ta thì vẫn là Bạn ta, nhưng thật ra trong số những tay viết Thời Nay còn liên lạc ở hải ngoại, ngoài Hoàng Hà ở Úc, Song Thao đúng ra phải là " đàn anh" của cả tôi lẫn Đoàn Minh Đạo.

Khi tôi còn là sinh viên, tập tinh viết báo , Song Thao đã nhiều năm là một cây bút kỳ cựu của Thời Nay. Ở tay phải, Bạn ta là chuyên viên một Bộ, lại nắm được một ghế tại các buổi họp liên Bộ tập tành nghề kiểm duyệt.Tôi còn nhớ những buổi chiều ngồi uống la-ve "de la rue 33" chai lớn, với tôm khô củ kiệu, ở con hẻm nhỏ bên cạnh tòa soạn Thời Nay. Có Khánh Giang, có Song Thao, có Hà Tuc Đạo, cộng thêm mấy tay viết Thời Nay tình cờ tới toà soạn trong ngày. Ai ai cũng ngẫn tò te khi nghe Song Thao điểm danh những đoạn phim, mà nhà nước Việt Nam Cộng Hòa quyết định vượt quá khả năng tiếp nhận của quần chúng quê mùa chúng ta.

Kỷ niệm của tôi với Song Thao thì đa số là trước 1975, sau đó thì ai cũng ở Bắc Mỹ cả, chỉ có tôi là mò qua tới tận Âu Châu.

Gặp nhau thì có những lần nhậu nhẹt với Khánh Giang *"and all"* . Những lần họp mặt chính thức của toàn thể anh em toà soạn . Lần chứng kiến Song Thao trổ tài văn nghệ, rất trường Bưởi, rất Chu Văn An, với cô em Bắc Kỳ, nhưng không còn nho nhỏ, trong bữa ăn bún bò Huế của toà soạn Thời Nay, do Hà Túc Đạo tổ chức tại nhà. Lần Đông Quân mang từ Singapore về một lô bia đen Guiness, lần đầu mới thấy ở Saigon cho anh em thưởng thức. Lần ông chủ nhiệm Thời Nay chở xe ra Vũng Tàu để cùng nhau uống rượu với mực tươi tại chỗ . Lần có Song Thao, Khánh Giang, Thiên Ân, Hà Túc Đạo tại bữa tiệc tiễn đưa tôi theo Q. về nhà ở rể. Để rồi cuối năm trong bài phiếm về anh em toà soạn, Song Thao đã tặng ngay tôi một huy chương vàng lao động, vi tôi cưới đúng ngay vào ngày mùng 1 tháng Năm năm ấy, đã " chót dại " ký giấy cam kết là trong suốt phần đời còn lại, sẽ chăm sóc, cuốc rẫy, cày bừa chỉ một mảnh đất rất Huế và rất là nho nhỏ thôi.

Sau 1975 thì có hai lần.

Năm 2002, gặp nhau ở Saigon. Có Song Thao, Hà Túc Đạo, Thiên Ân và tôi, lại rủ thêm ông chủ nhiệm ngày nào Nguyễn văn Thái, mang rượu tới thăm Khánh Giang- không ngờ đó lại là chuyến ngồi bên Khánh Giang lần cuối. Rồi tới lần sang Montreal thăm gia đình, Q. và tôi được Song Thao và Hương (hai Bà đều là dân rất Huế) cho đi ăn bánh đập, sau đó Bạn ta đưa về thăm nhà và tặng toàn bộ tác phẩm đã xuất bản ở Bắc Mỹ...

Nhưng có một lần trước 1975, tôi nhớ mãi, lần lên miền đất thân yêu Đà Lạt, thăm Đoàn Vinh, Hà Túc Đạo, nhóm bạn bè Đại Học Đà Lạt và cà-phê Tùng. Song Thao và tôi buổi sáng đứng trò chuyện trước căn nhà trọ sinh viên. Câu chuyện giữa hai đứa chúng tôi, chỉ có Bạn ta và tôi biết thôi, có lẽ và chắc sẽ là không bao giờ chia sẻ với ai.

Sáng tạo của Bạn ta thì dồi dào, phong phú và đi vào đủ moi thể loại.

Khi còn Thời Nay, cứ mỗi cuối năm là tôi lại mong chờ số báo Xuân với bài phiếm đặc biệt của Bạn ta, viết về anh em toà soan và các cây bút Thời Nay, từ ông chủ nhiệm tới anh sếp nhóm thợ sắp chữ nhà in.

Nhưng nhất trong toà soạn thì vẫn phải là cô Ca, người thư ký có trách nhiệm cực kỳ quan trọng cho cả bọn cầm bút chúng tôi - cô chính là người chi tiền nhuận bút cho bài mới đăng, ứng trước cho bài đã viết nhưng chưa kịp đăng, và lại còn cả cho những bài chưa kịp viết, chỉ có cái tựa bài đặt ra trong lúc rượu tràn môi. Cô còn rất là rộng rãi với những tập báo mới thơm mùi mực in, lại có đóng dấu "Kính Biếu" đỏ lòm, để cho vui lòng các cô bé gái hậu phương.

Những bài cuối năm ấy, Bạn ta lúc nào cũng hóm hỉnh, duyên dáng, lại thêm một chút khôi hài kiểu phớt tỉnh ăng-lê, nhẹ nhàng nhưng đầy những nhận xét bất ngờ. Các bài viết này phải là tiền thân của những câu chuyện Phiếm mà Bạn ta đã cho ra đời hàng năm, không ngừng từ ngày ra hài ngoại.

Vậy là đã tới lúc tôi xin có lời chúc mừng Song Thao, nhân dịp số Ngôn Ngữ đặc biệt này. Một điểm chấm to trong sự nghiệp sáng tác của Bạn ta, mà tôi nghĩ và mong vẫn sẽ còn một chặng rất dài tiếp nối.

Nhưng, nói riêng với Song Thao thôi nhé, với riêng tôi sáng tác mà nếu tôi phải nhắc tới đầu tiên, vẫn là Bỏ Chốn Mù Sương, một truyện trong tuyển tập truyện ngắn cùng tên của Bạn ta.

Truyện đã làm sống lại trong tôi cả một khung trời của thành phố mộng mơ ấy, của cái lành lạnh khi ban đêm rời khỏi cà phê Tùng, của những buổi sáng dọc theo bờ hồ khi nắng sớm mai còn lung linh trên mái tóc ai. Một thời của những tình yêu ban đầu thoáng qua như gió thoảng. Của những lãng mạn nhưng trong sáng, của những mong ước tương lai chưa tới, của gần 3 năm chuẩn rồi thiếu úy ở quân trường Chỉ Huy Tham Mưu Đà Lạt, của những ngày thăm viếng hẹn hò, của những sáng sớm thứ bảy vội vã kéo nhau chạy ra Liên Khang, theo những chuyến phi công tập bay vận tải C23, bị đổi hướng từ Huế hay Đà Nẵng lên Đà Lạt, để tôi theo về Saigon, để tôi có được chưa đến trọn một ngày quý báu với ai...

Trong truyện ấy, tôi cũng còn thấy đâu đó bóng hình của chính Bạn ta và Hương, cùng với ông bạn Hà Túc Đạo.

Không cần chi những suy tư, triết lý thời trang về cuộc đời hay thân phận con người, câu chuyện là của lãng mạn, của nhẹ nhàng, nhưng vẫn hóm hỉnh và rất là...Song Thao.

Bây giờ thì tôi sẽ không viết nữa. Từ trong những tập truyện mà Bạn ta đã tặng cho tôi vào một ngày thân ái tháng Chín năm 2004 ấy, tôi sẽ một lần nữa để mình đăm chìm vào một Chốn Mù Sương, của Bạn, của tôi, để tôi lại được quay trở lại một thời đã qua, nhưng vẫn chưa rơi vào quên lãng.

Nguyễn Hoàng Quân
3/2023.

MINH NGỌC
New York Dưới Dấu Chân Lang Bạt
Của Song Thao

Tôi đọc Thời Nay cuối thập niên 70 sau khi nó đã bị khai tử năm 1975 cùng với chính thể Việt Nam Cộng Hòa. Lý do thành độc giả trễ tràng như vậy là vì phải đợi đủ lớn để đọc được tạp chí. Lý do được đọc trong thời điểm sách báo bị tịch thu, tiêu hủy, bán ve chai, làm giấy vụn là vì ba má tôi là độc giả trung thành của Thời Nay, đón mua mỗi khi báo ra vào ngày 1 và 15 hàng tháng, cất giấu cẩn mật cho qua cơn sóng gió trong khi vàng vòng đồ đạc trong nhà từ từ đội nón ra đi.

Đã đọc Thời Nay, không thể bỏ qua tác giả Song Thao, cộng tác viên đắc lực thường trực mỗi số báo trong nhiều mục: Những điều trông thấy, phóng sự, phiếm, truyện ngắn. "Những điều trông thấy" nhận định thời sự thẳng thắn, dí dỏm, tôi thích đọc để hiểu thêm xã hội thời ấy. Phóng sự, phiếm cũng với giọng văn sắc sảo hóm hỉnh như vậy. Ngược lại, truyện của ông, ký tên Tạ Sương Phụng, Phượng Uyển, lãng mạn nhẹ nhàng. Tôi mê nhất, hơn hết, là các du ký của ông, cùng với du ký của cô Minh Đức, mở ra một thế giới phong phú thú vị với những chi tiết tỉ mỉ về văn hóa, xã hội, con người, cho một đứa nhỏ giam mình suốt ngày trong nhà đọc sách, không có dịp đi đâu ngoài những chuyến lặn lội rừng núi thăm ba trong trại tù cải tạo. Lúc ấy, tôi không hề ngờ có ngày mình đến định cư ngay New York, thủ phủ thế giới, và rong ruổi du lịch khắp nơi, đặt chân lên những góc phố vỉa hè từng được đọc trong những trang du ký thuở nhỏ trên Thời Nay. Du lịch nhiều nơi, tôi phát hiện lý do tôi yêu thích những bài du ký của ông - tính tôi cũng ham khám phá ngõ ngách xó xỉnh chứ không cưỡi ngựa xem hoa ở những khách sạn nhà hàng sang trọng dành cho khách ngoại quốc và những địa điểm nhàm chán nơi hàng trăm người chen chúc dòm một cái, chụp một tấm hình.

Trước 1975, Song Thao có dịp đi nhiều nơi do nhu cầu công vụ, đi tới đâu ông cũng mò tới hang cùng ngõ hẻm, mạo hiểm với dân địa phương dù nhiều khi bất đồng ngôn ngữ, tìm hiểu đặc điểm văn hóa ở những thành phố khác nhau: New York, Washington DC, Tokyo, Seoul, Hong Kong, Manila. Các bài du ký của ông thành chủ đề trang bìa của số báo. Độc giả theo ông gặp gỡ người quen (ở đâu cũng có), ăn ngủ vui chơi với các sinh viên du học, cho đến người bản xứ trước lạ sau quen, cái thời mà người Việt Nam (Cộng Hòa) đi tới đâu cũng được chào đón niềm nở. Ta được trải qua những đêm thiết quân luật dưới chính thể Marcos, khám phá một phần thế giới cộng sản trong cửa hàng Trung cộng ở Hương Cảng, hít thở không khí hòa bình chờ chiến tranh ở Hán Thành, ngưỡng mộ tinh thần kỷ luật lịch thiệp của dân Nhật, chứng kiến thái độ đối nghịch nhau của người Mỹ về chiến tranh Việt Nam giữa trào lưu hippie, sau khi theo ông lăn lóc ở những phòng trọ bình dân, lang thang khắp phố to hẻm nhỏ, hàng quán, vật vờ trên chuyến tàu đêm, mua giày ở Ginza, xem hát khiêu dâm bằng... chân giấy ở Đông Kinh, "hát cô đầu" (kisaeng) ở Thanh Châu (Cheongju), đi phà và ăn nhà hàng nổi ở Hương Cảng, diễn văn nghệ ở Manila...

Song Thao dám đi và dám làm, bản thân tôi là dân New York lâu năm cũng lắc đầu le lưỡi chào thua cái bạo gan thám hiểm Times Square, SoHo và khu Harlem của ông. Khi tôi đặt chân đến New York năm 1994, thành phố vẫn còn y như ông mô tả trong chuyến đi năm 1969 - Times Square là khu ăn chơi trác táng với vũ trường, hộp đêm, quán khiêu dâm; SoHo là làng nghệ sĩ (Greenwich Village) với những tòa chung cư cổ kính có phòng trọ cho nghệ sĩ nghèo như Jonathan Larsen tả trong ca kịch Rent hay Tick... Tick... Boom!, phòng tranh tự phát, quán ăn bình dân; còn Harlem đặc mùi jazz vào ban đêm với những ban nhạc da đen.

Gọi là Times Square vì trụ sở nhật báo New York Times đặt ở đó (dịch ra tiếng Việt phải là Quảng trường Thời Báo chứ không phải Quảng trường Thời Đại như báo Việt Nam dịch tầm bậy), nằm trên đường 42, ngay chạc ba hình chữ Y tách ra thành Broadway và đại lộ số

7 chạy xuống downtown. Lúc ấy, từ Penn Station ra, giữa đại lộ số 7 và 8, đường 34 và 35, đi lên phía Bắc về hướng Times Square thấy ngay những cửa sổ chạy đèn màu hồng màu đỏ "XXX", "SEX", "Adult", "Topless" giữa ban ngày, hoạt động liên tục, ngay cả tiệm sách cũng cùng trường phái. Song Thao viếng thử chỗ hiền nhất chốn này để xem... nút: "Những cửa hiệu không bao giờ được đặt tên và ngoài cửa chỉ ghi hàng chữ thông thường Books and Magazines. Nếu bạn nhìn hai chữ này và bước chân vào mong tìm những loại sách và tạp chí bạn vẫn thường đọc ở Việt Nam thì bạn sẽ thất vọng. Vì sách và tạp chí ở đây chỉ gồm những loại mang tên và hình ảnh có thể làm đỏ mặt những nhà đạo đức. Nếu muốn dùng một chữ quen thuộc để chỉ những sách, tạp chí, và hình trong những cửa hiệu này tôi sẽ dùng chữ 'khiêu dâm'. Bạn có thể tìm thấy đủ mọi trình độ 'khiêu dâm' nơi đây. Từ những chiếc máy chiếu phim tự động mà bạn chỉ cần bỏ 25 xu vào một chiếc lỗ là có thể thưởng thức một đoạn phim 'thoát y' lâu chừng năm phút, những bộ phim trình bày những thân hình không cần che đậy với giá 20 đô la tới những tạp chí in hình những thiếu nữ hở hang đại loại như tạp chí Playboy với giá khoảng 1 đô la, những tạp chí 'nóng bỏng' hơn phô diễn đầy đủ hình ảnh giống đực và giống cái trên các đảo khỏa thân với giá 3 đô la." (Những Chiếc Nút Nhiều Lời, Thời Nay số 238). Song Thao theo dấu trào lưu mang nút có chữ thông điệp thời đó, nhưng khu phố này còn nổi tiếng với... những chiếc áo thiếu nút. Chiều vừa xuống, đi theo đoạn đường này gặp phải từng nhóm cô gái son phấn loè loẹt, ăn mặc hở hang, chèo kéo đàn ông. Năm 1995, thị trưởng Giuliani, xuất thân thẩm phán, bất thần mở đợt càn quét một đêm. Sáng hôm sau, từ Penn Station ra để đến khóa học, tôi thấy băng nhựa vàng của cảnh sát giăng khắp nơi, các cửa hiệu tắt đèn đóng khóa im ỉm. Từ đó, những quán ăn, hiệu buôn trang hoàng thanh lịch thay thế những cửa hiệu chạy đèn hồng ngày trước. Times Square nay là nơi vui nhộn lành mạnh cho du khách mua sắm, chụp ảnh với thiết kế trang hoàng theo từng ngày lễ khác nhau và những nhân vật hoạt hình, nhiều ban nhạc trình diễn tự do, khách cho tiền tùy hỉ, xung quanh là vô số nhà hát kịch Broadway với biển quảng cáo lộng lẫy, màn hình rộng chạy quảng cáo sáng rực ngày đêm, xứng danh "City never sleeps".

Song Thao ghé làng nghệ sĩ Greenwich Village vào buổi chiều. Washington Square nằm trong khu vực New York University, cũng như Cambridge của Harvard, nên dễ hiểu khi ông gặp đám đông thanh niên thiếu nữ tụ tập quanh bồn phun nước, đàn hát nhảy nhót. Qua khỏi nơi này, làng nghệ sĩ vắng lặng về đêm: "Dưới ánh đèn vàng vọt lười biếng, đường phố khu Village mang một vẻ trầm trầm khắc khoải. Những khung cửa đóng kín, những dáng người lầm lũi bất cần đời, những khuôn mặt không thiết nhìn những người chung quanh cùng cái không khí mang mang kỳ quái khiến du khách cảm thấy xa lạ với khu vực danh tiếng này. Một vài tiệm cà phê tối tăm cùng những cửa hàng bán họa phẩm cũng không đánh tan được sự trống vắng trong lòng khách lạ." (La Cà Trong Khu Nghệ sĩ, Thời Nay số 239). Sức sống ban đêm ở đâu? Song Thao khám phá khi đẩy cửa vào một bar tràn ngập không khí ồn ào náo nhiệt, ăn nhậu hát hò, rất "nghệ sĩ": "Thỉnh thoảng lại có một ca sĩ ăn mặc xốc xếch từ ngoài cửa chạy vào xồng xộc bước lên máy vi âm la hét khoảng chừng nửa tiếng rồi ngả mũ đi từng bàn xin tiền sau khi đã báo động khán giả bằng câu tuyên bố nghèo. Nếu quý vị thấy thích tài trình diễn của tôi thì thưởng cho tôi một số tiền. Nếu không cũng xin cho tôi một nụ cười." SoHo ngày nay là khu sang trọng, có những hiệu thời trang lộng lẫy, quán ăn đắt tiền, nổi tiếng là nơi tụ tập của giới đồng tính (LGBTQ+), chiều tối đi trên đường gặp nam thanh nữ tú dập dìu, không biết ai nam ai nữ. Vào ăn ở đây tuy ngon nhưng rất mệt vì đông đúc giới trẻ cười đùa ồn ào, muốn nói chuyện phải hét to, ra khỏi quán đau cả họng.

Song Thao còn bạo gan đi xe bus lên Harlem la cà trong quán rượu hát jazz tới ba giờ sáng, việc mà đa số dân New York (không phải da đen) rụt cổ lắc đầu. Khách trong quán rất thân thiện hòa đồng, ai muốn lên đàn hát cứ việc, khiến tác giả cao hứng hát tặng hai người bạn da đen trên xe bus bản "Bây giờ tháng mấy"! Harlem bây giờ nhếch nhác bẩn thỉu, dày đặc các cửa hàng, dịch vụ toàn bằng tiếng Spanish, chạy xe giữa ban ngày không dám hạ kính cửa sổ, nhà hát Apollo lừng danh chỉ còn quá khứ vàng son. Họ hàng, người quen tới New York, đòi đi chơi Harlem, tôi trợn mắt hỏi "Muốn nạp mạng hả?". Cái thời jazz lãng mạn đã xa lắc rồi, đừng đọc bài của Song Thao từ năm 1969 mà tưởng bở.

New York là thủ phủ thế giới với trụ sở Liên Hợp Quốc, quy tụ đầy đủ các nguyên thủ quốc gia mỗi kỳ họp, dĩ nhiên là thành phố đa chủng tộc nhất thế giới, với dân chúng nói gần 200 ngôn ngữ khác nhau. Trong phim Inside Man, khi nghe được đoạn ghi âm bằng tiếng ngoại quốc, Denzel Washington trong vai sĩ quan điều tra hất hàm bảo thuộc cấp hỏi đám đông hiếu kỳ đang xúm xít bên ngoài, *This is New York. Someone must know what language it is.* Có lần, John Rocker, tay ném bóng chày của đội Atlanta Braves, phát biểu về New York với giọng khinh thị: "Thành phố gì mà ngồi xe điện ngầm nghe đủ thứ tiếng ngoại trừ tiếng Anh". Đến thành phố phong phú sắc tộc như vậy, Song Thao cũng có nhiều bạn để đi ăn cơm Nhật, nói tiếng Anh giọng Tàu, bất đồng ngôn ngữ với mấy anh Thổ Nhĩ Kỳ, có khi quan điểm va chạm lụp cụp như với anh chàng Zambia kỳ thị người da trắng. (Những Tên Bạn Tạp Chủng, Thời Nay số 240).

Có lần, nói chuyện Thời Nay, tôi hỏi ông có ý định in lại những bài du ký không, ông nói bây giờ ai cũng đi nhiều rồi, đâu có gì mới lạ nữa. Với tôi, là người sống ở New York ngót ba chục năm qua, chứng kiến thành phố thay đổi qua nhiều sự kiện, những bài du ký năm 1969 ghi lại sinh hoạt thời ấy dưới mắt của một du khách không chịu dừng ở mức độ du khách mà tìm tòi thâm những bài du ký năm 1969 ghi lại sinh hoạt thời ấy dưới mắt của một du khách không chịu dừng ở mức độ du khách mà tìm tòi thâm nhập cùng dân "thổ địa" vẫn rất thú vị. May thay, ông đã tái bản loạt bài du ký này cùng những bài mới trong tập Dấu Chân Lang Bạt (Nhân Ảnh 2016). Người miền Nam gọi những người "lang bạt" như Song Thao là "chân đi", "có mụt ruồi ở chân". Tôi không biết ông có mụt ruồi ở chân không, nhưng ông vẫn còn ham đi lắm, và vẫn ham viết du ký, súc tích hơn nhiều vì có thì giờ đi dài ngày hơn xưa, chỉ có con Covid mới cầm chân được ông.

Minh Ngọc

NGUYỄN VY KHANH
NHỮNG CHỐN CŨ CỦA SONG THAO

Song Thao (tên thật Tạ Trung Sơn) thực sự đến với thế-giới văn-học từ khi ra đến hải-ngoại (1985) và đã tỏ ra là một cây viết bền bỉ, hăng hái nhất là khi mới xuất hiện - khoảng 1991, lúc mà văn-chương chữ nghĩa được xem như khí cụ đấu tranh và sống còn, lúc văn-học hải-ngoại đang vào cuối giai đoạn tị nạn, lưu vong. Từ năm 1993 đến nay, ông đã xuất-bản các tập truyện ngắn *Bỏ Chốn Mù Sương* (1993), *Đong Đưa Cuộc Tình* (1996), *Còn Đó Bóng Hình* (1997), *Chân Mang Giày Số 6* (1999), *Cuối Ngày, Một Lần Ngồi Lại* (2001), *Bên Lưng Những Con Chữ* (2003) và *Chốn Cũ* (2006) – sau tái bản thành các *Tuyển Tập Truyện Ngắn* (2013-14). Những năm sau nầy, Song Thao được biết nhiều hơn với các truyện phiếm (film) trên các báo và tạp-chí ở hải-ngoại và đã in 29 tập *Phiếm* (2004-2023) cùng hai tập *Dấu Chân Lang Bạt* (2016, 2022). Trong bài này, chúng tôi thử phân tích thời-gian và dừng lại ở ý niệm Chốn Cũ, qua các truyện ngắn và một số bút ký của Song Thao đã xuất-bản.

Nỗi ám ảnh của thời-gian

Nói đến thời-gian thì có thứ thực-tại, có thứ chỉ là tham-chiếu, làm nền, nhất là trong thế-giới tiểu-thuyết. Thật vậy, *tính tiểu-thuyết* (fictionality) có chăng ở tác-phẩm viết về quá-khứ và đâu là những dấu hiệu, cái gì thật và cái gì là ảo hóa? Nói đến *tiểu-thuyết hóa quá khứ*, quá khứ cần đến văn-chương cũng như có nhu cầu được đặt lên bàn thờ tâm thức. Văn-chương, tiểu-thuyết có thể trở thành một trị liệu cho người lưu xứ, một giải tỏa tâm lý. Tùy vết thương nặng nhẹ (người ta hay nói vết thương lòng, vết thương đời,...) mà dùng đến những thể-loại hồi ký, bút ký hay tiểu-thuyết, truyện ngắn và thi ca. Khi sử-dụng thể-loại tiểu-thuyết hoặc tiểu-thuyết hóa, văn-chương hóa quá khứ thì các sự kiện, người và vật có thể mơ hồ, pha tưởng tượng, không bắt buộc phải tham khảo lịch-sử, tài liệu văn khố, hay phải là sự thật trăm phần. Quá khứ thành chuyện kể một lần rồi thôi, mà cũng có thể lập lại, kéo dài hết truyện này qua truyện khác, hay cả tập thơ. Người ta cũng có thể tìm hiểu tác-giả một cách khoa học qua cách đi vào tâm thức của nhân-vật, hay nói khác đi, những dấu chỉ rải rác qua các tác-phẩm giúp hiểu tâm thức tác-giả.

Ở Song Thao, nói chung, quá khứ hay "cái còn lại" phần chính là trong *tâm thức*. Một kiếm tìm thời-gian qua lối kỹ thuật kể chuyện: vừa kể vừa nhớ vừa tìm; đối với Song Thao, thời-gian đã là nỗi ám ảnh khôn nguôi, có lúc bàng bạc có lúc nặng nề qua các truyện ngắn và bút ký (trong khi đó các chuyện Phiếm về cuộc sống đa dạng vây quanh của xã hội bản xứ và cộng đồng người Việt bát nháo, ông tung hoành trổ tài phóng bút/phím máy điện toán và gia vị bi hài, tham khảo vừa qua; khiến những nỗi ám ảnh và thao thức nói chung và nếu có, sẽ trở nên nhẹ nhàng hơn). Thời-gian hiện tại được cấu thành bởi những yếu tố quá khứ, những bóng người và kỷ niệm. Thời-gian đã qua như bóng câu, một cách tự nhiên; nhưng cái thời-gian đã mất, cần đến tra vấn: tự đánh mất, hay mất mát vì hoàn cảnh, biến cố lịch-sử - như đã xảy ra với nhiều người Việt ở thế-kỷ XX? Và đã mất tức thế nào cũng phải có những "cái còn lại". Tác-phẩm của Song Thao lần lượt trình với người đọc những mảnh ghép *puzzle* đó.

Thời gian tuổi trẻ thường được xem là đẹp nhất, đã mất, như tiếc nuối của nhân-vật Trọng trong Gang Tấc Còn Xa: "*Thời-gian là một tên cướp giật từ tốn. Nó lấy của anh từng chút từng chút nhựa sống và chẳng biết tự bao giờ nó dúi vào tay anh một cuộc sống nghiệt ngã tầm thường. Anh nuối tiếc những ngày sinh viên cũ, mảnh ban mai hồng hào của đời người, chuỗi ngày tươi mát rộn ràng*". (ĐĐCT tr. 150). Thời-gian không thật, qua níu kéo, tìm lại: trở về Việt Nam, tìm trong sự vật, con người (bạn bè, người thân). Cả trong những món ăn đã có quá khứ, đã là một phần của quá khứ, như phở. Thật vậy phở được tác-giả đề cập đến nhiều lần và tất cả đều như một hạnh-phúc, một nhung nhớ vàng son. "*Hồn tôi còn đang tìm về những bát phở xưa, những bát phở như nước lồ ô pha gia vị. Đúng như Hùng nói, bao nhiêu tật bệnh cũng nép mình chịu thua phở*" (BLNCC tr. 218).

Ở Song Thao, thời-gian vị-lai thường thiếu bóng, có chăng là chân trời xám tối và phần nào những nỗi bi quan, mất tin tưởng khi hướng vọng, dự phóng về phía trước. Trong truyện Mai Sau, cái dự phóng có đó nhưng như muốn giải tỏa một tình cảnh bi thảm. Còn chạy trốn quá khứ thì vẫn xảy ra với một số nhân-vật của Song Thao, như hai vợ chồng già dắt nhau vượt biên trong Người Đàn Bà Ôm Bó Hoa Trong Ngày Tết, như Uyên và Thiệp trong Trên Đỉnh Whistler, v.v.

Quá khứ ở Song Thao đầy hình ảnh, âm thanh (và cả mùi vị). Nếu truyện ngắn Bỏ Chốn Mù Sương làm sống lại những ngày sinh viên hoa mộng ở đại học xá Đà Lạt, thì truyện Theo Dòng Thác cho biết những dịp sống tập thể ở xứ người (Bắc Mỹ) cũng có thể làm nhớ nhung mãnh liệt một quãng đời nơi quê nhà, hay qua dáng dấp Katrina, người con gái người Ba Tây, gợi cho nhân-vật Cảnh nhớ đến những ngày ở Đà Lạt với một người thiếu nữ tên Ánh: "*Vẻ tươi mát thoải mái của người con gái ngồi ở đầu ghế làm Cảnh nhớ tới Ánh. Những ngày tháng Đà Lạt rạt rào trong trí óc Cảnh. Đôi gót chân hồng ấm nhỏ xíu của Ánh thoăn thoắt lướt trên thảm cỏ non. Kỷ niệm đầy ắp cơ hồ muốn giữ chặt nhịp tim của Cảnh. (...) Cảnh chỉ còn có trước mắt chiếc cằm nhỏ nhắn xinh như một trái đào Đà Lạt lớt phớt lông tơ run rẩy rùng mình trong một buổi sáng tinh mơ gây gây lạnh. Anh đưa tay nâng cằm Kristina mà cứ nghĩ là đang chạm vào cái mượt mà mềm mại của trái đào quê hương lung linh trong trí tưởng. Tiếng hát không có đàn cô quạnh buồn hiu hắt*". (BCMS, tr. 56-58). Khi tiếng hát của Kristina cất lên thì Cảnh không thể thoát khỏi quá khứ của một thời Đà Lạt: "*Tiếng hát khởi đầu bằng những âm điệu cao vút rồi lanh chanh dồn dập kéo tới như tiếng nước đổ. Cảnh thấy như mình đang ngồi dưới thác Prenn, đang ngước nhìn lên đỉnh thác Gougah. ...*" (tr. 59). Đây chỉ là nhung nhớ và hoài niệm, có buồn nhưng thật đẹp, nếu so với Đà-Lạt sau này khi trở về chốn cũ!

Khi viết về văn chương lưu đày, chúng tôi đã từng ghi nhận: "*Quê nhà do đó trở nên điểm tựa, cho những tham khảo đã mất đó! Nhưng với thời gian, nỗi nhớ cũng trở nên khô cằn, già cỗi, một cách bi thảm, khó khăn. Nỗi nhớ trong cô đơn, giữa những thê thảm của cảnh vật xa lạ, "của người" thường trực chung quanh,... đã là những yếu tố làm suy bại kẻ lưu đày! Quá khứ quấy rầy đến làm hỏng cuộc sống hiện tại; đã dứt bỏ quá khứ nhưng không dễ, lắm khi bị thương tổn*" (*Văn Học Việt Nam Thế Kỷ XX: Một Số Hiện Tượng Và Thể Loại*, tr. 366). Tác-giả Song Thao (và nhân-vật của ông) sống chìm trong ngôn-ngữ và quê người, trở thành mảnh đất văn-chương. Giữa tiếc nuối và đứt đoạn (một loại tang chế), đau khổ và vui sống, tác-phẩm trở thành những mảnh đời không còn của những thiên đường đã mất. Người có quá khứ, kỷ-niệm thì nỗi nhớ quấy rầy, tiếc nuối hạnh-phúc tưởng bỏ được đã không thể, vẫn day dứt!

Thật vậy, "*những ngày đầu nơi xứ người anh chỉ ao ước có lúc được nhìn lại khung cảnh quen thuộc như thế này. Nỗi nhớ xót xa kỳ lạ lắm chắc em không thể tưởng tượng được đâu*" (ĐĐCT, tr. 208). Hoán là người trẻ mà còn nghĩ thế về cảnh sống lưu lạc, huống chi là người lớn tuổi như bà dì Hòa của nhân-vật Tôi trong Cũng Gọi Là Về: "*Về lại đất nước bao giờ cũng là niềm vui của dì. Những lần qua Pháp trước đây, dì đi như có sợi giây vướng víu ở chân. Con cháu đầy đủ cả ở Pháp mà lòng dì vẫn cứ muốn về. Mỗi lần dứt ra về được, dì như được tháo cũi sổ lồng. Hình như quê hương đã giữ chặt nhịp thở của dì, ban phát cho dì hạnh phúc của cuộc sống*" (CMGS6, tr. 143). Người dì này đã từng khó khăn chấp nhận di cư vào miền Nam thời kháng chiến 1946! Cuối cùng dì cũng về "*trong chiếc bình sứ thu nhỏ... trong chiếc xách tay theo cô em tôi lên máy bay. Cũng là một chuyến về. Lần này là chuyến về quê vĩnh viễn của dì tôi*".

Chốn Cũ

Nỗi day dứt đó sẽ vơi bớt khi người ra đi có thể trở về chốn cũ. Trong trường hợp Song Thao, ông từng *hồi cư* rồi *di cư* và *di tản*, ba lần thay đổi cuộc sống, một cách không tự nguyện. Ngay từ những truyện ngắn đầu tay ở hải-ngoại, Song Thao đã viết về chốn cũ và thời-gian đã mất, nhưng hai tập *Bên Lưng Những Con Chữ* và *Chốn Cũ* mới thật sự ghi đậm dấu tâm thức này qua các đề tài thời gian và ký ức, mong-chờ và lắng nghe, vọng về, những lưỡng đề ngoài-trong, xưa-nay, tưởng-đã-quên - nay-tìm-lại. Chốn cũ được soi qua lăng kính phân tích và chú-giải, có khi đưa đến những nhận dạng ra cái sâu lắng của bản ngã không được đánh giá đúng. Nay con chữ đến như cứu-cánh tự tại, trình bày, biểu thị cái khuôn mặt che đậy của bản ngã. "*Cái còn-lại*", một từ ngữ của thời Hậu hiện-đại, trở thành sự chấp nhận tiêu cực, cái lẩn quẩn quấy rầy bởi sự hiện diện của nó, một thứ hiện diện 'bên lưng', 'bên lòng', v.v. Còn lại cũng là cái sừng sững, chưa mất, chưa bị triệt tiêu, một từ ngữ diễn tả ý tưởng nặng nề và mờ đục về vật chất cũng như tâm linh. Xuyên qua quá trình trở-về, đi-tìm, cái còn lại diễn biến rời khỏi vật chất vì yếu tố được sủng ái của nó là thời-gian, vì cái còn lại ở với thời-gian. Nhân-vật Nghiệp trong Cỏ Mềm Lãng Đãng tưởng đã tìm lại giọt máu rơi: "*Nhìn dáng dấp Ngàn lồng trong bóng dáng nhỏ nhắn của Sarah anh bỗng cảm thấy rõ ràng con nhỏ đã được tượng hình vào một buổi chiều chạng vạng trong một ngày nhộn nhạo hốt hoảng năm xưa. Anh khẽ gọi thầm trong miệng. Con ơi!*" (ĐĐCT tr. 27).

Ý niệm "*cái còn lại*" có khía cạnh tiêu cực mà con người muốn sống mạnh, đi lên, cần phải bại trừ. Tiêu cực với những nhãn hiệu như cặn bã, tàn tích, di vật, bùa hộ mệnh, v.v. vì những cái này có di hại rơi vào tôn sùng quá đáng (di vật), hoặc biểu dương thái quá thành ảo ảnh (bùa hộ mệnh), hoặc tiếc nuối cái đã mất (tàn tích, cặn bã). Sự thái quá đưa đến đồng hóa "cái còn lại" với những cái có thể sờ mó được trọn vẹn. "Những kỷ niệm như làm cho người ta níu kéo được cuộc sống dù là một cuộc sống đã mất tăm mất hút trong cái biền biệt của thời-gian. Cuộc tử sinh sao quá suồng sã!" (BCMS, tr. 180). Nhân-vật chị Vinh trong Người Thay Áo sống với hy vọng: *"Nhưng cái mất mát từ một hiện diện sờ mó được tới một ý niệm thấp thoáng nét hư không phải cần có thời gian mới nuốt trôi được anh ạ. Nếu bây giờ tôi nói với anh là tôi đã nhìn thấy anh Vĩnh bên ngoài cõi sống này anh có tin không?"*(BCMS, tr. 181).

Song Thao, hay nhân-vật của ông, đã trở về thăm lại Việt Nam, *chốn cũ*, bắt đầu ở miền Nam, nơi vừa bỏ đi, và hơn một lần ông xác định "trở về" chứ không phải "du lịch" (Về, Mười Mảnh Vụn). "Việt kiều" trở về quê nhà, như Hoán trong Nhạt Màu Phố Cũ, mới đó mà đã có cái "mùi nước ngoài" và người trong nước nhận xét: *"Trông anh giống như một du khách người nước ngoài đứng nhìn cảnh lạ xứ người ấy!"* (ĐĐCT tr 210). Nhưng bản thân Hoán thì cảm nhận xót xa rằng:*"Bao nhiêu năm lưu lạc ôm nặng nỗi nhớ mong trong lòng, giờ đây ngồi giữa thành phố cũ với tên bạn xưa sao anh chẳng cảm thấy thanh thản. Anh lạc lõng giữa thành phố thân thương cũ, thấy lòng tiếc nuối như nghe một bản nhạc kỷ niệm bị đánh lỗi nhịp. Anh cảm thấy mình là một kẻ lưu vong ngay tại chốn quê nhà"* (tr 201). Hoán về không tìm thấy người con gái tên Châu nhưng vô tình gặp gia đình người chỉ huy cũ, cái tình cờ để Hoán đưa lễ vật muộn màng giúp gia đình ông như chàng vẫn tự hứa. Truyện Gặp Gỡ trong tập *Cuối Ngày, Một Lần Ngồi Lại* mang không khí Sài-Gòn nhẹ nhàng, kể cả những tình cảm kín đáo nhất: nhân-vật Phú trở về thăm người bạn cũ từng chung làm báo trước 1975 gặp lại Cúc con người bạn đó mà một thời trai trẻ Phú đã từng để ý.

Chốn cũ là những vùng đất quê hương từng đặt chân đến, như Đà-Lạt, nay trở về (truyện Giữa Đàng, Đà Lạt Nhớ). Hay chưa từng, nay theo những đoàn đi tour, đến Hạ Long (truyện Nhảy Chân Sáo). Không những chỉ miền Nam của thời trưởng thành và sinh hoạt mà cả Hà-Nội, nơi chôn nhau cắt rốn của tác-giả. Trong tập *Chốn Cũ*, hai truyện Chốn Cũ và Tìm Về cùng kể lại cuộc hành trình trở về ấy. Hà-Nội mới là "chốn cũ" của tiềm thức mang chức năng quan trọng nhất của Song Thao, cái nôi thời thơ ấu và niên thiếu là khoảng thời-gian tạo nên nhân cách và con người, nói như các nhà phân tâm học. "... *Từ khi về lại trên mảnh đất này con người tôi như trải rộng ra. Máu mủ tôi rần rần trong châu thân những người chung quanh. Tôi mềm lòng với những con người bên tôi. Tôi thương cả những cái ranh mãnh, mánh mung vặt vãnh của những con người mà đời sống đã dậy họ phải lắt léo với chút lợi lộc còm cõi"* (CC tr. 41-42).
Bước chân đi tìm về chốn cũ, đi qua nhiều con đường ngày cũ, háo hức tìm ra ngôi nhà nơi gia đình đã ở; cho nên khi đến gần, *"chân tôi như có*

động cơ. *Càng gần tới nhà, đôi chân càng cuống quít (...). Chân tôi như muốn vấp ngã. Tôi đã quá gần nơi chốn ấu thơ vẫn đậm nét trong trí tôi những ngày xa Hà-Nội"*. Nhưng bể dâu đã xảy ra, chốn thanh bình vườn cũ nay thành chợ vải bát nháo. *"Đất thánh của tuổi thơ tôi. Mắt tôi hoa lên vì tức. Người ta đã ăn cắp vỉa hè của tôi. Tôi ngậm ngùi trước nhà cũ. Ngót nửa thế kỷ lưu lạc, tôi mới trở về. Tôi có phải khóc không nhỉ? Mắt tôi khô đi vì xúc động. Tôi đứng lặng người. Hình ảnh những ngày cũ quay mòng trong chiếc đầu đã hai thứ tóc, những sợi tóc bạc màu nhung nhớ nằm lấn lướt những sợi tóc ngày xanh"* (CC tr. 52,53).

Song Thao, hay nhân-vật của ông, đã trở về thăm lại Việt Nam, *chốn cũ*, bắt đầu ở miền Nam, nơi vừa bỏ đi, và hơn một lần ông xác định "trở về" chứ không phải "du lịch" (Về, Mười Mảnh Vụn). "Việt kiều" trở về quê nhà, như Hoán trong Nhạt Màu Phố Cũ, mới đó mà đã có cái "mùi nước ngoài" và người trong nước nhận xét: *Trông anh giống như một du khách người nước ngoài đứng nhìn cảnh lạ xứ người ấy!"* (ĐĐCT tr 210). Nhưng bản thân Hoán thì cảm nhận xót xa rằng:*"Bao nhiêu năm lưu lạc ôm nặng nỗi nhớ mong trong lòng, giờ đây ngồi giữa thành phố cũ với tên bạn xưa sao anh chẳng cảm thấy thanh thản. Anh lạc lõng giữa thành phố thân thương cũ, thấy lòng tiếc nuối như nghe một bản nhạc kỷ niệm bị đánh lỗi nhịp. Anh cảm thấy mình là một kẻ lưu vong ngay tại chốn quê nhà"* (tr 201). Hoán về không tìm thấy người con gái tên Châu nhưng vô tình gặp gia đình người chỉ huy cũ, cái tình cờ để Hoán đưa lễ vật muộn màng giúp gia đình ông như chàng vẫn tự hứa. Truyện Gặp Gỡ trong tập *Cuối Ngày, Một Lần Ngồi Lại* mang không khí Sài-Gòn nhẹ nhàng, kể cả những tình cảm kín đáo nhất: nhân-vật Phú trở về thăm người bạn cũ từng chung làm báo trước 1975 gặp lại Cúc con người bạn đó mà một thời trai trẻ Phú đã từng để ý.

Chốn cũ là những vùng đất quê hương từng đặt chân đến, như Đà-Lạt, nay trở về (truyện Giữa Đàng, Đà Lạt Nhớ). Hay chưa từng, nay theo những đoàn đi tour, đến Hạ Long (truyện Nhảy Chân Sáo). Không những chỉ miền Nam của thời trưởng thành và sinh hoạt mà cả Hà-Nội, nơi chôn nhau cắt rốn của tác-giả. Trong tập *Chốn Cũ*, hai truyện Chốn Cũ và Tìm Về cùng kể lại cuộc hành trình trở về ấy. Hà-Nội mới là "chốn cũ" của tiềm thức mang chức năng quan trọng nhất của Song Thao, cái nôi thời thơ ấu và niên thiếu là khoảng thời-gian tạo nên nhân cách và con người, nói như các nhà phân tâm học. *"... Từ khi về lại trên mảnh đất này con người tôi như trải rộng ra. Máu mủ tôi rần rần trong châu thân những người chung quanh. Tôi mềm lòng với những con người bên tôi. Tôi thương cả những cái ranh mãnh, mánh mung vặt vãnh của những con người mà đời sống đã dậy họ phải lắt léo với chút lợi lộc còm cõi"* (CC tr. 41-42).
Bước chân đi tìm về chốn cũ, đi qua nhiều con đường ngày cũ, háo hức tìm ra ngôi nhà nơi gia đình đã ở; cho nên khi đến gần, *"chân tôi như có*

động cơ. Càng gần tới nhà, đôi chân càng cuống quít (...). Chân tôi như muốn vấp ngã. Tôi đã quá gần nơi chốn ấu thơ vẫn đậm nét trong trí tôi những ngày xa Hà-Nội". Nhưng bể dâu đã xảy ra, chốn thanh bình vườn cũ nay thành chợ vải bát nháo. *"Đất thánh của tuổi thơ tôi. Mắt tôi hoa lên vì tức. Người ta đã ăn cắp vỉa hè của tôi. Tôi ngậm ngùi trước nhà cũ. Ngót nửa thế kỷ lưu lạc, tôi mới trở về. Tôi có phải khóc không nhỉ? Mắt tôi khô đi vì xúc động. Tôi đứng lặng người. Hình ảnh những ngày cũ quay mòng trong chiếc đầu đã hai thứ tóc, những sợi tóc bạc màu nhung nhớ nằm lấn lướt những sợi tóc ngày xanh"* (CC tr. 52,53).

Trong Tìm Về, những ngôi biệt thự ('địa chủ') nay bị cắt nhỏ thành những cửa hàng nhộn nhịp, vỉa hè chỉ còn trong tâm tưởng "chứ không còn tại nơi chốn cũ"; người trở về muốn tìm gặp Chuyên, người cũ, "cô bé mười ba tuổi trắng trẻo, mũm mĩm, mắt tròn to, tóc rậm rạp đen nháy, lúc nào cũng theo tôi trong các cuộc chơi". Nay gặp lại thì Chuyên là một bà góa đã về hưu, nhưng Ngạn (Tôi) và Chuyên đã nhận ra và gặp lại nhau với tình cảm nguyên vẹn của ngày xa xưa. Họ đi với nhau đến những chốn cũ của tuổi thơ. Hạnh-phúc tìm về chốn cũ thật ra là ở nơi người trở lại, vì người ở lại như Chuyên đã nhận xét:*"Thích nhỉ! Đi xa trở về mới có những tình cảm như vậy. Còn chôn chân ở nơi cũ như em thì chẳng cảm thấy gì cả"*. Nhưng tình xưa thì 'cô' nay vẫn cảm: *"Chuyên luồn ra phía sau, ôm cứng lấy tôi, thì thào bên tai: Vậy thì em phải giữ anh cho chắc. Ngày xưa em cũng đã giữ anh như vậy nhưng anh vẫn gỡ vòng tay em chạy mất. Anh còn nhớ vòng tay xưa của em không?"* (CC, tr. 128).

Song Thao trở về nhà cũ, tâm trạng không phải như của người con đi hoang tìm về nhà cha như trong Thánh Kinh, mà đúng hơn là tâm tình của người tìm lại được thiên đường đã mất - bị mất thì đúng hơn, vì sự bỏ đi của ngày trước có lý do chính đáng của nó - sống còn, không chấp nhận. Những tình cảnh hội ngộ vừa kể khác với không khí chốn cũ trong truyện Cô Ngân. Chốn cũ Hà-Nội ở đây là một nơi chốn chỉ để nhớ lại, từ thời Nhật chiếm đến hiệp định chia đôi đất nước, cô Ngân lấy chồng người Corse nên theo chồng ly hương sống đời lưu xứ, hành-sử *"như một nhánh cỏ nơi quê cũ chỉ biết cúi rạp mình nương theo những cơn gió phũ phàng và nhánh cỏ đó đã bị bứt lìa ra khỏi gốc trôi dạt tới những bến bờ thăm thẳm mù khơi"* (BCMS, tr. 165). Ở đây, hoài niệm đã phải nhường chỗ cho thực tại hội-nhập!

Trở về chốn cũ để tìm, để sống lại, để nhận chân, để chứng kiến *"cái còn lại"*, hữu hình và cả vô hình hay trong tiềm thức. Ở những truyện viết sau năm 2000, "cái còn lại" được tác-giả trình bày rõ hơn (so với các truyện trước đó) trong tương quan với hôm nay, với giây phút thực tại như là điểm đến sau khi đã trải qua một chuỗi niên-đại liên tục: "cái còn lại" chìm bóng tỏa rộng ra trong thời-gian - một thứ thời-gian bất khả hiện hữu ngoài cứ điểm không gian. "Cái còn lại" của một thời điểm, cái có thể du hành trong tâm tưởng khởi từ một thời điểm. Tục ngữ có câu "ai có thể lấy thước đo lòng người", nhưng ở Song Thao, thước đo thời-gian không chỉ đơn thuần một mảnh không gian tro tàn đã mất, có thể hãy còn mà đã cùng với thời-gian lòng người có cũ, có khác - nói đổi thì đúng hơn. Khiến cho ông đâm ra nghi ngờ cả tình bạn, như với Huỳnh và Ngọc trong Cuộc Rượu Ngày Đi: *"Bùi ngùi nhìn Huỳnh ngồi xụi lơ một đống buồn phiền, liếc mắt xuống đôi chân bất toàn của người bạn xưa, tôi chợt như nhìn thấy lại ba mươi năm qua của tình bạn giữa chúng tôi.(...) Tôi muốn hỏi như đã hỏi cô nhỏ bán kính. Giả hay thật?"* (BLNCC tr. 171-2).

Bình thường người ta dùng lý trí để gán Chốn Cũ với quá khứ, với suy tàn, vô hiệu, bất lực, hết thời,... Nhưng Song Thao như muốn chứng minh ngược lại mỗi khi so sánh nay hiện thực với xưa trong tâm tưởng. Như khi tìm về Đà-Lạt của một thời sinh viên: *"Đường đi học của tôi, từ Học Xá Trương Vĩnh Ký tới Viện, qua những bãi đất trống, những vườn rau, gió thênh thang đi về. Bao nhiêu năm sống xa Đà Lạt, con đường vẫn ở trong tôi thiết tha. Con đường tôi đi lại hôm nay, chi chít nhà cửa, nắng đốt chói chang, bụi quẩn quanh, làm tôi ngạt thở. Ký ức tôi lạng quạng trước cảnh vật mới. Như có ai bất ngờ bạt tai tôi phũ phàng. Con dốc ngược gió leo đến rã chân, góc đường hò hẹn, đoạn vòng nắng quái nghiêng chiếc dù, tất cả đã mất dấu. Đường lên Viện xa lạ làm tôi ngỡ ngàng bước chân. Cổng Viện cũng mất dấu cũ".* Dù vậy vẫn có những bất ngờ thích thú: *"Bụng dạ tôi nao nao một niềm tiếc nuối. Bước xuống con đường đá nhỏ thoai thoải, mắt tôi sáng lên mừng rỡ. Cây cầu cong cong nho nhỏ đỏ chói vẫn còn đó. Cây lan hoa hậu son trẻ lùn tịt ngày xưa nay đã rậm rạp cao lớn bao che khắp một vùng trời"* (BLNCC, tr. 191-2). Đó là dưới mắt người tìm về, còn người ở lại thì đã thất vọng từ lâu! Thật vậy, *"Thung Lũng Tình Yêu tít tắp những đồi cỏ xanh đã làm tôi ngỡ ngàng với hàng rào vây quanh có bán vé vào cửa. Cảnh vật đã bị xóa nhòa đi. Khu đồi xanh cỏ mượt mà nay là một địa điểm du lịch ồn ào với hàng quán, luống hoa, vòi phun nước nhân tạo. Cái tên Thung Lũng Tình Yêu chỉ còn thu gọn lại nơi một trái tim bằng sắt rỗng ruột để du khách từng đôi từng cặp ghé mặt vào chụp hình"* (BLNCC, tr. 198). Tìm về mà chốn cũ chỉ còn cái tên, thiên nhiên thơ mộng một thời đã bị phá nát; chốn cũ, nhà xưa cuối cùng chỉ còn lại trong nỗi nhớ của người xa xứ mà thôi!

Nhưng Chốn Cũ cũng là cái đang hiện thực sống động, là một phần dũng mãnh của giây phút, và cái một phần này cũng có thể đem lại thay đổi - Chốn Cũ cũng có thể đóng vai năng động nguyên thủy. Sau khi đã là đối tượng hồi hộp mong chờ và hy vọng, rồi thất vọng hay tưởng tiếc, Hà-Nội của thực tại giây phút có thể tác động lên con người và không-gian ngày xưa: cái tàn tích hay cái biến đổi trở nên trống không, vô vị, vô tri,... nhưng cùng lúc có thể soi sáng, cho thấy rõ, nhận chân. Song Thao luôn cho thấy là ông đang trực diện với Hà-Nội bây giờ, ông còn chứng tỏ đã không để cho kỷ niệm làm "chết đứng". Tháp Rùa sừng sững của tuổi thơ ngày nào bây giờ quả là "nhỏ quá... tôi có cảm tưởng với tay ra là đụng được", có thể vì "cái gì trong kỷ niệm cũng vạm vỡ hơn trong thực tế. Mình thường phóng đại, tô hồng chuốc lục cho những kỷ niệm" mà cái sống động cũng thuộc về ngày xưa cũ hơn là những bát nháo của thực tại Hà-Nội.

Chốn cũ trên và trước hết là nơi có đấng sinh thành. Tác-giả đã kể về những năm tháng cuối đời của người mẹ già (trong gia đình gọi là mợ) trong Trong Vùng Quên Lãng và người cha (cậu) trong Niềm Vui Không Trọn. Những nét thân thương được phác họa với sự trìu mến của những người con. Đời sống của những người thân yêu nhất ở những năm cuối dưới ngòi bút của Song Thao trở nên linh động, thay vì là những cảnh bi ai, buồn thảm.

Những trang viết của người trở về mái nhà xưa, ở Song Thao, nhất là ở những năm gần đây, mang những đặc tính riêng như *tính tiểu-thuyết*, tính không thể tìm thấy ở Phạm Xuân Đài qua *Hà-Nội Trong Mắt Tôi* (1994) nhìn với lăng kính chính trị hoặc cựu tù 'cải tạo', hay ở Trần Doãn Nho háo hức tìm lại kỷ-niệm cũ của tập thể như thế giới truyện Tự Lực văn-đoàn,... Vả lại cả hai đều không là người Hà-Nội cũ, hai ông đến Hà-Nội để tìm hiểu hoặc kiểm chứng hơn là sống lại, trở về chốn cũ! Tính tiểu-thuyết dĩ nhiên cũng vắng bóng ở bút ký *Quê Nhà 40 Năm Trở Lại* (1995) của Phan Lạc Tiếp, một người cũ của Hà-Nội!

Đi tìm nguồn cội

Sống ở xứ người, hội-nhập là chuyện đương nhiên, nhưng đồng thời nhu cầu đi tìm *nguồn cội* cũng tha thiết, khẩn cấp không kém. Nơi đất khách, bên cạnh cuộc tìm tình người, tìm tình-yêu, ở những người xa lạ chung quanh, là những cuộc tìm người thân, gần cũng như xa. Đặc biệt ở Song Thao, tình bạn hữu có một chỗ đứng quan trọng. Gặp lại bạn cũ là niềm vui tìm thấy, là thuốc tiên chữa bệnh cô đơn. Trong Phận Người là mẫu số chung tình bạn giữa những con người mà số phận và cuộc đời khác nhau. Trong Cuối Ngày, Một Lần NGồi Lại, cái chết của một người đã níu kéo đưa đến gần những người bạn học chung một thời. Trong Chớp Mắt Ngoái Lại, đó là tình nghĩa giữa ba người bạn từ những ngày học trò tuổi nhỏ lớn lên với những biến cố của đất nước và cuối cùng ra nước người vẫn theo dõi nhau, giúp gia đình bạn như một "thiên thần hộ mệnh". Bên cạnh là những con người một thời ở quê nhà trước đó đã làm việc hoặc liên hệ mật thiết, những tình 'huynh đệ chi binh' của những "ông thầy" như Hiên trong Giọt Trầm, v.v. Với Song Thao, các nhân-vật người bản xứ cũng đầy tình cảm và lương tri, biết sống trách nhiệm, như Jeff, một người Mỹ da màu từng qua Việt-Nam chiến đấu, cuối cùng đã tìm

lại được đứa con lai mà ông từng bao nhiêu năm tháng truy tìm (Dõi Mắt
Vời Trông).

Đi tìm *cội nguồn* trong truyện kể có phân tích thông suốt đồng thời
tạo hiện tượng đa nghĩa khi phải tham chiếu hiện tại cho quá khứ và
ngược lại. Tác-giả khi cần đã phải đi vào tỉ mỉ tình tiết cho tiểu-thuyết.
Sống giữa một tập thể mới đa văn-hóa, Ả-rập có, Do-thái có, Hồi-giáo có,
người Canada nói tiếng Pháp tiếng Anh đều có, Mỹ trắng, Mỹ đen, Mỹ
latino, v.v., nhân-vật Việt của Song Thao sống và cư xử như người Việt, với
tâm tình Việt, với những nét lém lỉnh, tự cao, cũng như rất rõ những nét
cởi mở, tự nhiên. Những trang Song Thao viết về những tình cảnh và thân
thế khác nhau của dân di trú khá tài tình, như một đi tìm thông cảm, hiểu
biết hơn là để tránh xa. Trong Hạnh Phúc, ông trình bày chân dung một đời
sống đa văn-hóa mà cũng vì văn-hóa mà lòng người đã như thu hẹp lại
trong bốn bức tường ghetto: Liwah, sinh viên du học người Hoa-lục lấy
chồng người Việt, Trường, tình-yêu hai người trẻ không đủ khỏa lấp
những ngăn cách, nghi ky. Liwah lạc lõng trong một gia đình khác chủng
tộc (mà cứ tưởng là cùng chung khối Á-đông) lại phải mang mặc cảm của
một người đến từ một nước theo chế độ cộng sản vốn là kẻ thù ý thức hệ
của gia đình chồng. Cái ghetto văn-hóa và chính trị đã gây nên những nỗi
bất hạnh cho con người.

Song Thao chứng tỏ con người lạc quan trong tình cảnh không vui
nhưng không còn có lựa chọn khác, vững niềm tin nơi con người và lẽ
sống còn, như người phụ nữ do-thái trong Eva sống vì tình nghĩa hơn là lý
trí, thành hôn với người làm ơn: "Cho tới bây giờ tôi vẫn một mình. Cô
đơn vẫn hoàn cô đơn. Phải chi tôi có được với anh ấy một đứa con! Nhưng
đâu có thể đòi hỏi nơi anh ấy điều anh ấy không thể làm được. Mình cũng
đâu có thể tính lời lỗ với cuộc sống của mình được ông nhỉ. Cái được
nhiều khi chẳng phải là được. Cái thua nhiều lúc cũng chẳng ra thua.
Người ta bảo nó như một trò chơi. Ừ thì chơi!" (CMGS6, tr. 112).

Trong số những nhà văn khác viết nhiều về *hội-nhập* và *nguồn cội*
có Tâm Thanh, Song Thao, Hoàng Chính, Hoàng Nga, Nguyễn Trung Hối,
Ngô Nguyên Dũng, v.v., nhưng ở mỗi tác-giả có những đặc thù đáng kể.
Ngoài đặc thù địa-dư hội-nhập (Canada, Hoa-Kỳ, Âu-châu), Nguyễn Trung
Hối vội vã và hết mình. Tâm Thanh và Hoàng Chính nếu không lãng mạn
thì giữ kẽ. Song Thao có thể sinh sống trong môi trường đa văn-hóa hơn
và chịu khó quan sát, đã viết về một hội-nhập tích cực, đa diện hơn, ông
đã tài tình dùng kinh-nghiệm, quan sát và hiểu biết riêng để khai thác tâm
lý của các nhân vật và sắp xếp các diễn tiến. Người kể Song Thao đa mang
truy tìm trong kho chất liệu quá khứ nhưng không hẳn để tái tạo lại dĩ
vãng dù có thể vàng son đến mấy, nhưng từ đó, tác-giả, cùng với những chi
tiết ngoài, tạo dựng nên đời sống tiểu-thuyết, văn-chương. Có thể nói Song
Thao chạy đuổi theo đời sống tiểu-thuyết với quá khứ của ông và cả của

thế hệ ông, như một người thông suốt mỗi khi đặt chúng vào ngoại cảnh hôm nay.

Ở bút ký, dĩ nhiên cái Tôi dễ sừng sững, hiện diện. Trong truyện, Song Thao dùng nhân-vật ở ngôi thứ ba để nói đến cuộc đời và hành-sử của người đó, thường có vẻ giữ khoảng cách "tôi-nó, hắn" nhưng lại như nói về mình và "nó, hắn,..." trở nên quá-khứ, tham chiếu. Có những truyện mà tiếng nói của tâm tư, đáy lòng của nhân-vật như những trừng phạt cái Tôi, cái ý thức hoặc lương tâm. Hoặc ông gây cho người đọc cảm tưởng mơ hồ về một cái Tôi khác hoặc tha-nhân ở tác-giả, một nhân vật như đóng hai vai, nhân-vật và tác-giả. Ở Song Thao có sống lùi, có vui sống hôm nay dù đôi khi gượng gạo, như góp vui, chơi chung, nhập chén, và có cái Tôi, tự truyện. Đặc tính này nói chung bàng bạc, nhưng người đọc nếu đọc hết các tác-phẩm của ông có thể tìm ra, hình dung được những nét chân dung, hành-sử, CV của tác-giả.

Như vậy, ở Song Thao có *Cái Tôi giấu mặt* và có những *ám ảnh của cái Tôi.* Trong các truyện ngắn của ông, nhân-vật xưng Tôi hiếm là nữ (Hà trong Đong Đưa Cuộc Tình và Bỏ Chốn Mù Sương, Nghi trong Bỏ Hoang Đời, Thanh trong Đà-Lạt Nhớ, Tôi trong Người Đàn Ông Bên Cạnh,...), phần lớn là nhân-vật nam, khi thì mang tên Thạc, có khi là Cảnh, Thịnh, Hiên, Ngọc, Trọng, Đạt, v.v. Khác Cái Tôi đích danh (thật), những Tôi ẩn danh giúp tác-giả dễ dàng diễn tả hành động và tâm tình qua các nhân-vật, cũng như dễ mở đầu câu chuyện và kết thúc tình huống. Âu cũng là cách làm văn-chương thoải mái, hơn là tự-truyện vốn vẫn bị ngờ vực, kể cả thánh Augustin hoặc Pascal. Từ J-J Rousseau với Tự Thú (Confessions), André Gide và Jean-Paul Sartre mới có những tự truyện (autofiction) đúng nghĩa văn-chương.

Thể tự truyện còn có thể là một công cụ có tính xã hội, tâm lý như với những Thế Uyên, Túy Hồng, Lê Thị Thấm Vân, Dương Thu Hương, Đỗ Hoàng Diệu, v.v. dù tác-giả không xác nhận. Ở Song Thao, Cái Tôi không được phơi bày chính thức, mà lúc ẩn lúc hiện, giấu mặt khi cần - trong những nhân-vật nữ và những truyện ngắn đầu tay ở hải-ngoại, ra mặt những khi khác - nhất là trong hai tập truyện mới nhất. Tác giả Song Thao biến mất, ẩn giấu đằng sau tác phẩm, nhường chỗ cho nội dung, cái được nói ra, phải nói lên, phải này phải nọ. Phần lớn các truyện ngắn của Song Thao tham chiếu lịch sử, tham chiếu thời gian, tác giả như đi bên cạnh, bên lề, nhưng bỏ lịch-sử và thời-gian ra thì tác-giả, cái tác-giả viết ra mới là chính.

*

Song Thao chuyên trị truyện ngắn, bút ký và phiếm; người đọc chưa được thưởng thức truyện dài của ông. Văn Song Thao như theo khuôn chừng mực, ít cách tân, có thể đó là lý do ông viết đều và liên tục, khác với một số cây bút cùng thời thời-gian gần đây đã ngưng hoặc không tiếp tục xuất hiện. Văn kể chuyện trực tiếp, từ tốn, với giọng điệu duyên dáng, ví von thông minh. Mỗi truyện đều có những chi tiết và quan sát mới lạ, tinh tế, làm như tác-giả thích quẩn quanh đời sống bình thường để bất chợt khám phá những cái hay, đẹp, bất ngờ! Những địa danh quen thuộc ở Bắc Mỹ (và ở Việt-Nam) cũng như một số biến cố đã là đề tài hoặc để lại dấu vết trong truyện của ông, lớn như vụ khủng bố 9/11, nhỏ hơn như những hội chợ Tết của người Việt ở Montréal, v.v. Văn Song Thao giản dị trôi chảy, đôi khi rơi vào biển ngẫu dễ thương như đã quen: "*Một tháng chín ngày không phải là thời gian dài. Nhưng nếu tính từng phút trực diện với thần chết, đối đầu với tuyệt vọng, thách đố với hiểm nguy thì mỗi phút là một thời gian không phải ngắn. Một tháng chín ngày kết hợp bởi một chuỗi giây phút căng cứng như vậy phải là một thời gian lê thê nặng nề vo chặt con người trong nỗi khủng khiếp tai quái. Ngọc ngồi trước mặt tôi trong một căn phòng tồi tàn dưới hầm một tòa nhà cũ rích ở Montreal không có vẻ là người có đủ can đảm tung mình vào cái mênh mông đầy bất trắc của đại dương, có đủ nghị lực căng mình chống trả với sóng gió, bão táp cuồng nộ của biển khơi. Tôi không thấy gì đặc biệt nơi khuôn mặt xương xương tai tái, nơi đôi tay khẳng khiu đen đúa, nơi dáng người cao cao chênh vênh. Chỉ có cặp mắt và đôi lông mày. Cặp mắt lì lợm cương quyết vẫn còn hằn rõ những tủi nhục đầy đọa nơi quê cũ. đôi lông mày rậm rạp giao nhau như hai con sâu xù xì đang cụng đầu nhau thách đố...*" (BCMS tr. 226-7).

Bút pháp, giọng văn Song Thao tỉnh táo, nhẹ nhàng, dù nhân-vật đang ở vào tình cảnh phẫn nộ, như khi đóng lại truyện Như Giọt Rượu Nồng: "*Một lời xin lỗi lạnh lùng như là một thủ tục thông thường của những người văn minh. Giống như câu xin lỗi của những người vô ý đụng nhau ở ngoài đường. Rất máy móc và rất lịch sự*" (BCMS tr. 24). Điềm đạm, kể cả trong những tình huống buồn thảm - như mất việc làm chẳng hạn: "*Loan nước mắt doanh tròng đưa tay cho Ngạn nắm: -Chúc anh may mắn! Mọi sự rồi sẽ qua. Nhớ lúc mình mới tới đây, lạ nước lạ cái, chẳng biết sẽ sống ra sao. Vậy mà cũng chẳng chết! Giờ này thì nhằm nhò gì. / Ngạn rộng miệng cười không thành tiếng: - Ờ nhằm nhò gì ba cái lẻ tẻ. Giữ cho chân cứng đá mềm nghe Loan!*" (Auld Lang Syne, CMGS6, tr. 79).

Ví von gắt gỏng vì bực không thể không nói, như Sài-Gòn hôm nay với những cái gọi là "khẩu trang": "*Những đôi môi của các cô gái Saigon quanh anh đều bị băng kín dưới những khẩu trang (...) Một miếng vải đủ che kín miệng mũi với hai sợi thung mắc vào tai. Cả thành phố bịt miệng bịt mũi. Cũng có lý. Trăm tội từ cái miệng tuôn ra, ngàn uế khí từ cái mũi thu vào. Bịt quách đi là xong!*" (ĐĐCT, tr. 227).

Về những cảnh tình dục, Song Thao thuộc thế hệ không thể vung tay tả chân như một số nhà văn hiện thực hoặc Hậu hiện-đại. Dù một số nhân-vật của Song Thao không 'đạo đức' cao nhưng họ không đạo đức giả; thấy gái và những đồi núi hấp dẫn thì nhìn, cả công khai không cần phải tế nhị, kín đáo, đi xem nhảy trường, vào xóm chị em ta, v.v. nhưng khi tả những cảnh làm tình thì nếu không dí dỏm bóng gió cho qua thì ông lựa chọn con đường thơ mộng hóa, hình ảnh hóa. Như anh chàng Cảnh cùng cô gái người Ba Tây Kristina đã cho nhau theo tiếng thác Niagara: *"Đôi tay Cảnh mở hội hoa đăng. Dòng suối màu sữa uốn mình thức giấc. Thịt da lên gai ngây ngất. Dạt dào tiếng thác vỗ. Rung động nỗi khát khao. Bùng nổ những đê mê đang triền miên vỗ về hai khối da ngà"* (Theo Dòng Thác). Hoặc chữ dùng màu mè mà người đọc vẫn được mời tưởng tượng thêm, trong truyện được dùng làm tựa cho tập *Bên Lưng Những Con Chữ*: *"Lãng kéo chiếc gối nằm dọc sát bên Nhi. Những chiếc hôn từng chặp đam mê. Nhi đẩy Lãng ra. Gối em vàng, em là rơm, gối anh đỏ, anh là lửa, đừng đốt em nghe anh. Nhi thấy rực lên ánh lửa trong mắt Lãng. Câu can ngăn của Nhi như mời mọc Lãng. Anh xoay người phủ lên Nhi. Từng mảnh vải cuống quít tung ra mặt thảm. Thân hình Lãng rực lửa. Nhi nhìn thấy lửa nhảy múa quanh nàng. Nàng nhắm mắt lại. Những cọng rơm trong nàng bung ra. Lửa ập xuống mê đắm. Nàng quận lên trong lửa. Lửa bùng bùng liếm khắp thân người nàng. Những cọng rơm cong lên đón lửa. Nàng thấy thân hình Lãng lẫn vào đám lửa trong lò sưởi. Nàng nhoài người ôm đám lửa rừng rực thiêu đốt. Nhi thấy mình như tan ra, biến mất. Lửa như những con sóng ấm áp vùi nàng chênh vênh. Nàng lửng lơ ở một nơi nào đó không có thật. Chân tay nàng rũ ra. Êm ả. Sóng dìu nàng bập bềnh, bập bềnh"* (BLNCC, tr. 20). Đấy là một nữ độc giả trả nhuận bút một cách 'hậu hĩnh' cho nhà văn tên Lãng hư cấu! Các nhân-vật nam hoặc xưng Tôi vốn vẫn được Song Thao chăm chút về mặt hào hoa và rất may mắn với phụ nữ!

Song Thao đã đóng góp cho nền văn-học hải-ngoại những viên gạch nhuốm màu thời-gian, rêu phong bám phủ đầy, có những viên đã nát hoặc thành vữa, tàn tích của một cuộc bể dâu, và cũng có những viên phải đào xới thềm cũ chốn xưa mới tìm ra, như vết tích khảo cổ. Trong ngậm ngùi và tưởng tiếc!

Nguyễn Vy Khanh

PHẠM PHÚ MINH
ĐỌC "CHỐN CŨ" * CỦA SONG THAO

"Chốn Cũ" là tên của một truyện trong tập truyện này, nhưng đó cũng là cái không khí chung của cuốn sách. Chốn cũ... một tiếng gợi nhớ về những không gian mình đã từng ở trong ấy, những thời gian mình đã trải qua, những tâm tình mình đã từng rung động, những khuôn mặt mình đã gần gũi... Mười truyện, đề tài khác nhau, nhưng khuynh hướng "đi tìm những gì đã mất" vẫn bàng bạc khắp nơi, tuy bàng bạc nhưng vẫn rõ rệt đến nỗi người đọc có thể xem nhan đề Chốn Cũ là chủ đề chính của cả cuốn tập truyện ngắn này.

Một người sinh ra trên đất Bắc, điển hình là Hà Nội chẳng hạn, vào khoảng cuối thập niên 1930 đầu thập niên 1940 thì cuộc đời quả có nhiều cơ hội dời đổi hơn người cùng lứa ở miền Nam. Cuộc toàn quốc kháng chiến bùng nổ chủ yếu là tại Hà Nội, tạo nên phong trào tản cư gần như toàn diện. Hầu như nhà nào cũng bồng bế gánh gồng đi về vùng quê, trong khi tại miền Nam, điển hình là Sài Gòn, lại chẳng có cảnh này. Cuộc chiến kéo dài được mấy năm thì lại có phong trào hồi cư, nhiều gia đình lại quay về thành phố là nơi Pháp chiếm đóng và chính phủ quốc gia non trẻ mới được thành lập. Cuộc sống thành thị bắt đầu ổn định yên vui thì đùng một cái, đất nước chia đôi, tạo nên cuộc di cư vĩ đại đi về miền Nam. Ở miền Nam được 20 năm, lại bắt đầu ra đi nữa, sống nhờ tại nhiều nước trên thế giới. Chưa kể chiến tranh và nhiều sự khắc nghiệt khác, chỉ nguyên một chuyện xáo trộn và di chuyển như thế cũng quả là quá nhiều cho thời gian của một đời người. Và dĩ nhiên các biến cố đã hằn những dấu vết khó phai trong tâm khảm những người trong cuộc.

Song Thao là một người đã trải qua đầy đủ các biến chuyển vừa kể. Người ta không thể không chờ đợi ở một người viết văn như ông, một lúc nào đó bắt đầu viết về... chốn cũ, cho người đọc chia sẻ với từng mảng quá khứ ông đã trải qua, đã trở thành quá xa trong không gian, trong thời gian và trong tâm tưởng, xa đến độ tưởng chừng không còn bao giờ gặp lại, nhưng cũng chính vì thế mà có một khí vị đặc biệt chỉ một số người sống qua hậu bán thế kỷ 20 của Việt Nam mới có kinh nghiệm thôi.

Một điều chắc chắn là tác giả sẽ không thể viết về chốn cũ nếu không có cơ hội về thăm chốn cũ. Chiến tranh kết thúc năm 1975 đối với miền Nam giống như một hòn đá lớn ném xuống một ao bèo, làm nước tung tóe, bao cánh bèo giạt ra tứ phía. Nhưng rồi sóng lặn dần, từng tí một các cánh bèo nhích về vị trí cũ. Song Thao là một trong những cánh bèo ấy, ông đã về thăm lại Việt Nam, không những chỉ miền Nam mà cả Hà Nội, cái nôi thời thơ ấu và niên thiếu của ông. Đó chính là "chốn cũ" quan trọng nhất của Song Thao, nơi tâm hồn và nhân cách của ông đã thành hình, nơi ông đã sống những ngày tháng huyền thoại mà sau khi rời bỏ năm 1954, và nhất là sau cơn biến động 1975 đã xô giạt ông ra nước ngoài, có lẽ ông không hề tưởng sẽ có ngày tái ngộ. Thế mà Song Thao đã về. Đã đi trên những con đường cũ. Đã tìm được và vào thăm ngôi nhà mình đã cùng gia đình cư ngụ thời xưa. Đã "nắm áo người xưa ngỡ trong giấc mơ." Đó là những thời khắc phải nói là lớn lao vào bậc nhất trong đời một người. Nhưng Song Thao không để xúc cảm tràn ngập, ông không khóc than trên giờ khắc tái ngộ, không triết lý về sự tàn phá của thời gian. Ông nói về chốn cũ vừa như một người con đầy xúc động tìm về ngôi nhà cũ của bố mẹ, nhưng cũng với sự tỉnh táo của một du khách của thời toàn cầu hóa. Ông đã tìm thấy Hà Nội huyền thoại của tuổi thơ với cơn dâng trào của biết bao đợt sóng kỷ niệm, nhưng ông cũng không quên Hà Nội hiện tại với bao phế hưng thay đổi không còn giống như ngày xưa. Ông đã gặp lại Hà Nội, tỉnh táo hơn người ta tưởng, mặc dù đã có lúc

"Tôi ngậm ngùi trước nhà cũ. Ngót nửa thế kỷ lưu lạc, tôi mới trở về. Tôi có phải khóc không nhỉ? Mắt tôi khô đi vì xúc động. Tôi đứng lặng người. Hình ảnh những ngày cũ quay mòng trong chiếc đầu đã hai thứ

tóc, những sợi tóc bạc màu nhung nhớ nằm lấn lướt những sợi tóc ngày xanh."

Nhưng Song Thao không bao giờ bị chìm đắm trong kỷ niệm. Ông luôn luôn cho thấy là mình đang đối diện với Hà Nội bây giờ, với những nhận xét, những ký ức chợt đến khi đi qua nơi này, nơi khác. Tác giả đã nhìn lại Tháp Rùa, mà bây giờ ông thấy là "quá nhỏ" và nhận ra *"cái gì trong kỷ niệm cũng vạm vỡ hơn trong thực tế. Mình thường phóng đại, tô hồng chuốc lục cho những kỷ niệm."* Ông nhớ cái bánh mì ba tê "ngon thấu trời" do một chú bé bán ngày xưa, nhớ món đậu phộng rang húng lìu của ông già tàu có *"cái miệng lúc nào cũng nhe ra như cười mà không phải cười,"* nhớ *"chiếc xe điện xưa leng keng kéo chuông giữa lộ nay đã biến đâu mất chẳng còn dấu tích"*... Là người từng trải qua bao biến đổi lớn trong đời, ông đến Hà Nội không mang ảo tưởng phải bắt gặp lại ngày xưa "của mình" để rồi kêu la thất vọng, ông rất biết điều chấp nhận cái đang có để thỉnh thoảng lại lặn sâu vào các kỷ niệm chỉ của riêng ông. Nhờ thế mà đọc truyện của ông ta luôn luôn gặp cái linh động của Hà Nội ngày nay, điểm xuyết đó đây là các hồi ức của một thời niên thiếu làm ta xúc động một cách nhẹ nhàng và đằm thắm.

Truyện "Tìm Về" nội dung không khác truyện "Chốn Cũ" (nếu nghịch ngợm nối hai cái tên đó lại thành *Tìm Về Chốn Cũ* cho hai truyện nhập thành một thì có lẽ cũng... được), nhưng có một chỗ làm cho tôi rất cảm động, đó là cái gần như là mối tình của người con gái tên Chuyên 13 tuổi thời 1954 với nhân vật trở về. Câu hát trong bài Ngày Trở Về của Phạm Duy tôi trích dẫn trên kia "nắm áo người xưa ngỡ trong giấc mơ" là nhằm vào "chuyện tình" này. Xin đọc một trích đoạn:

"Gian bên cạnh là cơ ngơi của một cặp vợ chồng trẻ, lúc nào cũng nồng nàn, phơi phới. Có lần đứng với tôi bên khung cửa này, Chuyên đã thầm thì. Khi nào chúng mình lớn, anh với em sẽ thành vợ chồng như vậy nghe! Tôi bỗng nhớ tới Chuyên. Cô bé mười ba tuổi trắng trẻo, mũm mĩm, mắt tròn to, tóc rậm rạp đen nháy, lúc nào cũng theo tôi trong các cuộc chơi."

Thế mà nhân vật trong truyện, mà tôi nghĩ rất có thể là chính tác giả, lại bỏ cô Chuyên ở lại để đi di cư vào Nam. Bây giờ gặp lại Chuyên đã là một bà góa, đã về hưu. Nhưng Chuyên đã gặp lại người xưa với đúng cái tình của một cô gái 13 tuổi.

"Chuyên luồn ra phía sau, ôm cứng lấy tôi, thì thào bên tai. Vậy thì em phải giữ anh cho chắc. Ngày xưa em cũng đã giữ anh như vậy nhưng anh vẫn gỡ vòng tay em chạy mất. Anh còn nhớ vòng tay xưa của em không?."

Kẻ "tìm về" này, kể ra cũng thật là may mắn! Mấy ai, sau bao nhiêu biến đổi sâu xa của đất nước có tác động ghê gớm vào số phận con người, khi tìm về chốn cũ mà được gặp lại một tấm tình của tuổi mười ba còn sót lại như vậy. Dưới ngòi bút của Song Thao – có lẽ ông cũng viết với tâm tình của cậu bé 15 tuổi năm 1954 – câu chuyện diễn ra cảm động và rất đẹp. Trong tất cả những tâm tình viết về các chuyến đi về mà tôi đã được đọc, tôi rất thích truyện này, nó cho thấy thời gian, chiến tranh, chế độ chính trị v.v... có thể nhào nặn, biến đổi, làm méo mó xấu xí đi nhiều thứ, nhưng ẩn dưới bao nhiêu lam lũ và thô thiển của cuộc đời vẫn còn những mảnh kim cương ngời sáng của tình người, của tình yêu khi người ta vừa chớm lớn.

Nếu chỉ dừng lại ở vài truyện có chủ đề tìm về cái cũ thì công việc giới thiệu Chốn Cũ chưa hoàn tất. Còn nhiều điều để nói và đáng nói về cuốn sách này. Nhưng khi đã chọn chủ đề là chuyện trở về Hà Nội thì chỉ nên nói một chuyện ấy thôi. Vì với một người có tiểu sử như tác giả Song Thao, không một chốn cũ nào có thể cũ hơn thành phố Hà Nội nữa.

Phạm Phú Minh

(Chốn Cũ, tập truyện của Song Thao, Nhân Ảnh xuất bản 2006, 225 trang, giá 14 Mỹ kim)

NGUYỄN ĐÌNH TOÀN

Song Thao – Bên Lưng Những Con Chữ

Thưa quý vị và các bạn,

Đây là mục "Đọc Sách" do Nguyễn Đình Toàn và Hồng Ngọc phụ trách.

Trong buổi phát thanh hôm nay, chúng tôi đọc và giới thiệu cùng quý vị và các bạn tập truyện ngắn "Bên Lưng Những Con Chữ" của Song Thao.

Sách dày 218 trang và do nhà "Văn Mới" ở Mỹ xuất bản.

"Bên Lưng Những Con Chữ" là tập truyện ngắn thứ 6 của Song Thao được xuất bản, kể từ l993 đến 2003.

Như thế trung bình cứ 2 năm Song Thao hoàn tất và cho ra đời một tác phẩm.

Tại Cali hiện nay, gần như đã trở thành một thông lệ, tác giả có tác phẩm mới xuất bản, nhạc cũng như thơ, văn, đều tổ chức những buổi gọi là " ra mắt," vừa để giới thiệu vừa để có dịp gặp gỡ thính giả hay độc giả của mình.

Và, trong buổi ra mắt cuốn "Bên Lưng Những Con Chữ" được tổ chức tại phòng sinh hoạt của nhật báo "Người Việt" mới đây, để trả lời câu hỏi của một độc giả,"làm thế nào ông có thể viết được nhiều và đều đặn như thế", Song Thao cho biết, *"viết riết rồi tôi làm công việc ấy như người lái xe trên xa lộ, nhiều khi quên cả rằng mình đang lái xe nữa"*.

Ngắn gọn, chúng ta có thể hiểu Song Thao viết tương đối dễ dàng, hay ít ra là cũng không mấy khó khăn.

Quả thật như vậy. Người ta có cảm tưởng, ông đặt bút xuống, hay gõ một con chữ trên máy, là chữ nọ làm liên tưởng, nẩy sinh chữ kia, ông chỉ việc gom lại, sắp xếp vị trí cho chúng, chừng nào ông muốn cho người đọc cười một mình, ông biết cách để cho các nhân vật xài một số ngôn từ, qua đó, cuộc đời, sự việc tự hiện hình /hài hước/ bi thảm, nửa đùa nửa thật.

Người ta có thể bắt gặp những điều ấy trong bất cứ trang sách nào của Song Thao. Truyện của ông gần như không có truyện. Thế mạnh và thế yếu của ông nằm trong cuộc chơi chữ /nghĩa như thế.

Sau đây là một đoạn trích trong truyện " Canh Cánh Bên Lòng" của Song Thao :

"Đi ăn cưới cũng giống như đánh bạc. Hên thì được một đêm vui. Xui thì chịu vài tiếng đồng hồ cực hình. Mười cái mặt lạ hoắc ngồi nhìn nhau như mười tội đồ. Chuyện thời tiết cũn cỡn có vài câu, thoáng cái đã hết. Ngồi rặn mãi cũng chỉ thêm ra dăm ba câu vô thưởng vô phạt. Rồi lại đần mặt ngượng ngùng. Mấy bà còn có cái thú nhìn kim cương hột xoàn của nhau. Mấy ông thì vơ vẩn không biết để con mắt vào đâu. Chỉ có chị bồi bàn cứu vãn được tình thế. Những đĩa thức ăn tiếp nối nhau được đặt xuống bàn như một cứu rỗi. Nói chuyện với gà vịt tôm cua bằng đầu đũa coi bộ dễ hơn nói với nhau bằng mồm miệng.

Đêm nay tôi gặp hên. Cả bàn là bạn cũ. Có ông từ thuở còn đi học. Có ông từ thuở trai tơ chạy nhong ngoài đường như chó dái. Lại có ông từ thuở mới bắt đầu đi làm cứng ngắc với chiếc cà vạt vụng về trên cổ. Nhưng vẫn lòi ra một ông chẳng biết là ai. Quái lạ, sao cái điệu bộ và cặp mắt trợn trừng lên khi nói của ông này hình như đã thấy ở đâu rồi. Khuôn mặt tròn vo, mớ tóc nhuộm đen nháy chải hớt ra sau bóng nhẫy, nói năng ậm ừ, rõ ràng có nét quen quen. Đang tính đánh bạo vấn câu người ở đâu tá, thì cặp mắt ốc nhồi đã phóng qua đậu trên mắt tôi.

"Ông không nhận ra tôi à?"

Hơi ngượng tôi ấp úng.

"Tôi thấy ông quen quen, đang cố gắng chắp ông vào một khoảng thời gian nào mà chưa ra".

Bộ mặt phủ phê trước mặt tôi như thách đố, giọng nói mất vui thấy rõ.

"Thì ông cố chắp tiếp đi. Trông thấy ông là tôi nhận ra liền, chẳng phải chắp chiếc lôi thôi gì cả?"

Câu chuyện giữa hai người tiếp nối. Họ đã nhận ra nhau. Nhớ lại thời đánh bi đánh đáo. Nhớ lại Hà Nội. Hỏi thăm nhau về những người bạn cũ.

"Ông có tin gì về những thằng hàng xóm cũ của mình không? Tuấn điên. Toàn mỏng. Ngọc sứu. Thích ve sầu. Ngô kiếm hiệp?"

"Chúng nó chết hết rồi ông ơi!"
Tôi thẫn thờ.
"Chết hết rồi à? Sao ông biết?"
"Có đứa tôi biết chắc, có đứa tôi nghe đồn, nhưng chết thì đâu có gì lạ hả ông?Loạn ly như thế, khổ cực như thế, cứ lăn ra mà chết. Vậy nên gặp lại ông tôi mừng, tụi mình như những con chim còn đập cánh được sau cơn bão táp. Chẳng biết ông ra sao chứ tôi bệnh tật cùng người, vẹo lúc nào không hay. Uống với nhau một ly chăng? Cái thứ vang đỏ này được lắm. Chẳng nói giấu gì ông, bệnh thì bệnh, tôi lúc này chỉ còn vui thú với ba chén rượu nên mồm miệng cũng phân biệt được cái nào ra cái nấy. Cạn nhé!".

Những sự việc trong truyện của Song Thao thường xẩy ra đột ngột. Bạn bè chúng ta đâu cả? Chúng chết hết rồi! Có gì quá đáng trong câu trả lời ấy không? Những câu trả lời như thế giấu ở đằng sau nó những năm dài chiến tranh, những vụ trôi sông, bêu đầu giữa chợ, mỗi người đọc chắp nối với kinh nghiệm của riêng mình, hiểu ngay và còn có thể liên tưởng đến nhiều thảm họa khác nữa.

Chỉ một sự việc nhỏ thôi, Song Thao có thể vẽ lại cả một quá khứ. Nhân vật Uyên trong truyện *" Trên Đỉnh Whistler"* nói nàng ghét xe đạp không phải chỉ vì chiếc xe đạp. Chàng không hiểu nàng nói gì.
Song Thao viết :
"Trông bộ mặt ngây ngô của anh tức cười quá! Làm sao anh hiểu được. Em phải đầu đuôi đàng hoàng cho anh lấy lại cái vẻ đẹp trai mới được. Nguyên là sau bảy lăm, em phải đi dạy học. Nhà thì tuốt trên ngã tư Bảy Hiền mà trường thi tuốt bên Gia Định, mỗi ngày phải đạp xe từ đầu này tới đầu kia thành phố, mệt ná thở luôn. Nhưng mệt thì nghỉ xong là hết mệt. Cái lo là đạp xe như vậy mòn quần hết. Gia tài chỉ có hai chiếc quần đen mặc đi dạy, vải mua thì khó, lương lại chẳng đủ ăn tiền đâu mua vải, nên đạp xe mà chỉ lo chiếc quần. Nói thấy tức cười chứ lúc đó em lo chiếc quần hơn là lo cho sức khỏe của mình".

Trong cách viết truyện ngắn của Song Thao người ta luôn bắt gặp một nụ cười đằng sau những giọt nước mắt.
Cả hai điều chứng tỏ ông có cái nhìn sắc sảo và là một người có từ tâm.

Nguyễn Đình Toàn
Đã phát trên Đài Tiếng Nói Hoa Kỳ (VOA) ngày 4/9/2003

NGUYỄN MỘNG GIÁC
GIỮA NGƯỜI VIẾT

Tôi xin phép trình bày một cái ý chung hơi khác một chút là những điều ghi nhận của một người viết với một người viết. Những ghi nhận có vẻ rời rạc, tùy hứng nhưng có lẽ là một quan niệm chung của một số người viết. Khi nhận được tập truyện "Bên Lưng Những Con Chữ" do nhà xuất bản gửi cho đọc trước, tôi có đưa cho nhà tôi đọc một vài dòng trong đó, ở truyện đầu, anh Song Thao viết câu như thế này: "Văn anh chỉ để cho người khác đọc, còn bụt ở nhà không bao giờ thiêng đâu". Đọc xong nhà tôi cười vì câu này đúng như trường hợp của chúng tôi, tức là nhà tôi không đọc văn của tôi. Và hỏi tại sao thì nhà tôi trả lời là anh suy nghĩ, anh cười, anh khóc, anh buồn, anh giận, anh nhăn tôi biết hết rồi còn đọc chi nữa. Và tôi nghĩ rằng chị Song Thao cũng ở trường hợp y như vậy cho nên chị đã bỏ lỡ một cơ hội rất là nguy hiểm. Chẳng hạn như cái đoạn trong truyện *Nhà Nằm Trong Hẻm* thì phải đặt vấn đề là anh viết truyện này theo hoàn toàn hư cấu hay là theo kinh nghiệm? Và theo kinh nghiệm viết của tôi thì một người không kinh nghiệm không viết được như vậy. Và nếu như mà anh Song Thao trả lời chị như là tôi đã trả lời nhà tôi là hoàn toàn hư cấu thì chúng ta phải công nhận rằng cái hư cấu của anh Song Thao trong truyện này là cái hư cấu hoàn toàn đúng với thực tế kinh nghiệm. Tôi cho đây là truyện hay nhất trong tập truyện, từ kết cấu, từ cách xây dựng nhân vật, từ đối thoại và cái ý nghĩa còn lại, cái dư vọng lại trong suốt truyện. Một truyện rất là hay và phải là một người có một sự tưởng tượng dồi dào thì mới viết được một truyện như vậy. Cũng vì chị Song Thao không đọc anh Song Thao, tôi đoán như vậy, cho nên có nhiều truyện mà anh lừa chị mà chị không biết. Như truyện có nhan đề là "Chuyện Tình Khúc Đầu" thì chị có nghĩ là khúc đầu nó hay hay là khúc cuối mới hay. Quý vị chịu khó đọc khúc cuối và truyện nào của Song Thao cái phần tinh nghịch, cái phần thông minh, cái phần dí dỏm trong đối thoại cũng dành ở những chỗ bất ngờ và làm cho người ta phải có những suy nghĩ về sau và dư hương câu chuyện ở chỗ đó. Và theo kinh nghiệm của một người viết, tôi cho rằng không có gì khó trong việc viết truyện ngắn bằng đối thoại. Viết đối thoại dở làm cái không khí của truyện loãng ra và nếu được đối thoại hay thì đối thoại sẽ dẫn dắt câu chuyện, làm cho câu chuyện tự nhiên và nhân vật sống động. Trong suốt tác phẩm của anh Song Thao, từ *Bỏ Chốn Mù Sương, Đong Đưa Cuộc Tình, Còn Đó bóng Hình, Chân Đi Giầy Số 6, Cuối Ngày, Một Lần Ngồi Lại* và cuốn *Bên Lưng Những Con Chữ* này, cái phần xuất sắc của anh Song Thao là phần đối thoại. Đối thoại anh viết rất là hay. Nhưng nếu nhìn chung cái không khí và cái thói quen sáng tác của nhà văn Việt Nam và đặt trong một cái bối cảnh làm theo đó, tôi còn thấy rằng cái cách xây dựng nhân vật của anh có một nét riêng.

Tôi thuộc loại nhận thức cổ điển nên tôi cho rằng một truyện ngắn hay truyện dài nếu không có cốt truyện thì cái điều cần thiết là phải có nhân vật. Có thể là có những trường phái mới coi nhân vật không quan trọng, coi nhân vật không cần lý lịch, không cần hợp lý tâm lý nữa, nhưng tôi cho rằng cái quan trọng của tiểu thuyết vẫn là nhân vật. Nhìn lại tiểu thuyết Việt Nam từ trước tới nay, từ những truyện thời Hán học, kể từ khi có quốc ngữ thì nhân vật tiểu thuyết trải qua nhiều cái mẫu rất là thời thượng của từng thời. Cái thời nhânvật lý tưởng phải là những chàng bệnh hoạn một chút, ho lao càng tốt, vì khi chàng mắc cái bệnh nan y đó thì càng mong manh và càng mong manh thì càng có vẻ lý tưởng, có vẻ đáng thương, cái thời của Tố Tâm. Có thời nhân vật tiểu thuyết là những chàng như chàng Dũng, phải là những người ưu tư cho thời thế, gặp người đẹp trong rừng khuya, và mặc dù là bịn rịn trong mối tình xưa với cô Loan nhưng mà vì nhiệm vụ bí mật nào đó, trong đêm tối, vẫn chào người đẹp để ra đi. Cái thời của những cuộc cách mạng không rõ mục tiêu nhưng mà là một huyền thoại gợi hứng cho bao nhiêu thế hệ thanh niên. Rồi có một thời mà nhân vật tiểu thuyết là những người ăn nói ấm ớ, cộc lốc không ai hiểu, mặt nghiêm và buồn, lúc nào cũng suy tư. Cái thời của *Bếp Lửa*, của *Một Chủ Nhật Khác*. Rồi có những thời mà nhân vật là những thứ dữ, ăn nói gây sốc, hỗn láo đối với người khác, cái thời mà mỗi lời nói là một cú đấm vào mặt thiên hạ như là một số những nhà văn trẻ hiện nay đang viết. Họ viết những điều mà chính họ không dám làm, nói một câu là dùng những chữ mà con cái họ không dám nghe, trở thành một cái mẫu thời thượng. Tôi cho tất cả những mẫu hình đó trong tiểu thuyết Việt Nam, nói cho cùng, trở thành giả cả. Cái mẫu mà tôi cho là hợp lý nhất, dung dị nhất, là cái mẫu sống chúng ta đang sống hôm nay. Cuộc đời bình thường của hàng ngày, cái cư xử bình thường của tình người, con người là sự tổng hợp của tốt và xấu, của yêu và ghét, của bần tiện và cao thượng, con người dung dị trong đời sống. Và con người đó, dù là chúng ta ghét nó, chúng ta thù nó, chúng ta ác độc với nó, nhưng mà nghĩ cho cùng đều đáng thương. Tôi cho rằng chỉ có hai loại nhân vật: những kẻ đáng yêu và những kẻ đáng thương. Đó là loại nhân vật mà tôi cho rằng người viết tiểu thuyết trong mọi thời đều quan tâm và đưa họ đến gần người đọc. Nhân vật đó tạo thông cảm, tạo liên hệ giữa người viết và người đọc. Đó là những loại nhân vật giả, những loại nhân vật được tạo ra vì nhu cầu nào đó hoặc là vì chính trị, về triết lý, về bất cứ thứ gì nữa đều là những mẫu người không có thật trên đời. Nhân vật của Song Thao là những người thông minh, dí dỏm và dù trong nghịch cảnh vẫn luôn luôn cư xử một cách bình thường và phần nào hướng về cái đẹp. Nói rằng vì vậy mà cái giá trị của truyện của anh Song Thao nó cao tức là chúng ta đã đặt tiêu chuẩn đạo đức lên trên văn chương rồi. Tôi không có ý nói như vậy, nhưng mà nếu một tác phẩm mà sau khi đọc xong làm người đọc không đẹp hơn, không thiện hơn, không an bình hơn thì đọc làm gì! Đời này đã có quá nhiều cái xấu xa, có quá nhiều cái lo nghĩ thì cần gì phải đọc thêm một cuốn sách để có thêm cái xấu xa và thêm lo nghĩ. Tôi cho cái quà mà anh Song Thao mang lại cho mọi người đọc anh là sự thoải mái, lòng tin yêu ở đời, lòng tin yêu ở người trong nhiều hoàn cảnh rất bình thường mà tất cả chúng ta đều gặp phải. Cái đó là cái quý, cái giá trị của nhân vật của Song Thao. Sau khi đọc xong tập truyện của anh Song Thao thì đột nhiên tôi nghĩ đến một bản nhạc, một trong số những bài Tâm Ca của Phạm Duy, bản nhạc mà tôi cho là rất giống với nét văn của anh Song Thao trong suốt tác phẩm của anh. Trong bài Tâm Ca số 6, nhạc sĩ đã ghi lại những cái mảnh đơn giản ở đời, chẳng hạn như là *một mảng vai non, một vòm tóc sáng, một vành tai ngon, một cổ tròn tròn, một làn mi cong, một vùng má nóng, một hàm răng trong, một bàn tay thuôn.* Và sau đó điệp khúc: *cuộc đời quanh đây, mừng là biết mấy, tình đầy trong tay và tình ở ngoài, ở gần bên tôi hàng nghìn thế giới, cùng chờ nhau thôi, để buồn khi vui.* Văn của Song Thao chính là những cái hạnh phúc đơn giản ở đời thường mà chúng ta không nhận ra. Anh nhận ra và anh mang đến tặng chúng ta.

Cám ơn anh Song Thao.

Nguyễn Mộng Giác

HOÀNG XUÂN SƠN
SONG THAO – CHÙM TRÁI CẤM NỬA VỜI

Song Thao (ST) là một ông già chịu chơi. Sở dĩ tôi gọi ST là ông già vì anh lớn hơn tôi vài tuổi. Tụi tôi hay nói đùa tay X, tay Y già từ bé. Nhưng thật ra, đó là một cách đùa vui nói ngược: ST ngoài đời, từ mười mấy năm nay, nhân dạng không hề thay đổi. Mặt mày da dẻ vẫn tươi tắn hồng hào. Cứ cho là từ hồi anh bắt đầu viết Phiếm (Tôi gọi ST là Phiếm công. Mà công công thì có bao giờ chịu già đâu, vì tu mi giấu nhẹm bên trong cơ thể). Một chiều ngược khác nhưng tương đồng giữa anh và tôi là ST chồng Bắc vợ Huế trong lúc tôi chồng Huế vợ Bắc. ST tình thiệt là một người lắm chuyện: chả thế mà anh đã ra Phiếm tới cuốn thứ 29 viết đủ mọi thứ chuyện trên trời dưới đất, từ chuyện nhỏ như con thỏ cho tới chuyện vũ trụ bao la hoành tráng. Lúc này đây tôi không bàn tới Phiếm, vì đó là món tủ của chàng, với đông đủ ngàn ngàn bạn đọc nam-phụ-lão-ấu mến mộ. Nếu ai chưa là "fan" của ST xin mời mua Phiếm đọc chơi: bảo đảm sẽ vui đời, mê mẩn theo những câu chuyện ngộ nghĩnh lắm lời của anh. Nhân đây, tôi chỉ xin góp ý một chút về phong cách viết truyện ngắn của nhà văn Song Thao. Bài chẳng phải là phê bình nhận định gì ráo. Chỉ là ngẫu hứng của một kẻ viết không chuyên, liều lĩnh : Song Thao là người có duyên với chữ nghĩa . Mặc dù anh cầm bút đã lâu ở quê nhà, nhưng những truyện ngắn thực sự mang bút hiệu Song Thao (ST) chỉ xuất hiện trên văn đàn hải ngoại từ năm 1991. Tôi nói anh là người có duyên với chữ nghĩa bởi lẽ anh vừa mới trình làng tập truyện ngắn mới nhất : "Cuối Ngày, Một Lần Ngồi Lại" do Văn Mới xuất bản năm 2001. Đây là tập truyện thứ 5 của anh được trình làng kể từ khi cầm bút trở lại ở nước ngoài. Mười năm ,

5 cuốn sách xuất bản thoạt nhìn tưởng không nhiều, nhưng ở hải ngoại in ấn được như thế, kể đã là một kỳ công trên trường sinh hoạt chữ nghĩa. Có rất nhiều người viết liên tục từ quê nhà sang tới đất khách mà số sách in ấn cũng chỉ đếm được rất khiêm nhường trên đầu ngón tay. Phương chi ST chưa bao giờ phải dồn hết tài lực cho việc ấn hành các tác phẩm của mình. Tôi tin như thế. Nhìn qua thư mục ST, thấy dường như anh được thiên hạ gánh vác giùm tất !Thế mới đúng là có duyên. Và có tài nữa. Không có tài sao được khi nhà xuất bản Văn Mới đã in cho anh liên tiếp 3 cuốn sách trong vòng 4 năm . Hẳn ông chủ Văn Mới cũng mặn ST lắm nên chịu chi hết mình. Nói chung, cả bằng hữu và bạn đọc đều mặn truyện ST, mà anh cũng đã trở tay nêm muối đều chi! Bằng chứng là trên báo chí văn học Việt Nam hải ngoại hiện nay nhan nhản truyện ngắn ST. Tôi hỏi đùa anh tu luyện ở đâu mà công lực dồi dào thế? Anh nói đùa lại : nội công thâm hậu chính là tôi (?!) vì rớ tới tờ báo nào cũng thấy thơ HXS. Anh ST à! Tôi tuy mang tiếng là chường mặt hơi nhiều nhưng ngó qua ngó lại cũng chỉ là đánh đấm cọ quẹt bên ngoài thôi (mấy chục niên mần thơ mà chỉ in được hai cuốn thì quả là tệ!). Cứ như anh tượng hình đều đều, lâm bồn sanh con đẻ cháu hẳn hòi mới là dễ nể. Tôi ghen "lồng lộn" với anh rồi đấy! Nhưng thôi, để rán viết đoạn ngăn ngắn này chúc mừng Anh Bạn Già đã cho ra đời đứa con tinh thần thứ 5. Tôi biết đọc đến đây anh sẽ dẫy nẩy lên : "Tôi như thế này mà bảo là già à!". "Vâng ! Thưa anh, anh chỉ có già nua tuổi tác thôi (làm ơn nhớ lại giùm ra đường có bao nhiêu người gọi mình bằng bác, bao nhiêu người thưa ôn); nhưng tâm hồn thì còn trẻ lắm. Trẻ măng hà! Không trẻ sao được khi anh ngồi một chỗ mà vẽ ra biết bao cảnh tượng giật gân, cụp lạc. Không biết là do tài hư cấu nên văn chương tiểu thuyết. Hay là chuyện thật đời người?! (ai đâu biết được chỗ ma ăn cỗ!)".

Về cuốn sách mới nhất của ST, phần đọc và điểm xin để dành cho bạn đọc và các nhà chuyên môn . Lại chỉ xin được nói tới một điểm nhỏ mà vô cùng lớn trong quá trình sáng tác của nhà văn "trẻ trung" này : Cái duyên của ngòi bút ST. Ấy thế, anh bạn tôi không những có duyên trong việc mua bán chữ nghĩa mà còn là một cây bút mặn mà duyên dáng lắm trong những câu chuyện kể. Dĩ nhiên là những câu chuyện tình. Không phải là những thiên tình sử lâm ly bi đát. Cũng không đẫm ướt dục tình. Mà chỉ là những tình khúc kín đáo nhưng thập phần khêu gợi. Tôi gọi những tình khúc ST là chuyện tình của Chùm Trái Cấm Nửa Vời. Đấy là những đoạn phim tình cảm của cuộc đời, của những nhân vật nam /nữ trong những tình huống gặp gỡ va chạm thật ngỡ ngộ. Nhiều khi đấy đưa hơi tréo cẳng ngỗng, mà cái hậu khá dễ thương để lại cho người đọc một chút gì ngẩn ngơ, luyến tiếc. Rồi như gió thoảng bay. Nhân vật ở ngôi thứ nhất của ST có khi là phái nữ. Nhưng chính những nhân vật nam mới làm nên phong cách ST . Đó là những mẫu người tinh đời, lọc lõi. Cũng có khi hiền lành, khù khờ nhưng vẫn luôn được trời đãi theo cái triết lý mèo mù vớ cá rán. Và những nhân vật nữ của anh thì luôn tươi rói. Luôn luôn là những quả chín nà nuột : Có khi là một cô cháu hờ chịu chơi. Một cô em gái bạn của ngày-xưa-bé-bỏng . Một cô chanh cốm sợi nhỏ tóc vàng . Một cô bạn đồng nghiệp dễ thương. Hay một cô bạn đồng hành mắt xanh nom trí thức bụi bụi vv..vv. Biết bao là hương hoa trời đất ! Nên chi tôi rất thích đóng vai Nam nhân vật của ST để tưởng tượng ra rằng mình đang (có thể) nhấm nháp nguyên cả chùm trái cấm đầu mùa: Một múi bưởi Biên Hòa ngọt lịm - Một múi mít tố nữ thơm lừng - Hay là một quả tuyết lê, một chùm nho mọng nước miền ôn đới? Đọc ST để thấy mình vẫn còn da diết vì những cái không đâu. Nhưng chính những cái không đâu ấy làm nên cung cách đời sống thật sự. Một đời sống mộng mơ thoát ra ngoài cánh cửa đóng ập tàn bạo của thời gian. Hãy theo chân ST đi tìm để tưởng tiếc về những cái luyến, cái nhớ vu vơ này: Một nốt ruồi hồng trên bờ ngực thanh tân - Một mắt kiếng to tố bố và miệng cười trẻ thơ giữa trưa hè trên bãi tắm - ột vết son in hờ trên vai áo - Một cái lắc đầu của chùm tóc nũng nịu - Một cái vịn còn e dè trên eo thon nữ ... Chết! Chết thật. Chết theo những đối đáp ngủng ngẳng mà đầy tình ý. Cái trò chơi của ST là đưa ra những trái cấm nửa vời: Làm cho người ta tơ tưởng. Thấy như nhấm nhá được rồi. Mà phút cuối lại hụt hẫng ! Anh nhử nhử con mồi trước mắt, vờn qua vờn lại. Rồi bỗng "fẹc-mê-bu-tích"* cái rụp. Làm người ta chới dzới, hỏng giò hỏng cẳng hết trơn. Có lẽ cái tinh thần nhà giáo vẫn còn tồn tại sau bao cuộc đổi dời mà tuy viết truyện tình khá ướt át, ST vẫn chọn lựa thái độ "quyết liệt sau cùng" : chừng ấy đủ rồi, đừng tơ tưởng thêm nữa! Nhưng dù mô phạm cách gì, ST cũng đã tỏ ra tinh tường trong bút pháp NHEM THÈM (người miền Trung gọi là Dem Thèm). Xem ra chính cái đòn nhắp nhắp nhá nhá con mồi là độc chiêu dụ hoặc làm người đọc (trong đó có tôi) xây xẩm, luôn luôn chờ đợi được đọc những sáng tác mới của ST. Để háo hức chờ xem có "sự cố" gì mới lạ xảy ra không ? Rào có bị vạch toang ra không?

ST viết : Cuối Ngày, Một Lần Ngồi Lại. Tôi muốn nói thuội theo : Than ôi! Cuối Cùng, Trái Cấm Hãy Còn Nguyên!
Có bao giờ thưởng thức được trọn vẹn đâu. Nếu bạn đọc chưa tin, hãy sắm toàn bộ tác phẩm ST. Nhẫn nha đọc. Và gẫm xem có cùng một nỗi ấm ức như tôi không?

Hoàng Xuân Sơn

27-juin-2001
một ngày cảm mạo .
tưởng tượng và thèm một ly thạch chè mát rượi

DU TỬ LÊ

SONG THAO, PHIẾM

Tôi vẫn nghĩ, người Việt Nam không chỉ có truyền thống thích thơ, yêu thơ và, đa số trong đời, ít nhiều cũng có đôi lần làm thơ, dù phổ biến hay không. Mà, người Việt Nam còn có tinh thần trào phúng mạnh mẽ, không kém cạnh gì tinh thần yêu thi ca.

Thiết tưởng, cũng từ truyền thống trào phúng của người Việt, nên phần nào đặc tính này đã góp phần bảo vệ chủ quyền đất nước, chống trả những cuộc tấn công, xâm lăng của ngoại bang.

Thí dụ khi người Tầu tấn công, thôn tính Việt Nam, dân gian đã gắn cho quân Tầu những hình ảnh xấu xa, khinh miệt như "Tầu Phù," "Tầu Ô," "Thằng Tầu." Ở miền Nam, dù người Việt và người Tầu có nhiều năm chung sống êm đềm, nhưng dân gian vẫn gắn cho họ một tên gọi xách mé như "Ba Tầu," hoặc "Chệt."

Cũng vậy, khi người Pháp đặt ách thống trị lên đầu, lên cổ dân tộc Việt Nam thì, dân gian cũng có ngay những danh từ biếm nhẽ, để chỉ họ, như "Bạch quỷ" hay "Tây mũi lõ," "Tây cà lồ."

Và dù ở miền nào thì người dân Việt Nam cũng dùng chung một tiếng "Thằng" để chỉ tất cả quân ngoại nhập ấy.

Bên cạnh đó, theo tôi, cũng đáng kể không kém, trong mục đích duy trì nòi giống, chống quân xâm lược, người dân Việt đã gọi những phụ nữ (trước đây,) lấy chồng Tầu, Pháp hoặc Mỹ là "Me." Như "Me Tầu," "Me Tây," "Me Mỹ."

Nói rõ hơn, dù thuộc dân tộc nào thì, tinh thần trào phúng vẫn là một thứ võ khí tinh thần đáng kể, hữu hiệu của kẻ yêu, chống lại kẻ mạnh. Cũng chính từ sự coi khinh kẻ xâm lăng hay quân ngoại nhập, in sâu trong tiềm thức người dân mà, trước đây, nếu so sánh với các dân tộc khác, tỷ lệ phụ nữ Việt Nam có chồng thuộc hàng ngũ quân xâm lược, rất thấp. (1)

Không người phụ nữ Việt Nam bình thường nào, muốn bị xã hội gọi họ bằng hai chữ "Me Tầu," "Me Tây," hoặc "Me Mỹ." Cực chẳng đã, người phụ nữ Việt Nam mới phải cắn răng, cúi mặt, đeo lên ngực mình chữ "Me" đầy rẻ rúng, bị xã hội xa lánh. Hầu hết phụ nữ Việt Nam trước đây, cương quyết không lấy chồng ngoại quốc, ở một khía cạnh nào đó, cũng là một hình thái bảo vệ, duy trì nòi giống Việt.

Tinh thần hay truyền thống trào phúng của người Việt thể hiện rất rõ trong văn chương Việt từ thời ca dao cho tới hiện tại. Rất nhiều tác giả nổi tiếng, có thơ trào phúng được lưu truyền tới bây giờ. Điển hình như tất cả thơ của Tú Xương (ngoại trừ bài "Gọi Đò.") Kế tiếp Tú Xương, chúng ta có thơ trào phúng của Tú Mỡ, rồi Tú Kếu... Về văn xuôi, chúng ta có rất nhiều phóng sự hoạt kê của nhiều tác giả nổi tiếng mà, sâu sắc nhất tính đến hôm nay, vẫn là những tác phẩm của nhà văn Vũ Trọng Phụng.

Tuy nhiên, xét về phương diện số lượng (tôi nhấn mạnh, số lượng) thì, có dễ chưa một tác giả nào, từ quá khứ tới hiện tại, có nhiều tác phẩm thuộc loại trào phúng như nhà văn Song Thao. Trong thực tế, có tác giả có số lượng chuyện trào phúng nhiều hơn Song Thao. Nhưng những tác giả đó, không gom tất cả bài viết của họ để in thành sách. Nên, theo tôi, Song Thao là người có số lượng bài trào phúng nhiều nhất hiện nay.

Chọn từ ngữ ngắn, gọn, rất phổ biến hiện nay là "phiếm," Song Thao đã xuất bản tập "Phiếm" thứ 11, cách đây vài tháng.

Chỉ trong vòng trên dưới 10 năm, với 11 tập chuyện phiếm mà, trung bình mỗi tập dầy khoảng 400 trang, nhân lên, chúng ta có 4400 trang sách... phiếm. Tôi e kỷ lục này, khó tác giả nào, có thể vượt qua. Nhất là Song Thao vẫn chưa cho thấy một dấu hiệu... mệt mỏi, hay muốn ngưng nghỉ bài hát "đường trường xa!"

Cách đây khoảng 2 năm, khi Song Thao loan báo đã cho lên khuôn tập "Phiếm" thứ 8, tôi tình cờ đọc được một bài viết về "võ công" viết phiếm của "đệ nhất cao thủ... Phiếm" này.

Có dễ bài viết hay bản tin của tác giả vừa kể, đã cố tình nhái theo tính cách phiếm... loạn của Song Thao, nên tôi cho đấy cũng là một bản tin văn nghệ khá đặc biệt:

"Từ một người viết truyện ngắn (may quá, hình như ông không làm... thơ. May quá!) nhà văn Song Thao, trong vòng trên dưới một thập niên, đã chuyển sang viết... phiếm.

"Sự thành công liên tiếp của ông, trong lãnh vực mới này, qua những tập phiếm dày cui và, những chuyện phiếm được nhiều trang mạng, cũng như báo giấy đăng tải (có và quên trả tiền nhuận bút,) đã biến ông thành một thứ "siêu sao" trên sân khấu... phiếm loạn.

"Ông phối hợp võ công hư ảo của Ba Tư và, chưởng lực kỳ bí của Tây Vực (nói theo chuyện chưởng của Kim Dung,) đã giúp ông sớm thành một trong những cao thủ trên 'võ đài phiếm' hải ngoại.

"Với sự tiếp tay của các 'kiếm khách bịt mặt' như Kha Trấn Ác/Luân Hoán, Trang chủ Cà Na Trang/Hoàng Xuân Sơn... chỉ trong vòng ít năm, "Phiếm chủ" Song Thao đã lưu lại giang hồ 7 'kỳ tích' cực kỳ 'hoành tráng.' Kỳ tích nào của ông cũng rộng lớn về không gian, cũng như số... trang!

"Với đủ thứ võ công... cười. Từ cười mỉm chi, cười nửa miệng, cười nắc nẻ (như bị cù léc,) tới cười... nhạt và, luôn cả 'cười không nổi...'" dư luận đồn dãi rằng nhà văn của chúng ta đã tậu được tới mấy 'ô tô con,' để di chuyển đó đây. Thay vì ông phải 'vận cước đằng vân' và... hú ầm ầm như đại ca Dương Qua!

"Tôi cho rằng 'Phiếm chủ' Song Thao từ chối biểu dương võ công kiểu này, cũng tốt thôi! Bởi vì nó vừa bớt hao tổn chân khí (vốn không còn được bao nhiêu,) lại vừa đỡ mất thì giờ (cũng còn khá ít;) chưa kể, loạng quạng, có khi trúng ám khí của các nữ hiệp thì, sẽ thập phần... mất vui!

"Theo một nguồn tin yêu cầu 'quên tên tôi đi' cho biết, trong năm Canh Dần, (cọp không phải đàn bò vào thành phố,) 'Phiếm chủ' Song Thao sẽ tung vào thế giới sách vở đang 'xuống cấp can không nổi,' 'phiếm chưởng' thứ tám của ông.

Nghe đâu, lần này, ngay ở bìa sách, tác giả sẽ cho 'chạy' một 'xì lô găng,' rằng:

"Bảo đảm nếu không cười, được hoàn lại tiền... tươi!"

"Vẫn theo nguồn tin này thì ngay sau đấy, nhà văn Song Thao lại khẳng định:

"Cười hay... nhăn thì cũng một nghĩa như nhau mà thôi...

"Nghĩa là chúng tôi 'bố cáo' trước rằng, chúng tôi sẽ từ chối việc 'hoàn lại tiền' đấy, quý vị ạ..."

Du Tử Lê
(5 tháng 8, 2012)

PHẠM HIỀN MÂY
Viết Về Một Người Viết Phiếm

I/ SONG THAO, THẦN PHIẾM, VUA PHIẾM, PHIẾM CHỦ

Trong một lần trò chuyện, khoảng đâu mười năm trước, với một nhà thơ mà danh tiếng đã từ thế kỷ hai mươi, khi nhắc về Song Thao, ông ấy nói, Song Thao ư, văn ông ấy, cứ gọi là, các bà, mê như điếu đổ.

Tại sao lại là các bà, mà không là các ông, tôi đồ rằng, người ta thường vậy, nghĩ vậy, âm dương hút nhau, nên trước hết, nên số đông, với các ông nhà văn nhà thơ, sẽ là phái nữ.

Mê như điếu đổ là mê như thế nào. Nghĩa là mê đến không biết gì, như người say thuốc lào, phê thuốc lào, nửa tỉnh nửa mơ, hồn xác lơ lửng chín tầng mây xanh, mặc hết cả mọi thứ chung quanh.

Tôi tự nghĩ thêm, thế người đọc mê người hay mê văn, rồi tức khắc, lại thầm trả lời, cả hai, người duyên mà văn cũng duyên, nên đáng để mà mê lắm lắm.

Có người gọi Song Thao là thần phiếm, lại có người gọi ông là vua phiếm, người viết bài thơ Khúc Thụy Du thì gọi ông là phiếm chủ, vì, ngoài viết tiểu thuyết, truyện ngắn, ông ấy còn viết phiếm, số lượng xuất bản đến nay, đâu đã xấp xỉ ba mươi cuốn, cuốn nào cuốn nấy bán đắt như tôm tươi. Không chỉ ăn đứt những người từng viết phiếm về số lượng phát hành, mà cho tới nay, từ đông sang tây, hễ nhắc tới thể loại phiếm là người ta tấm tắc ngay, gần như đầu tiên, Song Thao. Vậy thì phong danh hiệu thần hay vua hay chủ ấy cho ông, tôi nghĩ cũng chẳng gì quá đáng, quá lố cả.

Như nhà thơ Du Tử Lê từng dí dỏm, và, không quá, không thách một chút nào, *ngày nào còn bác Song Thao / vẫn còn mãi đấy phiếm vào phiếm ra*

Riêng tôi, thì tôi hay ngầm so sánh Song Thao với nhà văn Nguyễn Ngọc Ngạn, một MC gạo cội của chương trình Thúy Nga Paris By Night, bởi từ vẻ ngoài lịch lãm đến lời ăn tiếng nói, chừng mực, lưu loát, trôi chảy cho đến kiến thức lẫn kiến văn của họ cũng đều rất mực làu thông. Nghiêm trang, đạo mạo mà lại duyên ngầm, hai ông, chỉ có thể là, kẻ tám lạng, người nửa cân.

II/ VIẾT PHIẾM, DỄ CÓ MẤY TAY

Phiếm, hay phiếm đàm, phiếm luận là một tiểu thể loại của tản văn. Đặc điểm chung của phiếm là luôn hiện diện trực tiếp cái tôi của tác giả; là quan điểm, cách cảm, cách nhìn của tác giả và so với việc thông tin sự kiện thì lý lẽ của thông tin sẽ luôn được ưu tiên hơn (*Thôi Về Đi*). Đặc điểm của phiếm còn là sự linh hoạt, phóng túng (xin hiểu phóng túng đây là tự do, không theo khuôn khổ), trong cách hành văn và sắp xếp chi tiết (*Coi World Cup*). Giọng của phiếm luôn ở vị thế cao đàm, ung dung tự tại, vượt lên thói thường, đưa đường chỉ lối cho độc giả đến với những cách nhìn, cách nghĩ, cách cảm khác, tích cực, mới mẻ, ý vị, mang yếu tố rủ rê khám phá, khuyến khích trải nghiệm về thời cuộc, về đời sống nhân sinh.

Xưa, đã nhiều lắm các đại nhân, khi viết, từng sử dụng đến các thể loại gần với phiếm như tạp văn, tùy bút, thời đàm, tiểu phẩm, tiểu luận, bút ký, đoản văn, đó là các tên tuổi như Lỗ Tấn, Tản Đà, Ngô Tất Tố, Nguyễn Tuân, Vũ Bằng, Võ Phiến... (mà với khả năng hạn hẹp của mình, tôi không thể đủ sức biết hết để mà ghi ra đây). Nay, tôi được biết thêm một số người khác, như Đặng Tiến với những tiểu luận phê bình, và, đương nhiên, nhà văn Song Thao, với những tác phẩm phiếm, không chỉ đáng nể về số lượng xuất bản mà còn đáng để nghiêng mình bái phục về chất lượng đề tài, về lối viết tinh tế, duyên dáng, khó ai bì. Một số bài, vượt lên, nó giống với một tiểu luận nghiên cứu hơn vì những chứng cứ, bút lục được thu thập công phu, cặn kẽ, chi tiết, khó thể bắt bẻ, như phiếm "Nhạc Bolero", chẳng hạn.

Nên, nếu như, có ai đó từng đọc, mang tâm hài lòng, thích thú mà ưu ái gọi Song Thao là nhà nghiên cứu, một nhà nghiên cứu về văn hóa, xã hội, ví dụ vậy, thì theo tôi, cũng không quá là lộng ngôn.

III/ SONG THAO, PHIẾM LÀ NGƯỜI

Có một truyền tụng, chẳng biết từ đâu, lúc nào, "văn là người", ý là, đọc văn thấy ra sao thì người thực cũng hệt thế ấy.

Nay tôi mượn lại câu trên, chế đi chút đỉnh, muốn biết Song Thao là người thế nào thì cứ đọc phiếm của ông ấy. Đọc hết được thì quá tốt, còn bằng như không có điều kiện, thì tôi tin, chỉ cần đọc năm, bảy câu chuyện phiếm, vẫn thường đăng lai rai trên trang facebook của ông, là cũng đủ để đoán ra, ông là người thế nào.

Với một vẻ ngoài gọn gàng, tươm tất, chỉn chu, lịch sự, trang nhã, ông dễ dàng tạo cho người đối diện một đánh giá tốt ngay từ ban đầu, đây là người rất mực đàng hoàng, một nhà mô phạm, một giáo sư, hoặc, một bác sĩ giám đốc. Đọc các câu ông trả lời phỏng vấn hay còm trao đổi với các bạn bè, thân hữu, thì lại càng thấy thêm ra, ông là người có lối ứng xử điềm tĩnh, nhẹ nhàng trong hầu hết các trường hợp. Đặc biệt, là thông minh.

Mà, thông minh thì hay đi kèm với dí dỏm, hài hước. Cả văn lẫn người, đúng vậy, đều thế. Ở đây là phiếm. Xem chữ thấy ra người. Nhìn người ra bút pháp - nhàn tản, giản dị, trong tếu táo có chân thành (*Ông Văn Nghệ*), trong cợt cười có nghiêm trang (*Đạp*), trong hóm hỉnh có ngẫm ngợi suy tư (*Cờ Tây*), trong châm biếm có thư giãn giải trí (*Happy Birthday Mr. President*).

Phiếm của ông cung cấp cho bạn đọc nhiều chi tiết mới lạ, được khám phá bất ngờ nhưng có chọn lọc, nên trở thành giá trị trong đời sống trùng trùng sự kiện (*World Cup 2022*). Lối phê phán của ông là lối phê phán ẩn dụ, kín đáo; nghiêm mà hiền từ, ân cần; chậm rãi, từ tốn mà không lê thê, không làm nhàm chán người nghe; thiệt mà chơi chơi mà thiệt.

Khi được hỏi về chuyện nghề, ông cởi mở, không giấu giếm, viết cũng như đu dây làm xiếc, không những cần vững tay để khỏi té mà còn phải trình diễn cho hay; hoặc, văn phong là con người của tác giả, cứ thành thật khi viết là ló ra cái văn phong của mình, nếu điệu đà bắt chước người này người kia thì độc giả biết ngay là đồ giả, nhưng xây dựng truyện thì phải có kỹ thuật, đó là cách đóng mở, thêm gia vị, không lạt quá mà cũng không mặn quá.

Tài viết phiếm của ông, chắc phải kể thêm, ông viết về vấn đề tế nhị mà đọc không bị đỏ mặt *(Cỏ Dại)*, ông đụng đến những chuyện nhạy cảm mà không gây khó chịu cho người xem. Văn ông không hấp tấp, vội vã, đọc mà như đang đối diện cùng ông và nghe ông nói *(Nước Mắm Vạn Vân)*. Câu chuyện càng về cuối càng hay, khiến chẳng ai muốn rời, dù đã kết thúc *(Gỏi Đu Đủ)*. Nó khớp với quan niệm của ông về việc viết, trà ngon thì phải có hậu vị, tác phẩm hay là tác phẩm khiến độc giả cứ còn vấn vương mãi, sau khi đọc xong.

IV/ SONG THAO - PHIẾM CHỈ LÀ PHIẾM THÔI

Ấy là tôi đọc ở đâu đó, trong một bài trả lời phỏng vấn, không nhớ của nhà văn Hai Trầu - Lương Thư Trung hay nhà văn Hồ Đình Nghiêm, Song Thao khiêm tốn khi được hỏi và trả lời - phiếm chỉ là phiếm thôi.

Như Nguyễn Du, mua vui cũng được một vài trống canh, như Bùi Giáng, vui thôi mà, Song Thao cũng, phiếm chỉ là phiếm thôi.

Sự kính trọng của bạn đọc với các tác giả, không bao giờ chỉ do bởi tác phẩm mà nên. Nếu bởi tác phẩm, thì cao lắm chỉ là sự ngưỡng mộ về tài văn. Nhưng kính trọng thì phải bao gồm cả tác phẩm lẫn tính cách thực của tác giả trong đời. Và một trong những làm nên tính cách riêng đáng cho người ta cảm phục ấy chính là sự khiêm tốn, khiêm tốn chân thành chớ không phải kiểu khiêm tốn làm dáng.

Sau khi dẫn mấy câu thơ, *dẫu từ lâu bỏ việc văn chương, thiệt tình tên bạn ta không nhớ, nhưng mà trông mặt thấy quen quen, hễ chi ta uống cho say đã, nào có ra gì một cái tên* (Tô Thùy Yên), Song Thao khiêm cung trả lời độc giả, viết lách với ông, là một cách thế để vượt ra khỏi những tù túng; viết là vì thích viết, chẳng bắt những trang chữ khệ nệ vác một sứ mệnh nào cả; viết là một cách giải thoát nên văn dĩ tải đạo là một ý niệm xa lạ; viết trước hết là viết cho mình, nên chỉ cần viết với trách nhiệm và lương tâm của mình.

Ông nói thêm, viết phiếm chỉ cốt làm sao cho người đọc cười được, tốt cho sức khỏe tinh thần và thể xác; ngày xưa, những bài viết của tôi nặng về phần chỉ trích, chế giễu, đòi hỏi và có ý hướng cải tạo xã hội; ngày nay, viết là viết lấy vui, cười với nhau, ngẫm nghĩ với nhau một cách chung chung, ba lơn ba cợt; tinh thần và bài viết xưa nay đã khác nhau xa lắm; xưa vừa viết vừa đi làm, nay viết như một cái thú, thích thì viết, hứng thì viết, chẳng ai bắt, chẳng vội vàng chi, cứ như rong chơi vậy.

Ôi, ông Song Thao ơi, ông rong chơi thôi mà sung sức đến thế ư, tôi đồ rằng, gộp lại cả truyện lẫn phiếm và này kia kia nọ, chắc cũng đến nửa trăm chớ phải chơi, các tác phẩm đã xuất bản. Ông rong chơi mà văn của ông trôi chảy như suối trên ngàn băng băng đổ xuống, có bao nhiêu lên thác xuống ghềnh thì ông cũng đều một tâm thế ấy, vững vàng mà đằm thắm, cười cợt dí dỏm mà không gây hấn cự nự với cuộc đời. Ông rong chơi nhưng lại viết về những điều có thực *(Bún Chả Hà Nội)*, ông đang khiến độc giả mắc cười vì những chuyện tiếu lâm, lại ngay lập tức, ngoạn mục, khiến người ta chuyển ngon lành sang trạng thái bùi ngùi, cảm cảnh, nghe cơn buồn chợt từ đâu từ đâu xộc đến, mênh mênh mang mang *(Già Khú Đế)*. Ông rong chơi mà phiếm nào của ông cũng rất thời sự, ông viết kiểu gì cũng thấy hơi hướng của văn chương khi mà ông lãng mạn đưa vào thêm thơ văn trích dẫn, đưa vào thêm các giai thoại của bạn văn *(Ngày Cao Niên)*.

Rong chơi như ông, tôi đây cũng thèm, và triệu triệu người trên hành tinh này, mơ ước.

Để kết bài, tôi muốn mượn, ngẫu nhiên, câu kết dưới đây, trích trong "Tuân", trước là để ngợi khen văn ông, vui chơi thôi mà bút lực hết sức trầm tĩnh, sâu xa, sau nữa là để cảm ơn các bạn đã chịu khó đọc hết bài của tôi về một tác giả đặc biệt, đặc biệt ngay cả trong tên hiệu, tên đời, Song Thao - Tạ Trung Sơn. Câu ấy như sau,

"Cho tới bây giờ tôi vẫn ân hận vì ngày đó đã không nhìn thấy tầm vóc lớn lao của Tuân Nguyễn trong cái dáng gầy guộc như gánh hết cái gầy của con người trên thế gian này. Tưởng anh chẳng bao giờ là một tình nhân, nhưng thực ra anh có một mối tình lớn: tình yêu nhân loại".

Mới thấy, giữa tưởng, tưởng như, tưởng chừng và thực ra, lúc biết ra sự thực, giá trị đánh đổi của nó luôn là nỗi nuối tiếc muộn màng, là niềm ân hận, day dứt khôn nguôi, cứ thế, suốt cả một đời người.

Sài Gòn cuối tháng 3/2023
Phạm Hiền Mây

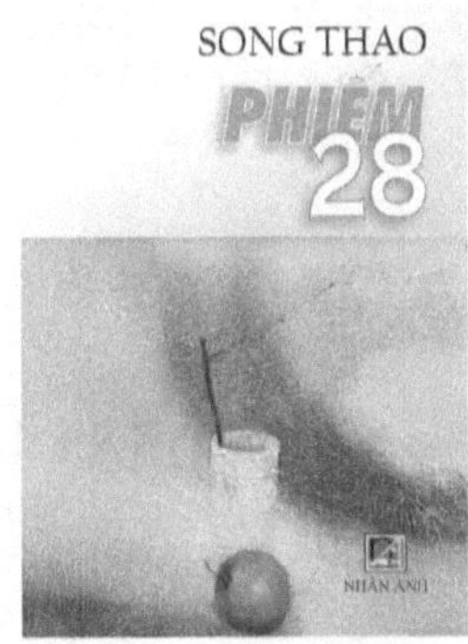

LUÂN HOÁN
Viết Về Song Thao

Khác với những tay viết chuyên về phê bình nghiên cứu, tôi cũng viết khá nhiều về những người cầm bút quen biết hoặc chưa. Nhưng những bài viết của tôi gần như thuần về gợi nhớ những kỷ niệm có chung giữa hai người với nhau, Bàn về tác phẩm, qua những khía cạnh nghệ thuật viết, hoặc nội dung đề tài cũng có, nhưng tôi đã ma mị hoán đổi điểm chính thành điểm phụ, để tránh nhức đầu, tránh bày ra những yếu thế của mình. Với nhà văn Song Thao, một người bạn thân, cũng vậy, dù hình như tôi viết về anh khá nhiều lần. Trong những trang giới thiệu Song Thao trên Ngôn Ngữ 25 này, tôi không viết gì thêm, ngoài trích đoạn từ vài ba bài đã viết.

1. Trích đoạn trong *"Song Thao, người bạn văn, biết sớm, gặp muộn"*

... Chúng tôi vẫn thường xuyên liên lạc với nhau qua điện thoại. Và cuối mỗi tuần thường gặp mặt ở các quán cà phê. Song Thao là người phải tiêu nhiều thời gian trên xa lộ để đến điểm hẹn, nhưng chả khi nào anh than. Anh quí bạn và ham đọc. Mặc dù tình hình sinh hoạt văn học ở Montréal có vẻ chùng xuống nhưng chúng tôi vẫn sáng tác. Riêng Song Thao, giữa năm 1996 tác phẩm thứ hai của anh được trình làng, tập *Đong Đưa Cuộc Tình*. Lần này tôi lại khều Đinh Cường để tặng anh một mẫu bìa. Tác phẩm không ra mắt nhưng lượng tiêu thụ khả quan và Song Thao mắc lại chứng bệnh ham viết như thời còn ở Việt Nam. Ngoài Văn Học, Hợp Lưu, Văn, Thế Kỷ 21, tôi còn rủ anh tặng truyện cho Sóng Văn, một tạp chí mới do hai anh em Nguyễn Sao Mai, Hoàng thị Bích Ti ở Hoa Kỳ chủ trương, mở đầu mối cho *Còn Đó Bóng Hình*, tập truyện thứ ba của Song Thao, được nhà xuất bản Văn Mới gởi đến bạn đọc năm 1997. Hai năm sau, năm 1999, tập truyện thứ tư của Song Thao, Chân Mang Giày Số 6, cũng lại được nhà Văn Mới xuất bản. Có lẽ Song Thao có duyên với Ông Nguyễn Khoa Kha, chủ nhân Văn Mới, nên năm 2000 tập truyện ngắn *Cuối Ngày, Một Lần Ngồi Lại* được gởi đến bạn đọc, và năm 2003, *Bên Lưng Những Con Chữ*, một tập truyện ngắn khác của anh cũng được ấn hành. Trong tình trạng tiêu thụ văn hóa phẩm không lấy gì làm khả quan của thị trường chữ nghĩa Việt ngữ hải ngoại, việc ấn hành liên tiếp nhiều tác phẩm, minh chứng vững chắc giá trị nghệ thuật sáng tác và nội dung phong phú của Song Thao. Truyện của anh còn phổ biến rộng rãi trên các trang điện toán. Nhiều trang chủ lịch sự xin phép, và cũng không ít địa chỉ "vô tư", lặng lẽ gởi đến bạn đọc. Đang trên tốc độ phát triển tốt đẹp như vậy, nhà văn Song Thao bỗng tạm ngưng sáng tác truyện ngắn để viết phiếm. Việc chuyển đổi thể loại của anh, nhiều bạn văn có ý kiến hơi khác nhau. Nhà văn Nguyễn Sao Mai tỏ ý hơi tiếc cho Song Thao, nhà văn Nguyễn Mộng Giác thì nhận xét ngược lại, ông cho rằng đây là một thay đổi hợp lý. Cá nhân tôi, từng thú vị khi đọc những trang phiếm của Song Thao trên tạp chí Nắng Mới ở Montréal, nên rất ủng hộ ông bạn đã giữ mục *Những Điều Trông Thấy* trên nguyệt san Thời Nay ở Sài Gòn năm nào. Sự đồng tình của tôi hoàn toàn không phải vì trong nhiều bài phiếm của Song Thao có trích dẫn thơ tôi. Dĩ nhiên tôi cũng như nhiều bạn thơ khác rất vui được anh nhắc đến. Vốn sống, trình độ văn hóa, cách quan sát, nắm bắt đề tài và nghệ thuật luận bàn hết sức thông minh, dí dỏm tạo nên giá trị cao cho từng trang phiếm Song Thao. Để trở thành một chuyện phiếm từ mỗi góc cạnh thật nhỏ của cuộc sống, Song Thao phải giàu công góp nhặt tài liệu, rồi dùng trí tuệ để đúc kết nó thành những bài học nho nhỏ về quan niệm sống, cách xử thế, trải ra bằng những nụ cười. Chuyện phiếm của Song Thao nhờ đó mỗi ngày một giàu bạn đọc, không phân biệt trí thức hay bình dân. Trong vòng hai năm, 2005 và 2006, anh cho in liền hai tác phẩm Phiếm. Cuốn nào cũng trên ba trăm trang. Mức tiêu thụ phải được coi là lý tưởng. Cuốn Phiếm 1 của anh đã hết, nhưng người hỏi mua còn khá nhiều, nhà xuất bản Nhân Ảnh tại Toronto,

Canada, của Lê Hân đang chuẩn bị tái bản. Để minh chứng giá trị tác phẩm phiếm của Song Thao, tôi trích dưới đây một số nhận xét của văn giới.

Nhà văn Phạm Phú Minh, chủ bút tạp chí Thế Kỷ 21 tại Hoa Kỳ:

... "Nghệ thuật viết phiếm là một loại nghệ thuật riêng biệt, không ai giống ai, giống như cái duyên dáng của một người kể chuyện vui vậy. Và chúng ta đang có một trường hợp cụ thể để xem xét, là cuốn PHIẾM của Song Thao. Thật ra hiện nay rất ít người viết phiếm thành công như Song Thao, và lại với một số lượng dồi dào đủ để in thành sách, nên đây là trường hợp hy hữu để khảo sát một loại hình viết lách không phải là mới lắm, nhưng ít có người viết một cách say mê kiên trì như Song Thao.

... Song Thao viết chuyện phiếm rất đều tay, mỗi tháng "đúng hẹn lại lên" đều gửi cho Thế Kỷ 21 một bài với ba đề tài, ngót nghét gần mười ngàn chữ. Độc giả thích ông ngay từ những bài đầu tiên. Báo Thế Kỷ 21 chữ nhỏ, mỗi trang chứa độ một ngàn chữ, như thế mỗi bài phiếm của Song Thao chiếm gần mười trang báo. Kinh nghiệm làm báo cho chúng tôi biết rằng một bài báo đến mười ngàn chữ là vào hạng quá dài, thường là phải cắt đôi để "kỳ sau tiếp," nếu không sẽ gây nản cho người đọc. Nhưng phiếm của Song Thao thì khác, người đọc "tiêu thụ" mười trang dễ như không, lại còn viết thư về tòa soạn để nói rằng họ thích lắm. Yếu tố nào khiến ông thành công như thế? Trước hết là đề tài. Toàn là những đề tài gần gũi trong cuộc sống, không rắc rối cao xa... Ngẫm ra, viết được mấy trang như giỡn ấy không phải là dễ. Ngoài cái duyên và cái chất hài hước trời cho cộng với khả năng sáng tác văn học vững chắc của mình, tác giả bắt buộc phải đọc nhiều và nhớ nhiều. Tài liệu ngày nay như rừng như biển trong báo chí, sách vở và internet, phải chịu khó sưu tầm tìm đọc những gì có liên quan đến đề tài mình viết. Thời đại này là thời đại của kiến thức, người cầm bút mà không trau dồi kiến thức thì trang viết sẽ dễ trở nên hời hợt, chữ nhiều hơn ý. Nhiều người nghĩ bản chất của Phiếm là lan man, viết gì lại chẳng được, nhưng nghĩ thế là lầm. Mỗi bài Phiếm của Song Thao là một công phu. Là một nhà văn, trước hết tác giả trao cho chúng ta cái khía cạnh cảm xúc của đề tài, thường bắt nguồn từ vốn sống và kỷ niệm của riêng mình với bạn bè thân hữu qua các câu thơ, câu văn, lời nói. Tác giả sử dụng nguồn tư liệu sống này rất tự nhiên, như là một cách chia sẻ với độc giả cái thế giới thân mật của những người làm văn nghệ với nhau. Về lâu về dài, với sự đãi lọc của thời gian, một số câu chuyện có vẻ riêng tư này có thể thành những giai thoại hay tài liệu văn học cho đời sau..."

Nhà thơ Lưu Nguyễn, trong +Luân Hoán, Một Đời Thơ":

"...Chuyện phiếm, theo tôi, thường là những mẩu chuyện chung chung, vui vui, quanh quanh, quẩn quẩn trong cuộc sống hằng ngày. Chuyện có đủ giản dị và cũng không thiếu phức tạp để trình bày rõ ràng

những hình ảnh sống động mà chúng ta vẫn bắt gặp. Người viết truyện ngắn, kẻ viết truyện dài, người viết tùy bút, kẻ viết hồi ký...Viết cái gì tác giả cũng có, cũng cần một mục đích. Có và cần luôn luôn giúp ngòi bút vững mạnh hơn. Giá trị của mỗi trang chữ nằm trong suy tư và lối diễn đạt của người viết, không cứ gì ở thể loại.

... Riêng tôi rất chịu cái lối kể chuyện đầy ngẫu hứng của Song Thao. Dí dỏm, duyên dáng lẫn thông minh đã giúp ngòi bút của ông tạo nên những trang chữ linh động."

Nhà thơ Du Tử Lê trên trang tin văn học:

"...Với sức sáng tác mạnh mẽ và rộng khắp nhiều lãnh vực, lần này, tuyển tập truyện "Phiếm" của Song Thao mang lại cho người đọc một chân dung khác. Chân dung một nhà văn với nụ cười hóm hỉnh, cùng những nhận xét tinh tế, bất ngờ, thú vị."

Nhà văn Trà Lũ trong một bài nói chuyện với thính giả:

"Đọc xong 380 trang sách trong cuốn Phiếm, tôi thấy mình được thư giãn hoàn toàn vì được cười rất thoải mái. Ông bà ta nói : Một tiếng cười bằng 10 thang thuốc bổ. Xin cám ơn "Bác Sĩ Song Thao" đã cho tôi rất nhiều thuốc bổ. Ngoài ra, tôi còn được tăng thêm kiến thức và học hỏi được rất nhiều điều vừa mới lạ vừa bổ ích. Xin cám ơn "Giáo Sư Song Thao".

2. trích đoạn trong *"Comment"* trong ngày 30-5-2020:

"Ông này có lý lịch văn học cụ thể: (cóp từ Tác Giả Việt Nam – Lê Bảo Hoàng): Tên thật Tạ Trung Sơn, sinh ngày 01-8-1938 tại Hà Nội. Học qua các trường Dũng Lạc (Hà Nội) Chu Văn An (Sài Gòn), Đại học Văn Khoa (Sài Gòn); tốt nghiệp Cử nhân Văn khoa năm 1964. Từ 1959 đến 1975 cộng tác với nhiều nhật báo, tuần báo, bán nguyệt san, nguyệt san tại Sài Gòn. Định cư tại Montréal từ 1985. Khởi viết truyện ngắn năm 1991, có bài đăng trên các tạp chí văn học tại Hải ngoại. Đã có trên 30 đầu sách được xuất bản, bán chạy.

Tuy quen ông lâu năm, nhưng mỗi lần đọc tên thật của ông, tôi cũng cảm thấy nặng nặng cả trăm ký lô những vui tính, lẫn sự nghiệp cầm bút bề thế, hấp dẫn.

Chúng tôi quen biết nhau tình cờ, đầy khép kín, có chút thủ thế, giữa những ngày cả hai cùng chờ đợi đi ra khỏi nước. Dù cùng đến một thành phố nhưng trên hai chuyến bay cách nhau non một tháng.

Bản tính đại khái của ông: hiền lành, điềm đạm, tháo vát, tận tâm, thành thật và chí tình cùng bạn bè. Niềm nở cởi mở cùng mọi người, hoạt bát linh động trước đám đông, tích cực trong mọi công việc... toàn là tính tốt. Ông có đạo Công Giáo, có vợ người Huế, chị Lê

Thị Diệu Hương, con gái thầy Lê Nguyên Diệm, người soạn nhiều sách giáo khoa toán cùng thầy Bùi Tấn, nổi tiếng một thời.

Song Thao là người có nhiều bạn chơi. Theo tôi biết, bạn ông có nhiều nhóm, được chia ngầm theo thú tiêu khiển: văn chương, thể thao, du lịch, thưởng ngoạn vẻ đẹp của những báu vật của đời thường. Tôi thường tháp tùng ông cùng vài bạn khác trong thú giải trí lịch lãm này.

Đặc biệt về du lịch, ông là người có nhiều điều kiện thuận tiện: sức khỏe, tài chánh, thảnh thơi. Người thỉnh thoảng đồng hành trong các chuyến ngao du xa với hai vợ chồng ông là nhà văn Võ Kỳ Điền. Còn tôi chỉ thoảng gặp ông vài lần ở các bãi tắm, công viên thuộc tỉnh nhà.

Trong những sinh hoạt văn học ở xa như ra mắt sách, nói chuyện... tại Toronto, Boston... tôi đều đi ké xe ông. Khỏi cầm lái, không sợ xe mình hao tốn cây số, thậm chí đến cả tiền đổ xăng cũng không bận tâm. Nói tóm lại tôi là người từ nhỏ đến già có số, có lộc hưởng ké, ăn nhờ bè bạn...

3. trích đoạn *"Giới thiệu Phiếm 28"*:

"Không lặp lại định nghĩa và cách viết Phiếm thành tác phẩm văn chương của Song Thao - không ca ngợi sức viết và giá trị nội dung, xin phép nói qua chữ, mươi dòng: trong 28 đề tài, 28 bài viết ngắn dài, súc tích khác nhau, đố quí bạn tôi chọn tên bài nào để đọc lại trước?

Tự giải đáp ngay:

Trước tiên, tôi chọn bài "Thái Giám", vì thường xem phim Tàu. Ở những bộ phim dựa vào ngoại sử thời xa xưa để sống lại, các ông Thái Giám tôi đã gặp khá nhiều, hầu hết các vị này khi có chức sắc thường tàn độc, hung ác. Đó là Thái Giám qua phim ảnh. Còn Thái Giám qua chữ nghĩa của Song Thao sẽ ra sao ? Tôi đọc tôi biết. Các bạn đọc các bạn tìm hiểu thêm, vậy nên các bạn cần nhanh tìm sách để đọc.

Chuyện thứ hai, tôi đọc là bài "Dựa Hơi Chó", bởi tôi đang phổ biến loạt bài "Dựa Hơi Bè Bạn" của tôi. Người và Chó, với người Việt chúng ta, nếu so sánh, sẽ sinh ra hiểu lầm. Ở bài viết của Song Thao dĩ nhiên không có sự so sánh nào. Ông chỉ chưng qua chữ nghĩa lẫn hình chụp, sự thương mến, thân thiện giữa hai sinh vật này. Người ở nhiều độ tuổi, giới tính, nghề nghiệp, chức vụ... Dĩ nhiên ông chọn giới thiệu, lên hình, những người tương đối đã lên mặt báo, cỡ như vũ công người Anh, Meardon, người mẫu Emily Ratajkowski, nam tài tử Daniel Radcliffe...(tôi không ghi lại đây những điều ông ST viết ra, chỉ xin tin gọn: lạ, vui, hấp dẫn và những ai đang chọn Chó làm thú cưng, có thể tìm thấy những điều đáng học). Trong bài viết này, Song Thao có dẫn chứng một đoạn viết của nhà văn Phạm xuân Nghiêm nói về nhà thơ Bảo Sinh (có in ảnh thi sĩ này) là người được Song Thao nhặt thơ làm duyên cho bài viết. Thơ trích thường ngắn, nên tôi không ngại gõ lại để các bạn cùng đọc:

đoạn trích ở trang 126:

làm thơ, nuôi chó, chọi gà
ba trò chơi ấy làm ta bơ phờ
suốt ngày nửa tỉnh nửa mơ
trông ai cũng thấy nửa thơ nửa gà

đoạn trích ở trang 128:

đêm qua anh đi chơi về
hương tình men rượu bay đi ít nhiều
vợ con chẳng nói một điều
chỉ con chó mực vẫy liều cái đuôi.

Bài tôi đọc tiếp theo là bài "Lấy Hay Không Lấy", vì tôi ngửi thấy mùi "Ba Hoa Huê Tình" ở trong câu chuyện này. Và đúng như vậy, tôi được đọc lại trích đoạn thơ bà Hồ Xuân Hương. Đừng ai hỏi bà Hồ Xuân Hương là bà nào nghe? và sao không chưng ra bài trích? Tôi dành giờ gõ trích dẫn cho việc mời quí bạn đọc mấy câu kết bài của Song Thao: *"Viết tới đây tôi thấy ngậm ngùi. Nam nhi đã bị cho đi chỗ khác chơi. Thời buổi này, người ta không cần một bờ vai. Ông bạn tôi không nghĩ như vậy. Ông bảo dù có đơn thân sanh con, các bà cũng còn cần tới thứ nguyên liệu mà chỉ có đàn ông chúng tôi mới sản xuất ra được. Đâu có dễ gì cắt một nhịp cầu!"* (trang 227)

Đọc hết bài này tôi nghỉ mắt một chút, vén màn ngó ra trời còn tối, bỗng dưng nảy nòi mấy câu vần trắc, không ăn nhập đến chủ đề của Song Thao viết, nhưng thoáng thấy bùi ngùi khác với ngậm ngùi của Song Thao, và ít nhiều vui vui, xin góp vào đây tặng riêng những bạn tám túi của tôi:

Đã cứng mà còn ngắc
Đó chính là bước ngoặt
Từ giai đoạn loắt choắt
Chuyển qua thời hoan tặc (h,không g)
Bây chừ cứng hết ngắc
Quả thật trời chơi ngặt
Chỉ rục rịch lắt nhắt
Nói chung gần bế tắc (Luân Hoán).

Để tiếp theo, tôi biết Song Thao thường trích dẫn nhiều thơ trong các bài viết, nên tôi lật từng trang và thấy có thơ của Lê Nại, Luân Hoán, Quan Dương, Hoàng Quỳnh Mai, Bảo Sinh, Hoàng Lộc, bs Lê Văn Lân, Vũ Hoàng Chương, Tú Xương, Tú Mỡ, Ngô Đức Kế, Hồ Xuân Hương, Trần Đăng Khoa, Hoàng Cầm, Nguyễn Bính, Lê Đình Điểu, Lê Thị Thanh Dương...

Về những người sinh hoạt văn học nghệ thuật ông cũng nhắc đến với số lượng quá đông, trong nước cùng hải ngoại, không thể nào kê vào đây hết, riêng các bạn tôi có quen biết, gần như không sót ai, nào là Đỗ Hồng Ngọc, Hoàng Hải Thủy, Khánh Trường, Thành Tôn, Hồ Đình Nghiêm, Trang Châu, Võ Kỳ Điền, Hoàng Xuân Sơn. Đỗ KH, Huy Phương.,Phan kim Thịnh...

Phiếm-Song-Thao, ba chữ dính liền này, càng đọc càng thích, tôi định mở sách tìm bài theo kiểu bói Kiều, nhưng nghĩ lại bài nào cũng đáng và cần đọc, nên tạm gác lại từ từ sẽ đọc tiếp sau.

Cảm ơn nhà văn Song Thao tiếp tục cho tôi trọn bộ sách của anh, riêng Phiếm đã 28 cuốn rồi. Rất vui vẻ chào hàng đến quí bạn văn, bạn đọc Facebook của tôi.

Đa tạ,

Luân Hoán
4g30 sáng, 30-6-2022

TRẦN VẤN LỆ
SONG THAO MỘT KỲ QUAN

Song Thao, một bút danh quen thuộc của những người Việt mình ham đọc sách của người mình xuất bản ở Mỹ trong vòng hơn ba mươi năm nay, tính từ mười năm cuối của Thế Kỷ Hai Mươi và hai mươi năm hơn đầu Thế Kỷ hai mươi mốt. Chắc chắn còn lâu dài hơn nữa.

Tôi không sở hữu cuốn sách nào của tác giả Song Thao (truyện và phiếm) vì tôi không có khả năng mua sách. Tôi đọc Song Thao trên những tờ báo nào tôi có đọc để theo dõi nhiều tác giả. Bạn tôi, nhạc sĩ Nguyễn Phúc Liên Kỳ có lẽ là độc giả trung thành của tác giả Song Thao nhưng chỉ đọc Phiếm Của Song Thao thôi. Tôi, mỗi lần, theo Nguyễn Phúc Liên Kỳ xuống Orange County, Nam California, anh ấy đều ghé vào tiệm sách mua Phiếm của Song Thao. Cuốn mà Nguyễn Phúc Liên Kỳ mua bữa nọ, có tôi đi cùng, là cuốn Phiếm Song Thao số 26, bây giờ chắc anh ấy cũng đã mua tới cuốn 27, 28 rồi. Lâu lắm chung tôi không đi chung. Hai đứa chúng tôi khi nói về "tác giả - tác phẩm" thường không giống nhau, Nguyễn Phúc Liên Kỳ quan tâm đến nhạc và truyện đọc nhẹ nhàng mà thích thú; phần tôi thì tạp chí, sách báo văn chương...Nói cho đỡ tội: hai đứa chúng tôi đều ăn tiền trợ cấp xã hội nên cuộc sống thực tế hạn chế đủ điều, mình không "hẹp hòi" với bạn bè là thấy hạnh phúc lắm lắm...

Tôi đọc Song Thao rời rạc. Bạn tôi, Nguyễn Phúc Liên Kỳ thì "chăm chú" nhưng không bàn ra tán vào, chỉ theo đạo Phật là... Thích Đội Mũ Ni! Ngày tháng êm đềm trôi qua trong đời tị nạn, như thế, nghĩ không sướng sao?

Nhưng hôm nay tôi không tự dưng mà viết một bài mông lung về Song Thao vì có một người bạn khác muốn tôi có "ý kiến" về tác giả không có thể chê được! Tôi, không vì "bất đắc dĩ" viết về Song Thao đâu mà phải viết, nên viết, một phần tôi-biết-viết, một phần bạn tôi cũng muốn cho anh bạn của tôi thấy cái tài-năng-hạn-hẹp của tôi ra sao! Tôi nghĩ lại mình từng bắt buộc học trò...viết, các em ấy viết, nộp bài, tôi đọc muốn đứt hơi. Nghĩ lại, nhớ lại cái thời trẻ trung của mình mà thương quá chừng chừng cái đám trẻ trâu của tôi. Tôi thử làm lại một thằng trẻ trâu chơi nha! Là viết về Song Thao như một bài "nhận định" cách tài tử! Có gì thì kêu ông Nguyễn Đình Chiểu ra "mày hép tao": Lời quê dù vụng hay hèn, cũng xin lượng biển uy đèn thứ cho!

Tôi yên tâm. Tôi đi đây...

Qua tìm kiếm và tìm hiểu về Song Thao - một tác giả thời danh - tôi bật ngửa! Lâu nay tôi cứ nói Song Thao...Song Thao, tôi biết Song Thao có làm thơ sao Song Thao không là Nhà Thơ Song Thao nhỉ? Lạ! Tôi biết Song Thao có làm báo, viết bài cho nhiều báo, từ năm 1964 đến năm 1975 trong thời gian anh làm công chức dưới chế độ Việt Nam Cộng Hòa (thời gian này anh cũng có dạy học) sao Song Thao không là Nhà Báo Song Thao nhỉ? Lạ! Song Thao và gia đình mất mười năm vật vã với chế độ mới, Cộng Hòa Xã Hội Chủ Nghĩa Việt Nam, thời gian này Song Thao không làm "nhà" gì cả mà làm "người" trông ngóng chuyện đi ra nước ngoài. Anh toại nguyện và sống âm thầm tại Canada viết báo, viết truyện, viết phiếm và in sách, anh có "hoạt động" theo sở trường, nhiều người ái mộ anh, là viết văn... xuôi, vẫn không ai gọi anh là Nhà Văn Song Thao, cứ gọi trống không rất trìu mến, Song Thao. Lạ!

Lạ là Kỳ Quan. Kỳ quan là cái gì mình thấy nó đẹp, mình thán phục. Tôi hiểu từ lòng tôi: Song Thao là một Kỳ Quan trong giới chữ nghĩa!. Tôi cảm ơn tôi! Tôi tự hào khi nói thật lòng tôi, tôi "ưa" Song Thao, mà ưa nhất các bài phiếm dài thòng mà gọn gàng hết sức, do anh viết ra, do anh tập họp chúng để in thành gần ba mươi cuốn sách rồi. Trong vòng hai mươi năm nay, Song Thao là tác giả một dòng sông lớn...dám lớn hơn sông Cửu Long nhiều, hơn Hoàng Hà chi thủy, hơn sông Nyl trong trẻo ngút trời...

Tôi không gọi Song Thao là "nhà" gì. Với tôi, Song Thao là một Kỳ Quan!

*

Từ ngày ở Mỹ xuất hiện Tạp Chí Ngôn Ngữ, hai tháng ra một kỳ, tôi là độc giả dài hạn. Một năm sáu số báo. Mỗi cuốn dày trên dưới một chút, ba trăm trang. Mỗi số báo chỉ bán 20$US. Nó "phá giá" tất cả các báo khác. Mắc dàng trời. Tôi không biết có nhiều người mua không. Mà nghĩ: biết để làm gì? Đọc một bài "tự sự" của Khánh

Trường cho biết sẽ khai trương một tờ báo Văn Học Thuần Túy, Mở Nguồn, sau một thời gian dài, khá dài, chỉ có hai người đáp ứng "Mua dài hạn". Và số phận tờ Mở Nguồn là chết khi chưa thành trứng. Khánh Trường là một họa sĩ tài danh, là một nhà văn tài hoa, là một người chịu đựng tài ba...Nhiều năm anh ngồi xe lăn, vẫn cười vui với bạn bè, vẫn vẽ, vẫn giúp bạn bè điều gì có thể giúp được chẳng tính một đồng nào. Thế mà anh chết đứng trong cái thế ngồi ngẩng mặt! Trời thì cao. Đất thì thẳm. Im lặng là tuyệt vời...

Song Thao cùng với Luân Hoán, Hồ Đình Nghiêm, Nguyễn Vy Khanh cùng làm "Tổng Biên Tập" cuốn Ngôn Ngữ trong thầm lặng tại Canada hơn bốn năm nay. Họ im lặng. Công việc ấn loát diễn ra tại Mỹ dưới sự coi sóc của Lê Hân, một thi sĩ, em ruột của Luân Hoán, đã về hưu, sống được với tiền hưu. Cuốn Ngôn Ngữ, theo tôi biết, rất ít người mua (mua tại Amazon, online). Tôi hỏi vài anh em có bài "sao không mua, hãy coi nó là kỷ vật".Tiếng cười của họ làm tôi ràn rụa...Luân Hoán, Nguyễn Vy Khanh, Song Thao, Hồ Đình Nghiêm không hề than van. Họ ở Canada, order sách hay báo của họ do chính Nhà Xuất Bản Nhân Ảnh của họ đều phải trả tiền cho Amzon và cơ quan chuyển phát...Không ai "sinh lời" từ sản phẩm của mình được "bán" ra. Mỗi người có cái vốn sống của họ là hơi thở của họ theo từng nhịp tim đập! Tôi viết những dòng này...giống như tôi nghe những tiếng cười của vài anh em có bài đăng trong Ngôn Ngữ. "Chúng ta mất hết, chỉ còn nhau!". Còn nhau cái gì hả ông Vũ Hoàng Chương? Thơ ông đấy! Thơ ông đây: "Kiều Thu hề Tố hỡi em, nghiêng chân rốn bể mà xem lửa bùng!".

Anh Song Thao ơi, không tự dưng mà tôi viết "tồ lô" thế này. Tôi định phần sau phần "nhập khẩu" tôi...xuất khẩu. Nhìn lại thấy cũng đã có bề dài. Đọc lại thì chỉ cần đọc một chữ Phiếm là đủ thấy "thốn tâm" thế nào. Chữ Kỳ Quan, tôi tự vẽ ra, tôi tự định nghĩa cho cái quan điểm của tôi nhìn về Song Thao, còn chữ Phiếm nó không là của anh, nó do đời sống quanh ta tạo ra và anh chỉ là người "nhiếp chính".

Tôi tìm hiểu Song Thao, gặp nhiều cái thú vị lắm cơ. Chúng nằm trong Google. Tôi bưng ra dễ dàng, nhưng tôi nghe lời Phật: Phiếm là Như Thị Như Thị!

Nói về Song Thao không cầu thị gì hơn ngoài chữ Phiếm. Song Thao đã khẳng định mình chỉ viết Phiếm, không viết Phiếm Luận và không biết gì về Phiếm Dị!

Trần Vấn Lệ

VÕ KỲ ĐIỀN
Vài Nhận Xét Thế Giới Văn Chương Song Thao

Lần đầu tôi được gặp nhà văn Thụy Khuê là nhân dịp đến thăm thầy Nguyễn Văn Trung, Khoa Trưởng Đại Học Văn Khoa Sài Gòn, nhà ở khu Brossard miền nam thành phố Montréal, bên kia dòng Saint-Laurent vừa qua cầu Champlain là tới. Thầy tuy khá lớn tuổi nhưng hãy còn khỏe mạnh, trí óc vẫn còn minh mẫn, sức khỏe khá tốt đẹp. Có điều cặp mắt thầy suy yếu nghiêm trọng, thoạt nhìn thì thấy bình thường nhưng thiệt ra tầm nhìn rất hạn hẹp. Nhà văn Thụy Khuê từ Pháp qua thăm thầy với mục đích vừa phỏng vấn tìm hiểu các vấn đề văn học của miền Nam đã qua, vừa giúp thầy sưu tầm, cất giữ các tài liệu vào dĩa điện tử, gìn giữ dành cho mai sau các công trình văn học cả đời thầy đã sáng tác. Có lẽ đề tài Lục Châu Học thầy mới khám phá sau 1975 là quan trọng nhất, cả một nền văn học quốc ngữ của Miền Nam Lục Tỉnh đồ sộ mà chương trình giáo dục VNCH hình như đã bỏ quên. Thầy biết được tôi rất quí và thích công trình nầy nên rất vui.

Nhà văn Thụy Khuê thì tôi biết tiếng và hâm mộ từ lâu, là nhà phê bình văn học nổi tiếng hải ngoại, khi nhìn thấy chị thì không khác bao nhiêu với sự phỏng đoán của tôi. Chị mặc một bộ đồ lụa ngà mềm mại nền nã, vóc dáng trang nhã và cử chỉ khoan thai điểm đạm, nói năng hòa nhã. Tự nhiên tôi nghĩ tới câu thành ngữ "Thăng Long ngàn năm văn vật" Qua những câu chuyện xã giao thăm hỏi, chị có nói một câu bâng quơ khiến tôi giựt mình -nhà văn nào cũng có dáng vẻ khắc khổ.

Nghe xong tôi bèn suy nghĩ lung tung trong đầu, không có gì rõ ràng hết. Chắc chị nói chung chung. Có phải chị nói tôi không? Cũng có thể vì đang nói chuyện với nhau mà. Tôi có thể được gọi là nhà văn chưa? Ai mà biết. Tôi có dáng khắc khổ không? Cái đó thì có chắc rồi. Tôi cười nhẹ chấp nhận và tìm cách biện hộ -tại chị mới thấy có tôi thôi, phải chi có dịp gặp anh Song Thao thì chị không nói câu đó.

Tại sao tôi liều gan đưa anh Song Thao ra đại diện cho nam giới viết văn ở cái Xứ Lạnh Tình Nồng nầy. Tôi nói chắc như vậy mà không sợ trật. Anh Song Thao đừng trách tôi nghen, với tôi trong các anh em ở đây, anh đẹp trai số một. Người thanh tao, cao lớn, đi đứng khoan thai, mái tóc muối tiêu vẫn còn bềnh bồng, tuy đã nhiều tuổi lắm rồi nhưng tiêu vẫn nhiều hơn muối, mắt sáng mũi cao môi hồng, ăn nói lưu loát trang nhã, chừng mực. Ở Sài Gòn thời tôi mới lớn, thấy các bạn trẻ đăng trong mục tìm bạn bốn phương báo Văn Nghệ Tiền Phong, Phụ Nữ Diễn Đàn, bạn nào cũng viết câu tự giới thiệu mình "xấu đẹp tùy người đối diện" Nghe hoài thì thấy khách sáo, hoa mỹ nhưng ngẫm nghĩ thì không chê vào đâu cho được, hay quá trời luôn. Tôi bèn bắt chước để dùng, ai mà cười thì rụng mười cái răng. Tôi thấy rõ ràng, bạn tôi nhà văn Song Thao quả thiệt đẹp trai quá chừng chừng..

Tôi biết nhà văn Song Thao thời anh viết cho Thời Nay, lúc đó anh đã khá nổi tiếng rồi. Tờ Thời Nay ngày đó đã phổ biến rất rộng rãi. Tên tuổi Song Thao đã ngang hàng với các cao thủ như Nguyễn Văn Thái, Khánh Giang, Trọng Thăng, Nguyễn Phù Động, Nguyễn Trọng Khanh... Trong khi đó thì tôi thường vô các làng quê đánh tứ sắc với các bà già ăn trầu, đi ăn nhậu la cà với bạn bè cùng lứa, câu cá, tát đìa, ngày lễ ngày Tết thì suốt ngày ngoài đường phố coi múa hấu, múa cù (ở Thủ Dầu Một không gọi là múa lân) ...

Nhưng cũng không biết tại sao lúc mới lớn đó, khi đọc Thời Nay có các bài viết của Song Thao, tôi cứ nghĩ ông thợ sắp chữ của nhà báo đã sắp thiếu dấu cho bút hiệu của nhà văn. Phải là Sông Thao chớ. Tôi biết ở đất Bắc có ba dòng sông lớn, sông Thao, sông Đà, sông Lô hợp lại với nhau chảy ngang về Ngã Ba Hạc Việt Trì, đổ vào Phú Thọ

> *Sông Thao nước đục người đen*
> *Ai lên phố Ẻn thì quên đường về.*

Trong bụng cứ cho là như vậy, mà thiệt ra không phải như vậy. Khi đã quen thân nhau rồi, có lần tôi đắn đo hỏi bạn việc nầy. Bạn biết tôi dân Nam Kỳ rặt nên trả lời bằng hai câu trong Lục Vân Tiên:

Vừa nghe xong tôi chợt hiểu ra nhảy nhổm. Trời đất, vậy mà cả chục năm nay mình đoán không ra, cứ cho là người ta viết trật. Tam Lược Lục Thao, bộ binh pháp nổi tiếng của Khương Tử Nha ai cũng biết mà. Trong sáu thao, văn thao, võ thao, long thao, hổ thao, báo thao, khuyển thao, bạn tôi giành lấy hai thao đầu tiên. Văn thao và võ thao là cách trị nước và cách dùng binh, hèn chi chữ Song Thao không có dấu mũ. Thiệt tình, phục bạn sát đất.

Tôi thường xuyên đi chơi xa với bạn nhiều lần nên có nhiều kỷ niệm chung, vui lắm. Một cái nón che đầu và một túi xách đeo vai, dáng vẻ một kẻ du hành điệu nghệ. Vậy mà có lần bạn tôi dở khóc dở cười. Vốn trong chuyến đi leo lên đỉnh núi Gibralta chàng hớn hở ngắm nhìn bầy khỉ đói trên dốc đá. Một bên là biển xanh với xứ Maroc xa xa, một bên là đám khỉ lông nâu xám ghẻ chốc đầy mình... Nhè đâu có con khỉ lớn bằng đứa con nít vài tuổi, lẹ tay thọc vào túi xách nhanh như chớp mà lấy đi hộp thuốc mang theo, bạn ơ hờ không giành lại kịp và đứng trơ ra không biết phải làm sao. Cả hộp đầy thuốc men dành cho chuyến đi ba tuần lễ, lấy gì mà uống đây cho những ngày kế tiếp. Mà con khỉ mắc dịch sau khi lấy cắp xong đâu có chạy xa. Nó ngồi lại trên cục đá kế bên, nhe răng khọt khẹt như là muốn chọc quê bạn tôi vậy... Thiệt tình, khỉ thì lúc nào cũng làm trò khỉ. Thấy mà tức ứa gan, không biết phải làm sao. May quá, lúc đó có người giữ công viên đến dụ dỗ nó, lấy lại được hộp thuốc và giao trả cho bạn hiền. Nhờ đó mà vào buổi chiều chan hòa nắng đẹp Địa Trung Hải, tôi và bạn ngồi trên đỉnh núi đá cao chót vót của Gibralta thuộc Anh Cát Lợi, vừa uống bia vừa nhắc tới chuyện con khỉ buổi sáng. Ôi, cuộc đời sao mà vui đến vậy, lon bia mát lạnh dưới trời nắng vàng trong, nhớ chuyện con khỉ buổi sáng, lon bia lúc đó ngon thiệt là ngon!

Có một chuyến đi đường trường bắt đầu từ tỉnh Toulouse nước Pháp hướng về phương Tây, len theo đường núi cheo leo vượt qua biên giới để vào Tây Ban Nha. Trời đã tối nhá nhem, anh em ghé vào một quán bên đường đèn đuốc sáng trưng để ăn tối. Tôi tò mò nhìn qua chỗ nầy chỗ kia vì phong cảnh nơi đây tất cả đều mới lạ mà có thấy được gì đâu, trời tối đen mù mù. Thấy cô đầm trẻ bán hàng vui vẻ, dáng dễ gần, tôi liền bắt chuyện và hỏi thăm đây là ở đâu, thuộc vùng nào? Được trả lời là đường núi đỉnh đèo Pyrenées phía bắc. Nghe xong tôi giựt mình, danh từ nầy nghe quen thuộc. Tự nhiên tôi chợt hỏi ngay, vậy có gần thung lũng Roncevaux không? Cô đưa tay chỉ về một hướng và nói cách gần đây nè... Vậy là có đề tài để nói chuyện cho qua cơn buồn ngủ. Trên xe tiếp tục cuộc hành trình, tôi và anh Song Thao cùng nhau nhắc lại trận chiến giữa Charlemagne với các bộ tộc Vascons Hồi Giáo, mà lần nầy quân đại đế bị rơi vào ổ phục kích, dũng sĩ Roland là cháu đại đế chiến đấu rất oai hùng nhưng bị tử thương. Trước khi mất, dũng sĩ thổi một hồi còi lảnh lót tuyệt vọng, tiếng còi vang động cả núi rừng.... Những câu thơ học hồi nhỏ còn nhớ lõm bõm của thi sĩ Alfred de Vigny đã viết bài Tiếng Còi (Le Cor) (Cái Còi Trận cũng có thể giống như cái Tù Và) đọc lại cho nhau nghe:

Ta yêu tiếng còi, buổi chiều, bên vách núi,
Tiếng tù và ngân cùng dòng lệ hươu nai..

(J'aime le son du cor, le soir, au fond des bois
-Soit qu'il chante, les pleurs de la biche aux abois)
.....
Roncevaux! Roncevaux! Trong bóng tối đồi núi chập chùng
Hồn dũng sĩ Roland chưa từng được an ủi

(Roncevaux! Roncevaux! Dans ta sombre vallée
L'ombre du grand Roland n'est donc pas consolée)

Và cuối cùng bài thơ kết thúc bằng câu:

Trời ơi! sao mà tiếng còi buồn đến tận đáy rừng sâu

(Dieu! Que le son du cor est triste au fond des bois)

Tôi cũng còn nhớ mà nhắc đến câu cuối của bài Cái Chết Của Con Chó Sói (*La mort du loup*) cũng của cùng tác giả:

Rên rỉ, khóc than, cầu xin, đều là hèn
(Gémir, crier, prier, est également lâche)

Giữa hai anh em chúng tôi bây giờ là tiếng quân reo, tiếng ngựa hí, tiếng la hét, tiếng gươm giáo đâm chém nhau, rừng núi như chìm trong cảnh long trời lở đất... cho đến khi xe vừa tới khách sạn Tây Ban Nha thì trời khuya đã vào lúc nửa đêm.

Chuyến đi xa rong ruổi để thăm Lourdes, rồi đến Portugal để thăm Fatima, hai nơi linh thiêng được Đức Mẹ hiện xuống báo tin cho các trẻ mục đồng. Kỳ lạ thiệt, tuy là hai chuyến khác nhau hai xứ khác nhau mà bị cùng mưa to gió lớn giống nhau y chang. Ở Fatima cây to gió lớn gãy đổ ngả nghiêng, tôi phải mua một cây dù màu đen để che chắn, còn ở Lourdes thì không có tiệm ăn phố xá gì kế cận, đành đưa đầu chịu trận. Vừa đến nơi thì trời đã xế chiều, mây giông đầy trời, anh em chạy lẹ vào tới hang đá có tượng Đức Mẹ bên một vách núi và một nhà thờ cũng khá lớn bên trên. Thiệt là xui xẻo. Đi du lịch mà trời đất u ám như vầy làm sao mà quay phim, làm sao mà chụp hình! Tôi tuy không có đạo, nhưng đứng trước tượng Đức Mẹ hiền hậu, uy nghi, tôi cảm thấy một cảm giác kính mến chan hòa và đầy ơn đức thiêng liêng. Tôi lâm râm khấn vái kính xin Đức Mẹ ban phước lành ...

Anh Song Thao thì tay cầm một vỏ không một chai *plastic* nước lọc. Tôi không để ý và cũng không biết để làm chi. Cứ nghĩ là đã uống hết nước và đang tìm thùng rác để quăng. Tôi không nhớ là anh có dù hay áo mưa để che chắn gì hay không, lúc đó tôi sợ bị ướt quần áo nên đứng nép sâu vào trong hang đá. Mưa vẫn tầm tã liên miên không dứt. Đến một hồi lâu, mưa đã giảm cường độ, chỉ còn lất phất từng cơn nhỏ. Thấy anh Song Thao chạy ra ngoài, đến bên chưn vách nhà thờ lớn, có một ống nước máy đặt ngang cao độ một thước với chừng độ hai mươi mấy cái vòi nước bằng đồng. Cùng lúc đó có một cô đầm trẻ tuổi, kéo một xe hai bánh chứa nhiều vỏ chai không đến. Rồi cũng có vài người nữa đến tay cầm chai không. Tất cả đều trùm áo mưa kín mít đứng cạnh nhau bên những vòi nước. Tôi tò mò, mấy người nầy họ làm cái gì vậy cà? Nước lọc thì trong khách sạn có để sẵn cho khách rồi mà, hứng nước nữa để làm chi?

Tôi tò mò theo dõi coi họ làm cái gì. À, hiểu rồi, thì ra họ lấy nước linh thiêng từ hang đá Đức Mẹ. Phải đi xa bao nhiêu dặm đường, tốn bao nhiêu công sức tiền của mới có được. Đâu phải dễ dàng gì. Anh Song Thao đã lấy đầy được một chai. Trời bắt đầu xẩm tối, tôi rủ anh đi về kẻo trễ. Anh nói chưa được, còn phải vô nhà thờ để Linh Mục làm phép. Trời bắt đầu tối mờ mờ, tôi sợ quá nói -thôi mình cứ về đi, khi tới Montréal nhờ Cha Khang ở nhà thờ Bélanger kế nhà làm phép cũng được vậy! Anh trố mắt nhìn sững tôi và khoát tay kêu tôi về trước. Cho đến bây giờ tôi vẫn không hiểu anh đã nghĩ gì trong đầu khi nghe tôi nói như vậy. Làm sao tôi biết được chớ anh Song Thao thì biết quá rõ tôi từ lâu rồi! Từ cái lúc tôi nhờ anh chụp giùm cái ảnh tôi ôm cây cột đá xanh to lớn chần dần của cái Aqueduct khi đi ngang tỉnh Segovia, tôi đã nói tỉnh bơ như vầy-anh biết không ngày xưa tôi đã từng là một tên lính La Mã đục đẽo mấy cục đá nặng nề nầy, nè anh coi kỹ mấy cái lỗ tròn trên mỗi cục, làm vậy để khiêng vác cho dễ. Anh cũng đã nhìn sững tôi y như vầy. Và ánh mắt sững sờ nầy đã nhìn tôi nhiều lần khác nữa khi nghe tôi nói chuyện trên trời dưới đất. Tội nghiệp cho anh bạn, ai biểu chơi thân với tôi làm chi!

Rồi những bước chân lang thang từ tỉnh nầy qua tỉnh kia, phố xá, thành quách, nhà thờ, tu viện, lâu đài nối tiếp nhau của hai xứ Tây Ban Nha, Bồ Đào Nha khiến tôi mê mẩn, đẹp quá và nhiều quá làm sao nhớ hết cho được. Có một buổi vào một nhà thờ rất lớn ở tỉnh Burgos, tôi ngắm nhìn miên man mà không biết đâu là đâu. Bên trong những hành lang dài là những công trình chạm trổ tuyệt mỹ tượng các thánh, tượng vua chúa bằng đá nối tiếp nhau... Nhiều quá đến độ tôi không còn chú ý đến tượng nào nữa hết. Bất ngờ nghe bên tai tiếng anh Song Thao nói. - Ô, nơi đây có mộ của Le Cid. Tôi bỗng giựt mình. Le Cid, làm sao mà tôi không biết được, Le Cid là một vở kịch nổi tiếng của Corneille mà...

Tôi ngó thấy bảng đề *Tumbe Del Cid*, hành lang thứ 5 mục số 15. Đúng rồi. Thắc mắc làm chi nữa, phải đến nơi coi cho biết. Khi đến thì thấy anh Song Thao đương chăm chú đọc mộ bia. Một tấm đá cẩm thạch lớn hình chữ nhựt vài thước vuông đặt trang trọng trên nền đá bóng loáng nhà thờ, có vòng rào bằng dây chắn lớn màu tím trên các cột đồng vàng óng xung quanh mộ. Tấm mộ bia đề chữ Tây Ban Nha, tên Rodericus Didacus Campidolior, tôi đoán là tên của Don Rodrigue, người yêu của Chimène mà tác giả Corneille đã viết lại trong vở kịch nổi tiếng thế giới. Chắc là như vậy. Nếu không phải tại sao người ta lại đề là Mộ Của Le Cid. Cách đó chừng mươi thước ở cửa ra có một hộp kiếng lớn chưng bày vài trang bản thảo vở kịch Le Cid chữ viết tay của tác giả Corneille, giấy xưa vàng ố, nét chữ lờ mờ không còn đọc được.

Bất chợt không ngờ trước, thấy được cảnh nầy tôi thực sự xúc động rung tay, cố ý chụp mấy tấm ảnh kỷ niệm, đến khi coi lại thì thấy ảnh chụp lu câm. Thiệt là tức mình. Cám ơn anh Song Thao, nếu không có anh thì tôi làm sao biết được Don Rodrigue đã yên giấc ngàn năm tại nhà thờ Burgos nầy.

Nhờ một thời gian quen nhau khá dài, những chuyến du lịch kỳ thú, tôi biết được con người Song Thao thêm chút ít. Đó là một nhà văn tài hoa, tinh tế, thông minh, phải nói là đầu óc quan sát cực kỳ bén nhạy, sức làm việc vượt xa mức bình thường. Cứ coi một cuốn Phiếm của anh, mỗi cuốn gần bốn, năm trăm trang dày đặc chữ. Vậy mà cứ hầu một năm anh ra một cuốn. Đến nay đã tới cuốn Phiếm số 29 rồi. Tôi không biết anh viết lúc nào và làm sao mà viết được nhiều như vậy. Mỗi tựa bài anh đặt chỉ một chữ và cho tới nay tất cả 29 quyển Phiếm của Song Thao có thể gôm lại các nhan đề theo thứ tự y như một cuốn tự điển. Năm nay anh đã 84 tuổi rồi, vậy mà sức viết vẫn bình thường, không hề suy giảm chút nào. Dễ nể thiệt tình.

Tôi nhớ lúc trước trong một buổi thuyết trình về cách viết tùy bút của nhà văn Trà Lũ, tôi có nhắc tới cách viết phiếm của nhà văn Song Thao:

"Thể loại tùy bút, loại văn nầy có từ thời Lê mạt Nguyễn sơ, cuối thế kỷ 18, đầu thế kỷ 19. Các tác phẩm buổi ấy phần nhiều ghi chép những điều tác giả mắt thấy tai nghe, tùy bút là theo ngọn bút, gặp cái gì chép cái ấy. Hai quyển Vũ Trung Tùy Bút (theo ngọn bút viết khi mưa) và Tang Thương Ngẫu Lục (ghi nhanh các chuyện tang thương, viết chung với Nguyễn Án) của Phạm Đình Hổ là hai tác phẩm tiêu biểu, mẫu mực. Sau nầy thể loại tùy bút là sở trường của nhà văn Nguyễn Tuân (Chiếc Lư Đồng Mắt Cua,

Chùa Đàn, Vang Bóng Một Thời...Tùy bút dễ viết mà khó hay. Tại sao vậy? Bởi vì khi viết một truyện ngắn, tác giả phải suy nghĩ cho có lớp lang, và lúc nào cũng phải nhớ câu "văn thì phải có ý, thơ thì phải có tứ" Câu chuyện phải đặc biệt, phải hấp dẫn, bên trong phải có một thông điệp, phải có tình cảm đậm đà, ý phải cao xa để gởi gấm, bố cục phải chặt chẽ, các ý tưởng phải mạch lạc, thông suốt. Chuyện và văn không được giống những gì người đi trước đã viết. Trong khi đó thì tùy bút không đòi hỏi bất cứ điều gì, cứ đặt bút xuống, thấy gì viết nấy, đôi khi không cần đến mạch lạc, miễn sao tác giả và độc giả vui thích là được. Đọc tùy bút ta có cảm tưởng như đọc một cuốn sổ tay, tác giả ghi những điều chợt xảy ra trong óc hay nhân một việc gì đó mà nhớ đến chuyện nầy chuyện kia... Vì dễ viết và viết nhanh nên muốn cho hay, cho xuất sắc là điều rất khó. Văn bản cần giản dị nhưng phải làm sao đạt được tánh chất sinh động và hấp dẫn, bộc lộ được hết nét tài hoa, nét đặc thù. Nguyễn Tuân thành công lớn được nhờ nét khinh thế ngạo vật, Võ Phiến nhờ tánh thâm trầm, quan sát tỉ mỉ, tinh tế... Hiện nay thì có Tưởng Năng Tiến ngang tàng, cười cợt, châm biếm (Sổ Tay Phó Thường Dân). Bùi Bảo Trúc thông minh, sắc sảo, tài hoa (Thư Gởi Bạn Ta)... Ở Canada mình cũng có hai nhà văn viết tùy bút nổi danh, được mọi người yêu mến, nhà văn Song Thao ở Montréal và nhà văn Trà Lũ ở Toronto của chúng ta. Ngòi bút Song Thao thì kỹ lưỡng, tỉ mỉ, viết chuyện nào ra chuyện đó, mỗi đề tài là một trọng tâm, các tài liệu được dẫn chứng đầy đủ, thượng thông thiên văn, hạ đạt địa lý, trung quán nhân sự. Nhà văn tài hoa vùng đất nói tiếng Tây thiệt là giỏi, bao nhiêu chuyện của nhân gian nầy ông viết hết không thiếu món ăn chơi nào. Ông gọi thể loại tùy bút là chuyện phiếm. Phiếm có nghĩa là nói chơi, nói tào lao, nói bao đồng, nói lông bông... Tuy là nói chơi mà nét tài hoa là thiệt, nếu không thiệt tại sao có nhiều người mê, không tin quí vị mua các quyển Phiếm (1, 2, 3, 4, 5...nay đã tới số 29) mà xem qua cho biết" (Võ Kỳ Điền,Trung Tâm Cộng Đồng St. Christopher Toronto, ngày 6 tháng 5 năm 2006)

Về phần phiếm thì tài hoa như vậy còn văn của Song Thao thì sao. Tôi xin mượn vài nhận xét của các bậc tài danh

1. **"Chân Mang Giày Số 6" với cái nhìn sâu sắc của Nguyễn Mộng Giác:**

"Tập truyện của Song Thao mang đến cho tôi nhiều tin vui, trả lời cho tôi nhiều câu hỏi mà lâu nay tôi chưa tìm ra lời đáp. Anh là người lạc quan. Nhờ thế, nhân vật của anh lạc quan trong những tình huống đáng lẽ phải buồn thương chán nản. Người bệnh vẫn nói cười rôm rả. Người già sống cô độc nhưng không hề cảm thấy lạc lõng. Mỗi truyện mới đọc tưởng là một thảm cảnh. Đang đọc thấy đúng là thảm cảnh. Nhưng đọc xong thấy lóe sáng niềm tin. Con người dù sao vẫn còn rất tốt. Cuộc đời

dù đầy bất trắc nhưng vẫn là nơi đáng sống nhất. Xin cảm ơn anh Song Thao, về món quà quí giá này".
(Chân Mang Giày Số 6. California, Nguyễn Mộng Giác)

2. "Bên Lưng Những Con Chữ" qua nhà văn Nguyễn Đình Toàn;

"Trông bộ mặt ngây ngô của anh tức cười quá! Làm sao anh hiểu được. Em phải đầu đuôi đàng hoàng cho anh lấy lại cái vẻ đẹp trai mới được. Nguyên là sau bảy lăm, em phải đi dạy học. Nhà thì tuốt trên ngã tư Bảy Hiền mà trường thi tuốt bên Gia Định, mỗi ngày phải đạp xe từ đầu này tới đầu kia thành phố, mệt ná thở luôn. Nhưng mệt thì nghỉ xong là hết mệt. Cái lo là đạp xe như vậy mòn quần hết. Gia tài chỉ có hai chiếc quần đen mặc đi dạy, vải mua thì khó, lương lại chẳng đủ ăn tiền đâu mua vải, nên đạp xe mà chỉ lo chiếc quần. Nói thấy tức cười chứ lúc đó em lo chiếc quần hơn là lo cho sức khỏe của mình". Trong cách viết truyện ngắn của Song Thao người ta luôn bắt gặp một nụ cười đằng sau những giọt nước mắt. Cả hai điều chứng tỏ ông có cái nhìn sắc xảo và là một người có từ tâm".
(Nguyễn Đình Toàn, Đài Tiếng Nói Hoa Kỳ (VOA) ngày 4/9/2003

3. Hoàng Ngọc Hiến "Cái đẹp hoàn hảo lơ lửng tỏa ra từ lối sống của cộng đồng":

"Một bạn đọc nói với tôi: "Trong thực tại không có người nào hoàn hảo như Loan! Loan chỉ là mơ ước, trăm lần mơ ước của Song Thao". Cứ cho là trong thực tại không có người hoàn hảo như Loan, tại sao Song Thao không có quyền mơ ước một người như vậy. Cái "hoàn hảo lơ lửng" vừa là thực tại vừa là mơ ước; đây là cái lơ lửng thơ mộng. Trong thực tại, cái hoàn hảo của nhân vật Loan tản mạn ở nhiều người, có nét ở người này, có nét ở người kia, đậm nhạt khác nhau lại tùy ở từng người, người mang vẻ này, người mang vẻ nọ, cũng tùy từng người mà sắc thái khác nhau. Đây là cách hiểu của tôi về sự "lơ lửng" trong ý niệm "cái hoàn hảo lơ lửng" của Trần Anh Hùng.
(Đọc "Văn Học Hải Ngoại, Hoàng Ngọc Hiến)

4. Phạm Xuân Đài nhận xét tập truyện Chốn Cũ, Nhân Ảnh xb 2006:

Kẻ "tìm về" này, kể ra cũng thật là may mắn! Mấy ai, sau bao nhiêu biến đổi sâu xa của đất nước có tác động ghê gớm vào số phận con người, khi tìm về chốn cũ mà được gặp lại một tẬ.m tình của tuổi mười ba còn sót lại như vậy. Dưới ngòi bút của Song Thao – có lẽ ông cũng viết với tâm tình của cậu bé 15 tuổi năm 1954 – câu chuyện diễn ra cảm động và rất đẹp. Trong tất cả những tâm tình viết về các chuyến đi về mà tôi đã được đọc, tôi rất thích truyện này, nó cho thấy thời gian, chiến tranh, chế độ chính trị v.v... có thể nhào nặn, biến đổi, làm méo mó xấu xí đi nhiều thứ, nhưng ẩn dưới bao nhiêu lam lũ và thô thiển của cuộc đời vẫn còn những mảnh kim cương ngời sáng của tình người, của tình yêu khi người ta vừa chớm lớn.

5. Hồ Đình Nghiêm đọc Bỏ Chốn Mù Sương.

"Cái đoạn cuối này cũng là cánh cửa sau cùng vừa đóng lại. Gấp tập truyện trong tôi dồn lên nhiều cảm nghĩ. Một trong những cảm nghĩ cần thổ lộ ra trước tiên, đó là tôi mong mỏi nhà văn Song Thao cứ mãi trân trọng cầm lấy cây bút của mình. Không có chuyện đi biển một mình thì xin anh viết tới chuyện đi núi một mình, chuyện đi uống cà phê một mình, chuyện bát phố một mình hoặc thậm chí đến chuyện đi chợ một mình. Mang tiếng là một mình nhưng thực ra anh không đơn lẻ đâu, bởi vì văn của anh đầy lòng nhân ái thế kia và tôi tin là có ai mà nhắm mắt được, quay lưng lại được đối với những dòng chữ luôn ca tụng vẻ đẹp, sự giàu có lòng vị tha mà anh đã chắt chiu viết ra với cả một lòng thành. Văn chương hải ngoại, dù hoàn cảnh sáng tác có gặp khó khăn, vậy mà mỗi ngày một tăng trưởng. Tập truyện "Bỏ Chốn Mù Sương" của nhà văn Song Thao sẽ là một cây lúa mọc lên cứng cáp giữa cánh đồng phì nhiêu ấy. Tôi tin vào điều đó, cũng như tôi hy vọng rằng sang năm, nhà văn Song Thao sẽ gắng "đẻ" thêm một đứa con nữa. Và khi ấy, thay vì lên đứng nói một cách khó nhọc như thế này, tôi chỉ xin được đề nghị với nhà văn là hãy thử dùng một cái tên truyện cho lạc quan: "Về Lại Chốn Mù Sương". Hoặc là: "Nơi Ấy Đã Hết Sương Mù".
(Nắng Mới, Montreal, Canada, số 21, tháng 6/1993)

Con đường văn chương của Song Thao còn rất dài trước mặt và hứa hẹn rất nhiều. Tôi rất vui mà giới thiệu được một chút tài hoa và kỷ niệm với bạn những ngày sinh hoạt vui vẻ bên nhau. Tới đây chợt nhớ tới câu kệ trong bài Cáo Tật Thị Chúng của Thiền Sư Mãn Giác, xin được ghi tặng bạn đọc:

Mạc vị xuân tàn hoa lạc tận
Đình tiền tạc dạ nhất chi mai

Ngô Tất Tố đã dịch như vầy:
Chớ tưởng xuân tàn hoa rụng hết
Đêm qua sân trước nở nhành mai

Võ Kỳ Điền
Brossard, Québec, 18-03-2023

HỒ ĐÌNH NGHIÊM
VẤN

Hồ Đình Nghiêm

Song Thao

(phỏng vấn văn học do Hồ Đình Nghiêm thực hiện)

Bắt chước nhà văn Song Thao, tôi dùng vỏn vẹn chỉ một chữ, làm tựa đề cho cuộc trao đổi này. Nhà văn Song Thao cư ngụ cùng thành phố với tôi, mặc dầu chẳng "cách hai đoạn đường dài", mặc dù không "cách nhau một dậu mồng tơi"... nhưng gạt bỏ vấn đề địa hình nhiêu khê nọ, chúng tôi luôn gần kề trong gang tấc, bởi giản dị, chúng tôi cùng táy máy "vọc chữ" dưới ngôi nhà chung: Văn chương. Lần chuyện trò này, hình thành do hai điều: Thứ nhất, những người bạn phương xa của tôi vẫn thường dọ hỏi: Song Thao là ai? Thứ hai, cách đây mấy hôm, nhà văn chung "phường khóm" với tôi đã vừa in xong cuốn Phiếm số 9. Để câu chuyện đi gần với tinh thần "vui thôi mà" của cố thi sĩ Bùi Giáng, tôi tránh hỏi tới những vấn đề nặng nề, nghiêm trọng của tình hình đất nước. Hy vọng những người từng tủm tỉm cười khi đọc Phiếm, sẽ hay biết đôi điều về tác giả, vốn kín tiếng nhưng rất sung (hiểu ở nghĩa viết mạnh).

Hồ Đình Nghiêm (HĐN): *Thưa anh Song Thao, do đâu, nguyên cớ nào anh vẫn thủy chung khi đặt tựa đề. Cô độc chỉ một chữ, không hai, chẳng ba... Nó trần trụi, nó đứng lẻ loi, nó lẻ bạn, nó mình ên. Tuồng như nó... lạnh?*

Song Thao (ST): Nhà văn có khác, cảm được cái lạnh của chữ. Chữ có lạnh thật không, cũng dám lắm. Nhưng những cái tựa đứng vững chãi một mình của Phiếm là thứ nhà nòi. Hiên ngang chứ không cô đơn, lẻ bạn hay mình ên. Khi đặt cái tựa một chữ cho Phiếm, tôi thấy như mình cho chữ nghĩa một sức mạnh, như một cơn gió quất, một ngọn sóng thần. Nói nghe ghê gớm vậy chứ việc đặt những cái tựa...vạm vỡ như vậy là một sự tình cờ. Khởi đầu, tựa của Phiếm cũng khi ba chữ, khi hai chữ, khi một chữ. Sau thấy những cái tựa một chữ nghe có vẻ dứt khoát, hiên ngang hơn nên quen tay cứ một chữ mà chơi. Riết rồi bạn bè, độc giả khi gặp hỏi một cách thích thú: vẫn một chữ chứ? Thấy việc đặt những cái tít một chữ vô hình trung thành một dấu ấn của những bài Phiếm. Vậy là chơi luôn! Ngờ đâu lại có người thấy nó lạnh! Chắc người lạnh mới cảm thấy chữ lạnh chăng?

HĐN: *Hầu như mỗi tuần, anh đều "đẻ" ra một câu chuyện phiếm. Anh có bí quyết nào về "sự cố" mắn đẻ kiểu ấy? Và chắc là anh sẽ quyết không nghỉ hưu. Ý tôi muốn hỏi theo "tinh thần phiếm": Anh chẳng kế hoạch hóa, chẳng đi cột?*

ST: Anh đừng xúi dại tôi chứ. Cột làm chi! Con cái ngày nay nhiều đứa rất có hiếu, cũng biết an ủi, mang niềm vui lại cho bố mẹ. Mấy đứa con Phiếm của tôi lại được nhiều người thương, chắc chúng cũng có chút duyên nào đó. Đẻ con ra mà được khen, nở lỗ mũi là cái chắc. Nở lâu nên mũi quen hơi, xẹp xuống không được nữa. Thực ra cái tội mắn của tôi là lỗi của mấy ông Chủ bút hay Tổng thư ký của các báo. Họ là những người mẫn cán nên làm công việc thúc vào bàn tọa các người viết một cách chăm chỉ. Thế là cứ sòn sòn tuần một. Một năm có 52 tuần, hai năm có 104 tuần, ba năm có 156 tuần... Thế mà tôi đùa với Phiếm đã được bảy năm có lẻ rồi. Biết bao nhiêu là sinh linh đã ra đời. Để chúng lê la la liệt cũng tội nên xây nhà cho chúng ở. Năm một căn, năm hai căn, giờ đã tới căn thứ 9 rồi. Biết đến bao giờ thì hưu? Người ta thường bảo vạch đầu gối ra cắt vẫn còn thấy máu thì vẫn còn có đường ngon lành!

HĐN: *Một tuần có bảy (hay tám) ngày? Một tuần với linh tinh đủ công chuyện phải thanh thỏa, mất bao lâu thời gian (giờ thứ 25) để anh "trả nợ" cái gọi là Phiếm?*

ST: Hình như sống với Phiếm đã thành quán tính của tôi. Từ hồi nào không biết. Ăn ở với người tình có ai đếm thời gian. Nó miên man bất tận đến không cảm thấy thời gian nữa. Anh bắt tôi đếm, làm khó nhau vừa thôi chứ!

HĐN: *Tôi dùng chữ trả nợ, anh có cho là quá đáng? Viết văn, xem như thú tiêu khiển của anh, hay do một thôi thúc nào khác?*
ST: Viết, dù viết gì chăng nữa, bao giờ cũng là thú tiêu khiển. Chắc anh cũng viết văn nên cũng cảm thấy như tôi, mỗi lần đặt cái chấm hết dưới một bài viết, thú vô cùng. Như gửi được chút tâm tình của mình ra cho người đồng điệu. Tâm hồn gặp tâm hồn, khoái cách chi đâu! Mà tâm hồn là thứ động đậy hàng giờ hàng phút, nó quậy vô cùng, cách chi mà giữ được nó trong lòng mình. Chữ "trả nợ" xem chừng có vẻ đời thường quá. Tôi dùng hình ảnh một người có tính thích chia sẻ, gọi là khoe...của cũng được, khi khoe được thì khoái xiết bao. Đó có phải là sự thôi thúc không?

HĐN: *Dạo này tôi ít được đọc truyện ngắn của anh. Giữa hai món, truyện ngắn và phiếm, cái nào dễ ăn hơn? Mặc dầu cả hai đều phải "cõng" trên lưng chữ một thông điệp nào đó.*
ST: Viết là một cách thế biểu tỏ. Viết cái chi cũng vậy. Nếu không đặt tất cả tấm lòng mình vào thì mình chỉ là một thứ...thợ. Chán chết! Vậy thì viết truyện hay viết phiếm đều cần có tấm lòng với chữ nghĩa. Viết truyện là trải lòng mình ra, viết phiếm là bày tỏ cõi lòng với người đọc. Viết phiếm như vậy có vẻ...cộng đồng hơn. Hai bên, người viết và người đọc, dễ thông cảm với nhau hơn. Từ khi mặn nồng với phiếm, tôi nhận được nhiều phản hồi của người đọc hơn, bằng gặp gỡ, thư từ, *e-mail* hay điện thoại. Có lẽ nhận được tiếng vỗ tay mau chóng và ồn ào hơn nên tôi cặm cụi với phiếm. Kể cũng bậy thật. Nhưng biết làm sao hơn khi cái tay viết truyện bỗng rời rã, gần như buông xuôi, không còn chi để chia sẻ thì biết tỏ bầy cái chi! Không biết sự tình đó có thể gọi là ngay thẳng với mình không!

HĐN: *Có lần, nhà văn Võ Kỳ Điền nói, gần như than: "Bây giờ tôi ráp hai múi dây lại cũng chẳng xẹt ra được chút lửa, sao trong người anh Song Thao chứa đựng được một bình điện bất tận đến dường ấy!" Sẵn đây, anh có thể chia sẻ, bộc lộ ít nhiều nhằm "xoa dịu nỗi đau" của anh Võ Kỳ Điền?*
ST: Có hai điều tôi nghĩ tới khi được anh hỏi câu này. Thứ nhất: hầu như là một...chân lý, cái chi xài hoài thì tốt hoài, như một thói quen vậy. Tôi không hiểu anh nhà văn họ Võ có dấu kín bình điện ở xó xỉnh nào nên nó bị sét không xẹt nữa chăng? Thứ hai: có thể anh Võ Kỳ Điền không nói ra nhưng, có nơi có lúc, anh xài bình quá lố đến bây giờ bình teng beng ra hết xài! Về tôi, xin đảo ngược lại.

HĐN: *Nhà thơ Luân Hoán cũng thuộc loại thường dân may mắn được nằm kề nhà máy điện, điều đó chúng ta đều biết. Nhà văn Song Thao có làm thơ? Đại loại kiểu như ông Bảo Sinh ở Hà Nội: "Mặt buồn vợ hỏi giận ai? Vui tươi vợ bảo có bồ rồi sao!"/ "Muốn cho trộm chẳng đến nhà, đề vào trước cửa: đây là nhà thơ"/ "Vợ là cơm nguội nhà ta, lại là phở tái thằng cha láng giềng"... Rất phiếm.*

ST: Thơ là một thứ kiệm chữ. Viết ít hiểu nhiều. Viết ít thì báo bổ không ưa. Vậy thì tội chi mà thơ với thẩn cho mất thời giờ. Nói cho vui vậy thôi, thơ là tinh lọc chữ nghĩa, tôi không dám lân la tới. Tôi có một điều dại là chơi với ông Luân Hoán. Ông này thì ngồi đâu cũng ra thơ. Đi đâu ông ấy cũng kè kè ba thứ trong người: cây viết, tờ giấy và cái máy hình. Vậy là ra thơ. Thơ ông *post* hàng ngày trên *website* của ông ấy luôn luôn có kèm theo hình. Và có cả...thời tiết nữa! Có lẽ vì thơ ông ấy cũng nắng mưa như đất trời. Có thể nói mưa ra sao thơ ông Luân Hoán cũng ra như vậy. Chơi với một con người đẫm thơ như vậy, thỉnh thoảng tôi cũng được ông ấy rủ làm thơ. Thường thì tôi lơ đi, nhưng có khi, chắc đúng khi nàng thơ đang hái hoa bên nhà tôi, tôi cũng lăng nhăng dăm ba câu. Cũng khoái lắm, nhưng khi bình tĩnh đọc lại, thấy thơ của mình chuyển thành vè. Vậy là chừa cái tính cả nghe bạn xúi.

HĐN: *Ở bài "Chữ", anh viết: "Ngẫm ra thì đúng là một trò chơi. Ngẫm vào thì trò chơi này quả là mệt... Chắc vì vậy nên chẳng có mấy nhà văn nhà thơ có được một bộ vó đầy đặn!" Tôi hồ nghi về điều này. Anh có thể cho độc giả biết về bộ vó của anh?*

ST: Bộ vó của tôi thì anh lạ chi. Gồm đầu mình và chân tay. Được cái cũng cân cái. Đi đứng cũng vững vàng. Chưa chống gậy dù vẫn có gậy gộc còn có thể chống được. Tôi mới đọc một bài viết của nhà báo Nguyễn Khắc Mẫn ở trong nước viết về nhà văn Sơn Nam. Khi Sơn Nam phải vào bệnh viện vì một tai nạn lưu thông, thấy bộ vó của ông nhà văn, một người bạn hỏi ông cân nặng được bao nhiêu ký. Sơn Nam nói khoảng ngoài bốn chục chi đó. Một người đi nuôi bệnh nhân nằm bên cạnh nghe thấy vậy, ngứa miệng chọc vô: "Bác làm gì được bốn chục cân. Chỉ 37 cân là cùng!". Nhà văn của chúng ta cười hóm hỉnh: "Ừ thì tự trấn an mình một chút có sao đâu. Hồi nào tới giờ có cân đâu mà biết!". Tôi mặn câu chót của Sơn Nam.

HĐN: *Vậy là anh đã trình làng tới cuốn Phiếm số 9. Điều ấy chứng tỏ có đông độc giả. Sách anh tiêu thụ có nhanh không? Và hiện tại, anh có nhận định nào về tình trạng gần như ngắc ngoải của dòng văn học hải ngoại?*

ST: Có thể nói những cuốn Phiếm thuộc loại dễ tiêu thụ. Các nhà sách đều ưu ái đón nhận, độc giả mua sách thẳng nơi tôi bằng Bưu Điện cũng khá. Nhưng có một điều phải nhận là so với cuốn Phiếm1 do nhà Văn Mới xuất bản vào năm 2005 bán hết ngay và nhà Nhân Ảnh đã tái bản hai lần đều bán hết thì tới cuốn Phiếm 9 tình trạng rất "nửa đường đi xuống"! Rất ầu ơ ví dầu! Sự đi xuống này như xuống một con dốc thoai thoải, càng ngày càng xuống sâu hơn. Tôi mới viết một bài về sách trong đó tôi nghĩ là sự đi xuống này có hai nguyên nhân: lớp độc giả càng ngày càng già, lớp về với ông bà, lớp mắt kém, thận suy không đọc được sách nữa. Nguyên nhân thứ hai là vì cái có thể gọi là cuộc cách mạng về kỹ thuật. *E-book* đang dần dần thay thế sách in. Hậu quả là không chỉ có sách báo tiếng Việt tại hải ngoại bị ảnh hưởng mà sách báo tiếng Anh tiếng Pháp chi cũng lãnh đủ. Cứ xem sự thu hẹp hay chết ngắc của các tờ báo và tạp chí cổ thụ có hàng mấy trăm năm tuổi thì biết. Sách tiếng Việt bị chơi cú đúp như vậy, đìu hiu là lẽ dĩ nhiên. Các tạp chí văn học của chúng ta như Văn, Văn Học, Thế Kỷ 21 đều đã mồ yên mả đẹp. Sách xuất bản chẳng còn bao mà tiêu thụ cũng vào loại ngắc ngoải. Bước đi của kỹ thuật nó như vậy, lấy chi mà cản được nó. Chỉ biết ngậm ngùi. Mà ngậm ngùi, theo nhà phê bình Nguyễn Hưng Quốc, *"thường rất yếu ớt và hoàn toàn bất lực"*.

HĐN: *Internet có nhiều lợi điểm, đằng khác, tôi ngờ là chính nó đã góp phần tước đoạt số đông, những người ưa đọc văn bản được in ấn thành sách. Anh có đồng quan điểm ấy không? Những nhà sách lần hồi thưa thớt khách lai vãng là một bằng chứng.*

ST: *Internet* là thủ phạm của sự đìu hiu của sách vở. Điều đó là cái chắc, còn ngờ chi nữa. Cứ ngẫm lại mà coi. Phần lớn chúng ta vẫn cảm thấy thích thú hơn khi đọc những trang sách in cầm trong tay. Cầm một cuốn sách mới, ngắm nghía bằng mắt, sờ bằng tay, ngửi mùi giấy bằng mũi, chỉ thiếu chuyện...ăn sách, thấy thú vị hơn nhiều là đọc trên *internet* hay trên cái máy *e-Reader* vô hồn nhiều chứ. Nhưng sự thể đã tới chỗ đó thì chúng ta phải theo thôi. Có than van cũng chỉ là để vơi đi nỗi sầu muộn trong lòng. Tôi mới đọc được bài "Chuyện Sách" của nhà phê bình Nguyễn Hưng Quốc trên *internet*. Ông cho biết ông đã mua một cái *Kindle*, một cái máy chuyên đọc sách điện tử. Lúc đầu đọc cũng hơi khó chịu, riết thành quen, thấy đọc sách điện tử trên màn ảnh cũng không khác chi đọc trên sách in. Ngay cả thơ là thứ cần đọc một cách cẩn trọng hơn, ông Quốc cũng đọc trên màn hình của máy và *"cũng thấy được chữ trôi và thở, cũng nghe được hơi ấm từ chúng, y như trên trang giấy"*. Nhà phê bình họ Nguyễn làm tôi đau nhói: đến một người thường xuyên chơi với chữ nghĩa mà cũng không thấy cái lạnh tanh của máy, thật hết ý! Ông Nguyễn Hưng Quốc còn trẻ, tôi...nhiều tuổi hơn, chưa cảm được như ông Quốc, còn nhà văn "trẻ" Hồ Đình Nghiêm thì sao?

HĐN: *Một anh bạn vừa từ Huế sang đây thăm con có kể câu chuyện khá thú vị, tôi xin được tóm tắt: "Xóm anh ở có người đàn bà mang phải chứng bệnh nan y, sang bệnh viện trung ương, thảy các bác sĩ đều lắc đầu, ước đoán kéo dài tuổi thọ chừng hai tháng là cùng. Gặp khuôn mặt "buồn nhiều hơn vui" của bà ấy, anh đề nghị, đằng nào chị cũng thác, còn nước còn tát, cứ thử nấu nước sả uống xem. - Được, tôi sẽ nghe lời anh, nhưng phương thuốc ấy đáng tin không? Nó xuất phát từ nguồn thông tin nào? Ậy, từ Canada mà chị, tôi đọc sách Phiếm của ông Song Thao đàng hoàng. Kết quả, gần cả năm trời rồi mà người đàn bà ở trong xóm vẫn kiên cường hổng chịu đi gặp Các-mác mí lị Lê-nin!". Qua câu chuyện trên, tôi nhặt ra được hai điều: Thứ nhất, cuốn Phiếm nào đó của anh đã đi xa, về tới Việt-nam và thuyết phục được người đọc, dẫu ngộ nhận. Thứ hai, đôi lúc chữ nghĩa cũng có thể cứu được, ít nhất một người. Anh có điều gì tâm sự, để nói thêm về trường hợp ngoại lệ vừa kể? Cho tôi đùa chút nhé: Giả như người đàn bà ấy mất trước hạn kỳ hai tháng, vô tình anh trở thành một ông... lang băm!*

ST: Phiếm không phải là "cẩm nang y học". Nếu nó chữa được bệnh thì đó là...ý trời. Ngoài sự mong chờ của tác giả. Một trong những kết quả của y khoa là lòng tin vào thuốc. Người ta đã thí nghiệm nhiều bằng giả dược. Trường hợp cứu nhân độ thế ngoài ý muốn này của Phiếm mang lại cho tôi được hai niềm vui. Thứ nhất: những đứa con của tôi có đứa đã bay về được tới quê hương. Tôi nhớ là chưa bao giờ cho chúng tiền máy bay về Việt Nam cả! Thứ hai: Phiếm đã được lòng tin của độc giả. Cái thứ có người cho là ba láp vớ vẩn mà được như vậy quả là... trên cả tuyệt vời!

HĐN: *Một người bạn tôi (phái nữ) ở bên Mỹ có viết trong email: "Bây giờ khi chọn bạn tình, quý vị nữ lưu phương Tây đều đặt nặng vấn đề tới đầu óc khôi hài. Anh nào đẹp trai con nhà giàu học giỏi mà thiếu yếu tố biết chọc cười đối tượng, mấy nường đều xem như "nơ-pa". Đọc văn anh Song Thao, đoán anh ấy chắc là người luôn dzui dzẻ? Tiếp cận được một người như vậy, hẳn mình sẽ yêu cái đời sống vốn nhạt nhẽo này..." Tôi tin lời cô bạn ấy nói. Tôi cũng luôn tin là đời sống anh cùng gia đình luôn an vui, hoan lạc tiếng cười. Có khi nào nhà văn Song Thao gặp "sự cố" hơi bị buồn não nề không?*

ST: Sống mà không buồn thì đâu có ra người! Tôi không lạc quan tếu nhưng tôi tin đời, yêu người. Cuộc sống có là chi mà phải rầu rĩ vì nó. Cứ coi tai nạn sóng thần và động đất vừa xảy ra ở Nhật Bổn thì biết. Cha mẹ, vợ con, dòng họ, nhà cửa, du thuyền, xe hơi, máy móc tưởng là những thứ ta có thể tin cậy bám víu để tạo nên một cuộc sống tiện nghi và an bình. Ngay cả cuộc sống quý giá của chục ngàn con người mà chắc chắn trong đó có nhiều trẻ em và người trẻ, những người không chờ một kết thúc vội vã và bất thần. Vậy mà chỉ trong chớp mắt, có đó, mất đó. Thế giới bàng hoàng với những mất mát lớn lao nhưng họ bàng hoàng hơn với tư cách của tất cả nạn nhân người Nhật. Họ vẫn giữ nhân cách, quan tâm và chú ý tới người bên cạnh, không chen lấn hỗn độn khi xếp hàng nhận những dịch vụ cứu trợ, vẫn bình tĩnh nhường cho trẻ em, phụ nữ và người già quyền ưu tiên, và không có một vụ cướp giật, phạm pháp nào, điều đã xảy ra ngay tại Mỹ trước đây khi trận bão Katrina tàn phá Florida vào năm 2005. Cái chất NGƯỜI đó (tôi phải viết hoa chữ NGƯỜI) mới đáng trân trọng.

HĐN: *Một tuần có sáu ngày, hay bảy? Tôi biết anh rất lu bu, quấy rầy anh như vậy cũng tạm đủ. Xin thay mặt những người đọc Phiếm thầm lặng ở phương xa, cám ơn nhà văn Song Thao đã vui lòng chia sẻ, đã làm ổn những câu hỏi cắc cớ này. Mong được hầu chuyện cùng anh sau khi anh lại in xong một tác phẩm khác. Trong khi chờ đợi, thân chúc anh luôn được sức khoẻ và... sung như đã từng. Anh có cả thảy bao nhiêu đứa con?*

ST: Tới nay tôi có tất cả 17 đứa con bằng giấy. Không biết có nên kể thêm 4 đứa bằng xương bằng thịt không? Bốn đứa con này đang làm tính nhân, nhân thêm cho tôi một số cháu. Còn 17 đứa con bằng giấy đã mang đến cho tôi vô số bạn mới và rất nhiều những tâm hồn đồng điệu. Tôi cho đó là những lời lãi đích thực. Tôi trân quý những cái được này của tôi.

Cám ơn nhà văn Hồ Đình Nghiêm đã cho tôi cơ hội xả xú bắp rất quý hóa. Cám ơn bạn đọc đã bỏ thời giờ theo dõi cuộc nói chuyện giữa anh em chúng tôi.

Hồ Đình Nghiêm *thực hiện*
Tháng 3/2011.

QUAN DƯƠNG
VỚI NHÀ VĂN SONG THAO

Tôi qua Mỹ năm 1993 và không biết nổi hứng chi cũng tập tành làm thơ viết văn gửi đăng báo chơi . Chỉ là như vậy chứ không có chút ý niệm gì là một ngày nào đó sẽ được quen biết với nhà văn này hay nhà thơ nọ nhất là những nhà văn nhà thơ đã thành danh một thời trước năm 75 tại Miền Nam Việt Nam. Một bữa nọ con cháu ruột gọi tôi bằng cậu đang sinh sống tại Vancouver Canada gọi *phone* mét là con thấy trong bài viết của ông Song Thao đăng trên báo bên này có nhắc đến thơ của cậu. Nó còn tô đậm thêm "con khoái phiếm của ông Song Thao lâu rồi mà nay không ngờ cậu là bạn của ổng làm con thật là nở lỗ mũi ". Tôi không có tật thấy sang bắt quàng làm họ nhưng qua giọng nói của con cháu mà tôi rất cưng có vẻ phấn kích quá nên tôi không nỡ lòng nào đính chính là làm gì có chuyện cậu được làm bạn với một nhà văn lớn như nhà văn Song Thao. Tôi chỉ ậm ừ cho qua chuyện vì sợ con cháu của mình mất hứng . Đó là chưa kể bà chị thứ ba của tôi tức là má của nó cũng khoái phiếm của nhà văn Song Thao và hãnh diện thằng em của mình là bạn của ổng.

Năm 2005 cơn bão Katrina tấn công vào thành phố New Orleans nơi tôi đang sinh sống. Vì tôi không được gan dạ cho nên leo lên xe chở bà xã của mình chạy qua Houston lánh nạn. Vợ chồng tôi gặp anh Nguyễn Toàn Vẹn tức nhà báo Nguyễn Vĩnh Châu là phóng viên của VOA. Năm đó đại hội Võ Tánh - Nữ Trung Học Nha Trang được tổ chức tại Houston mà anh Nguyễn Toàn Vẹn làm trưởng ban. Sẵn trớn tôi cũng là một cựu học sinh Võ Tánh niên khoá 68-69 nên anh Vẹn kéo hai vợ chồng tôi cùng vào tham dự mà không phải đóng lệ phí . Sở dĩ tôi được tha không đóng lệ phí là vì tôi đang chạy bão Katrina mà vào lúc đó tất cả các đài truyền hình của nước Mỹ đang cập nhật tin nóng sốt từng giờ. Khi tôi bước vào thì nhà thơ Lê Mai Lĩnh đang làm MC có xướng tên tôi lên và tôi nghĩ cũng chẳng ai biết mình là ai. Vậy mà không ngờ anh Song Thao lại tìm đến bắt tay tôi và đó là lần đầu tôi diện kiến với anh. Nhìn anh trong bộ com lê ra dáng một ông thầy giáo bệ vệ ai mà ngờ rằng trong phiếm của anh lại "hiểm sâu" luôn mang tính thời sự và văn phong lại trẻ trung như vậy. Gặp được thần tượng của bà chị và con cháu của mình việc đầu tiên là xin chụp cùng anh một tấm hình để làm chứng. Lúc đó chưa có facebook và cũng không có iPhone như bây giờ chứ nếu có thì thế nào tôi cũng leo lên đó để mà " gáy".

Bây giờ thì đã có facebook nhưng tôi chưa có dịp lần nào diện kiến cùng anh Song Thao lần nữa vì tôi và anh hai người ở hai phương trời cách biệt. Anh ở tận Canada còn tôi thì ở tận bên Mỹ. Tuy là thế nhưng cũng nhờ có facebook mà tôi vẫn được thường xuyên thấy anh mỗi khi anh có một bài phiếm mới viết về một đề tài nào đó Cho dù bất cứ đề tài nào anh đưa vào phiếm đều có một câu chuyện lịch sử ẩn náu phía bên trong. Thú thật có nhiều lúc tôi bị bí tư liệu, thay vì leo lên *google* để tìm tôi thường chui vào những bài phiếm của anh để tìm cho nhanh vì trong phiếm của anh như một thế giới thu nhỏ chứa đủ mọi thứ chuyện trên đời có gốc có ngọn hẳn hòi. Có thể nói những câu chuyện của anh là những câu chuyện từ chuyện nọ xọ chuyện kia nhưng câu chuyện nào cũng có nguồn gốc xuất xứ rõ ràng. Ví dụ như năm vừa qua có cúp bóng tròn thế giới tổ chức tại Qatar nhờ bài phiếm của anh về World Cup 2022 mà tôi mới biết Doha là thủ đô của Qatar, nơi có sân vận động khai mạc ngày hội đá banh lớn nhất của hành tinh này. Tóm lại anh viết phiếm nhưng nó không hạn hẹp trên các bàn cà phê mà phe ta ngồi tán dóc hay cà khịa với nhau mà nó rộng lớn bao phủ khắp cả toàn cầu. Đề tài của anh thượng vàng hạ cám và hình như qua 29 cuốn phiếm (mỗi cuốn dày cỡ 3, 4 trăm trang trở lên) chưa có chuyện gì xảy ra trên thế giới này mà không có trong phiếm của anh. Nội công của anh vô cùng thâm hậu thiệt là đáng nể. Càng đáng nể hơn là bước vào năm 2023 dù tuổi anh đã bước qua bờ bát thập nhưng vẫn chưa có dấu hiệu gì cho thấy anh sắp sửa thu chưởng lại. Anh vẫn còn tả xung hữu đột khắp mọi miền ngóc ngách trên trái địa cầu này.

Khi mà hầu hết các nhà văn nhà thơ thành danh trước năm 75 di tản ra hải ngoại này không còn bao nhiêu người thì ở Montreal, Canada, lại qui tụ được ba lão tiền bối là nhà thơ Hoàng Xuân Sơn, nhà thơ Luân Hoán và nhà văn Song Thao. Đọc Thần Điêu Đại Hiệp mối tình giữa Dương Quá và Tiểu Long Nữ chỉ có song kiếm hợp bích nhưng phải phối hợp giữa âm và dương mới tạo thành. Còn ở Canada trên sân văn học thì đã có tam kiếm hợp bích không cần phối hợp âm dương giữa ba nhà văn thơ đã thành danh nói trên. Bằng chứng những quyển bí kíp có tên là Ngôn Ngữ vẫn được phổ cập trong mỗi chu kỳ hai tháng mà vẫn chưa có triệu chứng gì ngừng lại. Anh Luân Hoán gần như thở ra thơ từng giờ trong mỗi ngày, anh Hoàng Xuân Sơn ngoài chuyện luôn miệt mài làm mới chữ nghĩa anh còn là một ca sĩ đưa nhạc vô thơ. Còn anh Song Thao thì hết biết luôn vì ngoài 29 tác phẩm chủ đề Phiếm anh còn có nhiều tuyển tập truyện ngắn. Khi anh còn trẻ từ trong nước đến khi ra hải ngoại ở thế kỷ 20 muốn sanh một đứa con tinh thần thì anh phải cần tới vài ba năm nhưng khi bước qua thế kỷ 21 thì lại khác. Hầu như năm nào anh cũng có tác phẩm mới để cho ra đời. Có những năm anh lại sanh đôi mới độc. Tính từ đầu thế kỷ 21 tới nay chưa tới 23 năm vậy mà anh đã cho ra đời gần 30 tác phẩm. Vua Minh Mạng có nhiều con là nhờ ỷ làm vua nên mới có toa thuốc minh mạng hỗ trợ chứ còn anh Song Thao chỉ là dân dã làm gì có chuyện đó. Ngoài chuyện viết lách anh còn phải lo chuyện áo cơm nữa chứ đâu phải ở không đâu. Vậy mà không biết anh uống trúng loại thuốc đại bổ nào mà lại vô cùng sung mãn như vậy. Càng chơi với anh tôi càng lé mắt mỗi khi anh tung chưởng lực. Những cú chưởng của anh luôn khác lạ khiến cho người đọc không biết đường mà đoán chỉ trừ khi phải đọc hết câu chuyện đó. Anh có lối viết khéo nhử mồi người đọc khi bắt đầu khơi mào cho mỗi câu chuyện. Như ai cũng biết trong thời buổi *internet* qua facebook, youtube, các diễn đàn, các *blog* cá nhân có rất nhiều tiết mục trên trời dưới đất không riêng gì văn thơ cho nên phạm vi giải trí của thiên hạ toả rộng ra chứ không giống như trước đây chỉ biết ôm quyển sách mỗi khi cần đọc. Cũng vì quá dư nhiều tiết mục mà người viết văn phải cũng phải tự làm mới mình mới chinh phục được người đọc. Vấn đề nằm ở chỗ khi người đọc lướt ngang một câu chuyện nào đó nếu phần nhập đề của tác giả quá khô khốc thì chẳng còn bao nhiêu người có kiên nhẫn để đọc tiếp. Anh Song Thao thì trái lại vì anh có ngón để trị cái vụ này. Những câu chuyện phiếm của anh khi mới bắt đầu thì đã dụ dỗ được người đọc phải tò mò đọc tiếp theo phần sau cho rõ chứ nếu không thì tức không chịu nổi .

Tóm lại viết về anh Song Thao thì cho dù có viết cả trăm trang cũng không hết chuyện để viết vì sự nghiệp văn chương của anh phong phú quá mà tôi chỉ là một đàn em ở tận hai phương trời xa cách. Khi anh Song Thao đã thành danh tôi còn chưa biết làm thơ đăng báo cho nên gọi là góp ý phê bình văn chương của anh thì tôi không có cửa đó đâu. Bài viết này chẳng qua chỉ là một cách bày tỏ cảm tình của một độc giả ái mộ dành cho tác giả mà mình thích. Cảm tình đó là rất khoái chí khi đọc bất cứ một bài phiếm nào của anh vì mỗi lần đọc là mỗi lần tôi được học hỏi thêm vài điều lý thú .

Nhìn nhan sắc của nhà văn Song Thao đã hơn bát tuần rồi mà vẫn còn khoẻ mạnh trẻ trung thì có nhiều người tò mò không biết anh có bí quyết gì không? Theo tôi thì chắc anh viết phiếm nhiều nên luôn trẻ bởi vì điều kiện nấu một tô phiếm cần có đủ món hỉ nộ ái ố ai lạc dục để làm gia vị nêm nếm . Những món đó là cảm xúc. Những ai vẫn còn có cảm xúc tức nhiên là còn có sức khoẻ. Còn có sức khoẻ có nghĩa là còn trẻ vì nếu già thì anh đã gác kiếm qui ẩn rồi. Do đó có thấy anh Song Thao còn trẻ hơn tuổi của anh ấy thì chẳng có gì là ngạc nhiên cả.

Quan Dương
New Orleans, 04/2023

ORCHID LÂM QUỲNH
VIẾT VU VƠ VỀ CHÚ SONG THAO

Tôi chẳng phải người cầm bút. Lâu lâu, quỡn thì cũng có viết vài tùy bút vu vơ để tạm thấy mình cũng có viết lách đôi chút. Tuy nhiên, khi đặt bút xuống, tôi thường khoác cho bài viết của mình một màu sắc hơi u uất, chẳng phải tôi mang tâm trạng u buồn. Đời sống ai mà chẳng mong có nụ cười. Đem đến nụ cười qua ngòi bút của mình lại càng là điều nhiều người mơ ước, nhưng liệu có mấy ai làm được. Vậy mà có những nhà văn, đặt bút xuống là phiếm cứ hiện ra như một phép mầu, nghĩ mà phát... ghét. Một trong số ít nhà văn chọc tức những đứa có lòng đố kỵ như tôi là nhà văn Song Thao.

Đến đây xin cho tôi đổi cách gọi, để được nhắc đến ông bằng đúng cách xưng hô quen thuộc của tôi dành cho nhà văn tài hoa này. Dù chú Thao với tôi gặp nhau độ dưới chục lần, nhưng tôi luôn cảm nhận được sự thân thuộc của hai chú cháu. Có lẽ vì tôi thường xuyên đọc bài của chú, cũng có thể do tôi thấy người sang bắt quàng làm họ! Nhưng thú thật, thà làm người dưng và ở thật xa chú, tôi cảm thấy an toàn hơn. Vì nếu ở gần, có thể chú sẽ đem mình vào phiếm! Tôi có cảm giác, nhìn thấy điều gì, chú cũng có thể viết thành một bài, thật dài, nhưng đọc không hề ngán! Nếu không tin, quý bạn đọc có thể kiểm chứng. Phụ nữ chân dài thì quá chừng người viết. Nhưng qua ngòi bút của chú Thao, thì chân ngắn cũng kéo ra cho nó thành dài. Viết về chân dài chân ngắn của phụ nữ đã đành, đấng mày râu cũng bị ông đem ra kể dài, kể ngắn, với những thứ to và cả những đồ nhỏ. Quý vị hãy đọc ông viết về Putin, ắt sẽ hiểu chuyện "nhỏ," cũng bị ông xé ra cho to!

Người thật như Putin bị đem ra mổ xẻ đã đành, tiến sĩ giấy ông cũng chẳng tha. Nhưng rồi hình như viết mãi về người ông lại ngán, ông chuyển sang viết về chó. Khi chán thú bốn chân thì ông lại chuyển sang thú hai chân, chuyện vịt. Khi hết chuyện những con vật trên bờ thì ông lao xuống nước để viết chuyện tôm hùm!

Cách đây vài ngày, tôi gặp một người bạn, vì vốn liếng tiếng Việt hạn hẹp, nên khi tôi nhắc đến chữ Phiếm, bạn tôi không hiểu. Sau một hồi giải thích, bạn tôi nói một câu rất đơn giản, nhưng phản ảnh chính xác sự thật: "Người viết Phiếm là người nhiều chuyện." Tuy nhiên, không phải ai nhiều chuyện cũng viết Phiếm được. Trong chữ "Phiếm" có chữ "hiếm." Phiếm của nhà văn Song Thao, là hàng hiếm. Đến đây, xin cho tôi được làm một việc đang rất thời thượng bây giờ, là sửa lời một câu thơ của Bố tôi.

"Chữ cũng như người VUI biết bao"

Đối với đời sống hiện tại, ta cần lắm những nụ cười, ta cần lắm thứ hàng hiếm như Phiếm của nhà văn Song Thao.

Orchid Lâm Quỳnh

LÊ HÂN
ĐÔI DÒNG KỶ NIỆM
VỚI NHÀ VĂN SONG THAO

Từ Công Phụng – Luân Hoán – Song Thao – Lê Hân

Tôi có nhiều năm định cư tại thành phố Mississauga, một thành phố trẻ, sát nách thành phố Toronto, thành phố lớn nhất nhì của Canada. Sau khi có tư gia, cơ quan làm việc quen chỗ và ít đi công tác tại nhiều quốc gia, đời bỗng nhiên có phần hơi nhàm chán, tôi trở lại sinh hoạt với Việt ngữ.

Nhớ thời Tuổi Xanh xa vời, nhớ Việt Nam loáng thoáng, bởi tôi hay đi về, nhất là sau khi thành lập và tham gia vào một tổ chức từ thiện, dựng lớp tiểu học nhỏ ở Mũi Né Phan Thiết để giúp các em mù chữ biết đọc, biết viết. Thơ dần dà trở lại đọc và viết trong tinh thần giải trí là chính. Lúc này tôi có được vài người bạn cũ, thêm một số bạn mới, cụ thể như các anh Đoàn Phế, nhạc sĩ Trường Sa, nhạc sĩ Phạm Mạnh

Cương, nhạc sĩ Từ Công Phụng, nhạc sĩ Lê Dinh, nhạc sĩ Vĩnh Điện, nhạc sĩ Phan Ni Tấn... và một số bạn trong nhóm Chu Văn An - Trưng Vương v.v....

Rồi chúng tôi cao hứng thực hiện đặc san Trưng Vương - Chu Văn An liên tiếp những năm 2001, 2002, 2003. Đặc san năm 2002 có bài của anh Song Thao với tựa "Chuyến Đi Không Hẹn". Tôi xuất thân trường Chu Văn An (tuy chỉ học có năm cuối cùng), liền sau trường Phan Châu Trinh Đà Nẵng. Chu Văn An, cư xá Đắc Lộ cũng là nơi mở đầu cho việc được học bổng và du học xứ cờ hoa của tôi. Tôi đảm nhận gần tổng quát trong việc làm đặc san này, gom bài, lên trang, trình bày, góp tiền và in ấn. Cùng lúc này, anh trai tôi ở Montréal lập ra nhà xuất bản Nhân Ảnh, thay thế nhà xuất bản Ngưỡng Cửa và nhà xuất bản Thơ mà anh ấy dựng ra trước 1975 tại miền Trung Việt Nam. Chủ yếu nhà xuất bản Nhân Ảnh lúc này, anh tôi đảm nhiệm và cho tái bản những thi phẩm cũ của anh như "Viên Đạn Cho Người Yêu Dấu", "Rượu Hồng Đã Rót" v...v... Ngoài sách của anh tôi, tôi còn giúp luôn sách của bạn anh tôi. Và người bạn này của anh tôi, sau này tôi được làm bạn, đó chính là nhà văn Song Thao.

Tôi nhớ khi tái bản 3 cuốn Phiếm đầu tiên của anh Song Thao (Phiếm 1, 2 và 3) lúc đầu in theo lối thủ công, nghĩa là tôi in cái ruột, rồi in bìa màu ở một nhà in khác, xong tìm một công ty lo việc đóng gáy. Sau ngày về hưu thì những sách Phiếm của anh Song Thao cho tái bản trên Amazon (qua Creatspace), rồi lúc Amazon không cho in sách tiếng Việt nữa, các tác phẩm Phiếm sau này của anh Song Thao vẫn tiếp tục in với Ingram, Barnes & Noble hay LuLu. Tất cả Phiếm của anh Song Thao đều do anh Tạ Quốc Quang (em ruột anh Song Thao, gốc Sĩ quan Hải quân VNCH, hiện định cư tại Houston) đảm nhiệm phần dàn trang và làm bìa trong thời gian đầu, sau này bìa do họa sĩ Khánh Trường hay Uyên guyên Trần Triết giúp nhưng anh Tạ Quốc Quang lo làm lại cho cân đối chính xác các bìa sách, sau khi các họa sĩ đã trình bày, anh Quang cũng là người lo giúp phần kỹ thuật cho nhiều đầu sách do Nhân Ảnh xuất bản từ trước cho đến bây giờ.

Sau khi tôi chăm sóc tái bản lần đầu tiên cuốn "Tác Giả Việt Nam" của Lê Bảo Hoàng, một bút danh khác của anh tôi, anh Song Thao cũng có nhiều tác phẩm mới. Chúng tôi đã tổ chức ra mắt sách chung nhiều lần tại một hội trường ở Mississauga. Chung trong các buổi ra mắt sách này là phần âm nhạc mà chúng tôi mời được một số nhạc sĩ tên tuổi như nhạc sĩ Từ Công Phụng, nhạc sĩ Nhật Ngân, nhạc sĩ Phạm Mạnh Cương, nhạc sĩ Trường Sa v.v... Nhà tôi trở thành nơi tập dượt, lui tới của một số anh chị sinh hoạt ca hát của thành phố và là nơi đón tiếp thêm nhạc sĩ Nhật Ngân, nhạc sĩ Từ Công Phụng, nhà báo Trường Kỳ v.v...từ xa đến.

Thi phẩm đầu tay của tôi ("Tình Thơm Mấy Nhánh", xuất bản năm 2003 theo lối thủ công như Phiếm 1, 2, 3 của anh Song Thao) cũng được trình làng bên cạnh sách và nhạc của anh Phan Ni Tấn.

Thân tình giữa tôi và nhà văn Song Thao diễn tiến vô cùng tốt đẹp, bởi anh viết mạnh, rất mạnh trong lúc này, mỗi năm ít nhất anh hoàn tất một hay hai cuốn Phiếm, chưa kể truyện ngắn.

Phiếm của anh Song Thao tiêu thụ rất mạnh, gần như khắp thế giới, nơi nào có người Việt cư ngụ đều có Phiếm của Song Thao. Nhận định về thể loại này đã có quá nhiều tên tuổi bề thế trong sinh hoạt văn học hải ngoại lên tiếng tán dương, cụ thể có thể kể quí vị Võ Phiến, Nguyễn Mộng Giác, Nguyễn Xuân Hoàng, Phạm Xuân Đài, Hồ Đình Nghiêm, Võ Kỳ Điền, Nguyễn Vy Khanh... Nhưng điều tôi vừa tiết lộ về lực lượng độc giả của Phiếm ở trên mới cụ thể nói lên giá trị Phiếm của Song Thao. Phát biểu bằng cách sở hữu và đọc từ đám đông có tinh thần yêu quí cái tâm cái hồn của quốc ngữ, là tiếng nói thiết thực, đáng tin cậy nhất.

Không thể và cũng không chuyên việc đề cao một tác giả, nên tôi gặp khó trong việc góp bài vào phần đặc biệt, dành riêng giới thiệu nhà văn Song Thao của số Ngôn Ngữ 25 này. Nhưng nếu không viết sẽ tiếc cũng như thấy thiếu thiếu một cái gì quí lắm. Cái đó hẳn là tình cảm chúng tôi dành cho nhau. Anh Song Thao lớn hơn anh tôi 2 tuổi, cũng có nghĩa sẽ có một con số chênh lệch khá lớn so với tôi. Chín năm cách biệt là khoảng cách hai chúng tôi ra đời. Nhưng thật kỳ diệu, tình bạn vẫn đúng là tình bạn. Lâu nay tôi thân và liên lạc nhiều với anh Song Thao hơn hẳn với anh trai ruột tôi. Chuyện không đáng nói, nhưng tôi nhắc ở đây để chứng minh. Nếu tôi có dịp nào lì xì tiền quà cho anh tôi, tôi đều nhờ anh Song Thao ứng giao trước, rồi tôi sẽ hoàn trả lại anh sau. Tin tưởng về tài chánh đến như vậy, chẳng lẽ không đủ thân. Về việc in ấn sách của anh, tôi vẫn tiếp tục lo cho anh, phát hành, giải quyết chuyện sách thất lạc... anh em luôn gọi báo cho nhau.

Anh chị Song Thao cũng đôi lần ghé thăm tôi khi tôi ở San Jose, trước khi tôi rời nhà xuống quận Cam này. Một lần ngồi chờ anh chị đến, tôi có viết mấy câu thơ, xin trích dưới đây, để kết thúc một bài viết nhiều lúng túng chuyện riêng tư.

Chờ Song Thao

vừa mới đi chơi về mấy ngày
bạn xưa sắp sửa ghé chơi đây
thèm làm Nguyễn Khuyến chào đón bạn
tài yếu, ngồi nhìn suông bàn tay

bàn tay không viết được chữ nào
nghe chừng nó cũng rất nôn nao
bạn tuy vai lớn nhưng thân thiết
tứ hải giai huynh đệ ngọt ngào

được giữ vai em thuận tuổi đời
bạn vì nhiều lúc cùng vui chơi
trong văn trong rượu trong thơ nhạc
cùng hít thở chung lượng tình người

anh đến, à quên, bạn thơ văn
nói cười hai đứa hở phơi răng
hương bay không phải là hương lạ
hương của đời cho biết nói năng

chờ bạn đến không hay bận rộn
cả năm mới ghé đến Cali
Thành Tôn cùng với nhiều bạn giữ
ta uống nước cùng thơ nhâm nhi

Lê Hân

Hình chụp trong một lần ra mắt sách và nhạc với nhạc sĩ Nhật Ngân
năm 2006 tại Mississauga, Canada.
Hàng đầu từ trái sang phải: Võ Kỳ Điền, Lê Hân, Luân Hoán, Song Thao

TRANG CHÂU
Hai Thằng Tuổi Cọp

Ở Montréal cái nhóm viết lách còn tiếp tục cuộc chơi chữ nghĩa và thỉnh thoảng gặp nhau cụng ly, đếm được 7 mạng: Luân Hoán, Hoàng Xuân Sơn, Võ Kỳ Điền, Hồ Đình Nghiêm, Lưu Nguyễn, Song Thao và tôi. Già nhất đám là tôi và Song Thao. Hai đứa cùng tuổi Cọp. Nếu tính theo tháng tôi lớn hơn Song Thao vài ba tháng. Nhưng sức mấy mà tôi dám tranh hay dám nhận cái chức sư trưởng. Mỗi lần Song Thao hú lên một tiếng họp mặt ăn nhậu ở quán nào, ngày nào, giờ nào là hầu như mọi người có mặt đông đủ. Còn tôi , dù từ lâu, về già, tôi quan niệm mình cần bạn hơn cần con và vài dịp còn bạo gan nghĩ mình cần bạn hơn cả vợ; chỉ nên thấy cái tốt của nhau, còn vài chút xấu ai mà chẳng có, quên đi, bỏ đi tám! Cho nên lâu lâu nhớ bạn, thèm cụng ly, tôi nhẹ nhàng rủ khẽ vài câu mời anh em, thế mà lúc nào cũng có đứa vắng mặt vì lý do này hay lý do khác. Tôi không nghĩ vì mình tuổi Cọp nên bẩm sinh tính tình hung hăng. Cho nên có lần tôi thử chứng minh mình là loại cọp hiền nên nói với vợ: " Anh là cọp sở thú". Vợ tôi háy mắt nhìn tôi, mở miệng xì một tiếng rồi thôi. Tôi tin cọp Song Thao uy tín hơn tôi nhiều, anh thuộc loại cọp hoàng gia, vương giả, tân tiến, thị thành.

Song Thao đã cho xuất bản 7 tập truyện ngắn: Bỏ chốn mù sương- Đong đưa cuộc tình- Còn đó bóng hình- Chân mang giày số 6- Cuối ngày một lần ngồi lại- Bên lưng những con chữ- Chốn cũ. Người ta thường hay nói: "Nhất ảnh vạn từ". Hình ảnh thể hiện trong một bức hình bằng vạn lời diễn tả. Tôi cũng bắt chước, dựa theo mấy cái tựa sách của Song Thao, để nghìn lần đoán mò về con đường tình ái của anh. Tôi nghĩ Song Thao, trên đường tình, biết tiến biết lùi. Cho nên "đong đưa cuộc tình" cho lắm rồi rút cuộc cũng chỉ "còn đó bóng hình". Và cứ thế, câu anh yêu em, anh chỉ có em "cuối ngày một lần ngồi lại."

Cái tựa: "Bên lưng những con chữ" thể hiện sức sáng tác sung mãn của Song Thao. Nói đến tên Song Thao, đôi khi người ta quên nhà văn dày dạn phong sương mà chỉ thấy chàng phiếm sĩ, bốn mùa xuân hạ thu đông, tung hoành múa bút. Với cuốn Phiếm thứ 29 vừa chào đời vào đầu năm 2023 này, tính trung bình mỗi cuốn Phiếm dày 390 trang, sơ sơ Song thao đã gởi cho chúng ta đọc khoảng 11310 chữ dành cho Phiếm. Mỗi cuốn Phiếm có trung bình 28 bài đủ thứ đề tài: chính trị, khoa học, lịch sử, âm nhạc, ẩm thực, nhân tình thế thái v.v. Lấy 28 đề tài nhân cho 29 cuốn Phiếm chúng ta có 812 mục Phiếm! Dư sức để làm một mini tự điển Phiếm. Đọc Phiếm của Song Thao ta nằm nhà mà biết rõ mọi chuyện, xưa cho tới nay, từ năm châu bốn bể, từ thể xác đến tâm hồn. Khỏi cần đi du lịch, khỏi cần tìm tòi, nghiên cứu. Song Thao bao hết cho chúng ta. Không những làm kỹ, làm tròn mà còn châm chút chút muối tiêu, chút chút đường ớt cho hương vị đậm đà, nồng cay.

Ngoài đời Song Thao là người liên lạc với tôi nhiều nhất qua *mail* hay qua *phone*. Những liên lạc không đề cập gì nhiều đến chuyện văn chương viết lách mà về bệnh tật hay thuốc men. Ngoài đời, hai người, ngoài bạn văn còn là thân chủ của tôi là Lưu Nguyễn và Song Thao. Lưu Nguyễn có con gái là bác sĩ chuyên khoa, nhưng khi có chuyện toàn khoa thì hắn đến gặp tôi. Tôi chăm sóc Song Thao rất kỹ. Tuy là cọp nhưng vì cứ nhập tâm mình là cọp sở thú nên đôi lúc tôi đâm ra nhát gan. Tôi hay tự dặn lòng: "Song Thao hắn viết phiếm, loạng quạng với hắn, hắn giận cho mình vào phiếm, chua thêm chút ớt, chút muối vào là mình bỏ mạng". Cho nên khi đọc được một bài nghiên cứu nói rằng người bị bệnh *gout* chỉ nên tránh uống bia hay các loại rượu mạnh như whisky, cognac, còn rượu vang thì uống được, tôi liền thông báo ngay cho Song Thao. Thế là trong một bài phiếm nói về rượu vang, Song Thao nhắc tên tôi và gọi tôi là bạn vàng. Tôi vui quá! Nhưng có lúc lại lo không biết nhà in có in nhầm chữ vang thành chữ vàng không.

Ông bạn thơ của tôi, nhà thơ Luân Hoán, *mail* cho tôi nhờ tôi viết một bài về Song Thao cho báo Ngôn Ngữ. Nhận định về thơ văn của một tác giả không phải là sở trường của tôi. Tôi nhận lời viết với tư cách một bạn văn. Với tôi, tôi không nghĩ phiếm của Song Thao là những dòng phù phiếm. Với tôi, phiếm của Song Thao phải được xem là những đóng góp phong phú giúp làm giàu hiểu biết của người đọc.

Trang Châu
03/2023

TRẦN YÊN HÒA
Song Thao, vua Phiếm...

Năm 2011, tôi dự định Ra Mắt Sách truyện dài Đi Mỹ, tác phẩm tôi ấp ủ đã mấy năm. Để cuộc Ra Mắt Sách có màu sắc tôi đã mời các bạn văn nghệ đàn anh mà tôi thân thiết như mời được nhạc sĩ Nhật Ngân và nhà văn Nguyễn Đình Toàn... lên nói về chuyện tác phẩm của tôi...Với Nhật Ngân sẽ lên nói về trường hợp phổ bài thơ Khan Cổ Gọi Tình, Về và bà xã của Nhật Ngân sẽ lên hát bài này. Mọi chuyện đều suông sẻ, tôi chỉ đợi đến ngày Ra Mắt Sách.

Chủ nhật tuần đó, tôi điện thoại cho nhà thơ Thành Tôn để mời Thành Tôn đi uống cà phê, Thành Tôn cho biết có nhà văn Song Thao từ Canada qua chơi. Tôi nói Thành Tôn mời luôn Song Thao, dù chưa gặp anh lần nào. Đó là lần lần đầu tiên tôi gặp Song Thao tại Quán Phở Quang Trung.

Trong lần gặp đầu tiên, thời điểm 2011. Song Thao còn rất trẻ, cao ráo, đẹp trai, nói giọng bắc. Giọng nói của người đàn ông Hà Nội (?), rất nhẹ nhàng, hấp dẫn.

Chúng tôi nói chuyện văn nghệ "văn gừng", rồi nói đến nhạc sĩ Nhật Ngân. Thành Tôn cho biết tin Nhật Ngân bịnh nặng, đang nằm bịnh viện, rồi Thành Tôn bảo:

- Sẵn đây, tụi mình đi thăm Nhật Ngân nghe.

Tật cả đồng ý, ủy thác tôi điện thoại cho Nhật Ngân. Tôi bấm điện thoại thì có giọng nữ trả lời:

- Tôi là vợ Nhật Ngân đây.

Tôi nói:

- Chúng tôi muốn đến thăm Nhật Ngân bây giờ, được không chị?

Chị bảo:

- Anh Nhật Ngân mới uống thuốc xong nên còn mệt lắm, thôi để lúc khác. Xin cảm ơn mấy anh.

Thế là chúng tôi qua Factory uống cà phê.

Tôi gặp Song Thao lần đầu trong trường hợp như vậy.

Và trong cuộc Ra Mắt Sách lần đó của tôi, (dĩ nhiên) có nhà viết Phiếm Song Thao tham dự. Trong lời giới thiệu với các quan khách, tôi đã gọi anh là Vua Phiếm, dù lúc đó, tôi đọc những tác phẩm Phiếm của anh rất ít, đâu ba, bốn cuốn (bài) gì đó, do anh Thành Tôn gởi tặng thay Song Thao, mà (thật ra) không đọc được hết cuốn nào.

*

Phiếm nói chung là những bài viết, ý tưởng nói lan man, không chủ đích...như chuyện Phiếm... chẳng hạn

Tra trên Google thì từ Phiếm có nghĩa là:

Tĩnh từ có nghĩa là:

(trò chuyện, chơi đùa) chung chung, không thiết thực, không đâu vào đâu.

Động từ:

(Ít dùng) bàn luận chung chung, không thiết thực

Nhưng tôi thấy chữ Phiếm sau này đã bị lạm dụng nhiều qua sách báo, như những bài Phiếm luận của các nhà báo thường bày tỏ quan niệm của mình và thường chỉ trích, đả kích các ý của các tác giả khác. Các tác giả thường thì đả kích có lúc nhẹ nhàng, lịch sự, nhưng cũng có tác giả lợi dụng chữ phiếm để đả kích thật mạnh vào tác giả đối nghịch, nhiều khi đem đời tư của người ta ra mà nói (xấu). Có một thời, ở Nam Cali có tờ báo có mục Phiếm dị, thường gây nên những nỗi lo sợ cho nhiều người, vì những bài Phiếm này thường hay gây sóng gió trong cộng đồng

.

*

Nhưng với Song Thao thì khác, chủ đích Phiếm của Song Thao là bàn những đề tài chung chung, nhưng xoáy sâu vào các vấn đề qua cái nhìn từ đông tây kim cổ, khiến người đọc mở rộng thêm tầm nhìn. Với văn phong dí dỏm, nhẹ nhàng, khiến người đọc muốn đọc bài viết từ đầu đến cuối. Đó cũng là biệt tài của Song Thao.

Như vậy, dù bàn chuyện chung chung mà đến nay, Song Thao đã xuất bản đến 29 cuốn Phiếm, cuốn nào cũng dày trên 300 trang, thật là dễ nể. Nên (từ năm 2011), tôi gọi Song Thao là Vua Phiếm cũng không ngoa tí nào..

Tôi thường thích bộ môn truyện ngắn hơn. Truyện ngắn của một tác giả nào tôi yêu thích là tôi đọc say mê từ đầu đến cuối, thế mà

Phiếm Song Thao, cũng đã hấp dẫn không kém, khiến tôi đọc thường hết một bài. Như vậy, cũng đã nói lên tài viết Phiếm của anh.

(Bây giờ, tôi thường chọn những truyện, thơ, được viết ngắn, chứ dài lê thê, nhiều chữ quá (dù hay) tôi cũng đọc không hết, có lẽ não trạng tôi đã bị lão hóa mất rồi chăng.)

Ngoài Phiếm ra, Song Thao còn viết truyện ngắn nữa. Anh đã in được 7 tập truyện là: Bỏ chốn mù sương, Đong đưa cuộc tình, Còn đó bóng hình, Chân mang giày số 6, Cuối ngày, một lần ngồi lại, Bên Lưng những con chữ, Chốn cũ...

Với 29 tập Phiếm và 7 tập truyện ngắn... Song Thao đã cho chúng ta thấy sức viết của anh rất mạnh, bây giờ ở tuổi trên hàng tám, mà anh vẫn đều đều cho ra sách.

Cách đây khoảng 3, 4 năm, tôi lại gặp Song Thao ở nhà Thành Tôn. Thành Tôn có ý chiêu đãi vợ chồng Song Thao, khi có chị Song Thao đi cùng anh qua thăm bà con ở Nam Cali. Trong bàn tiệc, nghe giới thiệu, chị Song Thao là con gái của ông bà giáo sư Lê Nguyên Diệm, người đã cùng các giáo sư Bùi Tấn, Đinh Quy, ra sách Toán Giáo Khoa từ đệ thất đến đệ tứ hồi đó, học trò chúng tôi ai cũng học, nên ai cũng biết ba vị giáo sư này. ...Thầy Lê Nguyên Diệm có thời gian làm hiệu trưởng trường trung học Võ Tánh, Nha Trang.

Hôm đó ăn uống (nhậu nhẹt chút đỉnh) xong, chúng tôi bắt tay nhau ra về trong vui vẻ. Từ nhà Thành Tôn, đi một đoạn ngắn thì xe của nhà văn Phạm Phú Minh bị xẹp lốp, nhà thơ Thành Tôn chủ nhà, đành phải xăn tay áo, mở cốp sau lấy bánh xe "sơ cua" ra thay cho xe anh Phạm Phú Minh. Ở đây, toàn là các nhà văn, nhà thơ "chân yếu tay mềm", chỉ biết cầm cây bút thôi, mà nay phải hì hục sửa xe...thật là đáng nể. Công đầu phải dành cho nhà thơ Thành Tôn, anh sửa xe rất giỏi. Còn chúng tôi chỉ thợ vịn...

Một kỷ niệm đáng ghi nhớ.

*

Nay, từ nam Cali, nhìn qua đất nước Canada thật xa vời vợi, tôi vẫn mãi nhớ anh Song Thao, anh Luân Hoán. Mong các anh luôn luôn khỏe mạnh. Nếu có dịp, các anh qua thăm nam Cali, chơi với chúng tôi thì vui biết mấy. Chúng ta cùng uống với nhau vài ly rượu nhẹ thôi cũng vui lắm rồi.

Được thế thì vui biết bao nhiêu há vua Phiếm Song Thao!

Trần Yên Hòa

TRÚC LAN
Gởi Nhà Văn Phiếm Chủ Song Thao

Đồng môn, đồng nghiệp, không đồng lớp
Ánh sao họ **Tạ** vụt sáng ngời
Quê cũ: "Thời Nay" đồng biên tập
Xứ người: "Ngôn Ngữ" nhập cuộc chơi

Chuyện Phiếm Song Thao hăm chín cuốn
Truyện ngắn tròm trèm chửa đủ mười
"Còn Đó Bóng Hình" luôn hoài niệm
"Bên Lưng Con Chữ" dệt tơ đời

"Bỏ Chốn Mù Sương" xua "Nỗi Nhọc"
"Cuối Ngày Nhìn Lại" vẫn chưa ngơi
"Đong Đưa Cuộc Tình" ngoài tám chục
Đến ngày chung cuộc mới thảnh thơi!

3/2023

HOÀNG QUÂN
ÔNG ANH

Montreal 10/2022.

Khoảng đầu thế kỷ 21, tôi quen ông Song Thao. Nói quen cho oai, chứ đấy chỉ là tình một chiều. Thuở ấy, mỗi khi có tờ nguyệt san Thế Kỷ 21 trên tay, tôi nhanh nhẹn dò mục lục, tìm bài Phiếm của ông Song Thao, đọc ngấu nghiến. Một ngày đẹp trời (ít nhất là đối với tôi), ông "thấy" tôi trên Diễn Đàn Thế Kỷ, ông hỏi ông chủ bút Phạm Phú Minh: "Hoàng Quân là ai?" Thế là tôi bắt được nhịp cầu tri âm với ông "trùm" Phiếm. Tự đó đến nay, tính ra đã gần chục rưỡi năm. Ban đầu, biết ông là người người sang, tên tuổi ngất trời, tôi không dám bắt quàng làm họ. Tôi quen ông qua anh Phạm Phú Minh. Biết ông trang lứa với anh Minh, nên tôi xin phép gọi ông bằng anh (cho công bình). Dần dà, thư đi, tin lại, tôi nghĩ đến ông như ông anh quý mến. Ông có rất nhiều bạn. Bạn "ảo" trên Facebook quây quần quanh ông lên đến gần bốn ngàn người. Số bạn ông trà đàm, tửu đàm bên bàn tròn văn chương dễ có đến vài trăm. Thế mà, giữa lúc say sưa chuyện trò với những bạn bè đồng thanh, đồng khí của ông trên vuông chiếu chữ nghĩa, ông chợt chú ý đến con bé Hoàng Quân lấp ló ngoài cổng hóng chuyện. Ông ân cần mở cửa cho con bé bước vào sân chơi.

Tôi có cơ hội nhìn ông, nghe ông trong những cuộc phỏng vấn trên truyền hình hải ngoại. Còn nhân dáng của tôi đối với ông, chỉ là những dòng chữ đều đặn của *font calibri* hoặc *arial* trong điện thư và những bài viết tôi gửi đăng trên báo mạng. Thế mà, đã bao lần tôi được ông nhắc nhở, dìu dắt. Ông nghe tôi vất vả lúc làm cuốn sách đầu đời, ông mách nhỏ: "Hãy đến nhà xuất bản Nhân Ảnh." Khi các ông Khánh Trường, Luân Hoán, Nguyễn Vy Khanh lên chương trình thực hiện bộ sách "44 Năm Văn Học Việt Nam Hải Ngoại (1975-2019)", ông "tiến cử" tôi vào danh sách. Năm 2018, tôi ngạc nhiên và cảm động vô cùng, được ông cho một chỗ đứng trong mục "Viết Cho Bè Bạn". Với bài điểm sách: "Đọc "Đứng Ngẩn Trông Vời" của Hoàng Quân", ông đã "nắm tay" tôi chu du khắp Gia Nã Đại, Mỹ và Úc, không chỉ trên các trang mạng văn học mà cả báo giấy. Chị Tiểu Thu (đồng hương Montréal của ông) xuýt xoa: "Em trúng số độc đắc đó nhe." Bạn Phạm Công Luận bên Việt nam nhận xét: "Anh Song Thao có vẻ quý trọng người viết qua trang văn." Tôi nhớ có lần ông bảo, ông tính rủ tôi viết chung phiếm. Nghe ông nói vậy, tôi vui khấp khởi, mở cờ trong bụng. Nhưng ngẫm nghĩ, thuở tôi chưa biết đánh vần, ông đã làm báo, đã bắt đầu phiếm trong mục "Những điều trông thấy" trên những tờ tạp chí hàng đầu ngày ấy. Giờ đây, hơn nửa thế kỷ trôi qua, ông tung hoành, vẫy vùng trong cõi phiếm của ông. Nhìn ông, xét phận mình, tôi thấy hình ảnh đôi đũa mốc cời cố chòi mâm son lịch lãm. Thế mà, có lẽ do nghiện phiếm của ông, tôi rón rén viết thử bài phiếm. Tôi ấp úng, hỏi ông: "Giống phiếm chưa, cần thêm mắm muối gì nữa không?" Thì ông cười, khích lệ tinh thần (tôi đoán vậy): "Viết như vậy mà còn hỏi đã... phiếm chưa. Cứ... phiếm như vậy cho thiên hạ nhờ! Mắm bây giờ cũng leo thang, khỏi cần thêm thắt chi cho đỡ túi tiền." Một đôi lần, tôi lề mề, đến hạn góp bài cho tạp chí Ngôn Ngữ. Tôi chạy hớt hải, sợ lỡ tàu. Đang lí nhí lời xin lỗi, thì nghe tiếng ông nhẹ nhàng: "Yên tâm, trước khi cài then, cũng ráng giữ cửa chờ cô em chứ."

Có thể ông xem những chuyện cỏn con này không đáng kể. Nhưng với tôi, tôi rất trân trọng sự ưu ái của ông dành cho tôi.

Ông viết khỏe, viết hay, viết đẹp. Ngay cả đề tài "xấu xí" như dịch bệnh cũng trở nên dễ coi dưới ngòi viết của ông. Năm 2020, thời gian đầu đại dịch, tôi ngại xem, đọc tin tức, vì biết thêm chi tiết, càng thấy đen tối hơn. Nhưng loạt bài về dịch của ông, cho tôi thấy được ánh sáng cuối đường hầm. Lòng có lo lắng, hoang mang, mà đọc bài của ông tôi vẫn cười được, tinh thần bớt căng thẳng. Chuyện "già khú đế" thường thường rất khó nghe, mà qua giọng ông kể, cũng thành êm tai, dễ chịu. Trong bài viết về bệnh của mắt: cườm khô, cườm nước, khi ông liên tưởng đến mì khô, mì nước tôi đã cười ha ha một đỗi. Khôi hài đến như vậy, với tôi, quả là vô tiền khoáng hậu. Mỗi lần đi nhuộm tóc, tôi tủm tỉm cười một mình, vang vang trong tưởng tượng câu nói dí dỏm mà rất có duyên của ông: "Nhuộm tóc có thể bị dị ứng, nhưng không nhuộm, thì dị òm."

Nghe ông phiếm về món ăn, tôi vừa mừng, vừa lo. Mừng, được ăn uống hàm thụ, tha hồ thưởng thức của ngon vật lạ, món nóng, thổi phù phù cho mau nguội, món cay, hít hà, cứ tự nhiên gắp gắp, lùa lùa, không phải băn khoăn cao đường, cao muối, cao mỡ... Nhưng rồi tôi lại lo. Vì, ăn ảo xong, đầu óc cứ mơ mơ, màng màng được ăn thật. Mà những món ông kể, đâu phải chạy ra phố, ra chợ là có đâu. Ông trầm trồ món bún chả Hà Nội, ông nhắc chuyện bún nay với ông Obama, rồi ông quay qua chuyện bún xưa của các ông Thạch Lam, Vũ Ngọc Phan, Vũ Bằng. Đọc tới đâu, ghiền tới đó. Ghiền mà không được ăn, khổ tâm lắm. Món "ta" ông nhem thèm đã đành, ông kể món "tây" cho độc giả thưởng thức nữa chứ: Tổ đường (Cabane à sucre), đọc mà thấy ngon nhức cả răng.

Không biết ông có bao nhiêu nốt ruồi son ở bàn chân, mà năm châu bốn bể, dường như chỗ nào ông cũng "*lang bạt*". Đến đâu, mắt ông ngó từng ngóc ngách, tai ông nghe từng tiếng động. Bởi thế, du lịch hàm thụ theo "*dấu chân*" của ông, thích thú vô cùng. Có những chốn tôi đã đi qua, nay nghe ông kể lại, tôi há hốc cả mồm: "Ủa! Chuyện này ngộ ghê. Ủa! Chỗ kia lạ thiệt..." Nơi nào chưa biết, nghe ông vẽ vời quá hấp dẫn, tôi ao ước được có ngày đến đấy, để thấy được những kỳ diệu của đất trời, của con người.

Ông cho biết, truyện ngắn đầu tay của ông, truyện "Tiếng Nước Dội" đăng trên Thời Nay số 37, phát hành khoảng tháng 3 năm 1961. Tôi lẩm nhẩm tính, lúc đó ông vừa ngoài hai mươi. Eo ui, ổng nhẩn nha kể tiếng nước dội mà tôi hồi hộp, run run hỏi thầm: "Rồi sao nữa, rồi sao nữa?" Tôi thót tim mãi cho đến kết cục mới thở phào nhẹ nhõm. "*Chàng cảm thấy vừa vui mừng vừa tiếc. Cái tiếc như vừa đánh rớt mất một vật gì. Bóng người con gái vừa đi đâu về vào cửa... Thành ngơ ngẩn nhìn theo.*" Ô, kỳ vậy ta! Văn là người, người trẻ măng, nhưng văn đầu đời đã "già" rồi. Tôi viết email chúc mừng đứa con đầu lòng của ông, khen cháu quá tra trắng. Ông hóm hỉnh trả lời: "Tác giả truyện này già từ khi ở trong bụng mẹ, nên không có tuổi trẻ. Già đấu!"

Trong thế giới chữ nghĩa của ông, ông là người "đứng tuổi". Ông bước vào tuổi văn lực sung mãn, rồi đứng luôn ở tuổi đó. Ông không già.

Mà ông cũng từng nói: *"Già đâu mà già! Tuổi chỉ là những con số."* Ngòi viết của ông vi vút trên mặt giấy, chính xác hơn là tay ông bấm rào rào trên bàn phím với tốc độ kinh hồn. Tự đó đến nay, ông đều đều cho những cháu bé tinh thần ra đời. Mùa Giáng Sinh năm 2004, ông sanh bé Phiếm đầu lòng: Phiếm 1. Thế mà tháng Hai năm nay, năm 2023, thêm một cháu bé khôi ngô chào đời: Phiếm 29. Tôi nhíu mày, nhăn trán cộng trừ nhân chia. Thế ra, ông không những sanh con năm một, mà có nhiều năm ông sanh đôi nữa kia.

Trong chuyến cưỡi ngựa xem lá mùa thu Canada năm 2022, tôi xé lẻ đoàn du lịch từ Đức, hẹn gặp anh Song Thao ở Montréal. Tôi không xài điện thoại ở Canada, chỉ liên lạc với anh qua viber mỗi khi có mạng. Các du khách Đức có hai giờ đồng hồ để vào thăm trong Nhà thờ Đức Bà. Tôi bồn chồn đi tới, đi lui trước Nhà thờ chờ anh. Ngày thu trời đẹp, người qua, kẻ lại nườm nượp. Tôi lo, mình không thấy anh, hoặc anh thấy, mà không nhận ra tôi. Cuối cùng, không bõ công tôi lóng ngóng, tôi được gặp không những anh Song Thao mà cả chị Diệu Hương. Gặp anh chị lần đầu, mà tôi cảm thấy như quen, như thân. Tôi liên tưởng đến câu thơ thi sĩ Luân Hoán vẽ anh chị:

Diệu Hương thoang thoảng diệu hương
Bên ông một chữ trăm phương phiếm thần

Giọng Huế của chị ngọt ngào. Giọng Bắc của anh du dương. Ôi, tuyệt vời, đào rất Huế, kép thật Bắc. Tôi không kịp thì giờ vào trong nhà thờ để chiêm ngưỡng kiến trúc độc đáo, chạm khắc tinh xảo. Không hề chi. Cuộc gặp gỡ chớp nhoáng với anh chị Song Thao đã làm chuyến đi ngắm thu vàng ở Canada của tôi đáng nhớ hơn.

Ông anh Song Thao ơi,

Có nhiều người gọi anh là vua phiếm, trùm phiếm, phiếm chủ... Em thấy "tước vị" nào cũng đúng cả. Với em, hơn thế nữa, anh là ông anh, tuy xa mà gần, em rất mực quý mến. Những món quà tinh thần anh tặng là những nguồn vui lấp lánh trong tâm hồn em. Em vẫn muốn nói đi, nói lại lời cám ơn. Cám ơn anh thật nhiều. Hy vọng ông anh sẽ không mắng: "Cái cô em này, sao bày vẽ quá. Anh hiểu rồi."

Hoàng Quân
Tháng Tư 2023

NGUYỄN DẠ QUỲNH
TẢN MẠN VỚI CHÚ SONG THAO

    Gọi nhà văn Song Thao là chú, kể ra em trèo (quá) cao (nhưng hông té đau) . Người gọi Ông là chú, có thể là ba mẹ em nếu xét về tuổi tác theo kiểu người mình. Vậy mà nhiều khi chú cháu giỡn giỡn trên Facebook, có khi còn gọi nhau là bạn. Nói vậy để thấy tâm hồn Ông rất trẻ và sức làm việc của ông còn hơn cả nhiều người trẻ tuổi - chắc chắn là hơn đứa lười biếng như em nhiều lắm. Và vì chưa có dịp gặp mặt Ông, trong cái đầu ngược ngạo của em tha hồ hình dung ra ông cùng thế hệ với mình (!). Chứ sao? Biết ông từ Facebook cũng được vài năm, trong thời gian đó ông hoàn thành thêm rất nhiều tác phẩm làm em đọc không kịp luôn, nói gì đến việc tìm đọc những tác phẩm cũ của ông. (Vậy chớ em vẫn tìm đọc những khi ăn cắp được thời gian từ Sếp em). Văn phong trong sáng, hóm hỉnh rất đặc trưng Song Thao, mà không phải một lão tiền bối Song Thao râu dài tóc bạc đâu nhé – chắc chắn là một trung niên văn sĩ dư sức tung hứng gõ phím nhanh như chớp không sai chữ nào và cực kỳ chuẩn mực về văn phạm, chính tả, không bao giờ viết tắt hoặc không bỏ dấu trong những lần hiếm hoi hai chú cháu *inbox*. Em yêu tiếng Việt, nên em khá khó tính trong cách đọc tiếng Việt. Nhà văn Song Thao – với em – là một bậc thầy tiếng Việt cũng như các văn sĩ, thi sĩ cùng thời với Ông. Em trân trọng điều đó. Với ông, em học được rất nhiều từ tuy cũ mà không cũ, nghe vẫn rất thân quen như thời ông bà ngoại em vẫn nói cùng nhau, ví dụ như "già khú đế". Em đi hỏi bà ngoại (bà ngoại con vẫn kém chú tới 5 tuổi đó chú ơi, hihi) "già sao là già khú đế ạ?". Bà nói, chắc là già như trái cà bị khú. Em lại hỏi cà bị khú là sao? Bà lại lan man giải thích tới việc muối dưa muối cà dư muối và để quá lâu thì người ta gọi là dưa bị khú, còn "đế" là gì thì bà làm lơ luôn. Kể ra em có thể nhờ *Google* giải thích, nhưng em thích tự em hình dung hơn, với em - già khú đế là kiểu một gương mặt nhăn nheo như quả cà muối lâu, rất hóm hỉnh, rất đậm đà vị muối. Em chưa bao giờ hỏi nhà văn Song Thao về từ này, kệ, cứ hiểu theo cách của em. Với ông, em cũng học được những khái niệm lạ, ví dụ như "phở Dậu vong thân" - phở vong thân nghĩa là không còn như phở nữa mà là một thứ gì khác na ná phở, em nghĩ vậy.

Lần qua Canada năm 2019, do lịch *tour* quá dày và thời gian quá ngắn nên em lỡ hẹn với nhà văn Song Thao. Nếu không, chắc chắn sẽ được ông dắt đi ăn đủ thứ ngon lành ở đó, chắc chắn sẽ có phở, ông hứa thế và em đã mơ như thế. Tiếc là giấc mơ nào đẹp thường không thành. Kể chuyện này chỉ để nhắc tới một trong những điểm tương đồng giữa ông và em - đó là thích … ăn ngon. Những bài viết của ông về các món ăn từng làm em chảy nước miếng. Điểm giống nhau nữa, có lẽ là thích đi ta bà thế giới. Những trang ký viết về các chuyến đi của ông đã từng làm em say mê và ao ước. Kệ, không đi thì đọc cũng được - tự an ủi mình như vậy. Nhưng phải công nhận, nếu em đi chưa chắc đã cảm nhận được hết sự hấp dẫn của chuyến đi như khi đọc ký sự của ông - rất chi tiết, rất chọn lọc và hấp dẫn (ngon nữa!). Ví dụ như bài viết về Phở Dậu với lời đề tặng thân ái của chú "Viết tặng cho cô bé già trước tuổi, thích tò mò những chuyện xưa" - đọc xong em phải lập tức gọi taxi tới quán để ăn thử và nói chuyện với ông cụ chủ quán vài câu.

"Tiệm không còn mang dấu vết chi của phở Dậu thời trước và ít năm sau 1975. Chỉ có địa điểm vẫn ở chỗ cũ khiến tôi nhắm mắt cũng chạy thẳng vào trước cửa tiệm được. Không biết những bệt xi măng trên đường có còn nhớ bánh xe của tôi không. Tôi nghĩ là không. Vật đổi sao dời hầu như đã xóa đi hết phở Dậu thời của chúng tôi. Thời đó, bàn ghế trong tiệm lổng chổng không đồng đều. Hình như chúng được gom dần trong nhiều thời gian khác nhau. Trông chúng cũ kỹ, đơn giản. Có lẽ chủ nhân chẳng cần để ý tới chúng. Cứ có chỗ ngồi và chỗ để tô phở là được. Khách cũng chẳng cần câu nệ. Miễn ăn được bát phở. Nếu những tiệm

phở khác thời đó dùng cái có thể gọi là "tô" thì phở Dậu chỉ có "bát". "Bát là tiếng Bắc, "tô" là tiếng Nam, chẳng phân biệt lớn nhỏ. Nhưng bát phở Dậu nhỏ hơn hẳn những tô phở của các tiệm phở khác. Người ăn khỏe, một bát vẫn thòm thèm. Phải hai bát. Cỡ tôi thì hai bát thì quá bụng nhưng một bát vẫn thiêu thiếu. Thường tôi gọi thêm một bát tái nước có tiết. Tiết là thứ chỉ có ở phở Dậu. Tiết tươi chan vào nước phở nóng tạo thành những màng màu nâu đục là thứ ngọt ơi là ngọt."

Trời ơi, bảo sao em không vừa đọc vừa chảy nước miếng?

Điểm khác nhau cơ bản của ông và em - đó là em cực kỳ làm biếng viết văn. Nhờ ông nhắc nhở, khuyến khích, thúc giục miết, em mới viết được vài truyện ngắn đăng trên tạp chí Ngôn Ngữ. Vậy mà đã xong đâu, ông còn phải biên tập lỗi chính tả, lỗi đánh máy cho đứa bạn nhỏ lười biếng này nữa chớ. Em rất biết ơn ông vì những gì ông đã làm cho em. Phong cách sống và làm việc của ông sẽ là tấm gương để em (từ từ) noi theo. Bây giờ thì chưa, nhưng biết đâu tới lúc nào đó em cũng trở thành nhà văn thì sao?

Trở thành nhà văn hay không thì chưa biết, nhưng thái độ làm việc nghiêm túc, tinh thần trách nhiệm và tình yêu đối với văn chương của ông và các thế hệ văn nhân thi nhân đi trước luôn là tấm gương sáng và nguồn động lực cho em những khi chán việc ham chơi. Như ông từng bảo em già trước tuổi vì thích tò mò tìm biết những chuyện xưa, ôi, nhà văn Song Thao như cả một thư viện to đùng mà em đọc mãi không hết những chuyện thú vị.

Đọc văn của ông rất nhiều, nhưng em vẫn tò mò muốn biết ông có làm thơ hay không. Chỉ vì có những câu văn ông viết đẹp như thơ: "Nhưng khi đó tôi không biết bà đã từ giã phở trần gian" - khi nói về bà chủ quán phở Dậu. Và đây là câu thơ của ông viết tặng nhà thơ Luân Hoán:

ở đây giấy bút quá thừa
bạn trao, ta cứ viết bừa cho vui

Có rất nhiều điều em muốn viết, muốn nói, muốn kể về chú Song Thao, nhà văn Song Thao và người bạn lớn Song Thao. Nhưng viết - với em là một thách thức, nhất là viết về một nhà văn lớn cả về nghĩa đen lẫn nghĩa bóng nên em xin mượn ý thơ ông để kết thúc bài viết này: "Chú ơi, con viết bừa như thế, chú đừng giận con nha!"

Nguyễn Dạ Quỳnh

PHẦN VĂN THƠ
NGÔN NGỮ 25

NHỊ NGÃ
CƠM RẮC TÓP MỠ

Ở Mỹ người ta không ăn mỡ của động vật như heo, bò, gà vịt, vì sợ tăng cholesterol. Nếu ăn mỡ họ ăn bacon, thịt ba chỉ ướp muối. Họ chiên bacon cho dòn, ăn kèm với trứng chiên và bánh mì. Một món điểm tâm rất được nhiều người yêu thích. Tôi thích dùng mỡ nhưng chỉ dùng ở một vài món. Mỡ heo, tôi mua miếng dày, thái hạt lựu, thắng riu riu cho đến khi tóp mỡ héo lại, màu vàng nhạt ngã sang nâu. Tôi vớt tóp mỡ, để riêng ra cho khô và dòn, dùng để kho cá bống. Vì cất nhiều công, nên tôi rất quý tóp mỡ.

Hai cô khách, nói chuyện với nhau về một người thứ ba. Hai cô này là sinh viên đi du học. Sang đây, túng tiền, các cô đi làm nail, thấy nghề nail dễ kiếm sống, có dư tiền gửi về cho gia đình. Có một thời gian rất nhiều sinh viên mới ra trường tìm không được việc làm tốt, lương thấp. Các cô bỏ học đi làm nghề nail. Thỉnh thoảng các cô đến quán của tôi, sau giờ làm việc. Các cô biết nấu ăn, và thường ăn kiêng để đừng lên cân, do đó tự nấu ăn thay vì đi ăn hàng quán. Các cô đến quán của tôi chỉ để có dịp nói chuyện với nhau sau giờ làm việc. Các cô không ăn gì nhiều. Thường thường, mỗi cô một cái bánh giò, thỉnh thoảng một chai bia. Hay một chén cơm với đĩa cải chua, đôi khi, có cô xin thêm chút nước dưa chua, làm canh. Hoặc yêu cầu tôi nấu mì gói với chút rau cải và vài con tôm. Các cô bảo rằng chỉ muốn ăn cái gì đó có nước, ấm, và ngán các món ăn cầu kỳ. Quán của tôi sống được nhờ những người khách như vậy.

"Nhỏ Hát. Nó về VN lấy chồng. Hai người quen nhau từ thuở thanh mai trúc mã."

"Năm nay Hát tuổi cũng đã ba mươi sáu. Gần bốn mươi rồi còn gì."

"Yêu nhau, chờ nhau, ít ra cũng hơn hai mươi năm."

"Tình yêu kiểu ấy bây giờ tưởng như chỉ còn trong cổ tích!"

Ông Yên bước vào dẫn theo một người bạn. Ông là biên tập viên của một tờ báo văn học có tiếng ở thành phố này. Ông thường đến quán tôi vào những tối mất ngủ. Ông Yên tính điềm đạm. Có lần ông đăng bài của một nhà văn trẻ đang vất vả với nghề viết và sau đó giúp cậu sinh viên ra mắt một tập truyện ngắn. Ông giới thiệu người bạn.

"Đây là Bình. Ông là một blogger nổi tiếng chuyên viết phê bình các tiệm ăn."

Trước khi gọi món ăn, ông Bình rút từ trong túi ra đôi đũa bằng ngà, phía trên cẩn bạc, gói trong miếng vải nhung, rất trang trọng. Ông Yên gọi tôm lăn bột chiên và bia, cho cả hai người. Trái ngược với sự điềm đạm của ông Yên, ông Bình nói lớn tiếng, cười ha hả, có vẻ như muốn mọi người trong quán chú ý đến ông. Một trong hai cô khách cũng nhận ra ông Bình là blogger nổi tiếng về phê bình món ăn.

"Tiệm ấy tuy là có tiếng nhưng pizza ở đó tôi nuốt không trôi. Sốt cà họ bỏ cả tấn muối. Bột pizza vừa nhão vừa dầy. Ngay cả ly wine họ dọn kèm không tính tiền cũng không giữ được tôi ngồi lại lâu hơn."

Tôi không ưa các nhà phê bình. Nhiều người hay chê bai nhưng chưa chắc họ có thể tự nấu một món ăn thật sự ngon lành.
Ông Yên nói điềm tĩnh. "Ông sẽ thấy món ăn ở đây rất vừa miệng."

Vừa lúc ấy ông Sinh bước vào. Mũ lưỡi trai, người dong dỏng, ông Sinh mang cây đàn guitar trước ngực. Như thường lệ ông Sinh vừa đàn vừa hát tặng tôi và khách trong quán một bản nhạc. Ông không nhận tiền của khách hàng. Ông nhìn tôi mỉm cười, nói.

"Như thường lệ, xin chị."

Tôi đặt trước mặt ông một chén cơm rắc tóp mỡ. Ông rưới chút nước mắm vào chén cơm.

Ông Sinh không phải là người đàn hát chuyên nghiệp. Đàn và hát chỉ là thú giải trí của ông. Khi có lời mời ông trình diễn trong các quán rượu vào những giờ quán ít khách, sắp đóng cửa. Ở quán của tôi ông chỉ hát tiếng Việt và chỉ mỗi một bài. Giọng Ca Dĩ Vãng.

"Ngày xưa, mỗi lần em buông tiếng hát. Thì anh, tay phím nắn nót cung đàn. Từng nhịp nhặt khoan anh ru hồn theo tiếng tơ..."

Mỗi khi hát, ông Sinh có vẻ mơ màng, như trở về một nơi nào đó trong quá khứ. Một đôi lần khi ông hát *lời ca ngày đó đã xa rồi, mà ai còn chuốc mãi cung đàn vọng về tim* tôi thấy ông ngước mặt nhìn lên trần, khóe mắt long lanh.

Ăn xong, ông Sinh cúi đầu chào mọi người và ra về. Ông Bình nói:

"Tôi không ngờ quán của bà có món này. Xin bà cho tôi cơm rắc tóp mỡ." Ông Yên cũng nói. "Tôi nữa."

"Món này các ông có thể tự nấu ở nhà mà." Tôi nói.

Ông Bình nói như phân bua.

"Vợ tôi lớn lên ở bên này. Cô ấy chỉ dùng bơ và ít khi dùng nước mắm vì sợ bốc mùi bay khắp nhà. Đôi khi thèm, tôi cho bơ vào cơm nóng và dùng nước tương thay nước mắm."

Ông Yên góp lời.

"Nếu đi ăn ở quán người ta gọi cơm tấm bì sườn chả, chẳng ai đi gọi cơm rắc tóp mỡ rưới nước mắm."

Trước khi ra về, ông Bình hỏi thăm về ông Sinh.

"Ông Sinh chỉ thỉnh thoảng mới đến đây, và nếu đến ông thường đến vào tối thứ Sáu. Ông ấy chỉ đàn và hát vì sở thích. Tôi mời ông ấy đến hát ở đây vì ông ấy hát tiếng Việt."

Sau đó, ông Bình đến quán tôi hằng tuần vào tối thứ Sáu. Lần nào ông cũng gọi cơm rắc tóp mỡ rưới nước mắm khiến tôi thầm nghĩ, ăn như ông liệu ông có thật sự biết cách phê bình thức ăn hay không. Ông Sinh bỗng nhiên không đến nữa. Khách đến quán ăn hỏi ông Bình sao không viết bài phê bình về quán của tôi, ông ấy cười bảo rằng: "Tôi biết viết gì về cơm rắc tóp mỡ rưới nước mắm? Và tôi cũng không muốn đến quán mà không tìm được chỗ ngồi."

Mãi đến mấy tháng sau, ông Sinh đến nhưng lần này không mang theo đàn. Bàn tay trái của ông có đeo cái găng tay màu đen. Ông bị tai nạn nghề nghiệp, vài ngón tay bị dập xương, phải bó bột. Ngón tay tuy lành nhưng không còn cử động nhanh nhẹn như xưa cho nên không không thể đàn được nữa. Khi ông từ giã ra về thì ông Bình ngăn lại.

"Mấy tháng nay tôi cố ý đến đây để nghe ông hát nhưng mãi đến hôm nay mới gặp. Tôi có mang theo cây đàn. Xin ông cho phép tôi đàn theo giọng hát của ông."

Ông Sinh nhìn tôi có vẻ như hỏi ý kiến. Tôi gật đầu.

"Xin anh tự nhiên. Khách ở đây ai cũng thích giọng hát và tiếng đàn của anh."

Ông Sinh nhìn ông Bình vẻ ngờ ngợ, nhưng khi ông Sinh hát đến chỗ *"Cung lỡ dây chùng, mấy ai đàn đừng sai."* thì ông Sinh ngừng lại như chợt nhận ra người quen.

"Phải Bình không?"

"Dạ, Bình đây! Em nhận ra thầy từ khi lần đầu tiên em gặp thầy ở đây. Bữa đó thầy hát đến chỗ *cung lỡ dây chùng, mấy ai đàn đừng sai,* cái cách thầy nghiêng đầu, nhướng mắt giống hệt như hồi mấy chục năm về trước thầy đến nhà em dạy đàn. Em cũng nhận ra thầy từ chén cơm rắc tóp mỡ rưới nước mắm. Sau đó em đến đây hằng tuần hy vọng gặp lại thầy mà mãi đến hôm nay mới gặp."

Hai người kéo nhau đến một góc khác châu đầu trò chuyện với nhau.

"Từ khi ra nước ngoài, tôi làm nghề thợ tiện để kiếm sống, nhưng vẫn đàn hát cho vui. Năm 2000 tôi có về VN xóm cũ, nhưng gia đình em đã dọn đi. Hỏi trong xóm không ai biết gia đình em dọn đi đâu."

"Em và gia đình đi sau thầy vài tháng. Chỉ riêng chị em còn ở lại VN. Chị bán căn nhà cũ dọn về quê ở vậy không lấy chồng. Chị thích hát. Ngày xưa chị hay một mình tập đàn và hát bài Giọng Ca Dĩ Vãng. Cứ mỗi lần nghe chị hát đến câu *"Lời ca ngày đó đã xa rồi. Mà ai còn chuốt mãi cung đàn vọng về tim"* là em thấy chị ấy chảy nước mắt. Gia đình em làm giấy tờ rước chị sang đây ở nhưng chị sang chơi một thời gian rồi trở lại quê nhà. Chị bảo rằng chị thích sống ở VN hơn. Bây giờ chị vẫn sống độc thân. Chị mở tiệm karaoke để tạo cơ hội cho những người thích hát được hát."

"Tôi nhớ mỗi lần sau buổi dạy em học đàn, cô ấy thường mang cơm ra đãi. Cơm chỉ có tóp mỡ rưới chút nước mắm mà sao ngon lạ lùng." Ông Sinh nói.

Món ăn ngon nhất là món ăn trong trí nhớ. Tôi thầm nghĩ.

Tôi nhìn ông Sinh. "Anh đã hát một bài hát chất chứa kỷ niệm về cô ấy mấy chục năm nay. Có lẽ đã đến lúc về quê thăm người cũ."

Một thời gian sau, ông Sinh đến. Cùng đi với ông là người chị của ông Bình. Ông cho biết sẽ về Việt Nam giúp vợ chăm sóc quán cà phê có karaoke. Tôi nhớ đến lời của hai cô khách hôm nào. Một tình yêu tưởng như chỉ có trong cổ tích.

Nhị Ngã

Cách sống có thác có nguồn
Mạng người cùng nước ối tuôn ra đời
khởi từ diểm tuyệt cuộc chơi
thương yêu theo lệnh đất trời ban cho
có tổ và cùng có lò
có chủ có nghĩa nhỏ to bình thường |Lhoán.

NGUYỄN CHÂU
THẰNG ÔN DỊCH

"Mụ" Tám chửi:

- Tổ cha hắn, đồ giả nhân giả nghĩa. Miệng nam mô bụng bồ dao găm, đồ ăn cháo đá bát!

Không biết Mụ chửi ai! Ông Giáo nhìn quanh, không lẽ Mụ chửi mình? Ông thử người, tự soi rọi không thấy điều gì sai quấy với Mụ, rồi ông nhớ ra Chí Phèo: "Hắn chửi trời, chửi đời, chửi cả làng Vũ Đại, chửi cả những ai không chửi nhau với hắn..."

Thời này, cố giả ngu giả điếc mới không sanh sự. Mà thời nào không có chuyện ganh ăn tức ở, không có Thạch Sanh-Lý Thông, không có Lưu Bình-Dương Lễ, không có Tôn Tẫn-Bàng Quyên, không có Bá Nha-Tử Kỳ?

......

Cúc Hoa liên tưởng đến chuyện Phạm Công-Cúc Hoa. Thiếu gì tên đặt, cha mẹ lại đặt tên Cúc Hoa, số phận hẩm hiu gặp thằng chồng du thủ du thực, ăn nhậu say sưa về nhà bạt tai đá đít.

Phải gì gặp được người như Phạm Công. Phạm Công nhà nghèo phải đi ăn mày nuôi mẹ nhưng thông minh đĩnh đạt, đồng môn dưới mái trường của Quỷ cốc tiên sinh với Cúc Hoa, được Cúc Hoa con nhà tri phủ danh giá để lòng yêu.

Nhưng Cúc Hoa con Mụ Tám lại bán thịt heo. Nhìn tay Mụ mài dao, mắt long lên sòng sọc đã phát khiếp nhưng thằng chồng Cúc Hoa không ngán, hắn ngồi chình ình giữa nhà bên chai rượu đế với đĩa lòng luộc, lai rai một mình không nói không rằng. Mụ Tám lại ngán!

Thấy Cúc Hoa đang mang bầu sắp đến ngày sinh nở lăng xăng phục dịch thằng chồng, Mụ Tám tức cành hông. Mụ lại chửi:

– Tổ tiên sư cha cái đồ bất nghĩa, mới ngày nào chén mẻ không có mà ăn, chui bờ chui bụi, khố rách áo ôm. Tao ngu tao dại nuôi ong tay áo, nuôi khỉ dòm nhà. Tổ cha cái đồ...

Thấy Cúc Hoa khóc thút thít, Mụ lại xót lòng. Mụ trút giận lên tấm thớt, đập cái sọ heo kêu cái bụp, đầu to mà não bé tí. Hèn gì người ta nói "ngu như heo" quá đúng.

Nghe nói các nhà khoa học đang nghiên cứu, tương lai có thể dùng tim heo thay thế trái tim bệnh hoạn của con người. Trọng lượng, kích cỡ bằng nhau, nếu thành công không chừng loài người tử tế và thương yêu nhau hơn không chừng.

Ông Giáo lấy làm lạ, chắc nợ đời từ kiếp trước. Thằng rể trời ơi, thằng chồng trời đánh vậy mà thỉnh thoảng con Cúc Hoa kêu rú lên trong khoái lạc về đêm. Nhà liền vách, chuột kêu bên kia bên này còn biết. Những lúc như vậy, ông Giáo ngồi bật dậy, bước vội ra sau nhà. Bà Giáo đã quy tiên gần mười năm nay, các con ở xa, ông Giáo vò võ một mình.

Nhìn bề ngoài tưởng chừng Mụ Tám thuộc loại "chần ăn trăn quấn" nhưng ông Giáo quá hiểu Mụ. Ngày xưa ông Tám cũng làm quan, cũng cờ cũng lọng xênh xang một thời. Nhưng từ khi đổi đất thay trời, ông Tám chết mất xác, Mụ Tám đùm ba đứa con lưu lạc về xóm này, hai đứa lớn có gia đình riêng ở đâu trong Nam, chỉ có Cúc Hoa bên Mụ.

Đừng nghĩ gọi "Mụ" mà xem thường. Mụ Tám là con cháu Hoàng tộc nhà Nguyễn, vua Minh Mạng đã ban hành "Ngự Chế Mạng danh thi" để đặt tên cho dòng họ, "Đế hệ Thi" và "Phiên Hệ Thi" để đặt chữ lót, dấu hiệu nhận ra thứ bậc. Vua Minh Mạng cho những người còn ở tại quê nhà Gia Miêu, Thanh Hóa mang họ "Nguyễn Hựu", những người vào Nam mang quốc tánh "Tôn Thất Nguyễn Phước". Hậu duệ của các chúa Nguyễn thuộc "Hệ Chánh Tiền Biên" mang họ Tôn Thất. Hậu duệ của vua Gia Long thuộc "Hệ Chánh Biên", hậu duệ vua Minh Mạng mang họ theo "Đế Hệ Thi": Miên, Hường (Hồng), Ưng, Bửu, Vĩnh/ Bảo, Quý, Định, Long, Trường/ Hiền, Năng, Kham, Kế, Thuật/ Thế, Thoại, Quốc, Gia, Xương".

Mụ Tám vốn là con gái cụ Ưng Truyền, cháu gái đời thứ năm của vua Minh Mạng. Tên "Mụ" là Công Tằng Tôn Nữ Phương Dung.

Từ thời Võ Vương Nguyễn Phúc Khoát (1738-1765) sanh nhiều con nhưng khó nuôi, nên dùng chữ "Mệ" để gọi con của các ông hoàng, bà chúa và dùng chữ "Mụ" để gọi các con của "Mệ".

Mụ Tám tiểu thư khuê các đâu đến nỗi chua ngoa nhưng cuộc đời đá Mụ lăn long lóc. Miếng đất mẹ con Mụ đang ở cũng từ vườn nhà ông Giáo. Những đêm thanh vắng, ông Giáo lắng nghe giọng hò "mái nhì" mà đưa câu "mái đẩy" của Mụ, như uất nghẹn:

"Chiều chiều trước bến Vân Lâu
Ai ngồi ai câu ai sầu ai thảm
Ai thương ai cảm ai nhớ ai trông
Thuyền ai thấp thoáng bên sông
Đưa câu mái đẩy chạnh lòng nước non"
(Ưng Bình Thúc Giạ Thị)

Ông Giáo lại nhớ chuyện kể hai anh hùng ở quê ông: Thái Phiên và Trần Cao Vân giả ngồi câu cá trước bến Phu Văn Lâu, bí mật gặp vua Duy Tân để bàn chuyện khởi nghĩa nhưng đại cuộc không thành vua Duy Tân bị đày biệt xứ, hai ông bị chém rơi đầu.

Chiều cuối năm, những phần thịt lợn cuối cùng đã được bán sạch, Mụ Tám định mua ký tôm càng xanh về kho rim, nhưng loài tôm cứt lộn lên đầu không cúng kiếng được.

Mụ giữ lại đầu heo, dù ngu như heo vẫn hơn những thằng vong ơn bội nghĩa.

"Giang sơn di cải bản tính nan di" (Giang sơn dễ đổi bản tính khó dời).

Gần giao thừa rồi mà vẫn nghe Mụ Tám chửi, không biết có phải Mụ chửi thằng... ôn dịch?

Nguyễn Châu

NGUYỄN NHÃ TIÊN
Ngày Xuân Ngao Du
Với Bùi Chuồn Chuồn Thi Sĩ

Bùi chuồn chuồn là tên gọi mới thi sĩ Bùi Giáng tự đặt cho mình trong "Ngày tháng ngao du" chứ chả phải tôi đặt điều cho thêm giai thoại về ông. Những đôi cánh mỏng chuồn chuồn của Bùi thi sĩ từ đây bay theo một thể điệu siêu lý khác thường. Nó không thuần nhiên nhiếp dẫn cái đẹp của vạn hữu, mà hòa quyện vào máu huyết thi sĩ, con chuồn chuồn mang hồn sứ điệp truyền nhân thi sĩ họ Bùi...

Con chuồn chuồn đầu tiên bay đậu vào trí nhớ ấu thơ của tôi không phải là con chuồn chuồn... dự báo thời tiết bay đầy trên đồng bãi quê nhà: *Chuồn chuồn bay thấp thì mưa/ Bay cao thì nắng bay vừa thì râm*, mà là con chuồn chuồn của Bùi Giáng thi sĩ. Và, dường như cũng chưa hẳn là những cánh chuồn chuồn đa tình bay ra từ cõi thơ "Mưa Nguồn" lung linh huyền thoại của ông. Mà là cả một xứ sở đầy đất chật bãi chuồn chuồn bay ra từ "Ngày Tháng Ngao Du" của Bùi Thi sĩ.

Trong thế giới thơ, cho đến cả giảng luận, phê bình, dịch thuật, triết học... đồ sộ có đến hơn 60 đầu sách của Bùi Giáng, ta có thể bắt gặp lác đác nơi sách này hoặc sách kia hình ảnh con chuồn chuồn quen thuộc. Nhưng tôi dám cả quyết rằng: không một tác phẩm nào của Bùi tiên sinh có mật độ con chuồn chuồn đậm đặc như trong "Ngày Tháng Ngao Du".

Cố nhiên Bùi Giáng không phải là nhà côn trùng học, ấu trùng học, hay sinh vật học để phân tích ra các loại chuồn chuồn kim, chuồn chuồn ớt... Bùi Giáng cũng không hề là một nhà sư thuyết pháp, mượn hình ảnh con chuồn chuồn để diễn dịch cái pháp môn vô ngại, bỡn cợt mà không phải bỡn cợt, nghiêm trang mà vui vẻ hài đồng. Bùi Giáng cũng không ở vào cái vị thế của nhà phê bình này hay nhà văn kia để lý luận cho ra hình ảnh con chuồn chuồn hàm chứa những mật ngôn mật ngữ, hoặc là cách ví von theo ý Bùi thi sĩ thường đùa "vui thôi mà" để suy diễn ra, rằng Trung Niên thi sĩ đùa với chữ này, bỡn với chữ kia, cợt nhả với chữ nọ, một cuộc rong chơi hàm ý giễu với đời.

Thú thật, đọc "Ngày Tháng Ngao Du" của Bùi Giáng bao nhiêu lần là bấy nhiêu lượt tôi trở thành thằng bé con ngu ngơ, chả biết gì, cho dù Bùi tiên sinh có hạ hồi tái bút: "Ngày tháng ngao du đi bước ngu dao nghiêm mật phiêu bồng trong toàn thể phiêu bồng của nó. Không thể tách rời một bài nào ra, để công kích hay tán dương theo lối hồ đồ bác học...". Nghe thế tôi lại càng không biết gì hơn. Cho đến một lần nào đó, những trang viết bay bổng về "Con chuồn chuồn" của Bùi thi sĩ bỗng phiêu nhiên ngao du huyền nhiệm lượn lờ vào mắt tôi, ăn sâu vào trí nhớ khó mà tẩy xóa cho hết những đường bay lãng đãng nhiệm mầu:

" Bay lơ lửng quanh quanh, ấy là con chuồn chuồn / Bay mà cũng như không bay, ấy là con chuồn chuồn / khiến người ta nhớ nhung mà chẳng rõ nhớ nhung cái gì, ấy là con chuồn chuồn / ... / Xa vắng thơ ngây hơn cả mây bay hạt lánh, ấy là con chuồn chuồn/ Không hề biết tới Đoạn Trường Tân Thanh, ấy là con chuồn chuồn/ .../ Mười phương quốc độ đi vào một lỗ chân lông, ấy là con chuồn chuồn/.../ Không nhớ nhung ai cả, ấy là con chuồn chuồn/ Suốt đêm không ngủ, ấy là con chuồn chuồn/ Ngủ suốt ngày, ấy là con chuồn chuồn/ Suốt đời không hiểu cõi đời, ấy là con chuồn chuồn/.../ Đến một lúc nào đọc thơ Nguyễn Du, chỉ thấy toàn thiên nhiên phong cảnh, ấy là con chuồn chuồn/ Làm thơ hay hơn ông Nguyễn Du, ấy là con chuồn chuồn/ Làm thơ dở hơn ông Nguyễn Du, ấy là con chuồn chuồn/ Chẳng còn biết sao gọi là hay, sao gọi là dở, ấy là con chuồn chuồn/ Dở tức là hay, hay tức là dở, ấy là con chuồn chuồn/ Hữu tức thị vô, vô tức thị hữu, hữu thị bất- hữu- đích- hữu, vô thị phi - vô- đích- vô, ấy là con chuồn chuồn/ Có tức thị không, không tức thị có, có tức là có - chẳng- có, không tức là không - chẳng - không, ấy là con chuồn chuồn...".

Vậy đấy, thiên thu vạn ức *Lời lời châu ngọc hàng hàng gấm thêu* đã được Bùi Giáng khắc họa - điểm tô lên hình hài con chuồn chuồn của ông. Như thế hãy còn chưa đủ hả dạ, ông còn mở ra một trường bút dằng dặc khác. Nhưng, những đôi cánh mỏng chuồn chuồn của Bùi thi sĩ từ đây bay theo một thể điệu khác, nó không thuần nhiên nhiếp dẫn cái đẹp của vạn hữu, mà hòa quyện vào máu huyết thi sĩ, con chuồn chuồn mang hồn sứ điệp truyền nhân họ Bùi (hẳn là họ với Bùi Giáng). Hay nói cách khác, trong thị lực siêu nhiên của Bùi Giáng, giờ đây từng phận mỏng cánh chuồn chuồn được ông hóa thành thi sĩ mang tên họ Bùi Chuồn Chuồn, bay lượn xiển dương ý thơ của mình.

"Bùi Chuồn Chuồn trụ vô ngại xứ, kỳ tâm tịch tĩnh, do như hư không nhi bao hàm vạn tượng, hằng hằng tham dự nhi vĩnh tuyệt hồng trần. Bùi Chuồn Chuồn sinh ra giữa cỏ cây ly kỳ, rong chơi suốt mọi đồi sim cồn lá ruộng đồng bình sinh gay cấn, thong dong làm thơ viết văn vô ngại, ca tụng mỗi một Cô Em Mọi mà thật ra tán tụng mọi mọi cô em trần gian tráng lệ mịn màng, chiêm bao ngợi ca tha thiết... Bùi Chuồn Chuồn xòe cánh bay quanh hiên hè phố chợ Sài Gòn, sẵn sàng dừng chân đáp xuống nhấm nháp rượu trà lai rai... Bùi Chuồn Chuồn ra vào nhà Nguyễn Du như vườn nhà của mình... Bùi Chuồn Chuồn chia sẻ đích đáng tâm tình nữ nhi của Bà Huyện Thanh Quan, giúp bà thoát khỏi cái nhìn tàn phế của con quốc quốc khuôn khổ, của con gia gia vô hồn. Bùi Chuồn Chuồn lượn quanh hình hài tròn trịa của những nàng Mông Rô, y như bay trên đồi sim trái chín... Bùi Chuồn Chuồn mỗi khi buồn bực thiên hạ, muốn chửi, thì thay vì chửi, lại làm thơ gay cấn đầu thai trên vó ngựa gởi về cho núi đá mưa ngàn, để mặc cho thiên hạ hiểu lầm mình mà chẳng thiết tha chi chuyện đính chính. *Thì có lẽ như bây giờ lần nữa/ Một bài ca sẽ chuyển điệu khôn hàn/ Lời gay cấn đầu thai trên vó ngựa/ Hồn Hóa sinh về núi đá mưa ngàn.* (Bùi Giáng)".

Trích dẫn một ít hoa gấm trong "Ngao Du Ngày Tháng" cũng là để ta hiểu thêm về những con chuồn chuồn bay rợp trời thơ của Bùi thi sĩ. Có vẻ như không mấy ai lưu tâm đến cái tên họ Bùi Chuồn Chuồn kia. Hóa ra như Bùi Giáng tự viết về mình: "Tôi gạ gẫm với châu chấu chuồn chuồn, đem phó thác thảm họa trần gian cho chuồn chuồn mang trên hai cánh mỏng bay đi. Bay về Tử Trúc Lâm, bay về Sương Hy Lạp, ghé Calvaire viếng thăm một vong hồn bát ngát, rồi quay trở về đồng ruộng làm mục tử chăn trâu. Làm mục tử không xong bỏ trâu bò chạy lạc, phá phách mùa màng khoai sắn, thì tôi chạy về bẩm báo với ni cô cho phép con chuồn chuồn của tôi cư lưu một phút giây trong linh hồn bao dong phương trượng. Ni cô xua đuổi tôi thì tôi ra bờ sông nằm ngủ khóc một mình thơ dại giữa chiêm bao..." (Thi ca tư tưởng, Bùi Giáng. Tr 102-103).

Vâng, bấy nhiêu cuộc lữ mang tên con chuồn chuồn đã bay đi giáp vòng mệnh số từ đâu hơn hai mươi năm trước. Bây giờ mùa đông trên những ngõ xưa cố quận, hình bóng những con chuồn chuồn bay lượn khắp trời thanh vắng, như sinh thời Bùi Giáng thi sĩ từng mô tả theo tiết điệu mùa màng vẫn tuần hoàn bay về. Bùi Chuồn Chuồn ơi Bùi Chuồn Chuồn! Thi sĩ đã kịp ký gởi vào vô tận, hay là khoảnh khắc ngẫu nhiên lỡ tay thả cho thơ bay trên cánh mỏng chuồn chuồn. Để từ đó giữa trường thanh âm bất tận tôi lại nghe ra từ cõi thơ huyền nhiệm Bùi thi sĩ - cái bến đỗ cho châu chấu chuồn chuồn bay về bất sá cả thời gian.

Nguyễn Nhã Tiên

TIỂU NGUYỆT
Trăng Khuyết

Tịnh Nhiên gấp cuốn sách lại bước ra sân thượng, vươn vai, hít sâu ngọn gió mát mẻ, trong lành làm nàng cảm thấy dễ chịu, thoải mái. Nàng nhìn xuống con đường trước nhà, chốc chốc có một vài chiếc xe máy ngang qua vội vã, có lẽ của những cậu thanh niên đi chơi về khuya. Nhìn lên bầu trời đêm, chếch về hướng Tây - một vầng trăng khuyết treo lơ lửng, tỏa ánh sáng vàng nhạt, mông mênh, dìu dịu; làm nàng nhớ đến mảnh trăng xưa giữa quê nhà yêu dấu. Nỗi nhớ cứ dâng tràn, réo gọi, mỗi lúc một nhiều hơn, thắm thiết hơn. Nàng nhớ từng hàng cau, lũy tre, nhớ con đường làng những đêm trăng sáng; nơi ấy có tuổi thơ, có tuổi học trò hồn nhiên áo trắng, có kỷ niệm buồn vui, có khổ đau và hạnh phúc. Nơi ấy, có người nàng yêu thương, có những hoàng hôn để nàng khắc khoải, có bình minh để nàng chờ đợi, ngóng trông. Nơi ấy có những hẹn hò, có những bâng khuâng, xao xuyến, có những nụ hôn ngọt ngào, mà nàng phải cố quên đi; như những giọt sương khuya, như làn khói mỏng mong manh, dễ vỡ.

Lạ thay! Những gì nàng muốn quên, lại là những thứ nàng nhớ nhất. Nó hiện hữu quanh nàng như bóng với hình, nó nằm sâu trong góc khuất trái tim, trong tĩnh lặng lại lao xao, sống động. Nhiều lúc nàng thầm hỏi với chính mình, đó là hạnh phúc hay đau khổ? Rồi nàng tự trả lời rằng, đó là hoài niệm một cuộc tình, vậy thôi. Khổ đau và hạnh phúc chỉ cách nhau một lằn ranh nhỏ - có thể là hạnh phúc, cũng có thể là nỗi đau của một đời!

Tự trong sâu thẳm tâm hồn nàng là sự mâu thuẫn - Quên và Nhớ! Nàng muốn quên đi tất cả và cũng muốn nhớ tất cả! Nhớ quên, quên nhớ đã từng hành hạ trái tim non nớt của nàng; cho nên, "Tình Yêu" đối với nàng là một sự thiêng liêng, nhiệm mầu của dòng nhân duyên đã định sẵn, có thể là duyên lành, cũng có thể là duyên nghịch.

Ngọn gió nồm từ biển thổi lên dào dạt, nàng như nghe thấy vị mặn nồng của biển khơi gờn gợn trên tóc, trên môi, trên da thịt mềm mại. Nàng như nghe thấy cái hương vị đặc biệt, ngai ngái từ thuở nào xa xôi vọng về. Nàng nhớ anh - người bạn đồng nghiệp chung tổ toán mà nàng yêu quý. Anh có đôi mắt sáng với cái nhìn thân thiện, có vầng trán cao thông minh đĩnh đạc của một người từng trải. Dù lớn tuổi nhưng trông anh thật hồn nhiên, chân chất; có lẽ bởi anh vui tính, hòa đồng với tất cả. Mỗi lần nghe anh nói chuyện trong giờ giải lao chờ chuyển tiết ở văn phòng, ai cũng cười vui vẻ, thoải mái. Riêng nàng, thấy anh thật có duyên, hiền lành, chân tình trong từng lời, từng chuyện anh kể - những chuyện bình thường mà anh đã bắt gặp trong đời sống thôi, nhưng đã làm nàng say mê, đồng cảm, như chính nàng đã từng sống, từng bắt gặp. Và rồi nàng yêu anh tự lúc nào chẳng rõ, cứ thấy nỗi nhớ lao xao, rồi đợi chờ, rồi thắc thỏm, ước mơ và hy vọng.

Đã bao lần Tịnh Nhiên mơ ước được cùng ai đó ngắm hoàng hôn, nghe tiếng tự tình của dòng sông êm đềm, nghe đất trời hòa cùng âm vang chuyển giao ngày và đêm. Dòng sông mà biết bao lần nàng ngang qua trên chiếc cầu sắt, rồi bê tông, với tuổi học trò hồn nhiên, với những bề bộn, lo toan của dòng đời hối hả.

Ước mơ vẫn còn hoài là ước mơ, dù anh đã từng nói là rất thương quý nàng - chỉ thương quý thôi, vì anh là người đã có gia đình. Với cái tâm thiện lành, nàng luôn mong anh được bình an và hạnh phúc, để nàng có thể nhìn anh từ xa, yêu thương và lo lắng cho anh trong tầm nhìn mà nàng có thể có được. Nàng luôn nghĩ rằng, yêu người là vì người, không vì mình; cho nên hạnh phúc người cũng là hạnh phúc mình.

Dường như Tịnh Nhiên cảm thấy càng ngày anh càng quan tâm nàng hơn, thương quý nàng hơn; để nàng cảm nhận được tình cảm trong anh sâu đậm, thắm thiết hơn; dù chung quanh anh có biết bao bóng hồng cũng yêu quý anh như nàng. Nàng lại sợ, nỗi sợ cứ ám ảnh nàng từng ngày, từng giờ; và nàng muốn thoát ra, thoát khỏi cái vòng tình cảm trớ trêu này. Nàng muốn được bình yên, thật bình yên!

Nhiều lúc nàng tự đay nghiến mình, "Tịnh Nhiên ơi là Tịnh Nhiên, mày đang làm gì vậy? Mày có biết như vậy là mày sai rồi không? Chỉ cần ý sinh khởi là phạm tội rồi. Vậy mày dạy dỗ ai? Phụ huynh nào tin tưởng giao con họ cho mày?". Đã hơn hai mươi năm rồi mà nàng cứ nghĩ như mới hôm qua thôi, biết bao khổ đau, gian khó mà nàng gặp, phải chèo chống một mình trong nỗi cô đơn, tuyệt vọng. Nhiều lúc nàng nghĩ, đó như áng mây đen bay ngang qua đời nàng, để lại những bóng mờ buồn bã; rồi cuối cùng cũng trôi vào hư vô tan mất.

Một cơn gió mạnh thoáng qua nàng cảm thấy lạnh. Cái lạnh cứ buốt vào tim, khiến nàng đau đớn và bật khóc. Nàng ôm mặt để cho dòng nước mắt tuôn trào tự nhiên, để nỗi lòng thổn thức không cần dồn nén, kiềm hãm lại. Và nàng như thấy anh thật rõ ràng, vào buổi chiều định mệnh ấy; anh đến nhà mời nàng cùng ngắm hoàng hôn với anh. Nàng nửa vui nửa lo sợ. Từ chối chăng? Nhưng niềm ước muốn được cùng anh ngắm bầu trời đêm, ngắm những áng mây rực sáng trước khi khuất vào màn đêm cứ xốn xang trong nàng. Và nàng tự hứa với lòng mình, đây là lần đầu và sẽ không có lần nữa!

Anh cầm tay Tịnh Nhiên bước chậm rãi dọc theo bờ sông trong ánh hoàng hôn thơ mộng. Nàng nhìn cuối chân trời xa về phía tây, những áng mây rực sáng vàng rỡ của ánh mặt trời le lói cuối cùng trước khi chìm khuất hẳn lung linh trên dòng sông; làm nàng dạt dào cảm xúc theo làn gió nhẹ phơn phớt. Một chút bâng khuâng khi nghĩ cánh tay ấm áp của ai đó choàng qua bờ vai mình, để nàng nhìn đời bằng đôi mắt yêu thương, ấm áp, khoan hòa hơn; không còn những ưu tư, khắc khoải, buồn thương.

Không biết có hiểu được ước muốn của nàng không, anh bỗng choàng tay qua vai nàng siết nhẹ, giọng thì thầm:

- Em có thấy hoàng hôn trên sông đẹp lắm không? Đẹp nao lòng, em nhỉ!

- Rất đẹp anh ạ! Cảm ơn anh về buổi tối hôm nay!

Tịnh Nhiên bước chậm rãi, hít thở làn gió mát pha chút hơi nước từ lòng sông tỏa lên, cảm thấy thật hạnh phúc. Một thứ hạnh phúc giản đơn, mong manh, cho dù dễ vỡ, mà nàng rất trân quý, rất cần thiết cho đời sống của chính mình.

Nàng nghe tiếng thầm thì bên tai đầy yêu thương: "Em có lạnh không?"; mặc dù không lạnh, nhưng nàng vẫn muốn nói "lạnh lắm ạ!"; nàng cần một lời chia sẻ, một lời yêu thương thật nhỏ nhẹ, thật mơ hồ; để cảm nhận được cả thế giới này còn biết bao yêu thương ngọt ngào, biết bao điều đồng cảm, chia sẻ.

Dòng sông đã tím sẫm một màu liêu trai, loang loáng ánh đèn điện chiếu rọi trông lung linh, huyền ảo. Anh cởi chiếc áo khoác đang mặc choàng qua vai nàng, và nàng nghe luồng hơi nóng ấm áp lan tỏa khắp người thật dễ chịu. Có lẽ từ hơi ấm của anh trong chiếc áo kia, tự nhiên nàng muốn nép mình vào anh, như được vỗ về, an ủi; và mong ước cảm giác ấy đừng biến mất, đừng rời xa.

- Tịnh Nhiên ơi! Anh yêu em!

Không tin lời anh nói là thật, nàng hỏi lại:

- Anh nói gì vậy?

Anh ôm chặt nàng trong vòng tay, cúi xuống thật lâu trên khuôn mặt đôn hậu, hâm hấp nóng của nàng, thầm thì:

- Anh yêu em! Yêu em!

- Anh yêu em?

Thay vì trả lời nàng, anh hôn lên môi nàng thật sâu, thật lâu. Cả hai ngả người xuống bãi cỏ bên bờ sông. Tiếng xe cộ chạy trên quốc lộ, tiếng xạc xào của bạch đàn reo vui trong gió, hòa với tiếng côn trùng quyện vào nhau; làm cho nàng có cảm giác như đang trong "một giấc mơ hoang". Một giấc mơ hoang!

Tịnh Nhiên cảm thấy anh và nàng hòa vào nhau như một. Những nụ hôn, những cái vuốt ve êm ái đã làm nàng ngây ngất, và nàng không còn tự chủ mình là mình nữa. Thời gian cứ trôi, nước dưới sông vẫn lặng lẽ chảy và cả hai như lạc vào huyễn hoặc, chơi vơi. Nàng nghe hơi thở anh dồn dập, nóng hổi phả vào mắt vào môi khiến nàng run rẩy, hạnh phúc.

Tiếng kêu của loài chim ăn đêm bỗng vang lên như gọi bạn, đã phá vỡ không gian im vắng. Một cơn gió mạnh, cành xoài chồm trên sân thượng rung lên xào xạc. Một trái xoài xanh rụng xuống chân làm Tịnh Nhiên giật mình như vừa trải qua một giấc mơ. Nàng nghĩ - mình chỉ là một "Vầng Trăng Khuyết", muôn đời vẫn khuyết không thể nào đầy được. Một nửa của quá khứ, một nửa của tương lai, còn hiện tại? Chỉ là nỗi buồn thương mà thôi! Nước mắt nàng ứa ra, đau khổ lẫn hạnh phúc! Nàng vội bước vào nhà, đóng cửa.

- Ngày mai nhà mình có khách đó nha mẹ!

Nghe tiếng Thảo Nhi, nàng xua đuổi mọi cảm xúc căng tràn trong tâm hồn, bình tâm trả lời con gái:

- Ai vậy con?

Thảo Nhi cười nhẹ, giọng bí mật:

- Dạ! Một người bạn con mới quen.

Nàng cười thông cảm:

- Được rồi, để mẹ chuẩn bị.

- Con cảm ơn mẹ! Mẹ chuẩn bị giùm con cơm trưa đãi khách nha, mẹ yêu!

- Được rồi cô! Cô cũng mau tìm một người "rước" cô đi!

Thảo Nhi cười giòn:

- Con cứ ế đấy. Ở đây mẹ nuôi sướng hơn nà!

Cả hai mẹ con cùng cười.

oOo

Tịnh Nhiên chuẩn bị cơm trưa xong pha sẵn bình trà, rồi đi thay bộ quần áo cho tươm tất chờ con gái về lòng thật vui vẻ. Nàng nghĩ, chắc người bạn này của con gái đặc biệt lắm nên mới đưa về giới thiệu với mẹ, vì lâu nay ít khi Thảo Nhi dắt bạn về nhà.

Đang loay hoay chợt chuông điện thoại reo lên, Tịnh Nhiên vội chạy lại bắt máy. Giọng Thảo Nhi từ đầu dây bên kia vồn vã:

- Mẹ ơi! Con về trễ xíu nha mẹ. Nếu bạn con tới mẹ tiếp giùm con, một lát con về liền, nghen mẹ!

Tịnh Nhiên cười thông cảm:

- Được rồi. Xong là về liền đó nha! Mẹ sợ tiếp bạn con không chu đáo là thất lễ.

Thảo Nhi cười giòn, giọng nũng nịu:

- Mẹ của con lịch sự bậc nhất, làm gì có chuyện tiếp bạn không chu đáo. Con cảm ơn mẹ nhiều nhiều! Xíu con về liền!

Tịnh Nhiên cười theo con gái:

- Thôi đi cô! Đừng có "nịnh"! Xíu là về liền, không là mẹ ăn hiếp bạn con đó!

Thảo Nhi cười ha hả:

- Mẹ cứ ăn hiếp đi, thử có ăn hiếp được bạn con không? Không dễ đâu nha mẹ của con!

- Ừ! Để đấy rồi biết!

Tịnh Nhiên cúp máy, lòng vui lắm. Nàng nghĩ, con gái mình làm việc ở công ty XQ, luôn có những sự kiện, hội nghị, triển lãm tranh, tổ chức thời trang…, là may mắn lắm; phải năng động, hoạt bát, chu đáo, chân tình, thì mới được chọn làm việc ở đây, chứ đâu phải dễ. Sau bao nhiêu vất vả, lận đận, nàng mới có được một cuộc sống ổn định, con gái trưởng thành. Nàng có phần nào mãn nguyện, dù canh cánh trong lòng về một chuyến trở về.

- Có ai ở nhà không cho tôi hỏi thăm chút? Đây có phải nhà cô Thảo Nhi không vậy?

Tịnh Nhiên vừa bước lên nhà trước vừa nói, giọng vui vẻ:

- Đúng rồi. Bạn của Thảo Nhi đến rồi đấy à? Mời vào!

- Dạ phải! Thưa bà!

Tịnh Nhiên giật mình khi nghe tiếng nói của người đàn ông đứng tuổi nhận là bạn của con gái mình vừa bước vào nhà. Giọng nói đó làm sao nàng quên được? Nàng nhìn sững anh ta và nói không thành lời, giọng run run:

- Anh là… là…, sao anh lại ở đây?

- Là em sao… Tịnh Nhiên? Anh đây. Hạo đây!

Tịnh Nhiên như chôn chân tại chỗ, toàn thân run lên, trố mắt nhìn anh, lòng chao đảo, chới với. Đôi mắt ấy, vầng trán ấy, nụ cười ấy, làm sao nàng quên được; khi mà nó đã in sâu trong nàng, hòa cùng máu thịt nàng. Anh đấy ư? Đã hơn hai mươi năm rồi, mà trông anh vẫn như ngày cũ - vẫn cái nhìn thân thiện, cởi mở, hòa đồng. Tịnh Nhiên nhìn anh ngơ ngẩn như người mất hồn, không thốt nên lời.

Hạo vô cùng kinh ngạc khi người đứng trước mặt mình là Tịnh Nhiên chứ không ai khác. Bao nhiêu năm trời anh cố công tìm nàng, không biết vì sao nàng lại bỏ đi, nàng giận anh chăng? Hay vì một duyên cớ nào khác? Nàng như cánh chim biền biệt bỏ lại tất cả, không một lời tạ từ, không một lời nhắn gởi. Anh thương nàng và cũng giận nàng. Anh đã tìm nàng trong vô vọng, vậy mà giờ đây nàng lại đứng trước mặt anh. Bao nhiêu điều anh muốn nói cùng nàng lại bay đi đâu mất hết.

Anh cố bình tâm bước lại cầm tay nàng, giọng nghẹn ngào:

- Lạy Trời! Anh đã gặp được em rồi. Lâu nay em thế nào, có ổn không?

Tịnh Nhiên bừng tỉnh, hất tay anh ra, giọng lắp bắp:

- Em ổn. Em không sao. Anh đừng lo.

Hạo cao giọng:

- Sao anh không lo được chứ! - anh dịu giọng, Thảo Nhi là con gái em?

- Thảo Nhi là con gái em. Em chỉ có một mình nó.

Hạo trầm giọng:

- Anh muốn biết sao em lại ra đi mà không nói với anh lời nào? Em giận anh à? Anh mong em hiểu cho, tình cảm anh dành cho em là thật!

Tịnh Nhiên xót xa:

- Em đâu muốn phải bỏ hết tất cả mà ra đi như vậy. Em nghĩ là anh hiểu mà. Liệu em ở lại sẽ tốt hơn không, khi mà... - giọng nàng ngập ngừng, em sợ sẽ mất tất cả. Mất anh. Mất cả lòng tin. Em ra đi là tốt nhất, anh không thấy như vậy là quyết định đúng sao?

- Anh không biết. Nhưng anh rất lo cho em, có nhiều sự lựa chọn mà đâu cần phải ra đi.

- Anh sống bình yên, hạnh phúc là em vui rồi, anh ạ!

Hạo lo lắng:

- Chồng em có tốt với em không?

Tịnh Nhiên bàng hoàng khi nghe anh hỏi về chồng mình, nhưng chỉ một thoáng thôi rồi bình tâm kể cho anh nghe những ngày đầu khi vừa đến đây, có khó khăn một chút; và nhờ nàng biết may vá, thêu thùa nên mở một tiệm may nhỏ cũng tạm ổn. Nàng lập gia đình, chồng nàng tuy không học hành gì nhiều, nhưng rất tốt với nàng. Nàng cảm thấy như vậy là hạnh phúc rồi, không cần gì hơn nữa.

- Thật vậy ư?

Nàng thoáng chút bối rối:

- Thật chứ sao không thật. Anh ấy rất tốt với em, tuy đi làm xa nhưng cuối tuần là về cùng mẹ con em. Anh đừng lo.

Hạo nhìn sâu vào mắt nàng, anh thấy nỗi u uất, buồn phiền phảng phất, dù nàng cố làm vui. Anh lo lắng không biết nàng có hạnh phúc thật không, khi mà nàng luôn vì người hơn vì mình.

Giọng anh dịu dàng:

- Anh muốn được gặp chồng em. Hôm nay là thứ bảy rồi, có thể anh ấy sắp về?

Tịnh Nhiên bỗng hoảng hốt:

- Không. Không được đâu anh. Anh ấy khó tính lắm. Không được đâu!

- Sao không được? Em cứ nói anh là bạn cũ ngày xưa dạy cùng trường, có gì mà sợ chớ?

- Em nói không được là không được mà.

Thảo Nhi đứng ngoài cửa nãy giờ chậm rãi bước vào, giọng hoang mang:

- Mẹ nói đi. Vậy là sao? Ai đi làm xa chỉ về cuối tuần? Từ khi con lớn nhận biết được, con có thấy ai ngoài mẹ con mình, hở mẹ?

Tịnh Nhiên biến sắc, lắp bắp:

- Mẹ có nói gì đâu con. Mẹ xin lỗi!

Thảo Nhi thắc mắc:

- Sao mẹ phải xin lỗi con. Con chỉ muốn mẹ nói rõ hơn về những điều mẹ nói thôi mà. Con nhớ, mỗi lần con hỏi mẹ về ba con, mẹ luôn nói ba con là một thầy giáo đã mất khi con vừa một tuổi. Mẹ ơi! Vậy là sao?

Tịnh Nhiên run rẩy, nước mắt chảy ròng trên má. Thảo Nhi ngơ ngác nhìn bác Hạo rồi nhìn mẹ, bỗng òa khóc như đã hiểu ra những lời nói dối của mẹ. Thảo Nhi biết mẹ lúc nào cũng chịu nhiều thiệt thòi, luôn hy sinh bản thân mình, cho dù có khổ đau, nhọc nhằn bao nhiêu cũng luôn nhận về mình.

Gần một tuần nay lên cao nguyên tham dự cuộc triển lãm tranh lần này, gặp Thảo Nhi, anh thấy có cái gì ngờ ngợ. Cô bé vừa giống Tịnh Nhiên vừa vui tính, hòa đồng, dễ gần gũi ngay. Anh rất quý mến cô bé và cô bé cũng rất quý mến anh. Anh có cảm giác dường như giữa anh và cô bé có một sợi dây liên kết khó mà hiểu được. Cho nên khi cô bé mời anh về thăm nhà là anh nhận lời mời ngay.

Anh ngước nhìn cô bé rồi nhìn Tịnh Nhiên - những thương yêu từ lâu dồn nén như được khơi dậy lại trào dâng. Anh đưa tay ôm cả hai mẹ con nàng vào lòng, giọng thổn thức:

- Anh hiểu tất cả rồi em yêu! Hãy tha thứ cho anh! Từ nay anh sẽ chăm sóc hai mẹ con em, bù lại những tháng ngày khổ đau, lận đận. Thảo Nhi, ba xin lỗi con! Hãy tha lỗi cho ba!

Nắng đã lên cao. Ngọn gió nồm thổi dào dạt làm cây xoài trước sân rung lên xào xạc!

Tiểu Nguyệt
Bên dòng sông Tắc
4/2021

TRIỀU HOA ĐẠI
CHUYỆN TRÒ VỚI HỌA SĨ ĐINH TRƯỜNG CHINH

Triều Hoa Đại   Đinh Trường Chinh

(đối thoại văn học do Triều Hoa Đại thực hiện)

Hơn mười bảy năm về trước (năm 2005) tôi đã đánh liều "xâm phạm" vào một lãnh vực mà tôi hoàn toàn ngơ ngác, hoàn toàn không hay, không biết đó là Hội họa khi làm phỏng vấn những văn nghệ sĩ đương đại cho cuốn LÊN RỪNG ĐẾM LÁ.

Người "bị" tôi "thẩm vấn" lúc ấy là họa sĩ Nguyễn Trọng Khôi. Cũng may với tấm lòng ưu ái, độ lượng của anh mọi chuyện rồi cũng thuận buồm xuôi gió. Hơn mười bảy năm sau kể từ cái thuở dại khờ ấy tưởng như sẽ chẳng bao giờ còn dám lặp lại ấy vậy mà hôm nay quý độc giả và quý văn hữu lại một lần nữa chứng kiến thêm lần dại khờ kế tiếp đó là cuộc: Chuyện trò giữa họa sĩ Đinh Trường Chinh và chúng tôi.

Thôi thì "một liều ba bảy cũng liều, cầm bằng như trẻ chơi diều đứt dây".

Vậy xin mời hãy cùng chúng tôi vào chuyện:

Triều Hoa Đại: Khi đặt câu hỏi cho một thi sĩ tại sao ông làm thơ, cho một nhạc sĩ vì sao ông viết nhạc cũng như đi hỏi một họa sĩ vì lẽ gì mà ông lại cầm cọ thì thật là một câu hỏi lẫn thẩn đến ngớ ngẩn. Vậy mà hôm nay tôi xin ông chớ cười vì tôi cũng đang muốn làm lại cái công chuyện "ngớ ngẩn" này. Thưa họa sĩ Đinh Trường Chinh, đấy là câu trích nguyên văn mà tôi đã hỏi với họa sĩ Nguyễn Trọng Khôi cách nay đã hơn 17 năm trong cuốn "Lên Rừng Đếm Lá". Nay tôi xin phép được dùng lại để hỏi xem ý kiến của hai họa sĩ về vấn đề này có khác nhau không. Và, nếu có thì khác nhau như thế nào để may ra có thể giúp ích một phần cho những người say mê hội họa có một cái nhìn, một sự so sánh.

Đinh Trường Chinh: *Môi trường lớn lên của tôi đã hình thành phần lớn con người nghệ thuật của tôi. Bố tôi là một họa sĩ, cũng là một người làm thơ từ rất sớm. Từ bé, chung quanh tôi lúc nào cũng hăng hắc mùi dầu xăng, màu, cả mùi thơm của những tấm bố mới. Tôi đã giúp Bố tôi pha màu, căng toile... và cũng đã bao lần cùng ông thức qua đêm, đã chứng kiến những bức tranh được hoàn chỉnh từ những tấm bố trắng toát. Sự quan sát dài hơi đó giúp tôi có một cái nhìn về hội họa từ bên trong, bên trong cả tâm hồn một người họa sĩ. Dần dần, tôi tiếp thu cái tư duy hội họa đó, thấm dần vào máu mình lúc nào không hay.*
Còn Mẹ tôi ngày ấy là sinh viên văn khoa. Bà cũng đam mê thơ văn Việt Nam và văn học thế giới. Mẹ tôi dạy tôi từ bé, bằng những dòng suối của nhân sinh quan, văn chương chữ nghĩa, âm nhạc, phim ảnh. Từ rất nhỏ, tôi đã được biết đến những cái tên Xuân Diệu, Huy Cận, Thanh Tâm Tuyền, Camus, René Char, v.v... Cộng với niềm đam mê hội họa và thi ca có sẵn trong người, tôi lớn lên không tránh khỏi sự dẫn dụ của hai bộ môn này. Tôi cho đó là điều quan trọng nhất để làm được cái mình muốn: niềm đam mê, trong một tâm hồn yêu nghệ thuật tự nhiên.

ThĐại: Một cái nhìn và hiểu về họa sĩ, xin vui lòng cho biết một ít tiểu sử về anh.
ĐTC:
Xin thưa rõ trước, tôi không nên nhận chữ "sĩ" nào. Tôi chỉ là người thích vẽ tranh, thích làm thơ. Đinh Trường Chinh là tên thật, sinh năm 1970, trong lúc cuộc "chinh (chiến)" đang "trường (kỳ)", và chưa có lối thoát. Tôi sinh ra ở một nhà thương nhỏ ở đường Đinh Công Tráng (gần tiệm bánh xèo), rồi lớn lên, đi học, đi chơi quanh vùng Tân Định, Sài Gòn cho đến khi định cư và tiếp tục đi học, đi làm ở tiểu bang Virginia, Hoa Kỳ. Đam mê vẽ tranh và làm thơ nên đã "đâm" một phần đời không nhỏ vào hai việc "thiêu thân" này, tuy vẫn chưa được đào tạo chính quy một

ngành nghệ thuật nào cả. Có hai cô con gái tên Thơ (20 tuổi) và Tranh (17 tuổi).

Th.đại: Chắc anh Đinh Trường Chinh còn nhớ ở trong một messenger mà tôi đã gửi đến anh: "Viết những dòng chữ này gửi anh tôi rất lưỡng lự, đắn đo nên hay không nên làm việc này nhưng khổ nỗi những bức tranh của anh "NÓ" xúi giục tôi phải làm như vậy, nên mong anh thông cảm. Thế còn anh, anh đã đến với hội họa có phải là cũng do ma đưa lối, quỷ đưa đường NÓ xúi giục?

ĐTC: *Như đã nói sơ ở trên, nếu có một điều gì "đưa đường", thì đó chính niềm đam mê của chính mình. Đúng là màu sắc hội họa là một cái gì rất hấp dẫn. Học hỏi qua hội họa thế giới từ bé, và mỗi lần đi các viện bảo tàng, các triển lãm tranh, nhất là tranh của các "master", tôi không bao giờ thôi kinh ngạc trước những gì họ đã làm cho nền hội họa - một bộ môn nghệ thuật thay đổi và tiến hóa mạnh và rõ rệt nhất. Từ sự kinh ngạc trước các tác phẩm của các họa sĩ nhà nghề, tôi vô tình bị hội họa rủ quến vào và không có lối thoát.*

Th.đại: "Vẽ tranh, như một phần không thể thiếu trong đời sống, đôi khi, như một loại "trị liệu tinh thần" đó là một lần anh đã cho tôi biết như thế, vậy thì còn THƠ thì sao, tôi và rất nhiều độc giả đã từng đọc thơ của anh mà thơ anh thì lại rất hay, rất "tới". Vậy giữa hội họa và thơ cái nào mới là loại thuốc "trị liệu" của anh?

ĐTC: *Thơ, tranh là những phương tiện để truyền đạt nghệ thuật. Có những lúc chúng ta bị "mắc kẹt" với phương tiện này nhưng lại truyền tải lên được một phương tiện khác. Màu sắc có thể làm thành bài thơ và một bài thơ cũng có thể vẽ thành một bức tranh mang đầy màu sắc hội họa.*
Cũng có thể vì ôm đồm hơn một bộ môn, tôi thật sự làm cái gì cũng nửa vời - không có cái nào "tới" cả. Có rất nhiều lúc, khi có thời gian, tôi không biết tự "thưởng" cho mình sự ưu tiên nào trước: vẽ tranh hay làm thơ. Có khi thơ đến trước và thế là tôi ngồi vào computer gõ thật nhanh ý tưởng mình xuống. Cũng có khi trong đầu là những đám mây hội họa đầy màu sắc chợt bay ngang và thế là lại vọc với cọ, màu, bố... Cái nào cũng là một loại trị liệu cho ngay thời điểm ấy - lúc mình cảm thấy cần cái nào hơn cả, để thỏa được một khoảng thời gian sống và đắm chìm vào nó.

Th.đại: Khi ngồi trước khung bố, ngồi trước những tảng màu, v.v... những ý tưởng tự nhiên ùa tới hay là trong anh đã có những sắp đặt từ trước?

ĐTC: *Cả hai. Vẽ tranh đến từ cảm hứng. Khi cảm hứng đến, việc đầu tiên là ngồi trước giá vẽ, nặn màu, chuẩn bị bố, cọ, xăng dầu... biết rằng, lúc ấy, mình sẽ vẽ, phải vẽ, không thể khác. Đó là cái khổ của những tay nghệ sĩ, cảm hứng có khi đến bất chợt, đến rất trái giờ...*

Cảm hứng sáng tác là cái khó có thể nói hay dự tính trước. Nó thường ập đến bất ngờ và tự dưng cho mình một thôi thúc phải ghi lại ngay, lên tranh, lên những "media" có trước mặt. Những "cảnh huống ngoại tại" thường đi song song với "trăn trở nội tại". Vẽ tranh với tôi thường là công việc bùng phát từ bên trong. Cái đầu mình dường như điều khiển những ngón tay cầm cọ, chấm màu, pha xăng, vẩy tạt lên tấm bố... Đó là những động tác đến rất tự nhiên như có một sự điều khiển vô hình, vô thức nào đó từ bên trong con người mình. Cũng có những cảm hứng thường đến từ sự liên hệ với ký ức mình. Những hình ảnh bên ngoài cuộc sống, nếu gợi nhớ từ một ký ức nào đó, thường dễ lay động và trở thành cảm hứng cho người sáng tác. Nói chung, mọi thứ đều rất trừu tượng và khó có một sự giải thích rõ ràng nào cho câu hỏi "Cảm hứng đến từ đâu?" Đó cũng là sự quyến rũ cho người làm nghệ thuật. Có những lúc, bạn bắt đầu vẽ những nét đầu tiên, rồi sau đó cứ theo sự dẫn dắt của màu sắc, bố cục, và bạn sẽ khám phá thêm trong quá trình hình thành bức vẽ. Có những ý tưởng, cảm hứng bật ra bất ngờ, liên kết với nhau, xọ câu chuyện này đến câu chuyện kia... trong một bức tranh. Có khi không cần một cái gì to tát, ví dụ như chỉ từ một lời hát thôi, tôi cũng có thể vẽ nó thành một bức tranh. Ngoài ra, tôi cũng vẽ nhiều tranh xã hội, những hiện thực cuộc sống, những trăn trở hàng ngày...

Cũng có những lúc, khi mình ngồi vào vẽ, hay làm thơ, là đã nhen nhúm sẵn một ý tưởng nào đó - những lúc ấy, ý tưởng chỉ là ý tưởng, một cái gì đó vô hình, và vì thế, nó cần một "media" để mình thể hiện. Với hội họa, đó là "nội dung" bức tranh. Làm thế nào để vẽ lên cái nội dung ấy - đó là lúc chúng được lồng trong một bố cục nhất định, một sự hài hòa của màu sắc nào đó...

Thdại: Anh bảo: Khi ý tưởng đến có khi ghi xuống bằng chữ qua thơ những trang viết, nhưng cũng có khi ghi xuống bằng cọ, vậy thì giữa thơ và cọ với họa sĩ Đinh Trường Chinh là có một sự hỗ tương nhất thiết, phải thế không?

ĐTC: *Có khi, thơ là âm bản và tranh là dương bản của cùng một ý tưởng, và ngược lại. Mọi phương tiện nghệ thuật thường có thể bổ sung cho nhau. Với riêng tôi, tranh và thơ có một sự hỗ tương, không nhất thiết, nhưng cần thiết.*

Thđại: Về sinh hoạt của hội họa Việt Nam ở trong nước có họa sĩ đã phân chia ra làm ba (3) giai đoạn mà tạm thời lấy cột mốc thời gian từ 30/4/1975 cho đến 1985 nền hội họa ấy phải phát huy trong tinh thần XHCH, rồi chuyển qua 1985 khuynh hướng sáng tác của hai miền có dịp gặp gỡ, trao đổi, một vài hoạ sĩ trẻ ló dạng một sự táo bạo hơn. Và sau đó chỉ cách nhau khoảng năm (5) đã có những tiến bộ được coi là khá tốt. Ngày nay đất nước đã "thống nhất" Bắc, Nam sum họp một nhà dưới sự lãnh đạo "tài ba" của những "đỉnh cao trí tuệ", anh nghĩ sao về ngành hội họa ở trong nước?

ĐTC: *Đúng như anh nói, trong giai đoạn 1975 đến khoảng 1985, họa sĩ miền Nam hầu như phải vẽ theo "định hướng", theo tinh thần XHCN, màu sắc vui, thể hiện sự lạc quan trong đời sống, không được vẽ thiếu nữ cổ dài sang cả, thân hình như cánh vạc bay... Dĩ nhiên, giai đoạn hội họa đó chỉ là một giai đoạn tạm thời vì các họa sĩ có lẽ không có sự chọn lựa nào khác, nếu còn muốn cầm giá vẽ, còn thèm nhìn màu sắc trên khung bố. Đó là mặt nội dung. Vẫn có những bức tranh rất đẹp về màu sắc, về bố cục... trong thời gian "XHCN", nếu chúng ta vượt qua thành kiến về phần nội dung. Vẫn có những bức tranh hiếm hoi được xem là những tác phẩm hội họa thực thụ. Ngay cả hội họa miền Bắc cũng vậy: những Bùi Xuân Phái, Nguyễn Sáng, Dương Bích Liên... vẫn có những tác phẩm xuất sắc khi họ vẫn sống dưới sự kềm kẹp về văn hóa tư tưởng của Đảng. Tôi nghĩ đó là lúc thấy rõ tài năng thực thụ của người nghệ sĩ, ngay cả trong thời kỳ bị bóp nghẹt về tư tưởng.*

Sau 1985, sau thời kỳ "đổi mới", hội họa miền Nam khởi sắc. Đã dần dần thấy trở lại những tác phẩm thiếu nữ quen thuộc của Đinh Cường, Nguyễn Trung... và nhất là hội họa trừu tượng đã trở lại mạnh mẽ - thứ là trước đây có lẽ rất khó để "kiểm duyệt". Từ giai đoạn ấy, khi sự kiểm duyệt bớt đi, sáng tạo của nghệ sĩ tạo hình có dịp được phát huy. Nhất là sau khi họa sĩ Nguyễn Trung đi châu Âu về và bắt đầu vẽ lại trừu tượng, một phần từ sự hấp thụ của chuyến đi ra nước ngoài ấy, ông dường như "lôi kéo" được cả một thế hệ tài hoa đi theo - hội họa Việt Nam khởi sắc và hiện đại hẳn.

Về sau này, tôi nghĩ sự sáng tạo được phát huy mạnh hơn nữa. Sự kiểm duyệt của Bộ Văn hóa dĩ nhiên vẫn còn đó. Tuy nhiên, dường như hội họa đương đại Việt Nam vẫn chưa ra được đại dương thế giới. Gần đây, hội họa Việt Nam lại được nhắc trên diễn đàn thế giới nhiều chỉ qua các cuộc đấu giá tranh của các danh họa thời Đông Dương!

Thđại: Thế còn ở hải ngoại thì sao?

ĐTC: *Họa sĩ Việt Nam ở hải ngoại lứa sau 1975, tôi không theo dõi kỹ. Những người họa sĩ từ "Hội Họa Sĩ Trẻ" ở Saigon trước 1975 hầu hết đều tiếp tục với nghề. Trừ những họa sĩ còn kẹt lại trong nước, các họa sĩ cũ* *từ Việt Nam ra hải ngoại không còn "sống" được bằng tiền bán tranh nữa. Trong một môi trường sống thực tế ở ngoài nước, người mua tranh không nhiều .*

Thđại: Một dạo cách nay cũng (hơi) khá lâu mà tôi được biết qua báo chí (tôi chắc anh cũng nghe rồi) có một họa sĩ ở Cali khi về Việt Nam đã cất lời chê bai những họa sĩ khác. Ông ta cho rằng: Chẳng có ai hơn ông ta về tài năng, phòng tranh thì luộm thuộm không đủ tiêu chuẩn hay nói cách khác không xứng đáng để cho ông bày tranh. Vậy thì theo anh những họa sĩ VN hiện đang cầm cọ ở hải ngoại trong đó có anh, nghĩ sao về vấn đề này?

ĐTC: *Tôi không được biết thông tin này.*

Thđại: Trở lại công việc của người họa sĩ vì rằng: "Hội hoạ là một ngành nghệ thuật được thực hiện bởi họa sĩ vì hoạ sĩ coi hội họa là nghề nghiệp của mình. Hội họa dùng kỹ thuật (nghệ) và phương pháp gọi là (thuật) hay nói một cách khác hội họa là ngôn ngữ của người họa sĩ. Anh có đồng ý như thế không?

ĐTC: *Chắc chắn là vậy. Ngôn ngữ của họa sĩ là hội họa: màu sắc, bố cục, ý tưởng. Nắm vững ngôn ngữ hội họa, cộng với kỹ thuật vẽ tranh vững vàng, người họa sĩ sẽ có điều kiện cần thiết để vẽ lên một bức tranh đẹp và nguyên thủy. Nếu có sự độc đáo nữa thì lại càng dễ nổi trội và gây ấn tượng sâu sắc đến người xem.*
Trong thời đại hiện nay, thật sự biên giới giữa các nghành nghệ thuật cũng bị xóa mờ đi phần nào . Tuy nhiên, cái cốt lõi vẫn là phải làm sao đánh động được cảm xúc của người thưởng ngoạn .

Thđại: Cảm hứng nào giúp anh tạo nên một tác phẩm? Ta hãy thử hình dung đến họa sĩ Tô Ngọc Vân hay với họa sĩ Đinh Cường mà theo tôi người phụ nữ luôn luôn là nguồn cảm hứng bất tận vì nếu thiếu đi những người nữ thì e rằng ngày nay chẳng mấy ai còn nhớ đến họ, anh nghĩ sao?

ĐTC: *Chắc chắn trong sáng tác, vai trò của tình yêu, của cảm hứng thật thụ là điều tiên quyết. Trong sáng tác, phần cảm tính với tôi vẫn trội hơn phần lý tính. Tôi không tin một nhạc sĩ có thể viết một bài tình ca hay từ một tình yêu tưởng tượng. Trong sáng tác hội họa hay thơ cũng vậy, sự va chạm thực tế giúp cho bạn có được sự gần gũi với đề tài sáng tác. Nếu người nữ là một đề tài, một nhân vật chủ yếu trong tác phẩm, thì người phụ nữ sẽ là nguồn cảm hứng bất tận.*

Lại có những người cả đời chỉ vẽ phố như Utrillo, Bùi Xuân Phái... thì phố là tình yêu lớn của họ, và như anh thấy, tranh Utrillo hay Bùi Xuân Phái đều vẽ từ những con phố thật đem lại cảm giác cho họ, chứ không phải là những con phố trong trí tưởng. Hay Chagall, tình yêu từ những làng quê bên Nga luôn phảng phất trong tranh ông... như một cảm hứng bất tận. Ở thời đại này, sáng tác không còn tuyền vào đề tài tình yêu nhiều nữa. Nhất là nghệ thuật ngày nay không còn / khó có thể tách rời ra chính trị, thời cuộc, xã hội.

Nên nói "người phụ nữ luôn luôn là nguồn cảm hứng bất tận" là chỉ nói một phần nào...

Cũng xin nói thêm, tùy đối tượng trong tranh, "thiếu nữ" trong tranh không nhất thiết phải đẹp. Bức Benefits Supervisor Sleeping của họa sĩ Lucien Freud vẽ một người đàn bà xấu xí béo mập núng nính khỏa thân nằm ngủ trên sô-pha lại được xem là kiệt tác và bán ra với giá trên 33 triệu đô la! Trong bức tranh này, theo tôi, người họa sĩ đã đánh đổ quan niệm "thiếu nữ đẹp" ước lệ thường thấy trong tranh thiếu nữ – nhất là từ các họa sĩ lãng mạn. Điều đó cần một sự bứt phá nội tâm không dễ có được, chỉ những cá tính mạnh, như Freud mới có được. Vượt ra khỏi một ước lệ trong nghệ thuật (và vượt thành công), định hình một phong cách không giống ai, đã là một giá trị to lớn.

Thđại: Tôi chắc chắn một điều là khi bàn về hội họa thì anh rất rành, có thể nói đây là "nghề của chàng". Vậy thì trở lại chuyện xa xưa một chút, anh có cảm thấy không vui vì trong 21 họa sĩ nổi tiếng thế giới, hình như chúng ta không thấy một họa sĩ VN nào cả, những Lê Bá Đảng, Tô Ngọc Vân, Nguyễn Gia Trí, Nguyễn Tường Lân, Bùi Xuân Phái, v.v... và v.v... Anh nghĩ thế nào, họa sĩ của chúng ta chưa xứng tầm với thế giới vào thời điểm ấy? Nếu thế thì thời gian nào theo anh những họa sĩ Việt Nam mới đóng góp tài năng cùng năm châu, bốn bể?

ĐTC: *Tôi nghĩ chúng ta vẫn có những họa sĩ có tài năng xứng tầm thế giới. Tuy nhiên, cái sức mạnh "sáng tạo" của nghệ sĩ Việt Nam thường đến sau nghệ sĩ thế giới. Những họa sĩ master thế giới thường dựng lên thời đại của mình, trường phái của mình, gây ảnh hưởng sâu đậm đến cả một thời đại sáng tạo thế giới. Họa sĩ Việt Nam, tuy vẽ rất đẹp, rất tài năng, họ dường như không có cơ hội thể hiện suy tưởng của mình đến với hội họa thế giới từ những bước đầu tiên để tạo được ảnh hưởng lên nền hội họa chung. Trong sáng tạo, không phải chỉ là vấn đề "vẽ đẹp".*

Cũng có một lý do khác là rào cản ngôn ngữ, địa lý, tầm ảnh hưởng của đất nước. Nếu ca từ tiếng Anh của Bob Dylan trao ông giải Nobel văn học, thì với riêng tôi, suy tưởng của một nhạc sĩ Việt Nam như Phạm Duy là không kém, hoặc, thậm chí tư tưởng sâu hơn nữa (đây chỉ là một ví dụ).

Thđại: Qua Vietnamse Lady (1938) của họa sĩ Lê Phổ đã cho người ta thấy được phong cách hoài cố hương của ông. Còn với Đinh Trường Chinh, anh đã thể hiện khuynh hướng sáng tác như thế nào?

ĐTC: *Đúng là họa sĩ Lê Phổ dù có xa quê hương từ sớm (1937) và sau này lấy vợ người bản xứ, tranh của ông vẫn mang đậm hình ảnh Việt Nam - những thiếu nữ với áo dài, khăn đóng, khung cảnh rất bình yên ở nơi chốn nào đó ở miền Bắc. Có lẽ 30 năm đầu của đời người là những năm tháng ảnh hưởng sâu đậm và quan trọng nhất để tạo thành phong cách của một con người nói chung hay người nghệ sĩ nói riêng - từ đó, nó in đậm lên sáng tác của họ. Tôi có 20 năm ở Việt Nam - thời gian sống ở xứ Mỹ này đã nhiều hơn thời gian sinh sống ở Việt Nam, nhưng tôi vẫn làm thơ tiếng Việt, tranh vẽ vẫn phảng phất sự hoài cố. Tuy nhiên, quê hương không phải là đề tài sáng tác của tôi. Tôi không viết nhiều về quê hương, không vẽ tranh mái đình, làng mạc... Qua thời gian, chúng ta sống trong một mặt bằng thế giới mà khái niệm về tổ quốc như chỉ còn là một khái niệm về gốc gác để... thờ khi có dịp. "Quê hương" làm gì còn là chùm khế ngọt để nhớ về. Vì thế, căn cước của người vẽ, người viết gốc Việt là những gì họ thể hiện lên tác phẩm và hy vọng đó là những tác phẩm được sinh ra vì mục tiêu nghệ thuật trước tiên chứ không phải vì cuộc chiến Việt Nam, vì quê hương, hay vì một quá khứ nào đó, v.v... Những thứ ấy có thể là chất liệu tốt nhưng không nên là lý do để sáng tác của bạn soi về. Vì thế, tôi sáng tác tự do, không có khuynh hướng rõ rệt . Tùy tâm cảm, hoàn cảnh thời đại, mà sáng tác.*

Thđại: Được thừa hưởng và hấp thụ tài năng từ thân phụ (họa sĩ Đinh Cường), anh có cảm thấy đó là một điều may mắn so với những người khác? Và, nếu nhìn lại "lịch sử" hội họa những năm tháng cũ của VNCH, rất nhiều họa sĩ đã làm nên tài danh: Nguyễn Trung, Nghiêu Đề, Nguyên Khai, Ngọc Dũng, Đinh Cường, v.v... Anh có trân trọng những gì mà thân phụ của anh và những người đi trước đã để lại?

ĐTC: *Vâng, chắc chắn là như thế. Tôi đã lớn lên trong môi trường hội họa từ bé. Như đã nói ở trên, chung quanh tôi lúc nào cũng hăng hắc mùi dầu xăng, màu, cả mùi thơm của những tấm bố mới. Sự quan sát dài hơi từ hội họa Bố tôi giúp tôi có một cái nhìn về hội họa từ bên trong, bên trong cả tâm hồn một người họa sĩ. Khi lớn lên, tôi có ghi danh học các lớp vẽ, kỹ thuật căn bản, bố cục, chân dung, anatomy, v.v... để giúp mình thêm kỹ thuật vẽ. Bố tôi thật sự chưa bao giờ dạy tôi trực tiếp nhưng ông là người thầy lớn nhất bởi ông đã truyền cảm hứng hội họa đến cho tôi. Thời ấy, khoảng 15–20 tuổi, tôi vẽ rất nhiều và vẽ vô tư. Một hôm, họa sĩ Đỗ Quang Em thấy tranh tôi vẽ quanh phòng và nói một câu: "Cháu đã dần dần có khái niệm về màu quý và biết cách pha màu trầm, quý". Lúc ấy, trong tôi bắt đầu mơ Phồ có khái niệm về màu: làm sao cho nó đừng* *quá sống, quá tươi, quá "bùn", quá dơ... Qua tranh Nguyễn Trung, tranh Đỗ Quang Em, tranh Bố tôi treo đầy chung quanh tôi, khái niệm về cách dùng màu của tôi hình thành dần và tôi tự quan sát làm sao cho tranh mình có sự hài hòa về màu sắc. Hầu hết tôi học được về "màu" từ những câu chuyện bàn luận về hội họa, về tranh của Bố tôi và các bạn ông trong studio luôn đầy người đó.*

Và như thế đó, studio của Bố tôi là "ngôi trường mỹ thuật" đầu đời và hình thành phong cách của tôi sau này. Tôi sống và lớn lên trong studio của Bố tôi, nơi ông đã miệt mài sáng tác chưa bao giờ ngưng nghỉ cho đến cuối đời. Ở đó, ngoài là "chứng nhân" cho các tác phẩm được thành hình của ông, tôi còn được "tham dự" (không chính thức) không biết bao nhiêu cuộc gặp gỡ giữa Bố tôi với bạn bè ông. Họ thường vẽ cho nhau trong các cuộc gặp gỡ như thế, bàn bạc những ý tưởng về hội họa, thi ca, âm nhạc..., những loại hình nghệ thuật bổ sung cho nhau. Vốn "kiến thức" đó, cộng thêm sự tò mò của tôi, như một vốn liếng vô tận đã cho tôi những nhận thức mà có khi bạn phải cần một khoảng thời gian dài để học hỏi và mày mò, cho dù là loại kiến thức "ngoài lề". Tôi đã rất "hands-on" khi lớn lên trong môi trường đó – "ngôi trường mỹ thuật" duy nhất mà tôi đã dự thính. Tôi vẽ một cách tự nhiên và tự do. Dĩ nhiên tôi không tránh khỏi lối vẽ của Bố tôi, vì đó là mỹ cảm đã ăn vào người tôi từ nhỏ. Nhưng với cá tính của mình, tôi biết tách ra khỏi bóng mát đó. Một điều quan trọng nữa là ý tưởng mình có trước khi tạo hình. Cái này thì không ai giống ai, và cũng không ai bắt chước được ai (trừ khi cố ý). Vẽ tranh là thể hiện những tâm tư nội tại lên không gian trước mặt. Với những ý tưởng riêng có được, thường trực đến, tôi thể hiện lên tranh với mong muốn tạo ra một sự riêng biệt cho con đường sáng tác của mình. Phần kỹ thuật thì có thể trau giỏi thêm, mỗi ngày sẽ học hỏi được từ những cái "xấu", "thô", những đường nét bố cục vụng của chính mình vẽ ra, rồi cải thiện qua thời gian. Một khi mình quên đi được kỹ thuật, thả lỏng người khi sáng tác, thì lúc đó mình mới có sự "tự do" cần thiết cho sáng tạo. Thách đố lớn nhất là vượt qua chính mình, chứ không phải là vượt qua một người khác.

Thđại: Như đã đề cập ở trên tôi biết anh đã làm thơ, làm rất nhiều thơ mà những bài thơ ấy lại rất hay. Vậy thì giữa thơ và vẽ nếu phải chọn lựa thì anh chọn thơ hay vẽ?

ĐTC: *Cám ơn anh THĐ.*

Mọi phương tiện nghệ thuật thường có thể bổ sung cho nhau. Nếu bắt buộc phải chọn thì tôi chọn vẽ tranh, như một ưu tiên thứ nhất. Nếu hôm nay tôi có được gọi là họa sĩ thì cũng vì thế – sự miệt mài và say mê làm việc của mình cho bộ môn nghệ thuật tạo hình này, dù chẳng đi đến đâu và chẳng mang đến cho ai niềm vui nào khác ngoài chính mình ra.

Còn không, tôi sẽ phải giữ cả hai... vì đó là hai đam mê rất lớn của tôi. Vì sao thì tôi đã trải bày trong một câu hỏi trên, phần "trị liệu" của hai bộ môn nghệ thuật này.

Thđại: Vẽ là một trạng thái của thư giãn và viết là sự "nghỉ ngơi" của trí não. Có một số người quan niệm như thế, còn đối với anh?

ĐTC: *Tôi nghĩ làm nghệ thuật là một công việc nghiêm túc. Nó đòi hỏi sự suy ngẫm dài hơi và sự khó khăn với chính mình. Tùy mỗi người vẽ, người viết - vẽ cho ai và viết cho ai. Cũng tùy theo giai đoạn sáng tác và sự đón nhận của công chúng.*

Dĩ nhiên có những lúc, bạn có nhu cầu viết và vẽ để có một sự cân bằng trong đời sống bận rộn mưu sinh. Những lúc đó, làm nghệ thuật có giúp thư giãn trạng thái con người - nhưng tôi không nghĩ đó là việc để "nghỉ ngơi" trí não. Có thể trí não được chuyển qua một "hệ" suy nghĩ khác, nên người ta thường nói về "não trái" và "não phải" của con người. Làm một bộ môn nghệ thuật có khi chỉ là một sự xê dịch trong trạng thái não bộ mà thôi.

Thđại: Nhiều người cho rằng (nghĩ rằng) hội họa hiện đại và hội họa hậu hiện đại giống nhau ở chỗ đều nhấn mạnh đến tính sâu thẳm, nhưng lại khác nhau ở chỗ:

_ Hội họa hiện đại nhấn mạnh hơn về tính phức tạp và tính nguyên sơ.

_ Còn Hội họa hậu hiện đại lại nhấn mạnh đặc biệt về tính tự do và tính cá nhân. Xin được nghe ý kiến của anh về vấn đề này.

ĐTC: *Tôi không rành và không biết hai nhận xét trên đến từ đâu. Hội họa hiện đại và hậu hiện đại đều mang tính "tự do" và tính cá nhân, và cả hai đều là những trường phái, giai đoạn đầy phức cảm.*

Những họa sĩ hiện đại và hậu hiện đại đều vẽ tự do và đẹp, và thể hiện nội tâm lên bố một cách tinh tế nhất. Tôi cho đó là cái quan trọng nhất chứ không phải đi theo trường phái. "Trường phái" của họ chính là hội họa, tác phẩm của họ. Bạn sẽ thành một "master" khi loại bỏ được trường phái và kỹ thuật trong đầu khi thực hiện tác phẩm. Mọi thứ sẽ tự nhiên trôi theo đầu ngón tay, đầu cọ với những chất liệu của màu sắc và ánh sáng. Nói cho cùng vẽ tranh đối với tôi là một công việc tự do, hay một việc làm để thể hiện sự tự do. Hình thức, trường phái do con người đặt ra, và dĩ nhiên, cần thiết. Nhưng nói cho cùng, ở trường phái, giai đoạn nào, người nghệ sĩ cũng thể hiện cái sâu thẳm nhất của tâm hồn mình lên tác phẩm. Những nghệ sĩ đích thực không chạy theo giai đoạn, phong trào, mà họ chỉ dựng lên tác phẩm gần với sự biến động của thời đại nhất - đó là thứ phản ánh "hiện đại tính" rõ rệt và trung thực nhất. Ở thời đại nào, vẽ figurative hay abstract hay phá cách hơn với mixed media, hay gì đi nữa, thì cũng có thể đẩy nó đi xa đến sự sáng tạo cao nhất. Ngày nay, tranh vẽ "figurative" không nhất thiết là không "hậu hiện đại".

Thđại: Câu hỏi sau cùng xin anh "BÓI" cho một quẻ nhân ngày đầu năm: Với con mắt và nhận xét của một họa sĩ anh nghĩ tương lai của Hội Họa Việt Nam cả trong và ngoài nước rồi sẽ ra sao?

ĐTC: *Câu hỏi này đòi hỏi một sự theo sát nền hội họa trong nước. Tiếc rằng, những năm gần đây tôi không có dịp theo dõi, không có dịp đọc các tạp chí Mỹ Thuật trong nước, không về Việt Nam để có thể đến xem các triển lãm tranh của các họa sĩ đương đại, các họa sĩ trẻ, đang lên trong nước, nên tôi không thể bói quẻ này. Qua các social media như Facebook, tôi thấy khá nhiều tranh đẹp của các họa sĩ trẻ sau này, nhưng điều đó cũng không thể tổng quát hóa hay kết luận về một "tương lai" của bộ môn nghệ thuật phức cảm này.*

Triều hoa Đại: Thưa anh, chuyện trò của chúng ta hôm nay theo tôi như thế cũng là tạm đủ. Vậy trước khi nói lời cám ơn để chia tay anh có điều gì cần thêm thắt thì xin mời?

ĐTC: *Xin cám ơn anh Triều Hoa Đại rất nhiều đã phỏng vấn. Tôi chỉ là một người vẽ "tay mơ" và một người làm thơ không chuyên. Khi cảm hứng đến, thì mình tạt màu lên bố hay rải chữ lên một mặt trống, để hình thành một ý tưởng, thế thôi. Chắc chắn có rất nhiều họa sĩ chuyên nghiệp sẽ trả lời những câu hỏi, vấn đề anh đưa ra rốt ráo và đầy đủ hơn tôi nhiều.*

Thđại: Cám ơn họa sĩ, nhà thơ Đinh Trường Chinh đã dành thời gian cho buổi chuyện trò này, quý mến cầu mong mãi mãi được bình an, hạnh phúc cùng anh chị và gia quyến và mong sao còn nhiều dịp được thưởng thức những bức tranh và những bài thơ tuyệt vời của anh.

Triều Hoa Đại
thực hiện

xưa kia ông Tần Thủy Hoàng
đốt sách chôn sống cả ngàn sĩ phu
ổng diệt gọn được quân thù
giữ triều đại sống cu cu mấy đời
giữ danh ông, một tay chơi
không vạn đại, chỉ nhất thời, ngoài ra... |Lhoán

LÊ CHIỀU GIANG

Ngã

Thiên hạ
Chẳng ai có nhà
Ta gọi khắp phương
Gọi thêm:
Chín một một

Sáng. Trưa. Và
Chiều tối
Ta lặng im
Lặng im…

Chợt nhiên ta muốn
Nói.
Hét.
Vang như tiếng chuông
Chuông.
Gọi lời sinh tử. Gọi
Ai? tận muôn trùng

Vói cao vầng trăng sáng
Ta rớt.
Giữa
Thinh không ∎

PHƯƠNG TẦN

BÃO DẬY!
PHƯƠNG BẮC Ư?

A, mình ta đối ẩm
Xã tắc ngộ quá đi
Bận chi thời lạ lẫm
Ta cười chết đi thôi!

Kệ, mình ta đối ẩm
Tướng mà lẫn trong dân
Quân thì mặc giáp trắng
Kiếm cung cũng biếng cầm.

Kệ, mình ta đối ẩm
Dân quá đỗi trầm tư
Khi quanh thành lửa ngậm
Bão dậy! Phương Bắc ư?

A, mình ta đối ẩm
Đối ẩm. Kệ, mình ta
Kể chi thời lạ lẫm
Ta cười chết đi thôi! ◼

(Ngày 17 tháng 2/1979-2023)

MH HOÀI LINH PHƯƠNG
Như Đã Từng Vĩnh Biệt

" Tuổi thơ bay vút tận trời
Em còn đứng lại bên đời quạnh hiu …"
(" Nhớ về một phương trời tuổi ngọc", Minnesota 1999)
*

Không một giòng nước mắt
Khi nghe tin người ra đi…
Chiều về bên khung cửa xám
Đâu phải hồi tàu biệt ly?…
*

Những đoạn lìa từ hơn hai mươi năm trước…
Như vết chém lặng thầm tôi đã từng quen.
Nên bây giờ lòng dững dưng lạnh ngắt…
Khản giọng cười khinh bạc,
Trong nghĩa tình bè bạn, anh em…
*

" Bé của anh "
Ngôn từ thời bé dại…
Hoa gấm, ngọt ngào, tuổi ngọc, trăng sao….
Dâu bể, trầm luân, vàng phai, đá nát…
Rồi cũng phôi pha…
Như con sóng bạc đầu…

*
Tôi đã quên ... mây bay thành phố cũ..
Đã không còn nhớ gì.. từng lối ngõ...đi qua.
Cư xá Lê Đại Hành – một đia chỉ hoa...
Và hàng lá me xanh Gia Long chiều nghiêng im lìm, khuất nẻo...
*
Trả hết cho đẹp lòng nhân gian
Từ những điêu ngoa, hèn mọn
Trong một thế cờ đời
Cao, thấp, hơn thua...
Saigon của anh, của tôi..
Yêu dấu một thời...
Đã hiu hắt buồn trôi theo vận nước...
Và tôi – đứa em gái dại khờ, ngây ngô thuở trước
Đã tin vào tình chị, tình anh
Không huyết thống gì nhau
Nhưng thâm giao như tựa một gia đình..
Đã chết tự lâu rồi...
Đâu phải đến ngày này mới nghìn thu vĩnh biệt,
Còn hay mất
Đã lùi vào ký ức...
Có nghĩa gì...trong cõi tạm.. đời ta? ∎

Washington, D.C tháng 03/2023.

THÁI TÚ HẠP
Em Mang Đến Mùa Xuân

Em đến mang theo lượng đất trời
Mùa Xuân rừng khoác áo cây phơi
Tuổi già anh bước ra hong nắng
Than củi em về lửa ấm hơi

Mai sớm trong vườn chim hót vui
Tìm nhau sương tỏa mộng quê người
Cố hương tưởng chừng như thiên cổ
Phiêu lãng ngàn phương nhớ tiếng cười

Tiếng đàn giao động đến cung trăng
Dòng sông hoài niệm chuyện trăm năm
Suối nguồn từ vô chung vô thủy
Yêu nhau đâu cần phải nói năng

Trong sát na nở đóa thiên hương
Tim anh tiềm ẩn mạch quê hương
Vô thường dâu biển mây đầu núi
Thấu triệt câu hò lưu luyến thương

Rượu càn khôn nồng thắm trao nhau
Như vầng trăng thắp sáng đêm sâu
Hẹn hò nhau mùa xuân trác tuyệt
Tình cho nhau xanh biếc tinh cầu

Có phải mùa xuân mộng hôm nay?
Muôn trùng gió thổi cánh hoa bay
Tiếng chim nào hót trong tiền kiếp
Hơi thở hương trầm ngây ngất say... ∎

CAO THU CÚC
Bên Kia Bờ Cỏ Xanh

Ngày mới,
Ở bên kia đồi bên kia bờ cỏ xanh bên kia vách núi
Ngày mới,
Ở bên kia bờ đại dương bên kia chân trời bên kia bóng đen
Ở bên kia bờ bình yên bên kia đêm trừ tịch.

Tôi phải lên đường,
Vượt qua ngày cũ tháng cũ năm cũ giờ cũ ý tưởng cũ cảm xúc
cũ để đi đến ngày mới
Tôi phải ra đi từ hoàng hôn từ bóng đêm từ quá khứ
Vượt qua đêm đen qua suy tư qua hố thẳm không tên
Qua trùng trùng những nhàm chán đong đưa tuyệt vọng
Qua trùng trùng những điều không nghĩ tưởng
Qua bao nhiêu đồi núi thung lũng bão táp nắng nám mưa sa.

Tôi phải đi,
Đội gạo đội nón mà đi
Đội đá vá trời mà đi
Tác cạn biển đông như dã tràng xe cát cũng phải đi
Tôi phải đi
Cuộc hành trình vội vã nóng bỏng trưa hè
Tôi phải đi.

Tôi phải đi,
Để kịp đón chớp sáng đầu tiên tia nắng đầu tiên
Cơn gió đầu tiên
Nụ hôn đầu tiên ý tưởng đầu tiên đang nở ra thành đóa hoa
lửa
Đóa hoa mặt trời tỏa ánh sáng pha lê.
Ngày Mới! ∎

TIỂU LỤC THẦN PHONG
CÓ NGỜ GÌ KHÔNG

(trích từ câu 387 – 437, trường ca CNGK)

387
Vẹn toàn đất tổ miếu đền
Nhân quyền tôn trọng đặt lên hàng đầu
Tiếc thay đàn gảy tai trâu
Độc tài tàn bạo dài lâu chẳng màng
385
Trong ngoài muôn dặm quan san
Người người ta phải kết đoàn với nhau
Nhìn vào quốc vận mai sau
Bỏ qua quan điểm nhuốm màu vô minh
389
Cháu con Lạc Việt lưu tình
Xa gần kết nghĩa đệ huynh một nhà
Bấy giờ xứng đáng gọi là
Nối giòng huyền sử mẹ cha tiên rồng
393
Trăm năm trong cõi bụi hồng
Nghìn năm tiên tổ còn trong cuộc đời
Mình dầu dang dở cuộc chơi
Tử - sanh vốn giữa làn hơi thở này
397
Sống sao chẳng thẹn mặt mày
Làm người cho trọn ơn dày nghĩa sâu
Thân này chẳng thể dài lâu
Còn là phẩm giá ngày sau lưu truyền
401
Từ em duyên dáng dịu hiền
Giấc mơ hoa giữa ưu phiền nhân gian
Cầm tay em cõi địa đàng
Ngày vui ngắn tạm cung đàn thiết tha
405
Thế rồi mình lại cách xa
Ửn lên cát bụi biết là bao nhiêu

Giữa đời lòng thấy cô liêu
Đi về trong bóng ráng chiều đỏ hoen
409
Nửa đêm hiu hắt ánh đèn
Phố khuya mình đã nhiều phen lạc loài
Nghĩ thôi nhưng mãi nhớ hoài
Dáng em khắc chạm sâu rồi tình ơi
413
Nào đâu dám lấy làm chơi
Thương nhau nên nhớ lấy lời đinh ninh
Ấy là tự nhắn nhủ mình
Nào ai hò hẹn với tình chi đâu
417
Sự đời nhân rất thâm sâu
Thuận duyên thì dễ lên màu xanh tươi
Một mai duyên hết rã rời
Cố công níu giữ cũng thời thế thôi
421
Từ em mắt biếc bên đời
Dẫu không trọn vẹn vẫn ngời sắc son
Tử - sanh còn ắt tình còn
Bấy giờ lại gặp giữa con đường này
425
Còn nhiều bướm vỗ hoa bay
Đất trời khoáng đạt cầm tay nhau cười
Bấy giờ chín bỏ làm mười
Ơn em có mặt trong đời gian nan
429
Tóc xanh cài đoá hoa vàng
Sa –Bà bèo bọt lại càng thiết tha
Tình nào đọng lại tim ta
Lòng nào thấu hiểu ấy là tri âm
433
Tôi qua năm tháng lặng thầm
Ơn đời du tử chửa lầm lạc ai
Chỉ duy lưu luyến tình hoài
Người trong cố quận người ngoài ngoại phương
437
Người chung bước giữa dặm đường
Người qua rồi với người đương độc hành
Chút trinh bạch vẫn nguyên lành
Tiếc mình thiếu cái tinh anh hiện tiền ∎

NGUYỄN AN BÌNH
Khi Nghe Serenade Của Schubert

ngày nhạt nắng đem chiều lên màu khói
Xa muôn trùng nghiêng ngả chiếc buồm nâu.
Mỏi cánh chim chập chùng trên sóng bủa
Núi xa mù lạc hướng biết về đâu?

Khúc dạ lan mơ hồ nghe ai hát
Thanh âm chìm khuất dưới bóng chiều rơi
Hương thời gian gợi sầu men tóc úa
Mùa đã trôi treo nỗi nhớ khôn nguôi.

Ngày phai gió gọi tình men tóc úa
Lá nghiêng tai bước nhỏ lạ vườn khuya
Bờ ngực thơm một thời em thiếu nữ
Nụ hôn nào xa thẳm bến bờ kia.

Người ngủ dưới bóng trăng xưa tháng chín
Ngọn sầu dâng biền biệt một đời nhau
Đâu giữ được giọt đàn thời xa vắng
Lạnh muôn trùng mây xám cuốn trôi mau.

Ngày giông tố ghé thăm người năm cũ
Tường rêu xanh che giấu cỏ tương tư
Hồn đã tan trong hoàng hôn vụn vỡ
Rụng xuống đời từng chiếc lá thiên thu ∎

CAO NGUYÊN

HỎI QUÊN CÓ NHỚ EM KHÔNG?

hỏi trưa có nhớ em không?
hỏi mưa có nhớ em không?
hỏi thương có nhớ em không?

hỏi vai có nhớ em không?
hỏi lưng có nhớ em không?
hỏi ôm có nhớ em không?

hỏi thôi có nhớ em không?
hỏi chưa có nhớ em không?
hỏi quên có nhớ em không? ∎

ĐẶNG HIỀN
Mùa Dã Quỳ Mưa

Vài phút nữa em thức dậy
Sớm mai bắt đầu ngày của em
Nơi miền yêu dấu
Nắng sẽ vui, gió thì mừng, chỉ riêng anh thì nhớ
*

Em chưa bỏ đi
Sao buổi chiều anh đi làm về buồn thế
Và bình minh không còn ai đợi
Nụ hôn lạnh theo mạch nước mát mơn man
*

Nắng có còn hân hoan hạnh phúc
Căn phòng anh có ô cửa nhỏ
Nhẫn nhục như nỗi buồn
Em hỏi đêm về còn mơ ngóng bước chân đêm
*

Có những câu thơ rời vùng Wifi
Đại ngàn xanh ngát giữa mùa khô
Em mắc cười khi nghe tỏ tình như ca vọng cổ
Đâu chỉ riêng mình là than thở lá vàng thu
*

Em có nhớ bây giờ tháng mấy
Sớm mai trời bỗng lạnh nhiều
Hai ngày cuối tuần không phải đi làm thêm
Nghe nắng thì thầm chở em đi shopping
*

Vài phút nữa em thức dậy
Vậy là tháng mười sắp hết
Tình rét co ro em con mèo nhỏ
Em khoác áo vàng mùa dã quỳ mưa ∎

THỤC UYÊN
Đoản Khúc Em

Khoanh tay nhìn cõi ta bà
Em nheo mắt đếm, hằng hà ngôi sao
Sao Tua tít tắp trên cao
Sao Em hấp hối rụng vào sao Anh.
*

Em đi buông vạt áo chiều
Gió xô nũng nịu yêu kiều gọi tên
Mây mùa thu trải lênh đênh
Áo em phơ phất chênh vênh tình mình.
*

Em về thay áo hoàng hoa
Anh nhìn em một, thoáng xa xót buồn
Em về giũ sạch thiên hương
Đi đi cho hết con đường nhân gian.
*

Nắng vỡ càn khôn nắng biếc
Chim hót li bì da diết ngày xanh
Em buồn nỗi buồn sinh thiết
Chết lâm sàng còn thương tiếc cõi anh.
*

Em ngồi ôn lại mộng đầu
Đếm sao cho hết dãi dầu truân chuyên
Cúi đầu xin chút bình yên
Xôn xao gió chướng tạt nghiêng căn phần ∎

TRẦN THANH QUANG

Thảo

Em là cây nên một đời đứng đợi
có nỗi đau gì em khép kín hàng mi
có nỗi xót chi em giết tuổi xuân thì
ta bối rối cho em bên đời giữa chợ

tóc em xanh với thời gian nặng nợ
con chim di soải cánh bỏ cây rừng
con chim bay qua mấy lòng thưng
mấy biển khơi để em chờ em đợi

em là cỏ mọc vệ đường ta bước
hương nội đồng ru cỏ những vần thơ
bụi thời gian chưa xóa nổi dấu mờ
chưa gột được nếp hằn trên sóng cỏ

ta là kẻ tha phương cuộc đời khốn khó
áo sờn vai qua mấy chặng đời dài
chân lãng tử làm thơ nuôi- cuộc- sống
nhận- đói- nghèo- ta- sợ- cả- tình- yêu

nhớ thuở trước làm kiếp chim lướt gió
ta đã qua bao cánh rừng già
ta đã qua bao cánh đồng xa
và qua nữa bao con sông con suối

nay nghiệt ngã giữa chợ đời đen tối
có tình yêu nào ru được ta đâu
nỗi oan khiên dìm ta xuống bể sâu
cho con sóng cứ vỗ về âm ỉ

đứng bên đời lòng ta như yên nghỉ
giọt nước thôi cũng hóa đại dương
ta chỉ xin làm một con đường
bởi em đã hóa thân làm cây cỏ ∎

DAN HOÀNG
NGƯỜI ĐÀN BÀ TRONG THÀNH PHỐ CŨ

Em ngồi thả tóc bên hè phố,
Buông xuống cho tôi một nỗi buồn.
Ly cà phê đen đá nằm đó,
Cô đơn như người giữa chiều hôm.

Tháng tư thành phố nóng bức rức,
Ngọn gió trốn đâu chẳng về đùa?
Con đường cũ đêm đêm nằm khóc,
Nhớ bạn bè một thủa xa xưa.

Cây Si già bây giờ già quá,
Cõng thời gian vất vả cùng người.
Bờ môi em giờ cũng nứt nẻ,
Có còn ai hôn để mua vui?

Dấu ngậm ngùi em cười tê tái,
Nhìn tương lai trôi mãi nơi nào?
Cuộc sống thay mầu như ma quái,
Khắp cùng quê chẳng biết trốn đâu?

Em vẫn ở trong thành phố cũ,
Vẫn đi về lặng lẽ sớm trưa.
Bản Bolero điệu dang dở,
Thương cho mình thao thức đêm mưa.

Tóc huyền xưa giờ xơ xác bạc,
Trái tim cằn tha hóa thêm nhầu.
Bốn mươi tám năm hiền thành ác,
Mình chẳng phụ nhau mà đớn đau! ∎

Phố biển, 04/01/23

LÊ HỮU MINH TOÁN
Khuya Nghe Gió Thở

Từ ta
lưu lạc chốn này
Phố xa
hiu hắt
Tình gầy héo hon
Sắm dùm nhau
mấy
nụ hôn
Dẫu môi tê cứng
hồn
đông đặc rồi

Đêm thao thức
hong
tiếng cười
Chênh vênh dốc đứng
cõi người trần thân
Buồn se từng sợi sắc không
Hư hao vạt nắng
mây
bềnh bồng trôi

Khuya nghe gió thở
ngậm
ngùi......!■

VINH HỒ
Từ Em Mặc Áo Mùa Xuân

Từ em mặc áo mùa Xuân
Nhân gian có một người dưng yêu người.

Từ em mặc áo da trời
Vườn Địa Đàng có hai người yêu nhau.

Từ em mặc áo hoa ngâu
Bên kia sông có người sầu cô đơn.

Từ em mặc áo hoàng hôn
Cõi thơ có một tâm hồn thi nhân ■

NGUYỄN ĐỨC NAM
GIAI ĐIỀU TÌNH YÊU

1)

"Anh,
Anh còn yêu em không ?",
Em luôn luôn thầm hỏi,
Vì ít khi anh nói,
Và ít khi anh cười...

Không biết anh buồn, vui,
Sao anh luôn đăm chiêu ?
Không nói lời thương yêu,
Như những ngày mới cưới...

"Anh còn yêu em không?"
Nhiều đêm em khóc thầm,
Vì em như chiếc bóng,
Chiếc bóng mờ cô đơn...

Anh cười với mọi người,
Anh lang thang trong nắng,
Vui chơi với hải âu,
Chụp hình bên hoa tươi...

Anh lên Chùa cầu nguyện,
Dạo đàn nhà người quen,
Hát nhạc khúc yêu đương,
Còn nhớ đời có Em ?

Bên biển Marina,
Em mang nỗi nhớ nhà,
Xa anh, mới chợt nhớ,
Sáng sương mờ Sapa...

"Anh còn yêu em không ?
 Xin anh cứ thật lòng,
 Dù ngôn từ dao sắc,
 Em cũng mãi yêu Anh

2)

" Em,
Ngọn đèn đường sau lưng nhà mình vừa bật lên,
như những ngọn đèn bên giòng sông Seine,
hồ bơi sau nhà lóng lánh ánh đèn,
Anh nhớ những tối mình đi hái trộm nhãn trong cư xá của người cao niên,
Em và anh chạy như hai đứa trẻ con,
Nhãn hái trộm ăn thật ngon...
Những quả nhãn ngọt và thơm như nhãn Hưng Yên
Ôi sao thương quá những cây nhãn của quê hương...
Chiều nay hoang vắng không có em
Anh lang thang một mình trong phố sương
Chợt nhớ hôm qua em đã hỏi : "anh còn yêu em không?"
Anh đã ngạc nhiên và ngỡ ngàng
có dấu hiệu nào làm em hoài nghi chăng?...
Anh cảm thấy nhói trong tim
vì đã làm em mất niềm tin ...
Đâu đây có tiếng dương cầm của Enesto Cortazar trong album Sentiment
Bài "Melody of LOVE " gợi lại bao nhiêu kỷ niệm không quên
anh chợt nhận thức anh nhớ em và vẫn còn yêu em "my Golden Swan..."
một chiều thu không có em ∎

CHU VƯƠNG MIỆN
ƠI QUÊ HƯƠNG!

chả phải sông sâu đò giang vẫn đắm
chả sáo đen sáo sậu cũng sang sông
chả tài sắc chi cũng đoạn trường
chả hào kiệt chi mà biệt xứ
mới đó thanh niên giờ ông cụ
ở bên này ngao ngán bên kia
đất mẹ quê cha mà ngại muốn về
dù chỉ một lần để nhìn mả tổ
vẫn biết rằng cây đa bến cộ
Chiêm Thành xưa Ô Lâu vẫn Ô Lâu
An Lỗ Phong Điền nối lưng nhau
cầu Mỹ Chánh chia Thừa Thiên Quảng trị
mẹ trông con ngồi cầu Ái Tử
con thương cha ngóng ở Đông Hà
bên này quê chồng bên nớ quê cha
Vĩnh Linh chia Hiền Lương thù nghịch
30 năm con đường đi tới đích
Một cầu một sông mà người chạy năm châu
người bên này kẻ bên nớ chờ nhau ∎

NGUYỄN ĐÌNH PHƯỢNG UYỂN

Đổi Phiên

Ông ngồi một mình ngoài bàn, bát cơm trộn thịt cá rau dưa còn nóng, ông múc từng thìa đưa vào mồm, cánh tay run rẩy làm thức ăn đổ vãi trên áo, trên quần, răng cỏ sứt gọng gãy càng, ông nhai lúng búng miếng được miếng mất, thịt chả ra thịt, rau chả ra rau, ngon lành gì đâu nhưng ông biết ông vẫn phải ăn để...có sức.

Người ta cần sức lực để đi làm, để thức khuya dậy sớm nuôi con nuôi cháu, để tỏ mắt, để đầu óc sáng suốt chế cái này cái kia, để nấu cơm dọn dẹp nhà cửa hay ít nhất có thể đến gặp bạn bè bù khú, chuyện vãn ...Chả còn thứ nào trong mấy thứ kể trên chờ đợi ông. Ông cần sức lực cho con ông đỡ vất vả, thế thôi!

Tuổi này, mọi sinh hoạt, đi đứng, ăn uống...ông đều phải nhờ đến con. Tế bào não rơi rụng dần, khó suy nghĩ mạch lạc, ông chả buồn gặp ai để chuyện trò. Mà, bạn bằng lứa của ông, quy tiên gần hết. Ai còn, cũng lãng đãng yếu xìu bằng ông hoặc hơn, con cái chở các cụ đến chơi với nhau, lắm lúc họ cứ ngồi như phỗng, chả nói chả rằng, người tỉnh táo, thành độc thoại. Chục năm trước ông ngồi trên lầu nhìn xuống đường, chờ mấy chiếc xe quen thuộc của bạn bè đỗ xịch trước cửa, tới thăm ông cho ngày bớt dài, cho nhà cửa rộn tiếng nói cười, cho ông có dịp khoe ấm trà ngon, dù biết rõ bạn nào còn, đã mất khả năng lái xe, đã nằm trong viện dưỡng lão....Ông than, sống gì chán thế.

Bây giờ, chính ông cũng hết ngồi nổi trên ghế xích đu, ngóng ra đường. Thế giới của ông chỉ còn cái giường nệm, ra bàn ăn, khỏe lắm thì bật máy tính thật to nghe dăm điều bốn chuyện rồi lại vào giường ngủ suốt. Ông mệt, phải rồi. Ăn uống qua loa, không đi lại, không động tay động chân, người rệu rã chứ. Mà động thế nào khi thân thể cứ chực chờ ngã xuống, lắm lúc đang ngồi cũng ngã, dây thần kinh điều khiển mọi chức năng bị thoái hóa, không làm như ý mình nữa.

Cậu út nấu nướng hằng ngày, lựa món mềm mềm cho ông dễ nuốt, để ông tự xúc lúc đầu cho ông vui, sau cậu kéo ghế ngồi sát, đút từng thìa, dỗ dành " Ngon không bố? Nhai được hả? Uống nước nha.." Dù đã nấu canh, lựa món mềm cắt nhỏ, ông vẫn dễ bị sặc, đã bảo dây thần kinh thoái hóa rồi, thêm cơ bắp, dây chằng nhão ra, thức ăn không rơi vào đúng thực quản, ông vừa ăn vừa sợ.

Con trai kiếm được món khoái khẩu cho bố: nước mía. Ngày nào ông cũng làm một ly cối, có khi hai. Hỏi, ông bảo ngon lắm. Cậu nói giờ cụ thích gì, mua cái đó, chả sợ bệnh hoạn cao đường cao mỡ.

Con thay đồ, tắm gội ông sạch sẽ. Nhiều hôm cụ yếu đến mức không trở mình được, con trai phải nhẹ nhàng nắm níu, lật bố qua bên này bên kia.

Xưa, cha mẹ nuôi con, cũng phải trở mình cho em đỡ mỏi, chặn cái gối, lót cái khăn, em nhỏ xíu làm dễ ẹc, còn người già nặng nề hơn, mình vẫn phải se sẽ, cụ đau hay gãy xương thì khốn.

Xưa mẹ hào hứng xay rau xay thịt bỏ vào cháo, hân hoan khi con há cái mồm tí tẹo xin ăn.

Mẹ bỏ em vào chậu nước ấm, thả luôn cả vịt cả chó nhựa kêu chít chít cho em chơi, mẹ vừa tắm vừa dạy em hát:

“ Nếu hỏi rằng”

“ Em yêu ai”

……………

“ Nhưng nhất là”

“ Yêu má cơ”

Trong chậu tắm xà bông nổi bọt, mẹ tập em nói:

“ Cái gì đây?Mắt nè”

“ Mắt để làm gì? Để nhìn”

“Tai để làm gì? Để nghe”

………

Rồi bố nắm hai tay dìu con đi từng bước, thấy vững vững bố bỏ một tay, bỏ hai tay để con chạy ào ngã vào lòng bố.

Cha mẹ nào chả hào hứng khi nhìn con trẻ chập chững tập đi, tập nói.

Con lo cho cha mẹ cũng đầy đủ yêu thương, cũng thức đêm thức hôm, mặc nhiên coi đó là bổn phận không nề hà nhưng mục thị thế giới xa dần các cụ, thương quá. Chả ai tắm cha mẹ mà có thể hát hò, đùa giỡn. Chả ai đút cụ ăn mà vừa thổi vừa hà hà để cụ há miệng. Chả ai mừng khi hỏi cha mẹ “ Cái gì đây? Đứa nào đây?”

Đến cái muỗng đôi đũa cũng bỏ cụ, cái khăn kỳ cọ, cục xà bông xoa lên người cũng thành quá tầm, tiếng nói bị xóa nhòa…

Con rồi sẽ lớn khôn, khỏe mạnh, tự lập…còn cha mẹ…đuối dần, chìm dần cho đến khi…

Nguyễn Đình Phượng Uyển
04/04/23

LƯƠNG THIẾU VĂN

Trần Bảo Định – Thú Thưởng Ngoạn Văn Chương Qua Tác Phẩm "Đọc Thơ Bạn"

1- Tôi có dịp nhâm nhi cà phê nhiều lần với anh Ba Định, tên gọi thân mật mà anh em văn nghệ sĩ chúng tôi gọi nhà văn Trần Bảo Định. Có thể nói Trần Bảo Định là một hiện tượng văn học Việt Nam hiện đại: Chỉ trong vòng khoảng hơn 10 năm trở lại đây, từ khi về hưu anh đã cho ra đời 6 tập thơ, hơn 10 tập tản văn, truyện ngắn và 3 tập tiểu luận phê bình trong khi phải chống chọi với căn bệnh ung thư quái ác, có nhiều tập văn tạo được tiếng vang và gây ấn tượng sâu sắc với người đọc: Từ tập truyện ngắn đầu tiên Kiếp ba khía, rồi Đời bọ hung, tiếp theo Đất Phương Nam ngày cũ, Ông già Nam Bộ nhiều chuyện... mang đậm phong cách dân gian Nam Bộ, một hướng đi mà không phải ai cũng theo được. Trong một lần trả lời phỏng vấn khoa Văn trường Đại Học KHXH Tp. HCM ông bộc bạch tâm sự rất chân thành: Những câu chuyện ông kể thường xuất phát từ trong dân gian, thấm đẫm tình quê hương, tình người dù trong bất cứ hoàn cảnh nào của mỗi thời kỳ xã hội khác nhau, mỗi câu chuyện là mỗi sự kiện xảy ra theo một chiều kích không gian, thời gian kéo dài, rộng lớn, có câu chuyện mang không gian rất xa, mấy trăm năm, từ thuở lưu dân, có câu chuyện mang nội hàm của thời gian rất gần, gần hay xa cũng là những câu chuyện được lưu truyền trong dân gian ông chỉ là người ghi chép lại... để mọi người nhìn ra được từng bước đi của ông cha mình ở cái thuở lưu dân cho đến khi hình thành đất Nam Bộ, chỉ là người gợi mở để người hôm nay tìm tòi thêm làm sáng tỏ thêm, những người trẻ sẽ nối tiếp viết những trang văn đầy ắp phù sa của đồng bằng sông Cửu Long.

Nhà văn Trần Bảo Định sinh năm 1944, quê quán An Vĩnh Ngãi Long An, tự nhận mình là Ông Già Nam Bộ nhiều chuyện. Học Đại Học Văn Khoa Viện Đại Học Đà Lạt. Viết văn, làm thơ với các bút danh Cao Thị Hoàng, Lê Kim Phượng.

2- Tác phẩm Đọc Thơ Bạn (Thú thưởng ngoạn văn chương) là tác phẩm đầu tiên trong bộ sách Đọc Thơ Bạn mà ông dự định sẽ xuất bản khoảng 10 quyển viết về thơ của các nhà thơ ông quen biết hoặc có đọc thơ họ, như vậy sẽ còn khoảng 100 nhà thơ qua ngòi bút của ông sẽ lần lượt xuất hiện trong các tập "Đọc Thơ Bạn" còn lại của ông.

*

Mở đầu tác phẩm là hai câu thơ như một đề từ:

Người đi trang viết còn lưu nhớ
Kẻ ở mực nồng đọng luyến thương

Nội dung gồm có 12 đề mục dành cho 12 tác giả thơ:

1- Một đời người, một tập thơ Vỡ Màu Ký Ức: Tiếng thở dài thân phận!

2- Bến vắng nhịp thời gian trong thơ Phùng Quang Thuận

3- Truy vấn hữu thế trong thơ Phan Hoàng

4- Hương tình trong thơ Trần Ngọc Hưởng

5- Phân tâm vật chất thơ Nguyễn Quang Thiều

6- Cảm hứng văn hóa trong trường ca hoa đăng của Hồ Đăng Thanh Ngọc

7- Tình quê trong thơ Võ Mạnh Hảo

8- Hoàng Yên Dy – Tôi tìm tôi trong Rừng Bói, Trường Giang

9- Phương thức thấu cảm trong thi phẩm Chiều trên sông Hàm Luông

10- Mấy khúc đoạn giang hồ - ngẫm suy và thưởng ngoạn thơ Từ Hoài Tấn

11- Thanh Thảo hát giữa gió mưa: "Một cái cây lang thang dù đứng im một chỗ"

12- Dấu ấn Phật lý trong thơ Du Tử Lê.

Nhà thơ đầu tiên mà anh giới thiệu đầu tiên là nhà thơ trẻ mất sớm Nguyễn Ngọc Thơ. Anh và tôi đều quen biết Nguyễn Ngọc Thơ và dành cho Thơ nhiều tình cảm: Trong Vỡ Màu Ký Ức, Trần Bảo Định tìm thấy ở Nguyễn Ngọc Thơ một hình ảnh "con tằm rút ruột nhả tơ", một người "mang vác những nỗi niềm cay đắng của số phận – số phận một con người giữa buổi giao thời tối sáng, đầy rẫy nghiệt ngã - lời không thể bật ra tiếng – đành lắng đọng và kết tụ thành thơ ca. Chữ nghĩa, là cõi giới cho người thơ họ Nguyễn xứ Hầm Hô đất Tây Sơn,

căng trải nỗi uất niềm nghẹn thành những vần thơ hằn vết nhân thế cắt
cứa tâm hồn Thơ. Thơ trong thơ và Thơ trong đời, là một!

> *Vắt từ tim óc vắt ra*
> *Lửa tình nóng chảy lọc qua giọt này*
> *Khói un sóng mắt mù cay*
> *Chiết thân lắng đọng rót đầy thuyền tơ."*

Điều tôi nhận ra ở Trần Bảo Định một tâm hồn mẫn cảm
trước người bạn thơ gặp nhiều bất hạnh với niềm cảm thương vô hạn.

Nếu với Nguyễn Ngọc Thơ, Trần Bảo Định gởi đến người
đọc một tâm cảm "Giữa chốn bụi trần lấm lem, tưởng rằng Thơ chỉ có
đau thương. Nhưng người đọc hẳn sẽ phát hiện những mầm cỏ xanh
non trên nấm mộ đời..." thì ở Phùng Quang Thuận với một "Bến Vắng"
anh bắt gặp nhịp võng thời gian trên muôn nẻo đường tình trong tâm
hồn thơ Phùng Quang Thuận: Từ tình mẹ bất chợt âm vang tiếng động
nghe thao thiết lòng người qua muôn trùng dâu bể:

> *Nửa đêm giữa phồn hoa*
> *Bỗng thương gà nhớ vịt*
> *Nhớ quê nghèo tịch mịch*
> *Nhớ nước mưa ngọt ngào*
> *Nhớ mẹ già tóc bạc*
> *Chờ con giữa vườn rau...*
> *Bất giác chợt bừng tỉnh*
> (Sài Gòn nửa đêm)

Từ tình người rồi tình đời đến tình quê chan chứa nỗi biệt
ly, anh nhận ra trong thơ Phùng Quang Thuận: "Cõi sống trong thơ họ
Phùng là chốn ly biệt muôn đời. Giữa người và người chẳng có gì ngoài
cách biệt. Tương phùng hôm nay ẩn chứa xa vắng ngày mai..." Tình đời
có khác gì "ga chiều" trong ánh hoàng hôn tiễn biệt:

> *Ta đứng sân ga đợi chuyến tàu*
> *Thật tình không biết đợi bao lâu*
> *Chẳng biết bao giờ tàu sẽ đến*
> *Và sẽ đi về những nơi đâu!*
> (Ga Chiều)

Với thơ Phan Hoàng, Trần Bảo Định chợt nhận ra *"Ngòi bút
Phan Hoàng là sự kết hợp giữa suy tư nội tâm nặng trĩu, day dứt và tính
thời sự nóng hổi gắn liền với sức quẫy đạp thời đại".* Rồi từ *"Nỗi thao
thức và sức dồn nén tâm tư khiến bạn đọc không khỏi nghĩ lại vấn đề
truy vấn hữu thể. Dọc đường thơ, bạn có thể nhận ra niềm khao khát
nắm bắt yếu tính hiện thể"*

Sự "truy vấn hữu thể" đó có lẽ bắt đầu từ lời thố lộ của nhà thơ: *"Như người mê leo núi có thể không bao giờ đến được cái đích mình mơ ước nhưng tôi vẫn phải leo. Leo vì không thể không leo. Làm thơ vì không thể không làm thơ"* (Chất vấn thói quen). Vậy có phải là Nghiệp chăng?

> *Cứ ngỡ mây tràn mưa đổ*
> *Cây đời vượt hạn lên xanh*
> *Cứ ngỡ tình vàng cỏ mộ*
> *Khổ đau chôn chặt đất lành*
> *Xanh ơi trời vay bão tố*
> *Đất ơi tình nợ bể dâu*
> (Nợ - Hộp đen báo bão)

Trần Bảo Định cho rằng trong thơ Trần Ngọc Hưởng, Hương tình bàng bạc khắp nơi. Anh nhận ra *"... chàng trai Trần Ngọc Hưởng yêu nàng thơ như yêu bản thân mình; và dù cảnh thuận hay cảnh nghịch, dù thời chiến hay thời bình vẫn một lòng theo đuổi giấc mơ yêu trọn cuộc đời chàng".* Anh nhận ra *"thơ ca Trần Ngọc Hưởng bình dị, đậm chất hương hoa đồng nội gây mùi nhớ nhung trong vườn thơ Đồng bằng Sông Cửu Long"* luôn đậm đà ngọt nước phù sa. Chính những hạt phù sa son đỏ đó đã làm nên một hồn thơ đầy tình đất tình người:

> *Uốn khúc*
> *Vườn xanh giữa ruộng vàng*
> *Cây đa che bóng bến đò ngang*
> *Vàm Giồng rụng trắng bông bần nở*
> *Ta thả mái chèo tách bến sang*
> (Hương tình quê mẹ)

Nét quê ẩn hiện trong thơ Trần Ngọc Hưởng qua ngòi bút của Trần Bảo Định sao sắc nét đến thế:

> *Mái nhà ai ngọn khói xanh*
> *Quyện mây cao quá thân thành lời ru*
> *Trái tim đập nhịp cần cù*
> *Màu hoa điên điển vàng như lúa trời.*

Còn với nhà thơ Nguyễn Quang Thiều, Trần Bảo Định có cái nhìn rất trân trọng, anh cho rằng *"... Ký ức chất đầy trong tâm hồn Nguyễn Quang Thiều như chất liệu, từ đó chưng cất tinh chế thành từng giọt rượu nồng ấm thời quá vãng. Quá khứ, có vị trí đặc biệt kiến tạo năng lực tưởng tượng của Nguyễn Quang Thiều... Giác quan Nguyễn Quang Thiều nhạy bén, tinh tế, sắc sảo, điều kiện cần thiết cho phép hình thành trí tưởng tượng vượt trội..."*

Và với anh, Nguyễn Quang Thiều đã tự nhóm lên ngọn lửa thơ cho riêng mình!

Con yêu những chiếc kèn, những chiếc trống
và những chiếc nhị kia thổn thức
Tất cả cũng yêu con buồn bã, lo âu
Giai điệu cuối cùng của tình yêu này
ngân lên và khẽ khàng đặt con vào mặt đất
Rồi dắt con theo con đường hoa cỏ may nở trắng
Trở về nhà mẹ rửa mặt cho con
(Âm nhạc – Sự mất ngủ của lửa)

Trong trường ca Hoa Đăng, Trần Bảo Định lại nhận ra một Hồ Đăng Thanh Ngọc là một kẻ lãng du đang trôi trên dòng chảy thi ca, bước chân nhẹ nhàng thả những đóa hoa đăng bồng bềnh thơm nồng mùi hương quít Hương Cần trên miền đất vừa quen vừa lạ. Khơi nguồn cảm hứng cho hồn thơ trong trường ca này theo anh chính là những chi tiết/hình ảnh thơ trong huyền tích/huyền sử. Từ nguồn cảm hứng ấy, nhà thơ xây dựng được một không gian nghệ thuật đượm vẻ ma mị nhưng đầy mê hoặc:

Bây giờ dòng sông vẫn đang chảy từ nguồn ra biển
róc rách câu chuyện mù khơi triệu triệu năm tăm cá
từ những mắt đá vôi tính đỉnh Thiên Thai
và những chùm rễ thạch xương bồ hiền hòa khỏa lay trong
nước
người con trai đã đi đến đỉnh nguồn A Moong
vào một mùa hè mơ hồ...

Với nhà thơ Cao Quảng Văn, anh nhận ra sự thấu cảm đối với thế giới xung quanh nhà thơ tràn đầy cảm xúc qua tác phẩm "Chiều trên sông Hàm Luông". Chính sự thấu cảm đó đã làm cho hồn thơ họ Cao đôi lúc như đứng trước ngã ba đường hay một chốn rẽ của dòng sông mà theo Trần Bảo Định: *"Trong sự cảm thụ của thi nhân họ Cao, thế giới hiện lên là cõi đời chướng tai gai mắt, đầy rẫy những điều sai quấy nhố nhăng... Điều đó, xác định nhân cách của chàng. Một người đinh ninh lòng tin và mơ tưởng gìn giữ trái tim tinh khiết, thiên lương"*:

Buổi sáng không mặt trời
Con đường in nỗi chết
Tháng ngày mưa đạn bom
Vang dội cả hai miền
Trong lòng người chua xót...
*

Trên quê hương rách nát
Trên quê hương điêu tàn

Với Du Tử Lê, nhà thơ duy nhất ở hải ngoại đã mất, được anh đưa vào "ĐỌC THƠ BẠN" tập đầu tiên này với một góc nhìn khác. Nói đến Du Tử Lê thì có lẽ những ai yêu thơ trước 1975 và sau này ở hải ngoại không ai không biết. Theo Trần Bảo Định: *" Từ nửa sau thập niên 1980 của gần cuối thế kỷ 20, tư tưởng nghệ thuật Du Tử Lê có bước chuyển đổi – sự chuyển đổi kinh ngạc và trang trọng – nhất là, dấu ấn/cảm quan Phật giáo biểu hiện qua thi liệu/thi hứng/thi cảm/thi tứ xuất hiện trong thơ ông ngày càng nhiều."* Với tiêu đề "Dấu ấn Phật lý trong thơ Du Tử Lê", Trần Bảo Định có lẽ muốn chúng ta có một nhận định rõ nét hơn chất Thiền tính trong thơ Du Tử Lê. *"Trong gia tài thơ ca, Du Tử Lê nhận rằng có bốn tập thơ mang Thiền tính: Vì em tôi đã làm sa di, Qua môi em: Tôi thở biết bao đời, Mất hay còn, chưa hẳn khác nhau đâu, Toàn tập thơ Thiền tính. Mặc dù trong nhiều thi phẩm khác, bạn đọc cũng nhận thấy đôi nét Phật lý, nhưng dấu ấn Phật lý tập trung hơn cả trong bốn tập thơ này."*

Nhiều câu thơ của Du Tử Lê thể hiện niềm vui, niềm hân hoan say đắm khi bắt gặp ánh sáng Phật Đà:

Hướng về phía Thiên môn. Trần Bảo Định cho rằng thi nhân đã nhận ra chính mình, Du Tử Lê vừa thấy cả niết bàn lẫn địa ngục, khái niệm niết bàn và địa ngục không đơn thuần một cõi/giới/chốn/không gian: niết bàn và địa ngục kỳ thực là trạng thái hiện hữu của thân tâm:

Và với Trần Bảo Định, Du Tử Lê, bây giờ *"Bên kia sương khói cõi xa, hồn thơ chàng Du Tử họ Lê hình như đã rũ bỏ tất cả tham – sân – si nơi cuộc thế: song dù vậy, vết hằn nhân gian ở thơ Du Tử Lê vẫn không phai nhạt trong tâm khảm những người yêu thơ chàng. Rõ là, Du Tử Lê biến nhưng không mất. Hương Bồ Đề ngát tỏa vườn thi ca"*

Mười hai bạn thơ như mười hai bức tranh, mười hai nét cọ điểm tô bằng những xúc cảm và gam màu khác nhau nhưng đều có một mẫu số chung là cái tình tha thiết thấu cảm Trần Bảo Định dành cho thơ của họ. Họ là những người ông quen biết, trao đổi và gắn bó, có người giờ đã đi xa như Nguyễn Ngọc Thơ, Du Tử Lê, có người giờ ở chân trời góc biển, có người còn la cà với ông bên tách cà phê sáng mỗi ngày ở đường Hoàng Sa... Ông đọc thơ họ trong sự điềm tĩnh lạ thường, cặn kẽ len lỏi vào từng ngóc ngách con đường thơ của họ để phát hiện, truy vấn, giải mã ngôn ngữ thơ theo một cách riêng của anh.

Nhà giáo Nguyễn Khắc Phê từng có nhận xét về anh: "Tôi đã hơn một lần viết về Trần Bảo Định và đến nay đã có thêm mấy luận án viết về tác phẩm của anh. Vậy mà đọc 'Dấu thời gian - Khát vọng của người xưa' bất ngờ thấy Trần Bảo Định trổ 'chiêu' mới độc đáo, lại khó ngồi yên!"

Cô nhà báo Tiểu Quyên viết trên báo Phụ Nữ: *"Chất giọng Nam bộ cộng với sự cởi mở, thân tình của ông dễ gây thiện cảm với người đối diện. Tôi với ông cùng quê Long An, nhưng cách nhau một thế hệ. Lần đầu tiên gặp ông, tôi thấy như gặp lại cả một trời thân thuộc trong những câu chuyện ông kể, cách ông đối đãi với văn chương, và lựa chọn một con đường chữ nghĩa cho riêng mình. Bạn bè hay gọi vui ông bằng cái danh: "ông già Nam Bộ nhiều chuyện". Bởi lẽ, ông có quá nhiều chuyện để kể, để viết..."*

Với tôi, nhà văn Trần Bảo Định lại là một người có cá tính và rất thẳng thắn. Ngồi cà phê với anh nhiều lần bên bờ sông Bến Nghé đường Hoàng Sa tôi hiểu thêm nhiều điều: Anh có một trí nhớ rất tốt, chính những ngày tháng học ở Đại Học Văn Khoa Đà Lạt, làm thêm ở thư viện anh đã tích lũy kiến thức rất nhiều và sắp xếp tư liệu một cách khoa học, chính điều đó nên khi viết văn anh viết rất nhanh và hoàn thành tác phẩm không mấy khó khăn. Trong thâm tâm tôi mong muốn sẽ đọc được đầy đủ những quyển "ĐỌC THƠ BẠN" tiếp theo. Chúng ta có quyền hy vọng như thế.

Lương Thiếu Văn

Tham khảo:
1- *"Ông già Nam Bộ nhiều chuyện – Bùi Tiểu Quyên*
2- *Nhà văn Trần Bảo Định tạo dấu ấn mới với Dấu thời gian – Nguyễn Khắc Phê*
3- *Chẳng thể là bản sao – Vân Hạ*

TRANG THÙY
TÌNH THƠ NỐI ĐÔI BỜ VĂN HỌC

Từ lâu, nhà thơ Luân Hoán luôn là người tôi thật lòng kính quý. Tuy nhiên, có lẽ tôi cũng chưa nghĩ rằng mình sẽ viết một điều gì đó về ông, ít ra đối với thơ ông vì e rằng những gì tôi biết về ông chưa đủ nhiều, hoặc có thể do tầm nhìn tôi còn hạn chế, cũng có thể tôi và ông là hai thế hệ cách xa nhau cả về tuổi tác lẫn địa lý; nếu hôm nay tôi không đọc những bài thơ ông viết về chân dung rất nhiều người, đa phần trong giới văn nghệ sĩ trí thức là bạn thơ của ông, trong đó có bài thơ "nhà thơ Võ Quê".

Tôi không nghĩ rằng mình đang bình thơ. Tôi rất ngại viết về chân dung ai đó cũng bởi rằng tính tôi hay rụt rè. Không khéo người trong cuộc sẽ không đồng tình, người ngoài nhìn vào sẽ bảo mình muốn lấy lòng "cây cao bóng cả", v.v. . . Tôi chỉ muốn nói lên những suy nghĩ chân thật nhất của tôi sau khi tôi đọc xong bài thơ đầu tiên của ông: *Vài nét về một tác giả làng Chuồn* viết về Võ Quê - một nhà thơ tôi dành sự quý trọng không kém.

Trong bài tôi ấn tượng nhất là khổ cuối của bài thơ. Sau những khổ thơ đầu là những dòng giới thiệu về chân dung nhà thơ Võ Quê, nhà thơ Luân Hoán viết: *"Viết về anh, hơi ngại ngần/ Bởi tình đất nước có phần khác nhau/ Trong tim máu cùng một màu/ Hy vọng dị biệt bắt đầu nhạt phai."*

Vâng, hai nhà thơ chung một nòi giống Việt; những con người vốn chỉ quen nhìn cuộc sống qua những hình ảnh rất đẹp, bàn tay chỉ quen cầm bút, tâm hồn vốn chỉ yêu thích nhìn ngắm cái đẹp, cái hay nhưng hoàn cảnh đất nước khiến những người đương thời buộc phải đi trên những lối riêng cho cuộc đời mình. Tôi không thích bàn về chính trị, ở đây tôi chỉ muốn nói về một tình thơ, thật đẹp, thật sự khiến tôi ngưỡng mộ. Tình thơ ấy vượt qua những góc nhìn đối lập, vượt qua những định kiến hẹp hòi ấu trĩ, tình thơ giữa những con người yêu văn chương. Đó là Luân Hoán - Võ Quê.

Nhà thơ Luân Hoán và nhà thơ Võ Quê – Giờ đây hai nhà thơ đang ở hai miền đất nước sau những hoàn cảnh đẩy đưa. Vậy điều gì có thể khiến hai con người vốn đi những con đường khác nhau ấy lại cùng bắt gặp ở nhau một sự đồng điệu lớn đến như vậy. Có thể thấy sự thân mật của nhà thơ Luân Hoán khi viết bài "Vài nét về một tác giả làng Chuồn" đã dùng những câu thơ rất dí dỏm biểu lộ sự thân tình đối với nhà thơ Võ Quê: *"Nhờ anh cung kính nhẹ nhàng/ Gởi từng mỹ nữ dịu dàng nụ hôn/ Gọi là tha thiết cảm ơn/ Nguồn thi hứng của thi nhân bọn mình/... Chờ anh góp ý tình chung/ Để thành lời nguyện kính mừng mỹ nhân".*

Vâng, Luân Hoán không thể dùng từ nào có thể dễ thương hơn, thân mật hơn ngoài hai chữ "bọn mình". Trong khi đó nhà thơ Võ Quê cho biết ông đã đọc và thích thơ Luân Hoán từ những năm 1960, khi đang còn là học sinh trường Trung học Nguyễn Hoàng Quảng Trị. Từ thơ Luân Hoán, ông nhận ra nhà thơ Luân Hoán một niềm đam mê thơ đến tận cùng. Chính tình yêu thơ mãnh liệt của nhà thơ Luân Hoán đã kết nối những nhà thơ Việt hội tụ nhau ấm áp nghĩa tình qua các tuyển tập "Thơ Việt đầu thế kỷ 21", "Tình thơ mùa thu", "Tình nghĩa mẹ cha" trong đó có thơ Võ Quê. Cũng từ thơ Luân Hoán, ông Võ Quê tìm thấy nơi nhà thơ Luân Hoán một tâm hồn nhân hậu, phóng khoáng, lạc quan yêu cuộc sống ngay cả trong lúc phải nhận chịu nỗi đau tột cùng của cơ thể: *"Nằm im mà thấy bồng bềnh/ Nghe như mây đảo vòng vòng trong tim/ Tỉnh ra sửng sốt giật mình/ một đoạn chân đã tuyệt tình bỏ đi.../ Núi vàng, cõi mộ đặt bia/ Cho bàn chân trái nằm kia, mơ hồ/ Cái chân một thuở đánh rơi/ Hình như đang nhớ đến tôi, khóc thầm"* (Nén hương cho bàn chân trái – Luân Hoán)

Chiến tranh đi qua chỉ làm những vết đau thêm nặng trĩu. Những đứa con cùng một mẹ sinh ra nay loạn ly theo thời cuộc. Nhưng thẳm sâu mỗi người vẫn luôn mang trong mình dòng máu Lạc Hồng, khao khát tự do, hòa bình, nắm tay nhau đi trên những lối đi bình yên không tiếng súng.

Và tâm hồn của những nhà thơ luôn ngợi ca cuộc sống, ngợi ca con người nay bằng tình yêu văn học đã có những hành động, cử chỉ tích cực hơn. Nhiều lần có dịp trò chuyện với nhà thơ Võ Quê, tôi luôn nhận thấy ông là một người rất ôn hòa. Tôn trọng, yêu thương và thân thiện, đó là những gì tôi được biết về ông. Nói đến những điều trong quá khứ, ông rất tâm đắc cụm từ "tình tự dân tộc". Đã có lần ông đưa đoàn nghệ thuật Ca Huế sang biểu diễn ở đất Mỹ. Trước những sự bày tỏ lo lắng, e dè cho ông và đoàn, ông vẫn mỉm cười tự tin vì tin rằng con người Việt Nam dù bôn ba chân trời góc bể nào cũng giữ cho mình lòng nhân hậu, ông chỉ với một tấm lòng muốn giới thiệu nền nghệ thuật của quê hương xứ sở mình với bạn bè trên thế giới, với đồng bào mình đang sinh sống ly hương.

Nhờ tinh thần quảng giao rộng rãi của nhà thơ Võ Quê mà tôi có dịp tiếp cận với Tạp chí Ngôn Ngữ, từ đó biết đến nhà thơ Luân Hoán, chủ biên tờ tạp chí với sự cộng tác của nhiều tác giả tên tuổi trong và ngoài nước cách xa hơn nửa vòng trái đất. Tôi nghĩ điều đầu tiên về nhà thơ Luân Hoán chắc chắn rằng ông là một người rất yêu tiếng mẹ đẻ của mình, ngôn ngữ tiếng Việt mà nhạc sĩ Phạm Duy đã thao thiết tự hào: *"Tôi yêu tiếng nước tôi, từ khi mới ra đời người ơi. Mẹ hiền ru những câu xa vời. À à ơi tiếng ru xa vời"*. Hẳn rằng ông không thể quên những lời ru của mẹ, những phương ngữ của xứ Quảng nơi ông từng được sinh ra và lớn lên.

Một người yêu và say mê văn học, tôi nghĩ những điều đó chưa thật sự đủ để nói về ông mà phải nói rằng nhà thơ Luân Hoán là người kết nối đôi bờ văn học mới phải lẽ. Bởi những tuyển thơ, văn tập hợp nhiều tác giả của Nhà xuất bản Nhân Ảnh do nhóm Luân Hoán làm chủ biên đã là những gì thể hiện rõ nét nhất. Văn chương vượt lên tất cả những khoảng cách do con người vô tình hoặc cố ý tạo dựng. Năm tháng qua đi, đời người ai cũng có những lần bước trên những chênh vênh khúc khuỷu. Lợi và danh rồi cũng tàn phai. Chỉ có tình người là ở lại, cây đời mãi xanh tươi nếu hiện tại này ta biết chăm sóc nuôi dưỡng. *"Mỗi con người là một đài hoa/ Ta trân trọng đời nhau ta sống. Mỗi con người là một cung đàn/ Ta tìm đến đời nhau hy vọng"*. Đó là những câu thơ đầy tình của nhà thơ Võ Quê - người luôn quý trọng thơ và nhà thơ Luân Hoán.

Trang Thùy
Huế 28.3.2023

VÕ PHÚ
PHẢI CHI CÒN CON GÁI

Thủy ngồi nơi chiếc ghế dài, trong khuôn viên trường đại học cộng đồng mà nàng đang theo học. Thủy lấy sandwich từ trong túi ra ăn. Nàng vừa ăn vừa nhìn đàn vịt trời ngụp lặn trong hồ nước. Bây giờ là mùa Xuân, những con vịt và ngỗng trời tụ họp về đây sinh sống. Có lẽ nơi đây chúng được ăn những miếng bánh mì vụn mà các bạn sinh viên như Thủy thường cho, nên chúng rất dạn dĩ. Một vài con vịt thấy nàng lấy sandwich ra ăn, chúng đi lại gần, đưa mắt nhìn nàng và chờ đợi. Như một quán tính tự nhiên, nàng xé một miếng bánh sandwich nhỏ rồi ném cho chúng. Những con vịt khác thấy vậy cũng chạy tới. Trong chốc lát, miếng sandwich của nàng đã vơi đi hơn nửa. Thủy nói với chúng:

- Thôi, tao không cho tụi mày ăn nữa. Tao cũng đang đói đây. Tao ăn xong còn phải vào lớp. Hôm nào tao đem bánh mì lát không thịt sẽ cho tụi mày nhé.

Thủy cắn miếng sandwich, lơ đãng nhìn hồ nước. Một giọng nói bằng tiếng Anh từ phía sau lưng nàng, cất lên:

- Xin lỗi, tôi có thể ngồi đây được không?

Thủy xoay người lại nhìn. Một người thanh niên trẻ, độ chừng hai mươi, nhìn nàng chờ đợi. Nàng nhích người qua bên phải chiếc ghế dài và nói:

- Vâng, cậu cứ tự nhiên.

Người thanh niên ngồi xuống, lấy chai nước bên ba-lô ra đưa lên miệng uống. Anh ta nhìn Thủy hỏi:

- Nhìn cô giống như người Á Châu? Người Hoa?

Thủy mỉm cười, lắc đầu, trả lời bằng tiếng Việt:

- Không tui người Việt.

Người thanh niên mỉm cười, hỏi lại bằng tiếng Việt.

- Là người Việt luôn à? Sao chị biết tui là người Việt?

- Thì giọng nói của cậu. Việt Nam mới qua đúng không?

- Dạ. Mà sao chị biết? Em tên Tùng. Còn chị?

Người thanh niên chìa tay ra trước mặt Thủy và tự giới thiệu tên mình. Thủy bắt tay người thanh niên, cười và trả lời:

- Thì tui chỉ đoán vậy thôi. Tui tên Thủy.

- Chị Thủy học ở đây lâu chưa?

- Gần hai năm. Xong mùa này tui sẽ ra trường. Còn cậu?

- Dạ Tùng mới học mùa đầu. Em mới bên Việt Nam qua được hơn một năm. Em vừa đi làm vừa đi học.

- Ờ. Thôi tui không nói chuyện với cậu nữa. Giờ tui có lớp. Bye cậu nha.

- Dạ. Bye bye, chị!

Thủy đứng dậy, bỏ đi. Tùng nhìn theo Thủy cho đến khi dáng nàng khuất sau building của trường.

Mẹ, chị Hai và Tùng đến đất nước này hơn một năm nay do cha chàng bảo lãnh. Cũng như đa số người Việt khác khi đến đất nước này đều phải học thêm tiếng Anh. Sau vài tháng theo học tiếng Anh ở nhà thờ, Tùng được người quen giới thiệu vào làm ở một viện dưỡng lão với công việc đưa thức ăn đến phòng cho những người sinh sống nơi đó. Chàng làm việc từ ba giờ chiều đến chín giờ tối. Thời gian còn lại Tùng học thêm Anh Văn và ôn lại sách vở để thi vào trường đại học cộng đồng. Ước mơ của Tùng là vào đại học. Sau một năm chăm lo đèn sách, Tùng cũng được nhận vào trường đại học cộng đồng. Tùng dự tính sẽ học xong bằng associate rồi chuyển sang đại học để theo ngành kiến trúc.

Từ hôm gặp Thủy ở bờ hồ trước sân trường, Tùng thường đến đây để chờ nàng. Đã mấy tuần rồi nhưng Tùng chưa gặp lại Thủy. Tùng cảm thấy nhớ người con gái dáng người thon nhỏ với mái tóc dài chấm vai. Đang thả hồn mình thơ thẩn thì Thủy tới. Trên tay nàng cầm bịch bánh mì lát. Thấy Thủy, Tùng mở lời chào:

- Chào chị Thủy.

- Hello...

Thủy suy nghĩ. Tùng vội nhắc:

- Tùng... Em tên Tùng, cùng vần T với chị.

Thủy cười và lặp lại:

- Hello, Tùng. Khỏe không?

- Dạ khỏe. Hôm giờ đi học sao Tùng không thấy chị?

- Ờ... Con trai tui bị bịnh, nên tui nghỉ ở nhà mấy tuần nay.

Nghe Thủy nói con trai bệnh, Tùng lạnh lòng, im lặng. Tùng hơi ngỡ ngàng khi biết nàng có con. Rồi chàng ấp úng, hỏi:

- Rồi nó đã đỡ chưa?

- Cũng bớt rồi. Tội nghiệp thằng nhỏ sanh thiếu tháng, nên đau ốm miết.

- Ồ...

Thủy đổi đề tài, quay sang hỏi:

- Tùng học ở đây quen chưa?

- Dạ cũng tạm. Nhưng chưa có nhiều bạn bè gì, thấy hơi buồn.

- Ừa... Rồi cũng sẽ quen thôi.

- Hôm nay mấy giờ thì chị Thủy xong lớp?

- Bốn giờ rưỡi thì tui xong. Mà có chuyện chi không?

- À... Không gì, thì định mời chị Thủy chầu cà phê coi như làm quen.

- Cám ơn Tùng. Tui phải về lo cho con.

- Ờ... Vậy khi nào chị Thủy rảnh, cho Tùng biết. À, chị Thủy có thể cho Tùng xin số phone để liên lạc được không?

-oOo-

Cuối tháng Năm, Thủy tốt nghiệp trường đại học cộng đồng. Mùa Thu tới nàng sẽ chuyển qua đại học George Mason để học tiếp lấy bằng cử nhân kế toán. Ngày Thủy tốt nghiệp, Tùng đến dự lễ để chia vui cùng nàng. Hôm đó có má nàng và cậu con trai ba tuổi tên Alex của nàng cùng đến dự. Ở buổi lễ Tùng giúp Thủy chụp hình.

Trong lúc chờ đợi Thủy nhận bằng tốt nghiệp, Tùng nói chuyện với má của nàng. Qua tâm sự của bà, Tùng mới biết được Thủy và cậu bạn trai thời trung học có quan hệ tình ái. Biết nàng có thai, cậu bạn trai đã chối bỏ trách nhiệm và dọn đi tiểu bang khác. Để lại Thủy với cái bụng ngày một lớn. Khi biết bạn trai từ chối trách nhiệm, Thủy suy sụp tinh thần và đã uống thuốc Advil tự tử. Cũng may hôm đó bà đi làm về sớm nên phát hiện kịp thời đưa đến bệnh viện mới cứu được nàng. Tùng hỏi má Thủy:

- Còn bác trai đâu sao hôm nay cháu không thấy bác ấy tới dự lễ tốt nghiệp của chị Thủy vậy bác?

- Ba nó mất rồi.

- Ồ... Cháu xin lỗi bác.

- Không gì. Ổng mất cũng hơn chục năm rồi. Bị tai nạn xe. Ổng chết, hãng bảo hiểm có đền bù cho hai mẹ con tui một số tiền. Mà nói ngay ra, nhờ vậy mà má con tui cũng đỡ lo phần nào.

Má của Thủy đang kể chuyện cho tôi nghe thì thằng bé Alex làm nũng, kêu đói. Bà lấy trong giỏ ra hộp cheerios đưa cho thằng bé. Nó lấy bỏ vào miệng nhai. Tùng đưa tay ngoắt thằng bé, gọi nó:

- Alex, lại đây chơi với chú Tùng để bà ngoại nghỉ mệt chút.

Thằng bé đưa mắt nhìn Tùng rồi quay qua nhìn ngoại nó. Má Thủy gật đầu nói với Alex:

- Con lại chơi với chú Tùng đi, ngoại ẵm nãy giờ mỏi tay quá.

Thằng bé rụt rè đi tới bên Tùng. Tùng bế nó vào lòng. Hỏi thằng bé:

- Alex có thích ăn kem không?

Thằng bé ngơ ngác nhìn Tùng lắc đầu rồi lại gật đầu. Thấy vậy, Tùng nói tiếp:

- Hôm nào chú Tùng dắt Alex đi ăn kem nha?

Thằng bé gật đầu.

Sau buổi lễ tốt nghiệp ở trường, Tùng mời gia đình Thủy đi nhà hàng ăn trưa. Họ đến quán phở 75 ở đường Arlington để ăn. Ăn uống xong, má Thủy mời chàng đến nhà chơi. Rời quán phở, Tùng lái xe theo sau xe Thủy. Vừa lái xe chàng vừa suy nghĩ về Thủy, về gia đình nàng. Tự nhiên chàng cảm thấy thương Thủy, thương thằng bé Alex. Chừng hai mươi phút sau, họ cũng vừa tới nhà.

Đó là một căn nhà townhouse nhỏ hai phòng ở khu Annandale. Sau khi cho xe vào bãi đậu, Tùng chạy tới phụ Thủy giúp nàng bế thằng bé Alex ra xe và vào nhà. Căn nhà nhỏ, gọn. Chàng ngồi chơi nói chuyện cùng Thủy cho đến giờ chàng đi làm ở nhà dưỡng lão.

Kể từ hôm tốt nghiệp của Thủy, tình cảm của Tùng đối với nàng ngày một sâu đậm. Hôm sinh nhật thằng bé Alex bốn tuổi, Tùng mời hai mẹ con nàng đi chơi ở Chuck-E-Cheese. Nhìn Tùng và Alex chơi đùa với nhau, Thủy cảm thấy vui trong lòng. Trước khi đưa hai mẹ con Thủy vào nhà, Tùng nắm lấy tay Thủy, tỏ tình cùng nàng. Thủy nhẹ nhàng từ chối. Nàng nói với Tùng:

- Cám ơn Tùng đã dành tình cảm cho Thủy, cho Alex. Nhưng...

Tùng lấy tay che miệng Thủy lại và nói:

- Thủy không cần nói, Tùng hiểu Thủy định nói gì. Thủy không cần phải trả lời Tùng liền. Để thời gian sẽ trả lời nha Thủy?

Buổi tối hôm đó, Thủy không tài nào ngủ được. Nàng cứ xoay qua trở lại. Sáng hôm sau, trước khi đi học, nàng đem chuyện Tùng tỏ tình nói với bà Tâm.

- Má nè...

- Gì đó bây?

Thủy ấp úng...

- Má... Mà thôi...

- Có chuyện gì, bây nói đi sao ấp úng dị?

- Dạ... Má thấy Tùng ra sao?

- Thằng đó coi cũng được. Cũng đàng hoàng. Coi bộ nó thương mày với thằng Alex đó nha.

- Dạ. Hồi tối này Tùng có tỏ tình với con. Nhưng con thấy sao sao... Định từ chối, nhưng Tùng đã nói để thời gian sẽ trả lời cho con thấy.

- Má nói con nghe nè... Má biết con nghĩ gì. Nhưng tình cảm mà con. Nếu thấy thương nhau thì tiến tới. Thời gian không chờ đợi mãi đâu con. Nhất là con gái. Tuổi thanh xuân không đợi đâu con. Nhất là...

- Con biết. Con giờ đã có con. Con không dám nghĩ tới chuyện một người con trai tân như Tùng lại thương con. Với lại Tùng cũng nhỏ hơn con hai ba tuổi lận.

- Tuổi tác chỉ là con số thôi con. Nhưng ý con ra sao má cũng đều ủng hộ. Đừng suy nghĩ nhiều, cứ để chuyện gì tới thì nó sẽ tới thôi con.

- Dạ. Con cảm ơn má. Thôi má giúp con coi thằng Alex nha má. Con đi học xong rồi con qua tiệm nails cô Liễu làm luôn, má đừng đợi cơm con hôm nay.

- Ừa. Bây đi đi. Để thằng Alex cho tao lo.

- Dạ. Con đi nha má.

-oOo-

Một buổi tối cuối tuần, Thủy trang điểm nhẹ và ngồi đợi Tùng đến rước. Hôm nay là sinh nhật Tùng. Tùng mời Thủy đến nhà chàng để mừng sinh nhật chàng.

Sáu giờ chiều, Tùng lái xe đến trước cửa nhà. Thấy xe Tùng đến, Thủy vội xách hai giỏ quà ra và nói vọng vào trong:

- Má coi thằng Alex giùm con nha. Con đi sinh nhựt của Tùng chút rồi dìa.

- Ừa...

Thủy ra khỏi nhà và khóa cửa lại. Thấy Thủy loay hoay khóa cửa, Tùng chạy tới giúp Thủy xách giỏ quà. Tùng trách:

- Em mua quà cáp chi. Tới chơi là được rồi.

- Lần đầu Thủy qua nhà Tùng gặp hai bác và chị Hai nhưng đi tay không coi sao đặng. Với lại hôm nay là sinh nhật của Tùng mà.

- Ờ cũng phải héng. Lần đầu ra mắt nhà chồng.

- Chồng cái đầu của Tùng chứ chồng...

- Sao em cứ xưng tên với anh hoài vậy? Sao không gọi anh, xưng em cho dễ thương...

- Nhỏ hơn người ta mà cứ đòi làm anh...

- Thì tập lần đi... Gọi trước cho quen chứ vài tháng nữa là thành Mrs. Trần đó nha.

- Nói nhảm...

Nhà Tùng ở Springfield, cách nhà Thủy chừng hai mươi phút lái xe. Đó là một căn nhà trệt, ba phòng. Phía trước trồng rất nhiều hoa, nhất là hoa trà. Bây giờ là đầu mùa Thu, những bông hoa trà màu hồng phấn nở rực trước sân chen kẽ với hoa cúc Zinnia đầy màu sắc. Tùng tắt máy xe, đi vòng qua mở cửa cho Thủy. Hai người đi đến cửa, một người phụ nữ đứng tuổi với mái tóc ngắn điểm bạc, mở cửa ra đon đả chào:

- Con chắc là Thủy. Vô nhà đi con. Thằng Tùng nhà bác cứ nhắc đến con hoài.

- Dạ con chào bác. Con cám ơn bác.

Thủy đi theo mẹ Tùng vào nhà. Vừa vào nhà là phòng khách với bộ ghế sofa màu nhung đỏ. Đối diện là chiếc tivi lớn với bộ loa hai bên. Thủy thấy người đàn ông đang ngồi xem chương trình ca nhạc của trung tâm Asia. Nàng cúi đầu chào:

- Dạ con chào bác. Con tên Thủy.

- Vâng, chào cháu. Cháu ngồi chơi.

- Dạ con cám ơn bác. Để con xuống bếp phụ chị Tường Vi.

Mẹ Tùng nắm lấy tay Thủy, dắt tới chiếc ghế sofa bên cạnh và nói:

- Cháu cứ ngồi xuống nói chuyện với bác chút. Chuyện bếp núc đừng lo. Con Tường Vi nhà bác đã làm xong hết rồi.

Sau bữa cơm chị Tường Vi lấy cái bánh sinh nhật trong tủ lạnh ra và cả gia đình cùng hát mừng sinh nhật Tùng. Ăn bánh kem xong, Thủy phụ chị Tường Vi dọn dẹp và rửa chén. Hai người vừa làm việc vừa nói chuyện vui vẻ với nhau.

Ngồi nói chuyện với gia đình Tùng đến chín giờ tối thì Tùng cũng chở Thủy về nhà. Trên đường đi, Tùng nhìn qua Thủy rồi hỏi:

- Em thấy ba mẹ anh và chị Hai sao?

- Mọi người ai cũng dễ mến. Nhất là chị Tường Vi. Chị ấy xinh đẹp lại khéo nữa. Ai có phước lắm mới cưới được chị ấy làm vợ.

- Ờ... Ở nhà chỉ có hai chị em, nên chị Hai thương anh lắm.

- À mà chị Tường Vi năm nay bao nhiêu tuổi rồi hả Tùng? Sao chị ấy...

- Chưa có chồng? Chỉ hai lăm rồi. Chị ấy đang làm giấy bảo lãnh bạn trai chỉ qua đó. Chỉ chờ có quốc tịch Mỹ rồi mới tính. Còn một năm nữa là ba mẹ con anh đủ năm năm thi quốc tịch Mỹ rồi. Chị Hai tính từng ngày đó chứ.

- Ờ... Mà Tùng nè... Tùng có nói chuyện của mình cho gia đình Tùng biết chưa?

- Anh có nói rồi.

- Kể cả chuyện Thủy đã có Alex?

- À... Ờ... Chuyện đó...

Thấy Tùng ấp a ấp úng, Thủy im lặng. Tùng liếc nhìn qua Thủy rồi nói:

- Anh định sau sinh nhật mình sẽ nói cho cả nhà biết. Chị Hai thì anh nghĩ không thành vấn đề. Ba anh thì chắc cũng không sao. Anh chỉ sợ Mẹ anh thôi.

- Thủy hiểu mà...

Xe của Tùng cũng về đến nhà Thủy. Tùng mở cửa xe đưa nàng vào nhà. Cánh cửa vừa mở ra, chưa kịp cởi giày, Alex chạy lại ôm lấy Tùng và hỏi:

- Chú Tùng, chừng nào chú chở cháu đi chơi?

Thủy nhìn con rồi trả lời thay Tùng:

- Chú Tùng bận học, bận làm lắm. Khi nào rảnh chú sẽ chở Alex đi chơi, chịu không?

Alex nhìn Tùng, chờ đợi. Tùng nhìn thằng bé rồi nói:

- Hè tới chú sẽ dẫn Alex đi Kings Dominion chơi chịu không nè?

- Dạ chịu...

- Alex ngoan, đi ngủ nhé. Chú Tùng về đây.

Rồi Tùng nói vọng vào bên trong:

- Dạ, chào bác con về.

Thủy trả lời thay má:

- Chắc giờ này má ngủ rồi. Thôi Tùng về đi.

- Ừa. Vậy anh về nha. Về nhà anh sẽ gọi cho em.

- Dạ.

Tùng đi rồi, Thủy ngồi ở ghế sofa, bật tivi lên coi. Thủy nhìn qua Alex rồi giục con:

- Alex, tối rồi con đánh răng rửa mặt rồi đi ngủ.

- Con chưa buồn ngủ. Mai này Sunday mà mommy. Cho con chơi xíu nữa.

Thủy im lặng. Nàng coi tivi và chờ phone của Tùng gọi. Chờ đến khuya, nàng ngủ quên trên ghế sofa. Gần một giờ sáng Thủy giật mình bởi chuông điện thoại reng. Thủy cầm máy nghe. Bên kia đầu dây, Tùng thì thầm nho nhỏ:

- Em chưa ngủ?

- Mới vừa ngủ.

- Anh sorry. Lúc nãy về nhà cả nhà có nói chuyện. Anh cũng cho ba mẹ biết hết về chuyện của mình. Ba anh im lặng không nói gì. Chỉ có mẹ anh nói cả mấy tiếng đồng hồ.

- Bác gái không chấp nhận Thủy và Alex đúng không?

- Ừm... Ờ... Thì... đại khái như vậy.

- Thủy hiểu và biết mà. Thủy không trách bác. Nhưng còn ý Tùng thì sao?

- Mẹ nói sao kệ mẹ, nhưng anh yêu em. Anh sẽ không rời bỏ em. Dù mẹ không chấp nhận, anh cũng quyết định đến với em.

- Tùng nên suy nghĩ lại ý của bác gái.

- Tình cảm bốn năm qua của anh đối với em, với Alex em hiểu mà. Anh không thể sống thiếu em, Thủy à. Nếu mẹ không chịu, tụi mình sẽ đăng ký kết hôn rồi năm sau anh ra trường, có việc làm mình sẽ nói với mẹ. Anh nghĩ lúc đó mẹ sẽ chấp nhận thôi. Được không em?

Giọng nói của Tùng trầm ấm, thiết tha làm lòng Thủy rung động. Nàng thút thít trong điện thoại. Nàng nói:

- Em cám ơn anh. Nhưng anh cho em suy nghĩ vài tuần...

- Cũng được, nhưng em đừng suy nghĩ lâu quá nhé. Anh đã chờ gần bốn năm rồi...

- Thôi, anh đi ngủ đi. Em cũng đi ngủ đây. Bye anh nha.

- Ờ, em ngủ ngon. Sáng mai mình gặp nhau? Anh muốn chở hai mẹ con em đi Chuck-E-Cheese cho Alex chơi. Lâu rồi mình cũng chưa cho Alex đi chơi.

- Nhưng anh không học bài để thi sao?

- Không sao. Anh đã học xong rồi. Với lại chỉ còn vài lớp của major là xong.

- Dạ. Vậy anh ngủ ngon.

- Em ngủ ngon.

Nói chuyện với Tùng xong, Thủy tắt tivi, đi vô phòng đánh răng và chuẩn bị ngủ. Nằm trên giường Thủy lăn qua trở lại suy nghĩ về Tùng về khoảng thời gian bốn năm qua. Có nhiều lần Thủy đã nói lời chia tay với Tùng, nhưng tình cảm của nàng dành cho Tùng cũng sâu đậm như chàng dành cho nàng. Thủy suy nghĩ và nói thầm phải chi mình còn con gái?

Võ Phú

tháng tư nối tiếp tháng ba
tháng năm, tháng sáu... cũng là tháng tư
những gì thiếu, những chi dư
chắc cần phải hỏi người mù xem voi
trong bảo tàng, ngoài tượng đài
văn minh nghệ thuật rặt nòi chiến tranh |Lhoán

NGỰ THUYẾT
NGHỊCH LÝ

Phong trào Thơ Mới (1932-1945) là một hiện tượng, một trỗi dậy, một cách mạng thi ca vô cùng mãnh liệt, vô cùng ngoạn mục, trong lịch sử văn học Việt Nam.

Phong trào Thơ Mới, theo tôi, đã để lại một số thi sĩ có thể chịu đựng được thử thách của thời gian trong đó có Hàn Mặc Tử, Xuân Diệu, Huy Cận, và Nguyễn Bính. Sau 1945, Hàn Mặc Tử đã qua đời, Nguyễn Bính viết ít, ba nhà thơ cũng thuộc phong trào Thơ Mới là Vũ Hoàng Chương, Chế Lan Viên, và Đinh Hùng đã cùng với Xuân Diệu và Huy Cận đi trên những con đường riêng biệt thật dài của mình, cho dù Xuân Diệu và Huy Cận nặng về tuyên truyền nên nhiều tác phẩm về sau của họ có sút kém về mặt nghệ thuật.

Trong bài viết này tôi chỉ nêu lên một vài khía cạnh về thơ của Xuân Diệu và Huy Cận trong giai đoạn phong trào Thơ Mới. Họ là những nhà thơ lớn, một bài viết ngắn không thể có cái nhìn bao quát vào những sự nghiệp lớn lao của họ.

Xuân Diệu thường băn khoăn trước thời gian. Thời gian trôi nhanh, tuổi trẻ chóng tàn, nhà thơ đâm ra hoảng hốt. Bài thơ *Vội Vàng* là tiếng kêu thảng thốt, quay quắt của thân phận con người ngắn ngủi trước thời gian vô cùng vô tận:

> *Tháng giêng ngon như một cặp môi gần*
> *Tôi sung sướng nhưng vội vàng một nửa*
> *Tôi không chờ nắng hạ mới hoài xuân*
> *Xuân đang tới nghĩa là xuân đang qua*
> *Xuân còn non nghĩa là xuân sẽ già*
> *Mà xuân hết nghĩa là tôi cũng mất*
> *Lòng tôi rộng nhưng lượng trời cứ chật*
> *Không cho dài thời trẻ của nhân gian*
> *Nói làm chi rằng xuân vẫn tuần hoàn*
> *Nếu tuổi trẻ chẳng hai lần thắm lại*

Còn trời đất nhưng chẳng còn tôi mãi
Nên bâng khuâng tôi tiếc cả đất trời
Mùi tháng năm đều rớm vị chia phôi
Khắp sông núi vẫn than thầm tiễn biệt
(Vội Vàng)

Trong một bài thơ khác, nỗi băn khoăn, lo âu đó cũng không kém phần da diết:

Mau với chứ vội vàng lên với chứ
Em em ơi tình non sắp già rồi
Con chim hồng trái tim nhỏ của tôi
Mau với chứ thời gian không đứng đợi
Tình thổi gió màu yêu lên phấp phới
Nhưng đôi ngày tình mới đã thành xưa
Nắng mọc chưa tin hoa rụng không ngờ
Tình yêu đến tình yêu đi ai biết
Trong gặp gỡ đã có mầm ly biệt
(Giục Giã)

Nhà thơ tiếc ngẩn ngơ từng giây phút gặp gỡ, từng cái nhìn *ướm thử*, từng lúc đứng *chờ ngây*. Và mong thời gian ngừng trôi, đừng vội *đi làm quá khứ*:

Trời xuân thế hàng cây thơ biết mấy
Vườn non sao đường cỏ mộng bao nhiêu
Khi Phạm Thái gặp Quỳnh Như thuở ấy
Khi chàng Kim vừa được thấy nàng Kiều

Hỡi năm tháng vội đi làm quá khứ
Trở về đây và đem trở về đây
Rượu nơi mắt với khi nhìn ướm thử
Gấm trong lòng và khi đứng chờ ngây[1]

---

[1] Bài thơ *Le Lac* của nhà thơ lãng mạn Pháp Lamartine (1790 - 1869) có những câu:

Ô temps! Suspends ton vol, et vous, heures propices!
Suspendez votre cours:
Laissez – nous savourer les rapides délices
Des plus beaux de nos jours!

Tạm dịch:
Hỡi thời gian! Hãy ngừng trôi, và những giờ khắc êm đềm!
Hãy đứng lại:
Hãy để cho chúng tôi được tận hưởng niềm vui ngắn ngủi
Của những ngày đẹp nhất trong đời!

Nhưng thơ Huy Cận là thơ của không gian. Không gian mênh mông, trống trải, lạnh lùng, bàng bạc. Trong không gian đó, con người biến thành nhỏ nhoi, lẻ loi, lạc lõng. Mưa đêm, trong căn phòng ấm áp, người ta có cái thú lắng nghe mưa rơi ngoài kia khi chờ giấc ngủ tới. Mưa khác nào tiếng ru. Nhưng trong đêm mưa, Huy Cận nhớ không gian, trằn trọc lắng nghe trong tâm tư, trong liên tưởng những *bước chân xa vắng lẻ loi trên những dặm mòn*. Những bước chân của ai vậy? Của những người lỡ độ đường, những người nghèo khổ, cô đơn, không nhà lầm lũi đi trong đêm tối bao la. Và có lẽ của cả những người hoạt động cách mạng trốn tránh trong đêm khuya, hay như nhân vật Dũng trong *Đôi Bạn* của Nhất Linh tìm cách vượt qua Tàu, nhìn *"về phía bên kia cánh đồng, ánh đèn nhà ai mới thắp, yếu ớt trong sương, trông như một nỗi nhớ xa xôi đương mờ dần ..."*

> *Đêm mưa làm nhớ không gian*
> *Lòng run thêm lạnh nỗi hàn bao la*
> *Tai nương nước giọt mái nhà*
> *Nghe trời nằng nặng nghe ta buồn buồn*
> *Nghe đi rời rạc trong hồn*
> *Những chân xa vắng dặm mòn lẻ loi*
> *Rơi rơi dìu dịu rơi rơi*
> *Trăm muôn giọt nhẹ nối lời vu vơ*
> *Tương tư hướng lạc phương mờ*
> *Trở nghiêng gối mộng hững hờ nằm nghe*
> *Gió về lòng rộng không che*
> *Hơi may hiu hắt bốn bề tâm tư*
>
> (Buồn Đêm Mưa)

Không gian tràn ngập trong bài thơ *Tràng Giang* nổi tiếng. Bài thơ gồm có 4 khổ. Khổ thơ đầu là cảm xúc trước cảnh chia lìa *sầu trăm ngả*. Sầu dâng như sóng trùng điệp. Khổ thơ cuối là hình ảnh con chim đuối sức – hay thi nhân -- muốn nhẹ cánh bay về tổ ấm. *Chim nghiêng cánh nhỏ bóng chiều sa*. Hai khổ giữa là không gian. Không gian bao la, bát ngát – *làng xa, trời lên sâu chót vót, sông dài không một chuyến đò ngang, bờ xanh tiếp bãi vàng*. Không gian gieo vào lòng người nỗi hoang mang, nếu không muốn nói là khiếp sợ. Con người bỗng cảm thấy như bèo giạt không biết trôi về đâu, không tìm được *chút niềm thân mật:*

> *Sóng gợn tràng giang buồn điệp điệp*
> *Con thuyền xuôi mái nước song song*
> *Thuyền về nước lại sầu trăm ngả*
> *Củi một cành khô lạc mấy dòng*

Lơ thơ cồn nhỏ gió đìu hiu
Đâu tiếng làng xa vãn chợ chiều
Nắng xuống trời lên sâu chót vót
Sông dài trời rộng bến cô liêu

Bèo giạt về đâu hàng nối hàng
Mênh mông không một chuyến đò ngang
Không cầu gợi chút niềm thân mật
Lặng lẽ bờ xanh tiếp bãi vàng

Lớp lớp mây cao đùn núi bạc
Chim nghiêng cánh nhỏ bóng chiều sa
Lòng quê dờn dợn vời con nước
Không khói hoàng hôn cũng nhớ nhà.

(Tràng Giang)

Mặt khác, Xuân Diệu vẫn được xem như nhà thơ của tuổi trẻ, của tình yêu, với những ý tưởng táo bạo rất Tây phương, với lối diễn đạt chịu ảnh hưởng khá rõ ràng từ thi ca của Pháp. Chẳng hạn sự hòa điệu nhịp nhàng trong thiên nhiên được Xuân Diệu mô tả rất linh động, rất mới mẻ:

Một tối bầu trời đắm sắc mây
Cây tìm nghiêng xuống cánh hoa gầy
Hoa nghiêng xuống cỏ trong khi cỏ
Nghiêng xuống làn rêu một tối đầy[2]

(Với Bàn Tay Ấy)

Huy Cận, trái lại, là nỗi buồn xa xôi, mênh mang -- *Một chiếc linh hồn nhỏ/Mang mang thiên cổ sầu* -- nỗi buồn Đông Phương thường gặp trong nhiều bài thơ Đường. Lẫn trong thơ, rất nhiều khoảng trống và lạnh:

Buồn gieo theo gió ven hồ
Đèo cao quán chật bên đò lau thưa
Đồn xa quằn quại bóng cờ
Phất phơ buồn tự thời xưa thổi về

(Chiều Xưa)

---

[2] Văn hào Chateaubriand (1768 - 1848) người dẫn đầu trào lưu lãng mạn Pháp đầu thế kỷ 19, trong *Le génie du christianisme,* có đoạn nói đến sự hòa điệu đó: Khi ngàn cây đâm bông thì hàng ngàn con chim khởi sự làm tổ. Toán này bay đi nhặt cánh hoa rơi, toán kia chiếc lá rụng. Lại có con tha về những nhúm lông mà đàn cừu bỏ sót trên nhành gai. Nhưng những nhà thơ, nhà văn Pháp mà Xuân Diệu chịu ảnh hưởng nhiều, theo Hoài Thanh trong Thi Nhân Việt Nam, là Baudelaire, de Noailles, và Gide.

Tả mùa thu, Xuân Diệu đi vào nhiều chi tiết nhỏ cụ thể và rất nên thơ. Chữ dùng mạnh mẽ, kết cấu chặt chẽ. Và cũng không quên nhắc tới thời gian, *chiều lỡ thì, mới tạnh mưa trưa chiều đã tà.* Một mùa thu linh động, tươi thắm:

> *Nõn nà sương ngọc quanh thềm đậu*
> *Nắng nhỏ bâng khuâng chiều lỡ thì*
> *Hư vô bóng khói trên đầu hạnh*
> *Cành biếc run run chân ý nhi*
>
> *Gió thầm mây lặng dáng thu xa*
> *Mới tạnh mưa trưa chiều đã tà*
> *Buồn ở sông xanh nghe đã lại*
> *Mơ hồ trong một tiếng chim qua*
>
> *Bên cửa ngừng kim thêu bức gấm*
> *Hây hây thục nữ mắt như thuyền*
> *Gió thu hoa cúc vàng lưng giậu*
> *Sắc mạnh huy hoàng áo trạng nguyên*
>
> (Thu)

Thu của Huy Cận thì mơ màng, *buồn bã, lạnh lùng, hiu quạnh, tiêu điều.* Và thu dàn trải khắp nơi, trên không gian buồn bã, dưới mây bay lũng thấp, ở mặt đất thì con đường rừng lẫn trong sương mù che hết gót con nai. Không một lời nhắc đến thời gian:

> *Bỗng dưng buồn bã không gian*
> *Mây bay lũng thấp giăng màn âm u*
> *Nai cao gót lẫn trong mù*[3]
> *Xuống rừng nẻo thuộc nhìn thu mới về*
> *Sắc trời trôi nhạt dưới khe*
> *Chim đi lá rụng cành nghe lạnh lùng*
> *Sầu thu lên vút song song*
> *Với cây hiu quạnh với lòng quạnh hiu*
> *Non xanh ngây cả buồn chiều*
> *Nhân gian e cũng tiêu điều dưới kia.*
>
> (Thu Rừng)

*

---

[3] Trong *Đi Vào Cõi Thơ*, Bùi Giáng cho rằng gót con nai cao, và ngắt câu thơ thành: *Nai cao gót, lẫn trong mù.* Tôi nghĩ khác: Sương mù xuống đầy, che kín đến gót con nai. Vẫn thấy nai nhưng không thấy chân nai.

Hai nhà thơ, như đã nêu trên, có nhiều nét dị biệt, nhất là những gì liên quan đến yếu tố không gain và thời gian. Điều đó có lẽ nhiều người đã nhất trí. Tuy nhiên còn có vấn đề khác có thể gây tranh luận.

Xuân Diệu, thường được tôn là nhà thơ của Tuổi Trẻ, của Tình Ái, và rất Tây. Thế nhưng, ngoại trừ bài thơ *Xa Cách*, hầu hết những bài thơ khác khi nói đến tình yêu trai gái đều khá nghiêm túc, đứng đắn, so đo, hoặc e dè. Không những thế, Xuân Diệu có vẻ muốn tránh chuyện *ca tụng thân xác*, để dùng chữ của GS Nguyễn Văn Trung.

Yêu, thì không dám "xáp lại gần" dù hợp với nhau *như một cặp vần*:

> *Con đường nho nhỏ gió xiêu xiêu*
> *Lả lả cành hoang nắng trở chiều*
> *Buổi ấy lòng ta nghe ý bạn*
> *Lần đầu rung động nỗi thương yêu*
>
> *Em bước điềm nhiên không vướng chân*
> *Anh đi lững thững chẳng theo gần*
> *Vô tâm – Nhưng giữa bài thơ dịu*
> *Anh với em như một cặp vần*
>
> (Thơ Duyên)

Lại so đo tính toán "cho và nhận":

> *Yêu là chết ở trong lòng một ít*[4]
> *Vì mấy khi yêu mà chắc được yêu*
> *Cho rất nhiều nhưng nhận chẳng bao nhiêu*
> *Người ta phụ hoặc thờ ơ chẳng biết.*
>
> (Yêu)

Và để hồn bay theo mây gió. Thì làm sao chạm được nhan sắc của người đẹp:

> *Làm sao cắt nghĩa được tình yêu*
> *Có nghĩa gì đâu một buổi chiều*
> *Nó chiếm hồn ta bằng nắng nhạt*
> *Bằng mây nhè nhẹ gió hiu hiu*
>
> (Vì Sao)

Trong tương tư, thương nhớ, cũng khá khuôn sáo, ước lệ:

> *Hôm nay lạnh mặt trời đi ngủ sớm*
> *Anh nhớ em em hỡi anh nhớ em*
> *...*

---

[4] Nhà thơ Pháp Edmond Haraucourt (1856 - 1941) có bài thơ nhan đề: *Partir, c'est mourir un peu.* (Tạm dịch: Ra đi là chết một ít.)

Thôi hết rồi còn chi nữa đâu em
Thôi hết rồi gió gác với trăng thêm
Với sương lá rụng trên đầu gần gũi
Thôi đã hết hờn ghen và giận dỗi
Được giận hờn nhau sung sướng bao nhiêu
Anh một mình nghe tất cả buổi chiều
Vào chầm chậm ở trong hồn hiu quạnh
Anh nhớ tiếng. Anh nhớ hình. Anh nhớ ảnh
Anh nhớ em anh nhớ lắm em ơi[5]
(Tương Tư Chiều)

Nhưng trong thơ tình của Huy Cận, người đẹp hiện lên ngồn ngộn, quyến rũ. Đây, em tôi *má tròn, trán vừa cao, ngực trắng, hàm răng lựu, mắt rượu, tóc hương, và cặp đùi tròn như cột:*

Ai biết em tôi ở chốn nào
Má tròn đương nụ trán vừa cao
Tiếng mùa về gọi lòng em dậy
Lơ đãng lòng tôi chẳng kịp rào

Ai biết người yêu nhỏ của tôi
Người yêu nho nhỏ trốn đâu rồi
Bảo giùm với nhé em tôi đó
Tròn trĩnh xinh như một quả đồi

Ngực trắng giòn như một trái rừng
Mắt thì bằng rượu tóc bằng hương
Miệng cười bừng nở hàm răng lựu
Sáng cả trời xanh mấy dặm đường

Anh khắp rừng cao xuống lũng sâu
Tìm em đi hái lộc xanh đầu
Trồng đâu chân đẹp tròn như cột
Em đẹp son ngời như cổ lâu
(Hồn Xuân)

---

[5] Bài thơ *Tương Tư Chiều* có những câu hay. Nhưng để diễn tả nỗi nhớ mà cứ lặp đi lặp lại *Anh nhớ em* thì quả là gượng gạo, và vụng về. Lời nói vừa phát ra là mất tất cả hàm ý, con chữ vừa rời ngòi bút là chết đứng. Nói cách khác, đấy không phải là ngôn ngữ thơ. Kim nhớ Kiều tha thiết bồi hồi tuy không hề nhắc đến chữ nhớ: *Dường như bên chái bên thềm/ Tiếng Kiều đồng vọng bóng xiêm mơ màng.* Nỗi nhớ trong *Chinh Phụ Ngâm* nhiều lúc thể hiện qua hình ảnh chốn gặp gỡ cũ: *Tìm chàng thuở Dương Đài lối cũ/ Gặp chàng nơi Tương Phố bến xưa.* Nhà thơ Phạm Tiến Duật muốn xua đi nỗi nhớ – tự đánh lừa mình -- nhưng đã làm tăng nỗi nhớ lên bội phần: *Anh lên xe trời đổ cơn mưa/ Cái gạt nước xua tan nỗi nhớ.*

Trong *Áo Trắng*, nhiều câu thơ thật trong sáng, thật đẹp để tả người đẹp rất tỉ mỉ: đẹp từ con mắt, gót chân, bàn tay, ngón tay, đôi má, làn tóc, tà áo, lẫn lời ăn tiếng nói. Cái trong sáng diễm ảo đó còn được thiên nhiên phụ họa bằng gió biếc, nắng thơ, lá nhỏ:

> *Áo trắng đơn sơ mộng trắng trong*
> *Hôm xưa em đến mắt như lòng*
> *Nở bừng ánh sáng. Em đi đến*
> *Gót ngọc dồn hương bước tỏa hồng*
>
> *Em đẹp bàn tay ngón ngón thon*
> *Em duyên đôi má nắng hoe tròn*
> *Em lùa gió biếc vào trong tóc*
> *Thổi lại phòng anh cả núi non*
>
> *Em nói anh nghe tiếng lẫn lời*
> *Hồn em anh thở ở trong hơi*
> *Nắng thơ dệt sáng trên tà áo*
> *Lá nhỏ mừng vui phất cửa ngoài*
>
> *Đôi lứa thần tiên suốt một ngày*
> *Em ban hạnh phúc chứa đầy tay*
> *Dịu dàng áo trắng trong như suối*
> *Tỏa phất đôi hồn cánh mộng bay*
>
> (Áo Trắng)

Và thật bất ngờ, câu thứ hai trong khổ thơ cuối cùng khiến người đọc bỡ ngỡ: *Em ban hạnh phúc chứa đầy tay*. Là gì? Nhà thơ không chịu nói rõ nhưng người đọc có thể đoán. Đầy tay? Tay của ai? Chắc không phải của em, thì của anh vậy. Làm ta nhớ đến hai câu trong bài thơ *Thiếu Nữ Ngủ Ngày* của Hồ Xuân Hương: *Đôi gò Bồng Đảo hương còn ngậm/ Một lạch Đào Nguyên suối chửa thông*.

Bài *Ngậm Ngùi*, cũng thế, cũng khiến nhiều câu hỏi được nêu lên. Có người bảo rằng cái tình huống được mô tả trong bài thơ thì đơn giản thôi: Huy Cận có người em gái chết sớm. Một buổi chiều nhà thơ tìm thăm mộ em trong vườn hoang, và ngậm ngùi tưởng nhớ. Thực hư thế nào không rõ, nhưng căn cứ vào văn bản người đọc có thể nghĩ khác. Bài thơ là tiếng thở dài ảo não ngậm ngùi của chàng đối với nàng:

> *Nắng chia nửa bãi chiều rồi*
> *Vườn hoang trinh nữ xếp đôi lá rầu*
> *Sợi buồn con nhện giăng mau*
> *Em ơi hãy ngủ anh hầu quạt đây*
> *Lòng anh mở với quạt này*
> *Trăm con chim mộng về bay đầu giường*
> *Ngủ đi em mộng bình thường*

Ru em sẵn tiếng thùy dương mấy bờ
Cây dài bóng xế ngẩn ngơ
Hồn em đã chín mấy mùa thương đau
Tay anh em hãy tựa đầu
Cho anh nghe nặng trái sầu rụng rơi.

(Ngậm Ngùi)

Một cặp tình nhân dìu nhau vào một vườn hoang một buổi xế chiều. Vườn có nhiều loại cỏ người Huế gọi là cỏ hổ ngươi, nghĩa là cỏ biết hổ thẹn, lá lớn bằng hai ngón tay, bị chạm vào, hai cánh sẽ khép nép xếp lại, và cành rũ xuống đến tận đất. Tiếng văn chương gọi là cỏ trinh nữ. Thế thì trong câu thơ *Vườn hoang trinh nữ xếp đôi lá rầu*, ta phải hiểu đấy là cỏ trinh nữ hay người trinh nữ? Nhưng tại sao người nam vỗ về "ru em ngủ" vào thời điểm bất thường như thế? Không phải là giấc ngủ nướng vào buổi sáng, hay giấc ngủ trưa ngắn ngủi, hay giấc tối như thói thường, mà lại là ngủ nơi vườn hoang lúc xế chiều để cho chàng nằm đưa tay cho nàng tựa đầu vào, và chàng lắng nghe tiếng sầu rụng xuống như tiếng thổn thức tiếc thương cho một cái gì quý giá vừa bị mất đi nơi người trinh nữ. Cho nên lời ru dù tha thiết, êm ái, lẫn năn nỉ đến đâu cũng không thể đem lại sự bình yên trong lòng người nữ. Phải trông chờ cả tiếng ru của hàng thùy dương:

Ngủ đi em mộng bình thường
Ru em sẵn tiếng thùy dương mấy bờ
Cây dài bóng xế ngẩn ngơ
Hồn em đã chín mấy mùa thương đau

Hai thi sĩ cùng sinh ra từ quê hương Hà Tĩnh, lại là bạn chí cốt của nhau suốt đời, đã từng sống cạnh nhau trong một thời gian khá dài, và mỗi người tiến xa trên con đường nghệ thuật riêng biệt của mình. Đấy là điều hiếm thấy. Nhưng điều này quả là nghịch lý. Xuân Diệu được mệnh danh là nhà thơ mới nhất của phong trào Thơ Mới, nhà thơ của tuổi trẻ và tình yêu, nhưng lắm khi lơ đãng trước nhan sắc người đẹp, trong khi Huy Cận, hiện thân của nỗi buồn Đông Phương muôn thuở, lại vô cùng sôi nổi, âu yếm, sâu sắc, và rất cụ thể, rất chi tiết trong mô tả tình yêu nam nữ./.

Ngự Thuyết
2/2023

LETAMANH
Ước Mơ Thành Sự Thật!
Sự Thật Thành Ước Mơ!

Cho đến nay, như ta được biết, vũ trụ có hàng hà sa số thiên hà đang di chuyển và rất sinh động. Một trong số thiên hà đó, có hệ thống mặt trời và chín hành tinh quay quanh mặt trời. Quả đất là một trong chín hành tinh, có trục xoay lệch duy nhất và mang sự sống!

Quả đất của chúng ta hiện đang sống là một hiện tượng kỳ bí vô cùng. Sự sống có được cũng là hiện tượng vô cùng huyền nhiệm và được giải thích bằng nhiều giả thuyết khoa học hay huyền bí về sự hình thành ra nó! Thể chất của quả đất cũng mang nhiều bí mật và kỳ lạ. Từ thể rắn, thể lỏng, thể khí đều đa dạng phù hợp cho sự sinh sôi nẩy nở của muôn loài.

Trong khuôn khổ bài này, người viết chỉ muốn nói đến trong muôn loài sinh vật đang được sống trên quả địa cầu kể cả loài người! Chúng ta thử xem những sinh vật đơn bào và đa bào, từ nhỏ nhất, đơn giản nhất như Virus, đến những sinh vật khổng lồ là những khủng long... Nếu hình dung về trừu tượng hay khoa học, cũng thấy hàng hà sa số câu hỏi về nguyên ủy tạo hóa!

Nhưng tại sao trong hàng hà sa số loài vật nhuyễn thể, giáp xác, có xương sống... tính từ khai thiên lập địa bao nhiêu triệu năm, vẫn chỉ biết tìm thức ăn cho sự sống, trừ loài người? Loài người (thuyết tiến hóa) đã biến dạng hình hài theo thời gian, hái lượm thức ăn, săn bắt... đến khai hóa văn minh, với bộ óc vô cùng phức tạp thông minh sáng tạo: Bộ óc của loài người, nếu chúng ta phân tích theo huyền thoại hay theo khoa học hiện đại đều có chung một ý: BỘ ÓC MANG ƯỚC MƠ SIÊU ĐẲNG!

ƯỚC MƠ THÀNH SỰ THẬT

Con người thoát thai từ thuở sơ khai, đã biết xoay xở thích ứng với cuộc sống và luôn tìm kiếm những phát minh để từng bước tiến đến một nền văn minh vô cùng tốt đẹp ngày nay. Từ ước mơ nơi cư ngụ ấm áp trong hang tiến đến những lâu đài tráng lệ, từ trong hang lạnh giá đến tìm ra lửa sưởi ấm mùa đông, từ tìm ra công dụng chuyển động vòng tròn của bánh xe, từ phát minh dòng điện và bóng đèn... đến hằng hà phát minh khác! Ngày nay con người còn ước mơ sinh sống trên các hành tinh ngoài trái đất và đang thâu ngắn phép lạ của khoa học, kỹ thuật không gian, ứng dụng kỹ thuật số (digital number)! Về xã hội: loài người, xuyên qua từng năm tháng đến mấy ngàn năm, bộ óc con người đã trở thành siêu đẳng! Những ước mơ về vật chất đã tiến xa, văn minh mọi thứ đã song hành với ước mơ về tinh thần: giải thoát con người khỏi chế độ hà khắc, áp bức, phong kiến, bóc lột, hủ bại, độc tài khát máu... nhằm đem lại tự do, độc lập, dân chủ "của dân, do dân và vì dân"!

Từ đó sinh ra những tư tưởng luôn ước mơ một tương lai con người có được an cư, an lành, ấm no, hạnh phúc dưới thể chế dân chủ, và phục vụ lợi ích cho từng cá nhân trong cộng đồng nhân loại. Các nhà tư tưởng đã đem hết tâm trí viết nên những lý thuyết tưởng là đầy tham vọng, ước mơ tưởng là hoang tưởng đã trở thành thực tế! Trên thế giới ngày nay, những ước mơ ấy đã từng bước biến thành sự thật, tuy vẫn còn phải cần nhiều ước mơ nữa để hoàn chỉnh!

Hiện tại, chúng ta đang sống trong bầu trời rộng mở. Xã hội lạc hậu từng bước bị đẩy lùi vào bóng tối, con người được khai phóng... Có rất nhiều quốc gia đã thực sự được tự do, no ấm, an lạc; chính quyền cai trị do dân bầu, ý dân được tôn trọng. Nhưng cũng rất nhiều quốc gia vẫn còn đang trong ước mơ để có được như thế! Những quốc gia đã biến ước mơ thành sự thật hay gần thành sự thật trên thế giới có rất nhiều. Cụ thể như các nước Hoa Kỳ, Âu Châu, Úc... Chính quyền và toàn dân của các nước đó, họ luôn ước mơ, kỳ vọng hoàn chỉnh những phát minh quy luật phục vụ con người đến bến bờ tự do, hạnh phúc và vui sống! Ước mơ của họ không chấm dứt và **chắc chắn sẽ trở thành sự thật!**

SỰ THẬT THÀNH ƯỚC MƠ

Tuy nhiên, chúng ta cũng thấy những bánh xe thời gian bị con người cố tình quay ngược! Tham vọng bầy đàn, đảng phái, muốn cai trị vĩnh viễn, muốn toàn thể mọi người trở thành những robo, những con cừu chỉ biết tuân lệnh và ngoan ngoản. Một thời hoang tưởng của lý thuyết do Karl Marx đã biến đổi SỰ THẬT THÀNH ƯỚC MƠ! Trước khi có chủ nghĩa Cộng Sản, con người trên thế giới đã và đang tiến dần đã loại trừ các rác rưởi của thù hận, của giai cấp, của bất công... để từng bước hoàn chỉnh giấc mơ mọi người được tự do, no ấm hạnh phúc và phú cường trên trái đất!

"Cuộc cách mạng vô sản" hay "chuyên chính vô sản" đã lôi ngược dòng lịch sử trở về với đói nghèo, bần cùng hóa toàn thể mọi người; chỉ phục vụ cho giai cấp cai trị (đảng cộng sản). Các quyền đã có như sở hữu đất đai, quyền tự do khai thác và sản xuất, sự thật đã có một xã hội tương đối dân chủ và mưu cầu tự do... bỗng nhiên bị trì kéo sụp đổ!

Tại sao phải lôi kéo con người vào mê hồn trận "đấu tranh giai cấp", cào bằng từ vật chất đến tinh thần; biến xã hội từ phồn vinh no ấm trở thành đói nghèo, trở nên ngu đần sợ hãi! Hơn thế nữa, giai cấp cai trị trong các nước "Cộng Sản, Xã Hội Chủ Nghĩa", đã cố tình đàn áp người dân bằng chế độ "liên đới trách nhiệm" về hành động cá nhân với ba đời trong họ tộc. Họ xóa đi các di tích lịch sử không phù hợp với "cái gọi là xã hội chủ nghĩa", để về lâu về dài, người dân chỉ biết định hướng một đường đi là ngoan ngoãn tuân theo những gì Đảng chỉ bảo và triệt để thi hành! Người dân của các nước đó đã biến dạng từ người bình thường trở thành người "nô lệ"! Những sự thật trước kia, người dân được hưởng, được tự do sống trên tài sản và trí sáng tạo thì bỗng chốc bị tước bỏ thê thảm! Để rồi họ phải sống trong những **"ước mơ!"**

Bằng chứng cụ thể là: Nhân dân trong chế độ Cộng Sản, Xã Hội Chủ Nghĩa đang sống trong ước mơ! Họ mơ được giải phóng khỏi ách độc tài, mơ được thoát ra khỏi nền giáo dục phản dân chủ, mơ được tự do, mơ được sống an lành, mơ con cái được học tập trong môi trường thật sự trí thức (không bị nhồi sọ)... Thật ra những điều đó, trước kia họ đã từng sống đã từng được hưởng! Bây giờ những SỰ THẬT ấy đã biến thành GIẤC MƠ!

Ngay cả những cốt cán lãnh đạo Đảng và nhà nước cũng đang ƯỚC MƠ cho con học hành ở các nước dân chủ để mai sau họ sẽ có SỰ THẬT là được hưởng an nhàn tự do trong thiên đường khác với nơi họ đang đàn áp con dân đất nước họ! Nhưng họ lại bắt toàn thể mọi người trong nước phải BIẾN SỰ THẬT đã có trước đây THÀNH ƯỚC MƠ! Biết bao giờ Việt Nam trở về với dòng văn minh nhân loại đang tuôn chảy để có những **ƯỚC MƠ THÀNH SỰ THẬT** như đã từng được sống trước kia!

letamanh

NGUYỄN VIẾT KIM
NGƯỜI CHA CỦA KHOA HỌC HỎA TIỄN

LTS: Người viết bài này tốt nghiệp đại học kỹ thuật Stuttgart - Technische Hochschule Stuttgart, làm việc trong định chế nghiên cứu tự động hóa (Institut fuer Automatisierungstechnik), sang Hoa Kỳ tốt nghiệp đại học Maryland, là nhân viên khoa học của cơ quan hàng không và không gian quốc gia từ 1985 đến khi hưu trí vào năm 2008. Đã được dự buổi hội luận, nghe di chúc khoa học của tiến sĩ Wernher von Braun tại Stuttgart

Năm 1962, sau những tụt hậu của Hoa Kỳ đối với những tiến bộ của Liên Bang Xô Viết (Liên Xô), điển hình như Yuri Gagarin là phi hành gia Nga đầu tiên bay trên quỹ đạo, quanh quả đất vào April 12, 1961. John Glenn cần 10 tháng sau vào Feb 20, 1962 mới là phi hành gia Mỹ, bay trên quỹ đạo quanh Quả Đất.

Ông đã được đón như một anh hùng với diễn hành bông giấy tại đại lộ số 5 tại thành phố Nữu Ước.

- Tổng thống Ngô Đình Diệm (năm 1957) cũng có vinh dự đó khi viếng thăm Hoa Kỳ, lúc đó đại sứ là ông Trần Văn Chương, thân phụ bà Ngô Đình Nhu (Trần Lệ Xuân), tùy viên quân sự là trung tá Nguyễn Ngọc Khôi (thân phụ của giáo sư Nguyễn Lâm KimOanh). Tổng thống Mỹ là Eisenhower, ngoại trưởng John Dulles, giám đốc trung ương tình báo CIA, Allen Dulles em của ngoại trưởng.

Năm 1932, tiến sĩ Von Braun (tốt nghiệp Technische Hochschule Berlin, 1 trong 9 định chế giáo dục khoa học kỹ thuật nổi tiếng nhất của Đức: Aachen, Berlin, Braunschweig, Darmstadt, Dresden, Hannover, Karlsruhe, Muenchen, Stuttgart) đề nghị đưa một vệ tinh vào quỹ đạo (trước Sputnik 1 của Liên Xô vào năm 1957), nhưng không được chấp thuận. Sau đó National Aeronautics and Space Administration NASA (cơ quan hàng không và không gian quốc gia) được thành lập vào Oct 1958, trong cuộc thảo luận tại Quốc Hội trước khi có dự luật không gian, khối kỹ nghệ quân sự tư bản muốn cơ quan trong Bộ Quốc Phòng, như vậy ngân quỹ có thể dồi dào hơn song mục đích quân sự sẽ không thu hút được nhân tài hào kiệt toàn cầu, cuối cùng một quyết định sáng suốt: cơ quan dân sự trực thuộc Tổng Thống Phủ.

Lúc đó sự chống đối của khối tư bản Do Thái bớt đi (tiến sĩ Von Braun là trung tá của binh chủng SS trong quân đội Đức, một binh chủng có nhiều ngân khoản nghiên cứu khoa học để phục vụ quốc phòng, trực thuộc lãnh đạo quốc gia), lý do bớt chống đối là an ninh quốc gia: Liên Bang Xô Viết thành công với vệ tinh nhân Sputnik và Intercontinental Ballistic Missile (ICBM) (hỏa tiễn đạn đạo liên lục địa.)

July 1, 1960, tiến sĩ Von Braun được bổ nhiệm là giám đốc cơ quan phi hành không gian, nơi ông đã thiết kế thành công hỏa tiễn Saturn 5, sau này thành công trong việc đưa phi hành gia Mỹ lên Mặt Trăng và trở về an toàn.

Sau chuyến bay của John Glenn (1 trong 7 phi hành gia đầu tiên trong chương trình Mercury - sau đó là Gemini và Apollo), Kennedy tuyên bố John Glenn là bảo vật quốc gia, cấm NASA cho ông bay. Khi đó phi hành gia mới có 41 (sinh năm 1921), phải đợi đến 77 tuổi vào năm 1998, khi ông là nghị sĩ đại diện Ohio ở Thượng Viện, ông mới được bay lần thứ hai vào không gian, ông là người cao niên nhất đã bay Space Shuttle đến Trạm Không Gian Quốc Tế.

Sau khi nhậm chức vào Jan 20, 1961, trong bài diễn văn có câu:

Ask not what your country can do for you, Ask what you can do for your country

(Đừng đòi hỏi quốc gia cho phúc lợi, Hãy phục vụ quốc gia hữu hiệu)

Vị tổng thống trẻ tuổi tài cao này phải đối đầu với các biến cố:

- thất bại trong việc đổ bộ Cuba (giám đốc CIA Allen Dulles tổ chức, ông này được huy chương phục vụ và hôm sau được loan báo từ nhiệm, một truyền thống của thủ đô, có nghĩa là bị đuổi).

- phong tỏa Cuba vì Liên Bang Xô Viết đặt hỏa tiễn tại đó, Mỹ đã thắng cuộc với sự thỏa thuận là sẽ giảm số hỏa tiễn tại Thổ Nhĩ Kỳ sát biên giới Nga.

- Liên Xô có phi hành gia bay phi thuyền trong quỹ đạo chung quanh Địa Cầu.

Tổng Thống đã can đảm kêu gọi quốc dân Hoa Kỳ:

We choose to go to the Moon in this decade, not because they are easy, but because they are hard, because that goal will serve to organise and measure the best of our energies and skills

(Chúng ta chọn lựa bay lên Mặt Trăng, đây không phải là một việc dễ dàng, song là một việc khó khăn và mục đích đó sẽ thúc đẩy chúng ta nỗ lực tận dụng tất cả tài năng.)

Ông hứa: Với sự sát cánh và ủng hộ của toàn thể quốc dân, chúng ta sẽ đưa người lên Mặt Trăng và đem về an toàn trước khi thập niên 70 bắt đầu, July 20, 1969, phi hành gia Neil Armstrong đã đặt chân lên Mặt Trăng và tuyên bố:

A small step for a man, a leap for mankind (một bước đi nhỏ của một người, một sự nhảy vọt của nhân loại.)

Cho tới nay Hoa Kỳ vẫn còn là quốc gia duy nhất có phi hành gia lên Mặt Trăng (chương trình này chấm dứt năm 1972 với tổng cộng 12 người xuống Mặt Trăng, Apollo 13 đã phát nổ trên đường đi song bay về được Mặt Đất an toàn). Trung Hoa là nước thứ hai cắm cờ trên Mặt Trăng sau Mỹ, những phi thuyền người máy đem những mẫu đá về. Hai quốc gia cắm cờ qua hai cách khác nhau: Mỹ với phi hành gia và Trung Hoa qua người máy, ở hai phía khác nhau trên Mặt Trăng.

Trong cuộc chạy đua lên Mặt Trăng, vì không muốn Hoa Kỳ là quốc gia đầu tiên có phi thuyền đáp xuống Mặt Trăng nên Nga đã phóng phi thuyền người máy đổ bộ sát thời gian, song phi thuyền này đã nổ tung khi đáp xuống Mặt Trăng, vài giờ trước khi Apollo 11 hạ cánh.

Lúc đó khoa học gia Sergei Korolev, người chỉ huy chương trình không gian Liên Xô đã từ trần, và khoa học gia Von Braun có viết một bài tưởng niệm người thi đua trong cuộc thi đua lên Mặt Trăng. Cần nói thêm là cả hai vị đều dùng thước tính; hệ thống điện toán là kết quả của chương trình không gian.

Năm 1977, trước những áp lực của khối Tư Bản Do Thái đòi truy tố ông, phạm nhân chiến tranh, tổng thống Ford đã ký sắc lệnh ân thưởng Bảo Quốc Huân Chương về Không Gian, khi đó ông đã bịnh rất nặng phải nằm bệnh viện, phó tổng thống Rockefeller đã đến tận giường bệnh trao huy chương. Huy chương cao quý này bảo vệ ông trước các thế lực Do Thái, vài tháng sau ông từ trần tại Northern Virginia trong vùng thủ đô Hoa Thịnh Đốn, thọ 65 tuổi.

Sáu tháng trước khi mất, ông có trong Board of Directors của Daimler Benz (công ty sản xuất xe Mercedes), theo truyền thống đại học, chiều thứ tư mỗi tháng được coi là chiều hàn lâm, ông đã viếng đại học này, nằm trong thành phố, cách nhau khoảng 10 km, trong bài diễn văn rất cảm động coi như di chúc nhắn nhủ các khoa học giả trẻ tuổi, sau đó ông trở bệnh nặng phải quay về Mỹ và mất tại đó:

- cả đời tôi chỉ muốn phục vụ khoa học, đưa con người đến các hành tinh xa hơn, có thể không thành công song trên đường đi mình học hỏi được rất nhiều, đích đến coi như một nguyên động lực. Đất nước chiến tranh thì tôi phải phục vụ quê hương, khi chiến cuộc chấm dứt với sự thảm bại của quốc gia, tôi qua Hoa Kỳ, thật là khó khăn khi không còn hoàn toàn tự do nghiên cứu, có những áp lực chính trị làm nhiều lúc mình nản chí. Các anh chị nên ghi nhận là mình phải trung tín với công việc khoa học và cố gắng để luôn làm phong phú thiên nhiên. Mong là các anh chị có những việc làm trôi chảy tạo những thành tựu hữu ích hơn cá nhân tôi.

Cả giảng đường đứng dậy vỗ tay rất lâu, có người tràn nước mắt. Ông bước xuống hòa vào đám đông độ 100 người bao gồm nhân viên giảng huấn và các sinh viên tiến sĩ, một người tóc bạc, mắt xanh, to lớn, giọng nói rổn rảng, nụ cười trên môi, hòa mình trả lời, đàm thoại, sau đó ông ra xe và hình ảnh bi hùng của một khoa học gia được coi như Người Cha Của Khoa Học Hỏa đi vào không gian vài tháng sau, ông mất tại Hoa Kỳ khi mới 65 tuổi (1912-1977).

Nguyễn Viết Kim

Goddard Space Flight Center (GSFC), Greenbelt, Maryland
National Aeronautics and Space Administration (NASA)

một bên cõng rắn về nhà
một bên cõng cái tịch tà kiếm cung
con rắn dẫu lành vẫn hung
có đủ bất nghĩa bất trung hơi nhiều
tịch tà kiếp pháp ẩn chiêu
mọi sự đã rõ nói nhiều buồn nhau |Lhoán.

BEN OH
Trăng

Ngồi bên tảng đá khều trăng
bờ môi bóng nguyệt hỏi nàng quê đâu
người nghiêng chiếc nón qua cầu
chở bao nhiêu nhớ chờ nhau bao điều

Bước chân từng bước cô liêu
nghe từng nhịp thở bao nhiêu nỗi buồn
gió bay man mác còn vương
xa xa cành liễu bên đường du dương

Bờ tre hàng giậu bên vườn
sau hè rau đắng nhớ thương quá chừng
mâm cơm rau đắng cùng chung
dù có cách xa vẫn cùng một thôi

Khều trăng lưu luyến bờ môi
tình ai để lại trong đời gần tôi
cho tôi ngồi ngắm lưng đồi
hỡi trăng đừng bán tôi ngồi cùng nhau ∎

NGUYỄN VĂN ĐIỀU

Tự Sự Khúc

Tôi dẫn tôi lòng vòng ra phố
Xe cộ ngược xuôi rất vội vàng
Mới hay trời đất vô cùng rộng
Mà đời mình cứ mãi lang bang

Một thuở rong chơi cùng tuế nguyệt
Cuối đời lại sống ở quê ai
Tóc trắng đời trai ngày viễn xứ
Buồn vui một bóng biết còn ai

Vô tình chân bước ta vào quán
Mong tìm một góc nhỏ bình yên
Lại thấy lao xao người cười nói
Thiên hạ bàn thế sự đảo điên

Ngồi lại một mình nơi góc nhỏ
Tôi nhìn tôi nhìn quán vu vơ
Ngày thang vẫn lạnh lùng qua vội
Ta còn gì ngoài mấy bài thơ

Vẫy tay ta chào ta lạ lẫm
Đời sống buồn tênh em có hay
Cơm áo quay tròn ta như vụ
Nghe thiên thu rụng dưới chân ngày ∎

TRƯƠNG XUÂN MẪN

ĐỌC BÁO

Bác Hai bên nhà sáng nào cũng vậy
Cà phê xong lái xe chạy một vòng
Lái lòng vòng loanh quanh qua phố chợ
Niềm vui là có tờ báo trên tay

Đọc báo mà bác không đọc tin tức
Mãi loay hoay tìm cái mục" phân ưu"
Đầu cúi xuống say từng giòng từng chữ
Đôi mắt ngậm ngùi lặng lẽ, ưu tư...

Từ hàng rào bác vọng trong tiếng nấc:
" Cậu biết nhà văn, trung úy ...bạn tôi ,
Chỉ nhớ nó là ngòi bút chân thật
Hôm nào thôi ...trời ơi , nó "đi" rồi ..."

Điều gì đó không giải bằng ngôn ngữ
Vô hình mà hiện diện trong trái tim
Rất kỳ diệu đẹp như hạt nước mắt
Nhỏ giọt đều gõ ký ức, tâm linh

Bác Hai bên nhà sáng nào cũng vậy
Lái xe lòng vòng như là thói quen
Tìm báo đọc buồn vui trong hoài niệm
Hay tìm chính mình rồi sẽ... đến phiên ∎

NGUYỄN VĂN GIA
CHÚT LÒNG RIÊNG KHI ĐỌC THƠ BẠN

(gởi Trần Huyền Thoại)

Người ở trời Tây buồn đứt ruột
Ta dù cố quận cũng vậy thôi
Hai nửa địa cầu đều đất trích
Không khóc không cười mà lệ rơi

Người ở phương xa thân nổi trôi
Lúc buồn còn có rượu mềm môi
Ta chỉ thương mình nơi cố thổ
Ngâm câu xuất xứ mà lòng đau

Người từ muôn trùng nhớ quê hương
Bờ tre, bụi chuối, quán bên đường
Ta qua đã mấy mùa dâu bể
Chắc gì không nhớ một cố hương

Sống như thế nào là phải đạo
Chẳng lẽ theo gió mà trở chiều
Đâu còn thiết nữa khôn hay dại
Thôi đành say, tỉnh với chiêm bao

Người ngâm chi khúc kim bằng hữu
Thiên hạ giờ đây đã khác rồi
Đừng mong nói được điều không thể
Chẳng trách làm chi chuyện thế thời ■

XUYÊN TRÀ
VỚ VẪN

Cả đời viết chuyện tình
Chữ nghĩa nó cũng khinh?
Đêm nằm lại giật mình
Trùm mền hô khẩu hiệu

Thánh nhân vẫn còn thiếu
Nhất tiếu trong cuộc đời
Hồn phách xưa linh kiệt
Máu đào xương thịt phơi

Kẻ đứng chờ đầu núi
Nhìn đời con mắt trong
Mây ngàn phương dồn tụ
Sao lệ chảy trong lòng

Ngớ ngẩn câu hỏi chào
Ra vào rồi cũng chán
Có đêm ta liều mạng
Lội vác cày qua sông

Sáng dậy không còn nhớ
Khói sương mờ hư không
Kìa ai con mắt mở
Đứng chết như trời trồng

Vớ vẫn câu chiếu lệ
Giữa phận người đảo điên
Từ khi thành quách đổ
Không thấy bóng thánh hiền... ∎

HỒ CHÍ BỬU
ĐÊM ĐI HOANG...

tặng HH.

Ngày sắp hết và đêm dài kéo đến
Ta về đâu – góc phố hay công viên ?
Đi hay ở với ta đều vô nghiệm
Mỗi bước chân là vô số nỗi niềm

Ta sắp chết hay vẫn còn tại thế ?
Mà trái tim bầm dập đến vô cùng
Thơ cũng thế - đớn đau mà tuyên thệ
Lửa vẫn còn âm ỉ cháy vô chung

Nơi góc phố vẫn đèn đường mớ ngủ
Và công viên ghế đá lạnh sương khuya
Nghìn bài thơ cho em mà chưa đủ
Để đáp đền chút tình đã sớt chia

Ta vẫn kẻ hoang đàng và bướng bỉnh
Thích một mình trên đại lộ đêm khuya
Ao vắt vai và mối tình chôn kín
Tình cho đi – tình không khắc trên bia

Ta là thế - gã ru đời lãng tử
Khói mù xa xóa mất một bóng hình
Ta nào biết em vốn là thứ dữ
Đại lộ buồn – ta đứng đó ..làm thinh... ■

THIẾU KHANH
VỀ MỘT BỜ SÔNG CỔ TÍCH

Câu chuyện tình cờ khi nhắc đến
Một người đã bỏ một dòng sông
Đã mờ nét chữ trang thư cũ
Bạn hỏi: đường đời gặp lại không?

Nhớ lại cuộc tình bên tả ngạn
Con sông ngày đó có hai bờ
Chiếc cầu hiện thực trên bờ thực
Nối kết bài thơ trong cõi thơ.

Bài học cổ nhân từng cảnh báo:
Dòng sông không thể tắm hai lần
Bước tình ngúng nguẩy rồi quay gót
Ký ức phai dần những dấu chân.

Năm tháng xóa đi nhiều kỷ niệm
Con sông còn lại một bờ sông
Bờ kia mất hút về phương khác
Mà nước miên man chỉ một dòng.
*

Câu chuyện dẫn qua vùng cổ tích
Bàn chân không chạm dấu xa xăm
Đền xưa miếu cũ nay nhìn lại.
Lòng không nhang khói đã trăm năm ■

THY AN

ÂM THANH

im lặng nhiều hơn chữ nghĩa
âm thanh của tình yêu loãng tan
và đôi mắt mở ra thiếu chân thành
những câu trên smartphone chứa biết bao vô bổ
sao lòng ta phân vân ?

những tảng đá đen xì
mùa xuân vừa nhú trên vai
những nẻo đường quê hương méo mó
có tiếng ai to nhỏ
phập phồng hơi thở trần ai

cuộc hành trình là gió là mưa
con đường độc đạo không thay đổi
kể lể trăm ngàn câu chuyện
nghe rồi quên
nghe rồi nhớ
có điều chi quan trọng mệt lòng ?

cứ ra đi và vẫy gọi
bằng thứ ngôn ngữ tầm thường nhất
cất kỹ trong tim và lôi ra cảm động
lấp đầy khoảng trống trong phút chốc
êm tai như giọt sương
lặng lẽ như nước mắt

tình yêu thánh hóa trên vòm hoa
bao la trên những trái tim lặng lẽ
giữa âm thanh thật hiền ∎

03-2023

NGÀN THƯƠNG
Hoài Khúc Tháng Tư

Tháng tư đầy biến động
Bao kẻ mất người còn
Nụ cười và nước mắt
Bởi dâu bể đau thương

Tháng tư đành phải sống
Dẫu không trọn niềm vui
Cuộc đời đâu biết trước
Ai hiểu được ngày mai?

Giờ nghe thời gian vỡ
Trong trái tim đã già
Rung điệu buồn man mác
Còn ai mà thiết tha

Tháng tư thành kỷ niệm
Mấy mươi năm võ vàng
Thôi quên đi đừng nhớ !
Khi vận nước sang trang

Giở cảo thơm tìm lại
Hồn cố nhân xa vời
Dưới ánh đèn hắt bóng
Ngỡ đang về bên tôi... ◼

PHAN VIỆT THỦY

Dâu biển

Mưa trời xuống núi lao xao
Lất phất ngọn buộc người vào tình nhân
Yêu người chăn gối qua phân
Trong thâm tâm phút lạnh lùng đã qua
Gió lùa biển động kiêu sa
Ngất ngư trăm cuộc tình là biển sâu

Biển và người ở xa
Bãi gần tôi đứng so vai
Sóng xô đuổi sóng phận dài long đong
Cát hông nắng vẽ đôi dòng
Bọt ngần trắng cả nội đồng cỏ hoa
Tôi làm chiếu trải song thưa
Người về biển nhớ chiều mưa cõi nầy
Trăm năm biền biệt phút giây
Nhớ nhung thắp đuốc đốt ngày xa xưa

Mưa chiều
Dấu chân nầy với đam mê
Đêm dài nhung nhớ ngày về co ro
Tôi ngồi cuối phố ngẩn ngơ
Tóc em từng sợi cột vò tin yêu
Mưa nhanh ướt đẫm dáng chiều
Hồng lên đôi má em nguồn cội xưa ∎

HOÀNG HOA THƯƠNG
Trời Tháng Ba

Ngày chợt rét như chưa mòn nỗi nhớ
Nắng liêu xiêu giăng kín lối đi về
Nơi cuối phố một mình tôi với gió
Thổi từng hồi dĩ vãng thấu hồn quê

Sao mưa mãi ướt hiên đời đất khách
Trời tháng ba mà cứ ngỡ đông sang
Ai nhóm lửa cho ngày dài bớt quạnh
Góc sương pha xin ấm nụ cười khan

Phố vẫn lạ dẫu bao lần đứng đợi
Ngày đong đưa từng chiếc lá rơi thềm
Tôi với bóng vẫn hai người chung lối
Mà riêng tư từng vạt nắng chiều lên

Mưa cứ tạt cho hao gầy năm tháng
Đời hãy xa cho chót vót mong chờ
Tôi mơ màng nghe tóc từng sợi trắng
Rụng xuống hồn thành tiếng sóng bâng quơ

Xin được quên những tên người mới nhú
Trong thênh thang tầm ngắm cuộc đao binh
Trời tháng ba như mũi tên vót nhọn
Xuyên qua vùng ký ức đã chông chênh

Ai đếm hết đời mình bao nhịp thở
Đường tôi đi mấy bước nặng trần lao
Nếu đổi được những phiến sầu vô cớ
Tôi xin làm ngọn gió giữa trời cao ∎

Viết từ phố Bolsa, California
March 7 - 2023

ĐẶNG KIM CÔN
Chơi Vơi

Không anh một mình em lên núi
Ngó rất xa, ngó rất xa và…
Này sông này trời sao và phố
Ngôi sao nào là anh, bay qua

Không có anh em lên dốc tháp
Đếm từng bậc cấp nghẹn bàn chân
Tháp buồn hiu xa xôi tìm bóng
Anh không về, nước mắt rụng vô âm

Anh không về nhà thênh thang quá
Lên xuống ra vô ngại bốn bức tường
Hụt hẫng gối chăn ngại giường ngại chiếu
Môi mặn mắt nhòa cay khói sương

Không có anh một mình em xuống biển
Ngày như quên chiều xuống đã lâu rồi
Em muốn hẹn chút sóng xa về khóc
Cuối chân trời tiếng sóng vọng à ơi

Không anh, mình em qua cầu, lạnh
Sông vẫn trôi, về đâu, về đâu?
Ném viên sỏi xuống dòng sông cạn
Viên sỏi lặng thinh dưới đáy tim sầu

Không anh, mình em qua dốc xưa
Cuối dốc nao nao đau đầu dốc
Dốc và em buồn như muốn khóc
Từng dấu chân kỷ niệm thẫn thờ

Những con đường nắng mưa lặng lẽ
Tay lái mình em mưa tạt nắng phai
Chiếc ghế bên lạnh lùng im lặng
Không có anh em biết khóc cùng ai!

Khóc một mình, khóc cũng không vui
Bao nhiêu nước mắt mặn môi cười
Nên cứ nuốt xuống lòng từng giọt đắng
Hẹn mơ về, bóng tối lạ, chơi vơi ∎

Feb. 6 2023

TRẦN DZẠ LỮ
Đoản Khúc Tháng 4

MỘT
Người hăm hở tìm hương ngâu
Kẻ ra biển lớn ngậm sầu mồ côi...
Và cơn địa chấn do trời?
Tôi xa miệng ngọc em cười ngày xưa !

HAI
Nón khăn liệng xuống sông rồi
Nên anh thục mạng chạy ngoài cái quan...
Hoa quên nở, áo quên vàng
Lơ ngơ tìm kiếm địa đàng nơi đâu?

BA
Bây giờ đừng hỏi tình đâu
Một khi cố thổ thay màu dung nhan
Đào đâu ra nữa tuổi vàng
Nắng khuya dị hợm tay đàn tôi run...

BỐN
Bây giờ vác mặt nhìn trời
Tám phương, bốn hướng còn người tương tri?
Hỏi mây hỏi gió vân vi
Quê cha còn nụ tường vi mong chờ?

NĂM
Phật buồn, Chúa cũng mơ mơ
Người xa... có phải nước cờ thiên di?
Ta lầm lạc nốt từ khi,
ngó màu trăng huyết cõi về hỗn mang...■

HỒ XOA
VU VƠ NGÀY KHÔNG NẮNG

Những con đường không có nắng
Còn lại bóng chiều ngày tôi qua
Sót vài tiếng chim rơi trong mênh mông

Có gì vu vơ như ngày rợp mát
Hoài niệm thời xa lắc
Người ra đi để lại trái tim vắng bóng Mặt Trời

Lặng lẽ đi là hành trình rất vắng
Mặt đất sinh ra hình như đã dư hay thiếu một người
Về đâu hay là trôi

Chui qua đời mình như địa đạo
Đi như là rời bỏ cuộc chơi
Hoàng hôn đổ dài cường điệu bóng xa xôi

Trăng cởi áo đồi xưa đầy ngãi đắng
Một bước về ngàn vạn dấu gai đâm
Bao nhiêu rồi mắc nợ một lời câm ∎

DUNG THỊ VÂN
Kỷ Niệm Buồn Tức Tưởi

Hãy yên ngủ nghìn năm anh nhé
Trăng vĩnh tận chẳng thể nào soi sáng bước anh đi
Đường Hoàng Tuyền đêm nay - Ngàn hoa đỏ rực
Bỉ Ngạn đưa đường anh từ biệt cõi nhân gian

Đi đi anh chẳng còn gì luyến tiếc
Chén canh Mạnh Bà chờ anh uống - Để quên em
Cầu Nại Hà anh qua chẳng còn chi luyến tiếc
Em dương trần có khóc chỉ buồn đau

Chuyện trần gian năm tháng cũng phai phôi
Ôm kỷ niệm - Kỷ niệm buồn tức tưởi
Người ra đi đâu hay người ở lại
Khóc những chiều tìm kỷ niệm trên vai ∎

March 16, 2023

NGUYÊN CẨN
Bài Thơ Thay Cành Hoa Tháng Ba

Còn sớm hôm ngồi kề cận bên nhau
Câu chuyện kể một đời chưa nói hết
Bài thơ viết trải dài chưa vội kết
Tình buổi đầu chưa kịp bước về sau

Không chỉ ngày ngày tặng đóa hồng tươi
Một nụ cười đủ ấm lòng mỗi tối
Quỹ thời gian dẫu biết là ít ỏi
Mặt trời lên thức dậy thấy đời vui

Vậy đó em ơi năm tháng phai màu
"Áo xưa dù nhàu" (*), bạc đầu vẫn nhớ
Hương tình vẫn ngát xanh dù một thuở
Mặc thời gian như nước cuốn trôi mau

Hạnh phúc thật gần như nắng trước hiên
Khi nhìn xuống hiểu mình chưa lẻ bóng
Cầm sợi tóc trên bàn tay lóng ngóng
Gọi nhau về ấp ủ giấc du miên

Đêm sẽ dài trong giấc mộng vô biên…■

(*) nhạc TCS

TRƯƠNG VĂN DÂN
Ngọn Gió Đến Từ Hư Không

Nhân vụ Ngân hàng Thung lũng Silicon (Silicon Valley Bank – SVB), Hoa Kỳ bị phá sản và Cựu lãnh đạo Tổng công ty Bảo hiểm Tiền gửi Liên bang Mỹ (FDIC) nhận định sẽ có nhiều ngân hàng bị phá sản do hệ quả dây chuyền từ vụ sụp đổ của SVB. Mời đọc một trích đoạn trong TRÒ CHUYỆN VỚI THIÊN THẦN, viết từ năm 2014.

Tất cả chúng ta đều sinh ra với hai bàn tay trắng, lìa đời cũng chẳng mang được gì theo, nhưng giữa hai thời điểm sinh và tử chúng ta luôn tranh cãi, chiến đấu và dùng mọi thủ đoạn để sở hữu thật nhiều của cải.

Vừa u mê vừa điên đảo, con người luôn quay cuồng trong vòng xoáy của lòng tham. Phần lớn mọi hoạt động đều có một mục đích là chiếm hữu, xem vật chất như một cứu cánh, bất kể nó phát sinh ra một xã hội toàn cầu có nhiều bất ổn và bất công.

Trong những năm tháng hiện nay và sắp tới, hơn hẳn các thế kỷ vừa qua, tiền đang là điều quan tâm của thế giới, và có lẽ con sẽ rất khó hiểu là cái điều không hiện hữu đang ngự trị trên sự hiện hữu của chúng ta.

Tiền là gì, nó là gì đối với con?

Bằng trí tuệ được cho là siêu việt, các nhà kinh tế của các siêu cường đã nghĩ ra và hình thành một hệ thống kinh tế để dẫn dắt toàn thế giới. Nhưng cái hệ thống kinh tế được cho là vô địch này đã và đang gây ra nhiều tai họa.

Có lẽ con sẽ xem thế hệ của ba là một lũ cuồng điên? Để có thể hiểu rõ quá khứ, con cần phải giải mã những ký hiệu như ngôn ngữ tượng hình của người Ai Cập: bề ngoài xem có vẻ đơn giản nhưng trên thực tế là những điều bí ẩn như LTRO (long-term refinancing operation), IMF (International Monetary Fund), ESM (European Stability Mechanism), ECB (European Central Bank)... Nếu đã cố gắng nhưng con vẫn chưa hiểu, đừng có bận tâm, nó chỉ là những ký hiệu, chỉ là những ký hiệu và nó chính là Tiền, chỉ là Tiền. Nền văn minh, lý tưởng, lòng nhân ái... không nằm trong các chữ viết tắt đó. Ba hy vọng là lớn lên con sẽ có nhiều tư tưởng hay ho trong đầu chứ không phải là những định nghĩa vớ vẩn, nhưng có sức mạnh siêu nhiên và gây áp lực lên đời sống của con người.

Thật ra tiền không xấu. Ngay cả các nền văn hóa cao cấp nhất của nhân loại cũng nhờ vả rất nhiều vào tiền bạc và quyền lực của các nhà bảo trợ. Không có hoàng tử Colloredo hay công tước Waldstein, chúng ta sẽ không thưởng thức được Mozart và Beethoven. Không có Maceratismo trong đế chế của Florentine và các nhà tài trợ nghệ sĩ ta sẽ tìm đâu ra các tác phẩm nghệ thuật của Da Vinci hay Michelangelo? Trường thiên "Les Trois Mousquetaires" được Dumas dựng nên từ những cảm hứng của triều đại Louis XIII.

Nhưng đó là chuyện của một thời. Thời mà đồng tiền là thước đo đạo đức và tư tưởng phục vụ xã hội. Còn hiện nay là bè phái, thế lực, đang toa rập thành những âm mưu để cướp của một cách khoa học.

Trong hệ thống kinh tế hiện đại có một việc buôn tiền mà người ta gọi là Thị trường Chứng khoán. Các công ty trên thế giới mang nhiều tên tuổi khác nhau nhưng thực chất nó là một gia đình. Các chủ tịch hội đồng quản trị doanh nghiệp quen biết nhau như bạn hữu lâu đời. Họ hiện diện khắp nơi. Vừa ở công ty bán, vừa ở công ty mua. Vừa ở công ty thành viên, vừa ở công ty kiểm soát. Nghĩa là họ tự bán cho nhau. Tự mua và bán... chính mình. Sáng, thành viên; Chiều quản lý; Tối nằm mơ. Mơ sáng hôm sau thâu tóm cổ phiếu sinh lời...

Đó chính là bản đồ và cuộc chơi của quyền lực. Các chuyên gia và các nhà kinh tế là những nhà thần học của tôn giáo thị trường luôn có một đức tin rằng thị trường sẽ tự động điều chỉnh được mọi thứ. Nhưng khủng hoảng ngày càng lan rộng và thỉnh thoảng xuất hiện dưới dạng chứng khoán lao dốc rồi sau đó lại được điều chỉnh. Cuộc chơi lại tiếp diễn.

Hiện nay chỉ có một số ít quyết định mọi thăng trầm của toàn xã hội. Kết quả là chưa bao giờ, y tế, giáo dục, văn hóa làm tổn thương xã hội toàn thế giới như những năm tháng hiện nay. Tất cả các chính sách, các hoạch định, các cuộc chiến tranh hầu hết đều xoay quanh mỗi chữ tiền....

Ba vừa nói là có một cái gì đó không hiện hữu đang chi phối sự hiện hữu của loài người. Tuy vô hình, không hình không bóng nhưng nó lại là chủ đạo của mọi diễn biến, là động lực thúc đẩy xã hội. Ba muốn nói với con về hệ thống ngân hàng "tay không bắt giặc" trên toàn thế giới.

Năm 1961, nhà văn Anh Ballard xuất bản quyển sách "Ngọn gió đến từ hư không" (The wind from nowhere). Trong tác phẩm viết về khoa học giả tưởng đó kể một trận gió... không biết từ đâu thổi đến nhưng mỗi ngày một mạnh. Cường độ gió tăng dần và bắt đầu làm tê liệt mọi hoạt động của con người.

Gió tiếp tục thổi, gây chết chóc và tàn phá. Một số người nghĩ là có thể xây một lâu đài vững chắc có thể ngăn được gió. Nhưng gió cứ tăng cường độ làm xáo trộn mọi sinh hoạt trên trái đất. Tuy vậy cuối cùng người ta cũng xây được một kim tự tháp để có thể trú ẩn.

Nhưng gió vẫn cứ tiếp tục tăng và tàn phá hết mọi công trình xây dựng của con người. Và gió chỉ ngừng thổi khi tòa cao ốc hình kim tự tháp cuối cùng của loài người trên trái đất bị đổ ập.

Ngọn gió đó, hôm nay chính là đồng tiền. Đồng tiền đến từ hư không và nó đang lây nhiễm hệ thống kinh tế và có thể sắp quật ngã tất cả các quốc gia trên thế giới.

Tiền từ hư không chính là cái mà các tập đoàn tài chánh đã tạo ra từ một cơ chế ngân hàng gọi là dự trữ phân đoạn (Fractional-reserve banking).

Theo cơ chế này, khi cho vay một khoản tiền, ngân hàng phải giữ lại một khoản tiền để bảo đảm. Giả sử ngân hàng có 1000 đồng, và dự trữ bắt buộc cho một khoản vay là 10 % thì ngân hàng đó có thể cho vay tối đa là 10000 đồng mặc dù họ chỉ có 1000 đồng. Họ đã tạo ra 9000 đồng từ hư không.

Vậy nếu tất cả các khách hàng của bất kỳ một ngân hàng nào quyết định rút tiền đã ký gửi thì sẽ phát hiện là số tiền ấy không có. Ngân hàng phải phá sản.

Số tiền đang lưu hành không liên quan gì đến thực tế.

Các chuyên gia tính rằng hiện nay cả thế giới đang mắc nợ chừng 200 nghìn tỷ USD trong khi PIL của toàn thế giới chỉ bằng 1/3 (tương đương 70 nghìn tỉ USD). Một cái bong bóng khổng lồ như thế trước hay sau gì cũng phải nổ.

Để thoát khỏi tình trạng này chỉ có thể thay số tiền được tạo ra từ hệ thống ngân hàng bằng tiền các nhà nước phải in ra và bắt buộc các ngân hàng phải bảo đảm bằng tiền sở hữu khi cho vay.
Hiện tại thì chúng ta đang ngồi trên miệng núi lửa và hậu quả của nó có kích thước lớn hơn những gì mà trí óc con người có thể tưởng tượng.

Nhà kinh tế đoạt giải Nobel, Maurice Allais, cho rằng: "Sự tạo ra đồng tiền từ hư không của hệ thống ngân hàng hiện nay giống hệt sự đúc tiền của kẻ làm tiền giả. Sự khác biệt duy nhất là có rất nhiều nhóm lợi ích đang trục lợi". Đồng tiền từ hư không chỉ có thể chấm dứt bằng sự tàn phá tất cả các nhà nước. Như một ngọn gió. Và chỉ dừng khi mọi thứ đã tan hoang.

Nói với con bây giờ thì có lẽ còn quá sớm nhưng khi con lớn lên ba không biết con sẽ nhìn ba với đôi mắt nào? Con sẽ phán xét ba và thế hệ của ba như thế nào, 20, 30 năm sau, khi đã trưởng thành, con, đứa con của một thời đại khác.

Ba biết con sẽ không phán quyết nhẹ nhàng.

Hình ảnh nhạt mờ của giới lãnh đạo thế giới hiện nay, những người lớn đang lăng xăng hoạch định tương lai của con, sẽ bị con đánh giá như là những con người không có tầm nhìn. Thế nhưng họ đang nắm quyền vẽ vời, như một tên nghệ sĩ tồi, đang tạo nên cái hiện tại và tương lai u tối của con.

Trương Văn Dân

(Trích tiểu thuyết TRÒ CHUYỆN VỚI THIÊN THẦN - trang 316-319, NXB Tổng Hợp, 62 Nguyễn Thị Minh Khai, Q.1, TP.HCM.)

ý niệm thời gian miền nam
xê xích chút ít khi nhàn, chia vui
người chờ có thể rung đùi
uống trà đấu láo rít mùi thuốc thơm
  hai ngày gạo, vài tuần...hơn
  tóc trung niên đến bờm xờm muối tiêu
tiêu (động từ) cũng khá nhiều |Lhoán.

TRẦN VĂN LÂM
MÃI MÃI VẪN CÒN ĐÊM

[Chuyện xảy ra vào những ngày cuối năm 1977]

Từ sáng sớm cả đoàn đã dậy lục tục sửa soạn đồ đạc và khuân ra ngoài sân nhưng đợi mãi đến ba giờ chiều xe mới đến. Đó là một chiếc palua, thùng phía sau lại không có bửng. Đồ đạc được chuyển lên, ngổn ngang nhất là đồ của bọn nhà bếp xoong nồi gạo nước, mấy bao củ lang độn và bột mì. Người ngợm đồ đoàn được chất lên hết, phía sau thay cho cái bửng người ta cột một cây gỗ ngang để đỡ nguy hiểm phần nào, phòng khỏi rớt người khi chạy và thế là cả đoàn khởi hành. Cả bọn la hét chút ít, văn phòng có vài người ra đưa tiễn và bọn lớp khác có người quen trong đám này cũng vẫy tay. Trong thùng xe cả bọn đứng lố nhố. Thùng xe kín nóng bức, có vài cánh cửa nhỏ trên đầu thùng đã bị một số đứa leo lên tấm ván bắc ngang ngồi hứng gió bít hết, còn phía sau đứng vịn tay vào cây đòn không thấy yên tâm chút nào bởi sợi dây cột lỏng lẻo, cây đòn rập rình theo nhịp xe chạy. Xe qua thị xã Pleiku phố xá nhìn thấy loáng thoáng qua những hàng đầu vai người đứng phía sau, rồi xe chạy ra hướng đèo Hàm Rồng. Điền nói sát bên tai tôi: Chư Sê ở phía trong đường 14 mầy thấy chưa, tôi nói ừ có lẽ mầy nói đúng. Tôi mới lên cao nguyên này có vài tháng chứ mấy mà có được đi đâu xa xôi làm sao biết nơi này nơi nọ, quanh quẩn trong trường chủ nhật có tiền đi xe lam ra thị xã Pleiku dạo dạo vài con đường là cùng. Chư Sê tên nghe quá lạ, đến những đứa ở trên này từ nhỏ đến giờ cũng không biết nó nằm ở đâu, thằng Điền cũng chỉ đoán lờ mờ rằng nó nằm đâu phía nam trên quốc lộ 14 đường đi Ban Mê Thuột.

Theo quy định của nhà trường biên chế mỗi lớp với số lượng chỉ 30 người mà thôi, nhưng lớp tôi là một trường hợp ngoại lệ hay sao đó mà đến cả 50 người gồm đủ thành phần đủ mọi lứa tuổi, thằng lớn nhất gần bằng cha thằng nhỏ nhất. Ngoài người kinh còn 3 thằng Banar 2 thằng Jarai. Tôi thuộc nhóm vào đầu tiên trong lớp, lúc đó lớp H đủ và đã học được vài tháng không thể gia nhập. Vậy là phải chờ, ăn rồi đi làm tạp dịch đợi anh Tâm tuyển sinh đi khắp nơi vơ vét người về học. Đi vơ vét đi gạ gẫm và đi phỉnh lừa, nếu nói vậy cũng không có gì là sai. Hôm nhóm tôi tập hợp lại tại phòng lao động thị xã Quảng Ngãi anh Tâm nói trên trường có đủ mọi lớp sơ cấp trung cấp kỹ thuật đào tạo đủ mọi ngành nghề. Lúc lên đến nơi chung quanh sân chỉ thấy toàn cát với sạn cùng gạch ngói, gặp vài người quen đi trước chúng tôi mới hay ra rằng trên này chỉ đào tạo công nhân nề và mộc mà thôi. Trong trường chỉ có một lớp sơ cấp kỹ thuật nhưng người ta đã tuyển lâu rồi - với trình độ lớp năm đến lớp chín - chúng tôi mới ngã ngửa ra. Thằng Đức đi với tôi là người cay cú nhất, với chút ít học thức dang dở lớp 12 nhưng vốn huênh hoang hay chế giễu mấy đứa quê mùa, nó không muốn học thợ nề chút nào. Nó cho tôi hay rằng trước kia nó đã từng cười mấy đứa học trường công nhân kỹ thuật xây dựng ở dưới quê vì suốt ngày kéo cái xe cộ nhỏ chở gạch đá ngoài đường, bây giờ chính nó phải làm cái nghề đó, nó nói bây giờ mà mấy người quen dưới mình mà thấy cảnh này thì xấu hổ đến chết được. Mà ai cũng bị như vậy, hoặc không nói rõ hoặc giả bị hỏi đến thì anh Tâm đều bịa ra rằng trường có nhiều lớp này lớp nọ, đứa muốn lên học trung cấp, con gái muốn học giữ trẻ hoặc thêu đan anh Tâm cũng đều ừ đại. Nhưng khi hộ khẩu đã chuyển lên đây rồi dẫu có muốn bỏ về cũng không được nữa. Vả lại trong mẫu đơn xin vào trường có câu: "Khi được vào trường tôi xin hứa chấp hành mọi sự phân công của cấp trên" thì làm sao mà cãi được. Dĩ nhiên đó là thành phần có chút ít học thức, số còn lại thì chắc họ đã an phận vì trên trường nhận người một cách rất dễ dãi, bất kể trình độ học vấn trình độ chính trị. Trong lớp tôi có người mới biết đọc biết viết, thậm tệ hơn nữa có mấy người nói tiếng kinh bập bẹ chứ đừng nói đến chuyện đọc thông viết thạo. Nếu kể về các binh chủng trong quân đội thời trước, lớp tôi chỉ còn thiếu mấy anh không quân hải quân thôi, chứ lính bộ binh thiết giáp truyền tin pháo binh cảnh sát, các thứ dữ như biệt động quân, lực lượng đặc biệt đều có cả.

Những ngày đầu vào trường mỗi bữa ăn chúng tôi đều ngao ngán mâm cơm tập thể, bữa nào cũng dư cơm và rất ngạc nhiên khi nhìn chung quanh thấy mọi người ăn uống quá ngon lành, mỗi bữa đều ăn hết sạch veo, ăn luôn hết mấy cái bánh mì luộc rồi mà vẫn còn thòm thèm bưng cả mâm cơm thừa chúng tôi bỏ lại ăn sạch luôn. Chừng hơn mươi ngày sau khi chất dự trữ trong cơ thể đã dùng hết cho những ngày ngao ngán đó chúng tôi cũng ăn sạch mâm mà vẫn còn thấy đói. Cái đói có thể nói là thường trực, ăn vừa xong là thấy đói. Nhóm chúng tôi trong thời gian chờ đợi tuyển sinh đủ người phải đi làm tạp dịch chỉ được ăn ngày hai bữa thôi. Những khi đi đào củ lang đã bắt đầu có tình trạng ăn củ sống ngay tại chỗ. Tệ đến nỗi không có cái dao để gọt vỏ, phải dùng răng cắn bỏ phần vỏ, đất đỏ lem nhem đầy miệng, có khi còn nhai luôn cả vỏ sau khi phủi tạm sạch đất chung quanh. Bấy giờ là đầu mùa khô, những đám lang của các lớp trước trồng ở khu đất trống trong khuôn viên trường đã già củ, chúng tôi phải đào cho nhà trường nấu ăn bữa sáng, dĩ nhiên là không có phần mình. Từng nhóm nhỏ lần lượt vào trường, mãi đến hai tháng sau mới nhập thành lớp, lớp nề Z. Học lý thuyết được vài bữa thì bỗng hôm qua có tin cả lớp sẽ ra công trường Chư Sê để đổ bê tông. Ông Đàm cán bộ kỹ thuật của trường được điều đến dạy vội dạy vàng kỹ thuật đổ bê tông và an toàn lao động trong công tác đổ bê tông. Tối qua ông Quí trưởng phòng giáo vụ tập hợp cả lớp dặn dò lần nữa, nhưng tất cả đều không nói Chư Sê nằm ở đâu, hướng nào, hình như mọi người trong tầng lớp lãnh đạo cũng chẳng ai rõ. Ông Quí chỉ nói chỗ đó có rừng, bên rừng, củi nấu dư thừa, có thể đốt sưởi ấm tha hồ nhưng cẩn thận tai nạn cháy rừng, vậy thôi. Tôi cũng thích đi đến chỗ lạ để biết thêm về cao nguyên này và may ra có gì thay đổi được chút ít đời sống buồn tẻ này. Trong trường có nhiều điều làm tôi ngao ngán và buồn rầu. Ngay cả hiện tại đã không chấp nhận được, nhìn về tương lai càng đen tối hơn. Sống giữa một đám người ồn ào hỗn tạp nhiều thành phần nhưng không có thành phần tôi có thể làm bạn một cách thân thiết được. Mấy đứa dân quê thì khù khờ ngớ ngẩn, bọn thành phố thì ồn ào hỗn xược, ăn nói tục tĩu, có vài đứa trông như dân móc túi ở bến xe , kẻ thì lớn quá, đứa nhỏ quá. Thêm vào đó tôi biết mình là loại người khó hòa đồng, một con người có nhiều góc cạnh khó lăn tròn trong cuộc sống, loại người có máu O chỉ nhận được những người cùng loại máu với mình mà thôi. Đi cùng nhóm với tôi có thằng Đức tương đối có học thức, nói chuyện tạm được nhưng nó huênh hoang kênh kiệu quá - dĩ nhiên là nó không tỏ thái độ đó với tôi - những đứa khác thì ngớ ngẩn. Tuy đứa nào tôi cũng tiếp xúc nhưng chỉ là xã giao bề ngoài thôi không thấy ai chơi thân được, sống như ốc đảo hoang vu cô lập. Mãi sau này có thằng Điền thằng Ngộ trong đợt tuyển người ở Trà Đa lên, tôi thấy tụi nó cũng gần gũi với tâm tính của mình hơn mấy đứa khác, tôi thấy dễ chịu hơn khi nói chuyện với bọn nó. Thằng Điền gốc người Phù Cát sinh ra ở Trà Đa trong khu trù mật của Thiên Chúa giáo nhưng gia đình nó không theo đạo. Tôi ngạc nhiên lắm, nó nói ngay từ lúc đầu mấy ông cha bảo theo đạo, nếu không sẽ không cho làm trong đồn điền nữa, ba nó trả lời không cho làm trong đồn điền thì thôi chứ nhất định không theo đạo, ông bỏ đồn điền chè về khai khẩn đất hoang làm rẫy sống. Hình như gia đình nó là gia đình không theo đạo duy nhất trong xóm đạo. Về điểm này tôi rất phục ba nó bởi thời Pháp thuộc, thời Ngô Đình Diệm phải có quyết tâm cao lắm mới tránh được những dụ dỗ những đe dọa của những người lãnh đạo tinh thần đang nắm nhiều quyền lực trong tay. Tôi mến phục và thông cảm với ông bởi tôi cũng là người không theo bất cứ đạo gì, ghét những ràng buộc phiền phức trong các tôn giáo, những giáo điều bịa đặt phỉnh phờ, những câu chuyện đạo dựng đứng bắt phải tin theo. Sau khi quen nhau, ngày chủ nhật đầu tiên nó đem xe đạp lên chở tôi xuống đồn điền chè Biển Hồ chơi cho biết bởi tôi nói từ nhỏ tới giờ chưa thấy cái đồn điền lần nào. Rồi về nhà nó ăn cơm trưa xem vườn cà phê. Xưa nay tôi chưa tận mắt thấy cây cà phê tuy đã uống rất nhiều cà phê. Vườn của gia đình nó không lớn lắm nhưng trồng đủ loại cà phê, những cây cà phê mít cao nhòng lá to như lá gáo, cà phê Robusta, cà phê sẻ và có hai hàng chè. Ngoài ra còn có mít với những dây tiêu bu um tùm và thấp nhất dưới đất là thơm (dứa) nhiều loại. Tôi học hỏi nó những hiểu biết về vùng đất này, ngược lại nó chưa hề xuống đồng bằng lần nào, nó tìm hiểu ở tôi những kiến thức về đồng bằng mà nó vốn thiếu thốn. Nói chung là nó ít có điều kiện đi đây đi đó, suốt từ nhỏ đến giờ chỉ loanh quanh trong làng xóm, lớn lên đi học ra tới Pleiku là cùng. Nó khao khát về những hiểu biết bên ngoài nhưng lại có nhiều mặc cảm cứ sợ bị người ta cười về điểm đó, nếu đó là người không gần gũi thân thiết với nó. Một thiếu thốn nữa của nó là về lãnh vực tình yêu. Nó bảo từ nhỏ đến giờ chỉ yêu có một lần mà chẳng tới đâu. Nếu đứa con gái nào chuộng hình thức một chút chắc chê nó ngay bởi nó rất xấu trai, mặt mũi sần sùi nhưng về nội dung nó có nhiều ưu điểm khó kiếm như thật thà chất phác, rất chân tình với bạn bè. Ngược với thằng Điền to con lớn xác, thằng Ngộ dáng người lùn nhỏ nhắn, tướng đi lạch bạch hơi giống đàn bà, mặt mũi nó lại nhẵn nhụi không có râu nên có thời bị gọi là "bà Ngộ ". Kể về tuổi tác thằng Ngộ nhỏ hơn bọn tôi vài tuổi. Gia đình thằng Ngộ gốc Quảng Nam , trước kia ở trong trại gia binh vì ba nó là lính, nó biết thằng Điền từ hồi đó. Giờ đã dời nhà đi kinh tế mới dưới xã Chựjho, gia đình coi bộ khá chật vật về kinh tế bởi chỉ có mẹ nó là lao động chính trong gia đình, ba nó hình như đã mất trong chiến tranh. Thằng Ngộ ít nói, hiền từ, thường hay cười cười nhiều hơn là nói. Nó lại có tài vặt, tính chịu khó mò mẫm, quyển vở ghi bài hát của nó có nhiều hình vẽ rất đẹp, rất công phu, bài hát ghi rất nhiều nhưng tôi biết chắc chắn nó chỉ biết hát được vài bản.

Quốc lộ 14 buổi chiều vắng tanh, dọc đường thỉnh thoảng mới đi qua chỗ có dân ở còn toàn là rừng. Đến một ngã ba xe chạy tẻ xuống hướng đông nam, tôi để ý nhìn những cột cây số ghi là tỉnh lộ 7, vậy là đang trên đường xuống Phú Bổn. Trời càng về chiều càng lạnh, mấy đứa ngồi hóng gió trên cánh cửa nhỏ đã tụt xuống hết, gió được dịp lộng vào xe, lạnh tê tái. Con đường càng đi càng hoang vắng hơn, hai bên chỉ toàn rừng là rừng không hề thấy làng xóm, không thấy cả một làng thượng nào. Thỉnh thoảng xen giữa rừng là những trảng cỏ với vài cây bụi rồi tiếp tục là rừng. Bây giờ là mùa khô nên cỏ vàng rực như đồng lúa chín và rừng đang mùa rụng lá. Con đường chạy giữa rừng trong buổi chiều hoang vắng đến rờn rợn người. Tôi đã nghe nhiều vụ Fulro chặn xe trên các trục đường trong những lúc vắng, nhưng tôi nghĩ họ chả chặn cái xe này làm gì, lấy được gì của bọn học sinh công nhân đói khát này.

Mãi đến chập choạng tối xe mới dừng lại, đến rồi. Cả bọn lục tục nhảy xuống và chuyển đồ đạc xuống mặt đường. Một bên là vài dãy nhà gạch, phía bên kia đường dưới một gốc xoài lớn là một chòi tranh và sau đó là một vườn chuối rất lớn và rậm rạp. Vậy thôi còn ngoài ra chỉ là rừng, tiếp tục là rừng. Cả bọn ngơ ngác chưa biết vào đâu thì được người ta dẫn đi xuống thêm vài trăm thước nữa rồi bỏ đường lớn vào phía trong cỡ năm chục thước sát mép rừng, tại đây có một lò vôi lớn vừa xây xong, một cái nhà kho lớn xây bằng đá tảng trông như cái nhà ngục thời xưa, cả bọn được chỉ vào ở trong cái nhà ngục ấy. Trong nhà đá mập mờ trống trơn chẳng có bàn ghế giường chõng gì cả, chúng tôi phải trải chiếu nằm trên nền đất nện. Tôi, thằng Điền, thằng Ngộ nằm riêng ra một góc nhà, nơi đây tương đối yên ổn vắng vẻ hơn nằm gần bọn láo nháo ồn ào góc dưới kia. Trời đã tối mà trong nhà chẳng có đèn điện gì cả. Khi đi trong lớp có đem theo hai cây đèn bão lù mù, bây giờ thắp lên chẳng soi sáng được đến đâu. Không có đèn sáng, không có nước, bọn chị nuôi không thể nấu cơm được, vậy là bọn cả lớp chúng tôi đành ngủ đói đợi đến sáng. Thằng Điền lôi trong ba lô ra một túm củ lang chà nhỏ, ba đứa chúng tôi mò mẫm ăn bữa tối. Đây là loại củ lang đỏ ruột nấu chín chà qua sàng thành một thứ bột lợn cợn nho nhỏ đem phơi khô dùng để ăn dặm trong khi làm việc ở ngoài đồng của nhà nông. Loại củ lang nghệ ấy rất ngọt, lại càng ngon ngọt hơn trong cơn đói này. Giá có ba bốn túm như vậy một mình tôi ăn cũng hết. Thằng Ngộ nói ăn bấy nhiêu được rồi, nó còn nở ra nữa mà. Rồi nó kể chuyện ngay trong xóm nó có người ăn nhiều, ăn đến no loại củ lang chà này sau đó củ ngấm nước nở ra bị nổ bụng chết, một kiểu chuyện tiếu lâm để cười cợt, để an ủi cho qua cơn đói mà những nụ cười đôi khi méo mó cũng chẳng có gì phải ngạc nhiên. Trời hôm nay có trăng sáng, tôi ra sân ngắm trăng rải trên rừng cây chập chùng một lát rồi lạnh quá phải trở vào nằm. Trên cao nguyên khi trời vừa sập tối khí lạnh ở đâu ùa về theo từng cơn gió mạnh. Khi chiều vừa vào nhà tôi đã nhắm góc chúng tôi nằm là nơi khuất hướng gió để đỡ lạnh phần nào. Tuy còn sớm nhưng phần trời lạnh phần chẳng biết đi chơi đâu nên cả lớp đều nằm tại chỗ, có tiếng nói chuyện rì rầm, vài đốm lửa hút thuốc lập lòe.

Buổi sáng trở dậy bước ra sân nhìn rừng cây cỏ bát ngát sát bên cạnh. Trong lúc chờ bữa cơm sáng bọn tôi leo lên lò vôi mới xây bằng cầu thang xoắn ốc chung quanh, đứng bên hàng lan can sắt nhìn vào rừng ngắm cảnh, có lúc tôi có cảm tưởng mình là một thủy thủ đứng trên boong tàu. Ba bên bốn phía là rừng chập chùng hút mắt, phía xa kia cuối đường chân trời là thung lũng sông Ayun. Cơm sáng xong - bữa cơm thế cho bữa tối hôm qua - anh Quang và bà Thu Ba, giáo viên phụ trách, họp chúng tôi lại bảo chúng tôi vào rừng lấy củi cho chị nuôi nấu ăn. Cả lớp đổ vào ven rừng lượm củi, trong thoáng chốc đã có một đống to cho nhà bếp. Đây là loại rừng thưa trên cao nguyên, cây đứng rải rác cách nhau khoảng chục mét và là loại rừng rụng lá trong mùa khô. Cây rừng không lớn lắm, nhiều nhánh nhóc quăn queo phần nhiều đã rụng hết lá, những cành nào còn cũng chỉ toàn những lá đỏ. Bên dưới chen đầy cỏ, thằng Ngộ bảo là cỏ lông heo, cao đến đùi, những chỗ tốt cao đến bụng. Cỏ cũng già đi trong mùa khô và vàng rực màu rạ lúa chín. Bông cỏ già đâm vào quần áo ghim chắc hơn cỏ may ở đồng bằng và đâm vào da thịt đau điếng. Anh Quang và năm sáu đứa trong đó có tôi lội thử vào trong rừng vài trăm thước rồi quay trở ra, đâu cũng như nhau, rừng thưa cỏ vàng, thỉnh thoảng có những vùng cây bụi rậm đứng từng đám. Loại đất ở đây cũng kỳ quặc được kết thành bởi những hột bằng hột tiêu màu đỏ trông đến khô khan và cằn cỗi. Hình như trước kia nơi đây cũng có làng thượng, còn lại những dấu vết thân cây cháy đen, những đám rẫy bỏ lại còn sót vài cây chuối còi và ven rừng còn một khu nhà mồ trong đám cây um tùm, những ngôi mộ thấp thoáng bên trong tối đen lục cục mấy cái ché chia cho người chết trông dáng như người ngồi lom khom trầm ngâm, nhìn vào thấy rờn rợn cho dù là ban ngày. Buổi chiều cả lớp họp lại nghe một ông cán bộ trên Ban Chỉ huy công trường xuống phổ biến công tác. Chúng tôi sẽ đổ bê tông cho cái móng lò vôi trước sân, lò này sẽ lớn và cao gấp đôi lò đã xây rồi. Đổ móng - một công tác có ý nghĩa mở đầu - ông gọi chúng tôi là những người đi tiên phong này nọ, v.v... và v.v... Phần đáng chú ý là ông khuyên đừng nên vào rừng, ở sâu bên trong có Fulro, beo và giống heo vòi nguy hiểm.

Ngày đầu tiên bắt tay vào công việc ở công trường không phải là đổ bê tông mà là gánh nước. Buổi sáng ông Quang và bà Thu Ba lên Ban Chỉ huy công trường nhận về mấy chục đôi thùng cùng móc và đòn gánh. Chúng tôi phải gánh nước về đổ đầy mấy cái hồ xây trước sân để vài hôm nữa trộn bê tông. Nước lấy tại một cái hố lớn trên Ban Chỉ huy công trường, nơi có vài dãy nhà gạch hôm đầu mới tới chúng tôi thấy, đục ngầu và đầy váng dầu mỡ, trái ngược với lý thuyết chúng tôi vừa mới học là nước phải sạch và không có dầu mỡ. Từ xưa nay tôi chưa hề gánh nước, lại đi trên một đoạn đường xa xôi như vậy nên tôi chỉ gánh mỗi bên được nửa thùng, đi một cách nặng nhọc chậm chạp, hai tay cứ bợ vào cây đòn gánh nâng lên vì quá đau vai. Chung quanh tôi những người không biết gánh cũng không ít. Một số là dân quê thì gánh đi rất uyển chuyển nhẹ nhàng với hai thùng nước đầy. Tội nghiệp nhất là mấy thằng Banar, Jarai, người thượng cả đời đâu biết gánh, mọi thứ họ chỉ mang thôi, bây giờ bắt gánh nước mặt mày nhăn nhó đau khổ vô cùng. Một ngày hai hồ nước vẫn chưa đầy, phải tiếp tục gánh qua ngày hôm sau. Để cho có kết quả hơn thằng Long tổ trưởng tổ tôi đứng trên thành hồ cầm một quyển sổ nhỏ tính từng gánh, bắt mỗi người phải gánh hai mươi gánh đầy. Thấy việc nó làm tôi phát điên tiết lên. Thằng này người Kon Tum học đâu đến lớp bảy lớp tám gì đó mà cứ làm như cái rốn vũ trụ, hay ba hoa khoác lác. Tôi nghe thằng Đức kể hôm học lý thuyết đầu tiên ngồi bên, nó hỏi thằng Đức: anh biết trường Đại học Sư phạm Sài Gòn không? Tôi học trường đó ra, trong khi nó viết chữ còn xiên xẹo chưa ngay hàng bị thằng Đức chửi cho một trận, tôi nghe mà cười ngất, đây không phải là người duy nhất trong cái đám hỗn độn này tự thổi phồng mình lên như vậy. Thằng Long coi bộ xếp sòng mấy đứa dài dại người Kon Tum, mấy thằng nhỏ ấy coi bộ nể sợ thằng Long lắm, bữa nay nó đụng đến tôi đây. Gánh nước đến bên hồ đau vai quá tôi thả mạnh đôi thùng xuống làm nước văng lên tung tóe, thằng Long nhìn vào thùng nước nói giọng kẻ cả: gánh như vầy biết bao giờ cho đầy hồ. Tôi phát khùng bảo nó: thì mầy xuống đó cho mau đầy và cầm đòn gánh thụt cho nó một phát vào bụng, nó ngã ngửa xuống hồ nước dầu mỡ lóp ngóp, sổ viết văng đâu mất hết và uống vài ngụm nước dơ dáy ấy. Thằng Đức vỗ tay cười vang, anh Quang phóng tới để ngăn cản một vụ ẩu đả sắp hình thành. Tôi bỏ qua tổ thằng Khánh đẩy xe cải tiến đi chở nước ở con suối phía nam công trường. Nhưng rồi tôi thấy cũng chẳng cực nhọc, chẳng ăn thua gì bằng công tác đổ bê tông vài ngày hôm sau. Chúng tôi phải làm ca, ca sáng từ sáu giờ đến ba giờ chiều, ca chiều từ ba giờ đến mười giờ tối, trưa chiều được nghỉ nửa giờ để ăn cơm. Thay đổi nay làm ca sáng thì mai làm ca chiều. Ba cái máy trộn bê tông đổ ra một lần hơn ba khối, chúng tôi phải xúc lên xe cải tiến đẩy đi đổ xuống móng, rồi phải chở đá xanh 4×6, cát, xi măng và nước cho máy trộn. Máy chạy liên tục cần phải cấp nguyên liệu liên tục và phải tiêu thụ những mẻ bê tông đổ ra, chúng tôi phải làm đến hụt hơi. Xúc bê tông đã nặng, xúc bê tông với đá 4×6 càng nặng hơn, đẩy lưỡi xẻng vào đống bê tông đến cong lưng thót ruột. Ban ngày nắng gay gắt nhưng mặt trời vừa lặn xuống thì lạnh ngắt, ca chiều làm xong lúc mười giờ không dám tắm, chỉ rửa ráy sơ sài rồi ngủ. Thêm nữa nạn đói ngày càng hoành hành. Thường ngày chúng tôi đã chẳng no đủ gì đến lúc này thì càng thậm tệ hơn nữa vì số rau cải đem theo cùng mấy bao củ lang độn bị thúi hết, bọn nhà bếp lấy bột mì để độn nhồi với nước cán thành miếng xắt nhỏ đem nấu canh. Ở đây là giữa rừng không có chợ quán gì hết, nên không thể đi chợ mua thêm thực phẩm. Làm việc nặng nhọc mà mỗi bữa chỉ được hai lưng chén cơm nên trông đứa nào cũng hốc hác phờ phạc. Bên cạnh nỗi đói cơm còn có nỗi đói thuốc của mấy đứa ghiền thuốc. Thuốc đem theo hút hết chẳng biết mua ở đâu, tàn thuốc cũng bị quét lượm sạch đành phải nhịn thèm.

Công tác đổ bê tông đến ngày thứ tư thì thằng Điền ngã bịnh. Chúng tôi khiêng nó lên ban chỉ huy công trường ở đó có bộ phận y tế, người ta khám và nói nó bị sốt rét. Hôm sau bịnh nặng thêm gặp xe người ta chuyển nó đi bệnh viện Pleiku điều trị. Trong góc nhà ngục chỉ còn tôi và thằng Ngộ. Những buổi nghỉ ca tôi với nó thường ra tỉnh lộ ngồi chơi vơ vẩn. Con đường rộng nhưng vắng tênh, mỗi ngày chỉ có một chuyến xe Dodge chạy từ Pleiku xuống Phú Bổn và ngược lại. Thỉnh thoảng còn vài xe chở đá từ đèo Chư Sê lên cho lò vôi. Đèo Chư Sê nằm ở dãy núi nhấp nhô cuối đường chân trời kia, cửa ngõ xuống Phú Bổn - huyện Ayun Pa. Hình như dưới ấy có làng thượng bởi hôm trước nghe nói bọn thằng Lộc thằng Thiện lần theo đường dây điện thoại, "đường thẳng là đường ngắn nhất nối giữa hai điểm", xuống đó tìm mua được ít chuối ít gạo ăn đỡ đói. Bọn nó còn mạnh chân chứ tôi dẫu có tiền cũng không đi nổi. Cuộc sống này đã bòn rút hết sức lực khiến phần lớn những con người trong cuộc giống như những chiếc xe: có đổ xăng mới chạy được và đổ ít không chạy xa nổi. Hoặc không ra đường ngồi thì chúng tôi ngồi ngay ngoài sân dựa lưng vào tường đá sưởi nắng những sáng sớm hoặc buổi chiều sắp tối, nhìn rừng cây phủ vàng ánh nắng, nghe tiếng chim bồ chao kêu lao xao trước khi đêm xuống. Đói quá chúng tôi ngồi nghĩ đủ thứ món ăn, với lúc này chỉ cần hiện hữu một củ khoai lang nướng là quá ngon rồi. Nghĩ đủ thứ nhưng chẳng biết kiếm đâu ra. Trong rừng thỏ rất nhiều, thằng Ngộ chỉ cho tôi coi những viên cứt thỏ dưới đất rải rác khắp nơi đâu cũng có. Đêm trăng sáng thỏ vào đến sân công trường đùa giỡn kêu la chí chóe nhưng mà chẳng biết làm sao mà bắt được chúng. Ban ngày bọn chúng rút đâu mất hết vào rừng. Một buổi tối đang làm việc thì thằng Đức đưa cho tôi nửa trái chuối già nấu chín, tôi hỏi nó: mầy kiếm ở đâu ra vậy, nó nói nhỏ cho biết nó với bọn thằng Dũng già men theo bìa rừng lên tận mép vườn chuối gần Ban Chỉ huy công trường chặt trộm, có bữa chặt trộm cả bắp chuối nữa đem về luộc ăn. Chuối chặt về đem giấu trong khu nhà mồ của thượng đợi đêm tối mới mò ra lấy về lén nấu. Đói quá nên bọn nó hóa liều, hôm họp đầu tiên ông Quang đã dặn dò nhiều lần rằng đừng nên đến vườn chuối bởi trong đó có một kho ciment rất lớn có người canh gác, họ thấy bóng người mon men vào ngỡ là Fulro họ sẽ bắn chết. Và ghê gớm hơn nữa là bọn nó dám mò ra nhà mồ vào ban đêm, thằng Đức nói vừa đi vừa run, sợ đến đứng tim nhưng đói quá cũng phải đi. Cái đói xưa nay đã xua con người đến chỗ liều lĩnh và tội lỗi không phải ít. Tôi đem chuyện bọn thằng Đức chặt chuối ấy nói lại với thằng Ngộ và bàn nhau tìm cách kiếm cái ăn, không thể chịu nổi nữa. Vào khu vườn ấy tìm chuối thì chúng tôi không dám, tôi bàn với nó thử vào rừng may ra còn những cây chuối trong những cái rẫy cũ của thượng bỏ lại có cái bắp nào hoặc buồng non buồng già gì càng tốt. Chỉ trông đợi vào cái hướng ấy nữa mà thôi. Chúng tôi không thể làm như thằng Dũng già đến bữa chia cơm xong đến ngồi chực bên bếp miệng cười nhăn nhở đợi bọn chị nuôi vét nồi xin cơm cháy, bọn nó khinh ra mặt, đôi khi còn chửi trên đầu mà vẫn không bỏ đi. Ngày xưa khi còn nhỏ ở nhà nghe mẹ tôi thường nói câu: "No thành tiên thành phật, đói ra quỷ ra ma". Bây giờ chúng tôi cũng gần thành ma quỷ rồi. Bình thường bạn bè thân thiết với nhau nhưng giờ kiếm được miếng gì ăn cũng giấu để dành cho phần mình hay khi nuốt xong rồi mới nghĩ đến bạn bè. Đó thuộc về bản năng sinh tồn, chuyện tranh sống. Phú quý mới sinh ra lễ nghĩa. Tôi nhớ đến những truyện nước ngoài tả cảnh những bọn giàu có trưởng giả tổ chức những tiệc tùng tiếp tân này nọ với toàn những món ngon vật lạ nấu nướng cầu kỳ ấy vậy mà phải mời lên mời xuống khách mới ăn chơi chút chút và trong những bữa tiệc ấy khách ăn nói văn hoa lịch sự hết cỡ. Giá mà thả cái bọn ấy xuống công trường này bắt làm việc chừng ba bốn tuần rồi ném cho bọn ấy rổ khoai lang bọn ấy sẽ tranh nhau mà ăn, sẽ hết nói hoa hòe cầu kỳ kiểu cách, sẽ hết "thưa ngài, thưa bà bạn yêu quý nhất của tôi". Và giữa cảnh tối tăm đói khát này bọn đầu đường xó chợ, bọn đạo đức giả sẽ càng lộ bản chất của chúng rõ hơn bao giờ hết. Buổi tối đó, trong góc tường đá, tôi và thằng Ngộ bàn nhau sáng ngày mai sẽ vào rừng tìm chuối, tìm cái ăn, bất cứ cái gì ăn được .

Buổi sáng hôm sau ăn vài chén cơm sáng xong thằng Ngộ lén lấy cái rựa của bọn nhà bếp, tôi cầm một khúc sắt phòng thân. Chúng tôi tiến vào rừng theo con đường cỏ đã vạch sẵn. Đi sâu vào cả gần cây số vẫn chẳng có gì lạ, hết rừng thưa là trảng cỏ xưa kia là rẫy của đồng bào thượng, tôi nhận biết nhờ giữa trảng còn lại vài gốc cây cháy đen đứng rải rác, rồi lại đến những khoảng cây bụi rậm rạp. Trong rừng đa số là cây dầu với những cây gì đó cũng lá rộng lạ hoặc chưa hề biết tên nhưng không có cây nào có trái, không thể tìm thứ gì có thể ăn được. Bọn thỏ cũng chẳng thấy đâu, không biết hang hốc chúng ở chỗ nào nữa. Chúng tôi đi sâu vào khoảng vài cây số nữa cũng chẳng tìm ra thứ gì có thể ăn được. Đến một vùng hơi thấp có vài cây chuối nhưng băng xuống tới nơi cũng không thấy có trái hay bắp gì cả. Qua vài bụi trúc cần nhưng bây giờ không phải mùa măng, măng mọc vào mùa mưa. Đất rừng tương đối bằng phẳng nên không hề có một suối nước. Chúng tôi vừa khát khô cổ vừa đói và mệt, chân tay rã rời ngồi nghỉ dưới một gốc cây. Tôi nghĩ giá mà bây giờ có con cọp hay con heo vòi xông đến chúng tôi cũng chẳng chống cự nổi, mà ngay đến chuyện leo lên cây trốn cũng không leo nổi nữa. Con đường giữa rừng cỏ đã vạch sẵn vẫn tiếp tục đi sâu vào nữa nhưng tôi chẳng biết nó đi tới đâu, có lẽ dẫn tuốt xuống thung lũng sông Ayun. Không hiểu con đường do ai vạch mà trên đầu ngọn cỏ thỉnh thoảng có những cái gút làm dấu trong khi chúng tôi chưa hề thấy một người lạ mặt nào từ trong rừng đi ra qua công trường. Người thượng tôi chỉ thấy họ cỡi voi đi ngoài tỉnh lộ 7, con đường này không hề có dấu voi đi. Trong đầu tôi cứ thắc mắc hoài với những cái gút bí ẩn trên đầu ngọn cỏ. Hay là của Fulro làm dấu. Tôi chỉ sợ beo, heo vòi chứ không sợ Fulro, tôi biết một ít tiếng Jarai tiếng Banar tôi có thể nói chuyện với họ, tôi nghĩ tôi có nhiều điểm giống họ.

Công cuộc tìm kiếm thất bại, chúng tôi lê lết trở về nằm dài nơi xó nhà ngục ngao ngán. Buổi chiều đang lúc làm việc thằng Ngộ móc túi chia cho tôi năm sáu hột bí đỏ, nó nói hốt trộm của bọn chị nuôi, bọn đó no cơm hơn mình, ở không còn bày đặt ăn hột bí nữa, rồi nhe răng cười, tôi cũng cười theo. Mấy cái hột bí ăn béo lạ lùng, ngon hơn chục lần hột dưa ăn trong ngày Tết. Nghĩ đến tết tôi nghĩ lan man đến những thứ khác, ước gì bây giờ có được cái bánh chưng. Thằng Ngộ lại rủ tôi chiều mai nghỉ ca tụi mình vô rừng lần nữa kiếm chuối, tôi ngán ngẩm lắc đầu, nó nói mình đừng đi theo đường mòn nữa, đi hướng khác đi, và nó lý luận: nếu có chuối dọc đường mòn thì người khác đi đường cũng hái rồi đâu tới mình, đi hướng khác may ra gặp, hên nữa gặp chuối chín. Nghe nói tôi phát chảy nước miếng, nửa trái chuối già hôm trước thằng Đức cho ngon chưa từng thấy huống chi là chuối chín. Tôi nói ừ chiều mai đi nữa rồi kéo cái xe cải tiến đi đến máy trộn bê tông.

Cuộc tìm kiếm lần thứ nhì vẫn không kết quả gì hơn. Đi bậy đi bạ không theo đường mòn chúng tôi không đi được xa, cỏ lông heo cản ngang bụng và đâm vào chân tay người ngợm đau điếng. Lúc về đến sân công trường được hay có một con rắn bò ngang tỉnh lộ bị xe Zin 130 cán chết, tôi lần lên tỉnh lộ coi. Giữa đám đông một con rắn to cỡ cây tre dài hơn hai sải tay màu đen mun nằm ngang đường, con rắn già xương nổi thấy lô nhô phía sau lớp da khô khốc. Có người nói hôm trước trên ban chỉ huy công trường cũng đánh chết một con to cỡ này. Nhìn con rắn nghĩ lại những chuyến đi rừng mà phát ghê người, may sao chưa gặp nó, rắn cỡ đó mà đớp một phát trâu bò cũng chết huống chi người. Trời lại nổi gió, mây đen kéo về xám xịt cả bầu trời và lạnh dữ. Tôi về nhà nghe thằng Ngộ kể lại lúc nãy nó bị mấy con chị nuôi chửi vì chuyện cái rựa. Tôi lặng im kiếm chỗ khuất gió ngồi nhổ những bông cỏ ghim trong quần áo ra. Tối trời lạnh tôi nằm đắp mền nghe thằng Ngộ kể chuyện rủ rỉ. Góc này tương đối xa, phía dưới kia bọn nó ồn ào la hét hỗn loạn. Hai cây đèn bão thắp dầu gasol mù khói lại sắp hết dầu nên chẳng soi được gì chỉ thấy hai đốm lửa màu đỏ quạch lúc sáng lúc tắt vì bị người qua lại che khuất. Thằng Ngộ nói đủ thứ chuyện, chuyện nhà chuyện cửa, chuyện ngày còn nhỏ mới lên cao nguyên, chuyện những đàn bò đàn ngựa của người thượng đi ăn đêm thuở cao nguyên còn hoang vắng. Xem ra nó vẫn chưa bỏ được ý định vào rừng kiếm ăn bằng một con đường khác nữa, nó vẫn chưa nản chí như tôi. Thằng Ngộ ra sau nhà một lát trở vào thì thầm với tôi: Mấy thằng Banar nấu cơm phía sau hè. Tôi nói: Ừ, tao thấy rồi. Thằng Ngộ hỏi không biết gạo ở đâu ra? Tôi nói chắc bọn nó đem theo, kỳ trước bọn nó có về làng, chính tao viết đơn xin phép giùm mà. Một lát sau nó nói: Chắc giờ cơm chín rồi. Lúc nãy tao ra nhìn thấy hỏi bọn nó nói nấu nước - tôi nói. Thằng Ngộ ngạc nhiên: Tôi thấy bọn thằng H'rơ, thằng Pưt thân với anh lắm mà. Tôi nói: Ừ, bình thường là vậy, nhưng giờ tụi nó đói quá mà. Tôi thấy buồn và nói: Thôi ngủ đi. Phía dưới kia bọn trong lớp vẫn ồn ào la hét dưới hai bóng đèn đỏ quạch, tôi liên tưởng đến hai con mắt quỷ dữ. Con quỷ đang trông coi một đám tội nhân dưới địa ngục như trong các truyện cổ tích xa xưa, đám tội nhân đang quằn quại trong những khổ hình trả nợ cho tiền kiếp. Tôi nằm hoài mà không ngủ được, bên cạnh tôi nghe thằng Ngộ trăn trở nhiều lần.

Đến ngày thứ mười, mười một gì đó của công tác đổ bê tông, hai hồ nước trước sân bị cạn hết. Ban Chỉ huy công trường điều một chiếc xe tẹc đến chở nước trong một buổi. Sáng sớm anh Quang lấy một ít người trong đó có tôi đi theo xe tẹc múc nước. Xe chở chúng tôi chạy theo đường số 7 xuống hướng đông nam, bên đường có một con suối, công việc của chúng tôi là dùng thùng múc nước chuyển lên đổ vào bồn, khi đầy xe chạy về tự đổ xuống hồ, chúng tôi ở lại đợi. Làm công tác này chiều sẽ được nghỉ một ca bê tông. Sẵn dịp tôi đem quần áo để giặt giũ và tắm rửa, từ ngày xuống Chư Sê tôi chưa tắm lần nào, nhìn mấy cái hố nước trên công trường quá sức dơ hết muốn tắm. Thời gian nghỉ ngơi của chúng tôi không được bao nhiêu vì nước múc lên thì lâu nhưng xe chạy về đổ xuống hồ lại nhanh nhưng dù sao tôi cũng thấy dễ chịu với sự thay đổi công việc này, được tắm rửa trên dòng suối chảy giữa rừng tuy rằng đây không phải là dòng suối đẹp như tôi đã thấy ở nhiều nơi khác.

Đến trưa về ăn cơm chúng tôi phát hiện sự vắng mặt của thằng Ngộ, không biết nó đi đâu mà dám bỏ bữa cơm. Tôi lấy chén của nó trong ba lô ra xúc một chén cơm và úp một chén cơm khác lên để phần cho nó. Anh thầy Quang và bà Thu Ba hay tin đoán Thằng Ngộ chuồn về rồi, bà Thu Ba quả quyết như vậy và chì chiết mắng mỏ mấy thằng bỏ trốn, hôm qua đã có vài thằng đón xe Phú Bổn lên chuồn về Pleiku rồi. Riêng tôi đoán chắc thằng Ngộ không chuồn về, nếu có nó đã nói với tôi, quần áo đồ đạc vẫn còn nguyên. Nhưng rồi tôi lại phân vân biết đâu quyết định này mới có hồi đêm sáng ra chưa kịp nói thì tôi đã đi lấy nước rồi. Mệt mỏi quá tôi cuốn mền ngủ đến khoảng ba giờ chiều. Ra ngoài nơi làm việc vẫn không thấy thằng Ngộ, tôi gặp anh Quang hỏi xem anh có thấy thằng Ngộ đâu không, anh bực mình gắt gỏng: thằng đó chuồn về rồi. Tôi đi hỏi những đứa khác, không đứa nào thấy thằng Ngộ lên tỉnh lộ đón xe cả. Tôi vào chỗ nằm giở chiếc chiếu lên khúc sắt của tôi cầm đi rừng hôm trước không còn dưới chiếu nó nữa, tôi đoán chắc thằng Ngộ đã vào rừng từ sáng và đến bây giờ chưa về thì chắc chắn đã bị tai nạn: Fulro, beo hay heo vòi gì đó. Tôi chạy ra sân trình bày với anh Quang như vậy, bây giờ anh mới phát sợ, tôi thấy anh biến sắc mặt đi và hối thúc tôi đi tìm. Tôi vào lấy cây rựa, trong nhóm múc nước khi sáng chiều nay nghỉ còn thằng Sĩ, thằng Đức ở nhà tôi lôi đi, rồi anh Quang cũng chạy theo. Tôi dẫn cả đám đi theo đường mòn hôm trước, rồi sợ rằng nó không theo đường mòn, tôi nảy ý kiến chia làm hai nhóm đi cách hai bên đường khoảng trăm thước như vậy sẽ tăng tầm nhìn hơn và liên lạc với nhau bằng tiếng hú. Đi cả cây số vẫn chưa thấy gì, lội rừng nghĩ đến con rắn hôm trước ai cũng ngán. Anh Quang hô đi thêm một đoạn nữa, vô sâu chừng một cây số nữa cũng chỉ thấy cỏ và cây. Trời chiều rồi coi bộ như sắp mưa nữa, không ai còn đủ gan đòi đi sâu vào thêm. Chúng tôi trở ra và đi tản rộng ra thêm một chút. Đến một khoảng đất hơi trũng có những cây chuối tôi lượm được một khúc sắt mà tôi đã từng cầm đi rừng, đúng là thằng Ngộ đã vào đây, đi thêm ít bước nữa tôi nhìn thấy cái lưng áo công nhân bạc phếch chạy vội tới thấy một xác người nằm úp sấp lật lên đúng là thằng Ngộ. Phía trước áo đã bị xé toạc ra, phần da bụng mất hết, ruột gan không còn, cổ họng bị cắn nát bấy, máu me nhoe nhoét, xác đã lạnh ngắt, chắc nó chết đâu hồi sáng lúc tôi còn ở ngoài suối múc nước. Tôi vội hú lên nhưng cổ họng khô khốc không phát ra âm thanh được, tôi cố gào lên kêu thằng Sĩ thằng Đức và anh Quang chạy tới. Có lẽ nó bị beo chụp, trên mặt nó còn in hằn những nét kinh hoàng khủng khiếp, mắt trợn trừng, miệng há ra, bên cạnh đó còn vương vãi nhiều vết máu, có những chỗ cỏ rạp và đất bị cào tung lên. Tất cả chúng tôi đều há hốc lặng im nhìn xác chết, tất cả đều kinh hoàng, mặt ai cũng tái mét. Lát sau định thần lại, anh Quang cắt mấy tàu lá chuối phủ lên người nó che cái bụng trống hốc và khuôn mặt lấy dây rừng cột lại và bảo chúng tôi khiêng nó về. Đi được nửa đường thì trời mưa, chúng tôi bị ướt loi ngoi. Đói, mệt, lạnh cái xác thằng Ngộ lại trì nặng làm chúng tôi bước đi quỳnh quạng, cỏ dưới chân níu giữ, ai cũng thở hào hển. Tôi lại chợt nghĩ biết đâu con beo đã chụp thằng Ngộ còn quanh quẩn đâu đây, sau khi moi bộ lòng ăn rồi nó về hang ổ ngủ, chiều đói bụng quay trở lại tìm con mồi ăn dang dở thì chúng tôi khiêng đi mất rồi, có thể nó đang đánh hơi và rượt theo, tôi sợ nhưng không dám nói với ai, nói ra có thể tạo nên một sự hoảng loạn tập thể, dám có đứa vất cái xác thằng Ngộ bỏ chạy.

Về công trường xác thằng Ngộ được đem vào nhà đặt nằm trên chiếc chiếu của nó, cả lớp bỏ việc, bu đông đen chung quanh bàn tán ồn ào. Anh Quang cho lớp trưởng đi mời ban chỉ huy công trường và bộ phận y tế xuống khám tử thi và lập biên bản. Tôi để nguyên quần áo ra đứng dưới dòng nước mưa từ trên mái nhà chảy xuống tắm rửa. Đói và lạnh nhưng tôi không nuốt cơm nổi, chỉ ngồi bên bếp lửa sưởi ấm.

Buổi tối trời mưa liên miên, người ta đuổi tôi xách chiếu đi góc khác, xác thằng Ngộ được cuốn chiếu đặt nằm trên hai cái bàn ghế đem từ ban chỉ huy công trường xuống. Ở đây không có nhang để thắp, trên đầu nó treo cái đèn bão lù mù đỏ quạch và phía ngoài có đốt một đống lửa nhỏ. Khác hẳn với mọi đêm, cả lớp nằm lặng ngắt. Tôi ngủ rồi thức giấc nhiều lần, lần nào cũng nghe tiếng mưa rơi đều đều ở bên ngoài, lần nào nhìn ra ngoài trời cũng tối. Tôi nằm nghĩ lan man đến đời sống đến cái chết rồi ngủ đi, lúc giật mình dậy nhìn bên ngoài trời vẫn chưa sáng. Hay là trời đã sáng rồi mà không có mặt trời. Tôi nhớ ngày xưa Trịnh Công Sơn có bài hát "Hôm nay thức dậy không còn thấy mặt trời, hay mình đã lạc loài vó ngựa trên đời hay dấu chim bay. Hôm nay thức dậy không còn thấy ai, bạn bè giờ đã xa vắng tiếng cười..." Thằng Ngộ không còn thấy mặt trời, tôi nằm hoài vẫn chưa thấy mặt trời lên sao? "Mặt Trời đã ngủ yên". Tôi nhìn về góc nhà, cái xác vẫn nằm đó dưới cây đèn bão bóng mù đỏ, bên trong đám lửa nhiều khói chập chờn. Tệ quá không còn chút dầu gasol nào bôi lên mấy cái chân ghế để ngăn kiến, chắc giờ kiến bu đầy các vết thương, có lẽ kiến bu đen hết mấy nắm cơm trên đầu nó rồi. Giá như lúc sống mỗi ngày nó được thêm ba nắm cơm như vậy thì đâu đến nỗi này. Trời bên ngoài vẫn mưa lai rai đều đều. Ngày mai người ta mới lo tìm xe chở xác nó về. Gia đình nó sẽ ra sao khi nhận được tin này, khi chiếc xe lù lù chở xác đến nhà. Tôi ngủ thiếp đi một hồi đến lúc thức dậy vẫn nghe mưa rơi đều đều, nhìn ra cửa trời vẫn chưa sáng. Mãi mãi vẫn còn đêm.

Trần Văn Lâm

bạn đang sống ở thị thành
trước thời cởi trói ngon lành ra sao
sau cởi trói bạn bước vào
na ná tư bản, lẽ nào khác chăng
mỗi ngày bạn tập thói quen
soi gương hẳn thấy trắng đen rõ ràng

LÊ HỨA HUYỀN TRÂN
Tình

Sa là một người phụ nữ cuồng công việc, cái sự cuồng được thể hiện rõ tới mức bản thân cô cũng không nhận ra mình đã bước qua tuổi ba mươi mà không có lấy một người đàn ông trong đời mình. Khi mỗi tối, dường như đôi lần cô mệt mỏi trên bàn làm việc, nhìn quanh, thứ gì cũng không thiếu, một căn nhà của riêng mình trên phố thị, một trưởng phòng công ty, vị trí mà những người đàn ông đua nhau để giành nhưng cô lại có được, ly rượu vang mỗi tối và công việc mình yêu thích. Ai nhìn vào cũng có thể nói cô là người phụ nữ thành đạt. Kỳ dường như lại trái ngược với chị mình, dù cả hai là chị em sinh đôi. Cả hai đều có xuất phát điểm như nhau là hai người con gái từ nông thôn lên thành thị nhưng Kỳ đã bỏ dở việc học từ sớm vì kế sinh nhai. Cho đến giờ, Sa vẫn hay la rầy Ky chỉ còn một năm nữa là tốt nghiệp, sao lại bỏ dở nhưng cứ mỗi khi nhắc đến Kỳ lại cười rồi đánh trống lảng. Sự thành công của bản thân khiến Sa nhìn Kỳ như cách nhìn một kẻ thất bại. Kỳ chỉ là công nhân của một công ty may mặc nhỏ, và năm hai lăm tuổi Kỳ lấy chồng, hai vợ chồng cùng ở trọ tại khu nhà trọ cách không xa nhà Sa.

- Sao mày lại lấy chồng khi còn quá sớm như vậy? Tao đã nói sẽ thu xếp công việc trong công ty tao cho mày, có thể lấy chồng là dân văn phòng, khá giả thu nhập cao.

- Hai lăm tuổi cũng lớn rồi đó bà chị tui ơi, hơn nữa, duyên nó tìm đến thì mình đón nhận chứ. Với lại, em cũng học chưa tới, công ty chị cũng yêu cầu cao, em không muốn mọi người nói chị ưu tiên cho người thân rồi đến khi em làm không tốt thì...

Sa khẽ đốt điếu thuốc, rót cho mình một ly rượu vang và thả mình trong chiếc ghế bành to sụ, cô khoác lên mình vẻ ngoài sành điệu của một người đàn bà thành thị, còn Kỳ thì đang lúi húi dọn dẹp căn nhà của chị mình. Vì Kỳ luôn từ chối khoản tiền giúp đỡ của Sa nên Sa vẫn hay nói Kỳ sang dọn nhà và trả công cho Kỳ, vì Sa biết Kỳ chỉ chấp nhận được trả công nếu bỏ công sức ra để làm.

- Chị hút thuốc ít thôi, cả rượu nữa, như thế không tốt cho sức khỏe đâu.

Nhưng khói thuốc có thể làm Sa cảm thấy mạnh mẽ hơn còn rượu khiến Sa quên đi thực tại mệt mỏi trong công việc. Đứng trên vị trí cao đã khó nhưng để duy trì vị trí đó còn khó hơn. Mỗi ngày dường như đều có những người muốn tranh giành vị trí đó với cô, và quả thật cô có tình yêu đặc biệt với công việc của mình, cô luôn muốn không ngừng đấu tranh với cuộc đời này.

- Cô Sa có nhà không vậy? Tôi mới nấu ít canh rau mang qua cho cô đây...

Tiếng khép cửa lại, Kỳ đi vào nhà lém lỉnh nhìn Sa:

- So ra anh Hen ảnh thương chị thật đấy nhỉ, ảnh sợ chị lo làm không nấu ăn nên lại nấu đồ ăn mang qua này.

Sa vội gạt phắt đi suy nghĩ của cô em. Hen là hang xóm của Sa, từ khi Sa lên phố đều được Hen giúp đỡ, anh chỉ làm việc trong một công ty nhỏ nhưng lại rất giỏi nấu ăn và biết tính chất công việc của Sa nên anh lo cô bỏ bữa, khi nấu cho mình anh cũng tranh thủ nấu cho cô. Anh đã tỏ tình với cô ba năm trước nhưng bị cô từ chối, dù thế, anh vẫn nói anh sẽ chờ đợi cô thực hiện mộng tưởng của cuộc đời mình.

Cách đây ít tháng, Sa đón mẹ dưới quê lên để phụng dưỡng vì ba cô vừa mất, để mẹ dưới quê ở một mình cô không yên tâm. Thế nhưng sau đó bắt đầu biến cố ập tới, công ty làm ăn thua lỗ, ban quản trị trong công ty đều cố gắng góp phần để giữ lại công ty nhưng rồi không cứu được, công ty phá sản, vì thế những người đứng đầu trong công ty, kể cả Sa cũng ôm trong mình khoản nợ đầu tư lớn. Sa đã trăn trở rất nhiều, thậm chí bán dần hết xe và những tài sản có giá trị cũng như khoản tiền dành dụm chỉ để trang trải nợ nần. Khi người ta lâm vào chốn đường cùng, người ta hay có những phút giây đôi khi nóng giận vì thiếu suy nghĩ. Khi Kỳ bắt đầu góp ý với Sa, Sa không hiểu sao lại trách ngược cả Kỳ:

- Mày thì biết gì mà khuyên nhủ tao, nếu ngày đó mày ăn học đến nơi đến chốn, tao nhờ cậy được mày thì có phải giờ mày cũng có ít tiền giúp đỡ tao không?

Kỳ không nói gì chỉ im lặng rời nhà Sa, lúc ấy mẹ Sa mới lên nói chuyện với Sa:

- Có việc này Kỳ nhờ mẹ giấu con, chắc cũng đã năm sáu năm rồi. Mẹ cũng đã hứa sẽ không nói ra nhưng thấy hai đứa như thế này mẹ không thể không nói...

Và câu chuyện bắt đầu từ việc hai cô sinh viên nghèo lên phố trọ học tìm cơ hội đổi đời. Lên tới năm ba, dù đã gần hoàn thành ước mơ của mình nhưng khi ấy dưới quê có đợt lũ to, tài sản mất sạch, tiền học nhà không thể gửi lên được mà ngay cả chỗ trọ chưa đóng tiền cũng có nguy cơ bị đuổi. Ngành Sa học tốn rất nhiều tiền, và giờ là năm quan trọng, vì thế Kỳ đã bàn với mẹ sẽ nghỉ học đi làm để có tiền cho Sa tiếp tục việc học... Và Kỳ dặn mẹ tuyệt đối không được nói với Sa.

Hai vợ chồng Kỳ bước vào nhà khi câu chuyện của mẹ vừa đến hồi kết. Sa chưa kịp xin lỗi thì đã nghe Kỳ nhỏ nhẹ:

- Hai vợ chồng em bàn nhau mấy bữa nay, sáng nay chồng em chở em đi bán cái nhẫn cưới, với được ít tiền hai đứa dành dụm, chị coi trả được khoản nào trả trước rồi mình tính tiếp sau...

- Nhưng nhẫn cưới của hai đứa...

- Hai cứ lấy đi Hai – Chồng Kỳ nói – Nhẫn cưới chỉ là hình thức, quan trọng là tụi em là vợ chồng ăn đời ở kiếp mà. Mình là người trong nhà, giúp được nhau gì thì phải giúp.

Đột nhiên những ký ức trong đầu Sa vụt qua, cả cách mà Sa coi thường người em rể chỉ là công nhân của mình làm Sa xấu hổ. Đôi khi, lúc con người ta rơi vào hoàn cảnh khốn cùng, mới nhận ra đâu là người tốt với mình. Sa chợt nhớ mình đã từng nghe ở đâu đó, trường học thì dạy rồi mới thực hành, còn trường đời thì lại cho mình thực hành trước rồi người ta mới rút ra bài học...

Vì có năng lực Sa cũng mau chóng xin được việc mới ở một công ty tốt, nợ nần cũng qua năm tháng mà trang trải được. Sa cũng tập cho mình cách nhìn nhận lại với cuộc sống và trân trọng những mối quan hệ chân thành xung quanh. Gần đây, Sa còn tập nấu ăn, dành thời gian bên gia đình chứ không thả mình vào guồng quay công việc nữa. Bữa cơm đầu tiên trọn vẹn Sa nấu, Sa mời vợ chồng em qua ăn, lúc đó hai người đã rất bất ngờ, gần như trước đó chồng Kỳ không được bước vào nhà Sa... Sa cũng chợt nghĩ tới một khoản tiền lớn mà Kỳ đưa cho Sa:

- Của anh Hen, mà ảnh dặn em không được nói.

Sa đã từng cảm động nhưng đã tự dặn lòng không được xiêu lòng trước người đàn ông ấy vì công việc, nhưng rồi dường như sự cố gắng cuối cùng cũng đã bị đổ vỡ khi sự yếu đuối đã thay thế cho tình cảm chân thành. Sa đột nhiên đỏ mặt nói với Kỳ:

- Em nói với anh Hen qua dùng bữa với nhà mình...

Lê Hứa Huyền Trân

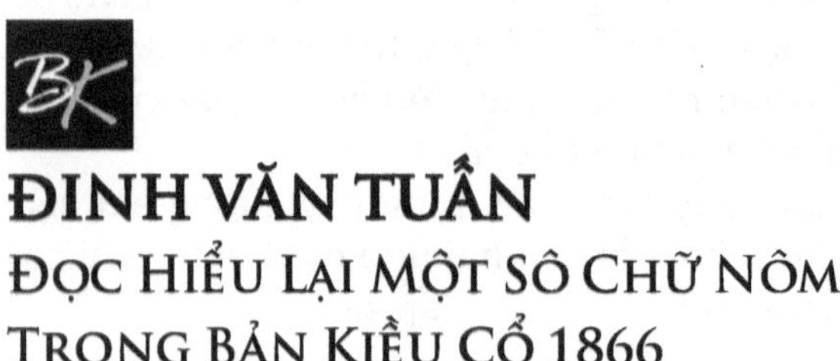

ĐINH VĂN TUẤN
Đọc Hiểu Lại Một Số Chữ Nôm
Trong Bản Kiều Cổ 1866

(tiếp theo Ngôn Ngữ Số 23)

2. Chữ Nôm đặc biệt

Những chữ Nôm đặc biệt sau đây là những chữ vẫn chưa được các nhà phiên âm *Truyện Kiều* nhất trí cách đọc hiểu vì mỗi nhà đã chủ quan, tùy tiện đọc theo tri thức, cảm nhận của mình nên đã gây ra nhiều mâu thuẫn. Chúng tôi cố gắng tìm hiểu lại và đề nghị cách đọc hiểu khác có khả năng gần với nguyên lời nguyên ý của tác giả *Truyện Kiều*.

2.1. Câu 37: *Im lìm trướng 擔 màn che*

Chữ 擔 (dũ) có thể đọc Nôm là *dủ, giủ* như Việt-Bồ-La có *dủ ngành xuống* (rủ cành xuống), E. Nordemann phiên chữ 擔 trong câu này là trướng *giủ*. Lạ là P. Béhaine, H.T Của không có *dủ, giủ* nhưng lại có 醜 "xủ" (=rủ xuống), T.V Ký cũng phiên là *xủ*. Lưu ý là tự điển Việt-Bồ-La đã từng ghi nhận *xủ xuống = gủ xuống* (gủ=rủ), Génibrel đã ghi nhận 瘻 *rủ xuống*. Vậy dùng âm RỦ cho chữ 擔 câu 37 và các câu khác là phù hợp như **rủ** rèm the, **rủ** bức rèm châu, **rủ** trướng đào, **rủ** là, **rủ** bức trướng hồng, lá màn **rủ** thấp, trướng **rủ** hoa đào, bức gấm **rủ** thao.

Chữ 擔 cũng thấy trong câu 2851: *Bẻ bai 擔 rỉ tiếng tơ*. NHL 1870 擔, THƯ 1874 嚘. P.Béhaine, H.T. Của: *rủ* rỉ 嚘吔 (nói rủ rỉ=nói nhỏ nhẹ). T.V Ký phiên *rủ* rỉ. Vậy 擔 (dủ) là ký âm theo phương ngữ miền Bắc của RỦ. Lưu ý, E. Nordemann (và Lê Văn Hòe) phiên là *rầu* rĩ có thể đã dựa vào 油吧 *rầu* (dầu) trong DMT 1872 (bản này chắc dựa theo NHL 1870 đã ghi nhận "擙 nhất tác 咘").

Cũng chữ 擙, câu 1173: *Phao cho quyến gió* 擙 *mây*, thường được phiên là "rủ" nhưng xét ra có vấn đề vì: P.Béhaine ghi nhận quyến dụ 誘 = quến *dỗ* 誘 (Việt-Bồ-La từng ghi nhận *quến luyẹn cám dễỗ* = quyến luyến cám dỗ), H.T.Của đã ghi nhận *dụ/dỗ* 誘 và theo Génibrel, 誘 DỤ (=dũ/dỗ). E. Nordemann phiên là *dủ* nhưng ở câu 1180: *Quyến anh* 嫛 *yến sự này tại ai,* 嫛 (lũ) E. Nordemann vẫn phiên là *dủ*. NHL 1870 chép là 嫛 ở cả 2 câu 1173, 1180 (sau DMT 1872, THƯ 1874 cũng như vậy). T.V Ký phiên 2 câu 1173, 1180 là "rủ", Génibrel ghi nhận *rủ* 嚷, *quyến anh rủ én.* Chúng tôi cho rằng *dũ/dỗ* có gốc Hán là *dụ* 誘 (dụ dỗ, cám dỗ). Có khả năng, do khi làm thơ Nguyễn Du đã tách đôi từ *quyến dũ/dỗ* ra "**quyến** gió **dũ/dỗ** mây", "**quyến** anh **dũ/dỗ** yến" dẫn đến DŨ 擙 (=dụ 誘) trong *quyến dũ/dỗ* bị hiểu lầm ra RỦ 嫛 (rủ nhau) như LVĐ 1866. Sau NHL 1870, DMT 1872, THƯ 1874 dùng RỦ 嫛 và T.V Ký, Génibrel và các nhà sau đều đọc là RỦ. Chữ 嫛 *rủ* (rủ nhau) chỉ đúng ở các câu 2254: **Rủ** *nàng hãy tạm lánh mình một nơi*; c.2955. *Được tin Kim mới* **rủ** *Vương.* Chưa thấy trong khẩu ngữ hay tài liệu xưa nào dùng "quyến RỦ" nhưng lại thấy có quyến RŨ (= quyến dụ/dỗ) xuất hiện muộn trong *Bỉ vỏ* (1937) của Nguyên Hồng [13] hoặc bài hát *Thu quyến rũ* (1950)[6] của Đoàn Chuẩn – Từ Linh. Nhưng vì RŨ là từ hiện đại không phải là từ thời Nguyễn Du nên nếu đọc là RŨ, (quyến gió *rũ* mây; quyến anh *rũ* yến) như Lê Văn Hòe có lẽ không phù hợp ngữ âm lịch sử, hơn nữa âm hưởng cũng không thuận. Vậy 擙 đúng ra có âm DỖ, *quyến dỗ*, tuy nhiên âm DỖ (quyến gió *dỗ* mây; quyến anh *dỗ* yến) về âm hưởng đọc ngâm sẽ không thuận. Chúng tôi thấy chữ DỤ 誘 ngoài âm DỖ còn có biến âm là DŨ (Génibrel 誘 DỤ = dũ/dỗ), quyến DŨ vào đầu thế kỷ 20 vẫn được dùng trong *Pháp Du hành trình nhật ký* năm 1922 của Phạm Quỳnh [21], tự điển *Việt-Hoa-Pháp* của Gustave Hue năm 1937 [6] đã ghi nhận quyến *dụ* = quyến *dũ*. Âm DŨ có âm hưởng thuận và hay hơn, vậy có lẽ nên dùng DŨ (擙, 嫛) thay cho RỦ/RŨ trong câu 1173: *Phao cho quyến gió* **dũ** *mây;* câu 1180: *Quyến anh* **dũ** *yến sự này tại ai.*

Nhưng chữ 擙, 癒 (thanh phù *dũ*) ở câu 325 (LVĐ 1871): *Xương mai tính đã* 擙 *mòn*"; c.782 (LVĐ 1866): "*Lệ rơi thấm đá, tơ chia* 癒 *tằm*", NHL 1870 viết 擙, 癒 nhưng THƯ 1874 viết là *rũ* 瘻. Câu 782 T.V Ký

---

[6] Theo *Wikipedia*, Đoàn Chuẩn:
https://vi.wikipedia.org/wiki/%C4%90o%C3%A0n_Chu%E1%BA%A9n

phiên *rã* còn E. Nordemann là *rũ*, BK-TTK phiên là *rủ* (c.325), *rũ* (c.785) còn Đào Duy Anh đều phiên là *rũ*. Các tự điển, tự vị xưa đều ghi nhận RŨ (thường viết Nôm là 屢, 瘻) như *chết rũ, rũ liệt, rũ xương*. Vậy 攄, ⿸疒慮 (dấu vết phương ngữ Bắc của Liễu Văn đường) chỉ nên đọc là RŨ.

2.2. Câu 42: *Cành lê trắng điểm một ⿺巴数 bông hoa*

Chữ ⿺巴数 ở câu 42 đa số các nhà phiên âm *Truyện Kiều* xưa nay đều đọc là *vài* (thanh phù 巴)nhưng Đào Thái Tôn lại đọc hiểu là VÀ (từ cổ). Đào Thái Tôn còn đọc ⿺巴数 là VÀ ở các câu 98, 130, 404, 2234 nhưng ở câu 3254 ông lại đọc là VÀI. P. Béhaine và H.T Của đã ghi nhận 吧 *Và* và 吧 *Vài* cùng nghĩa là một vài như *và lời, và ngày* hay *vài người, vài phen*. Như vậy xưa *và* = *vài* đều được ký âm là 吧 (ba). Đáng lưu ý, thanh phù ba 巴, 吧 hầu như mọi nhà đều đọc là VÀ ở các câu 98 (*một **và***), câu 404 (***và** bốn câu*) tuy nhiên ở câu 130, Nordemann, BK-TTK, Đào Duy Anh, Tản Đà, Lê Văn Hòe, Nguyễn Quảng Tuân, TNT-NTC, HKHVN đọc là ***vài** lời* còn T.V Ký, Nguyễn Tài Cẩn, Đào Thái Tôn, Nguyễn Khắc Bảo, An Chi lại đọc là ***và** lời*; câu 2234, Nordemann, Nguyễn Tài Cẩn, Đào Thái Tôn, Nguyễn Khắc Bảo đọc là ***và** phân* còn T.V Ký, BK-TTK, Đào Duy Anh, Tản Đà, Lê Văn Hòe, Nguyễn Quảng Tuân, TNT-NTC, HKHVN, An Chi đọc là ***vài** phân*. Thật là mâu thuẫn, tùy tiện. Các bản Kiều cổ thường hay dùng các tự dạng ⿺巴数, ⿺巴番, 排 để ký âm cho từ có ý nghĩa "một vài" (Riêng THƯ 1874 đều chỉ viết thống nhất chữ 吧 như Béhaine). Theo P. Béhaine và H.T Của 吧 có thể ký âm cho cả *và* lẫn *vài*. Vậy nên nhất trí phiên âm ⿺巴数, 排 là VÀI ở các câu 42, 130, 2234, 3254 nhưng chỉ đọc là VÀ ở 2 câu 98, 404 vì cần phải hợp vần với chữ thứ 6 câu trên như câu 98: *Một vùng cỏ áy bóng **tà**, Gió hiu hiu thổi một **và** ngọn lau*, câu 404: *Tay tiên gió táp mưa **sa**, Khoảng trên, dừng bút, thảo **và** bốn câu.*

2.3. Câu 433 (LVĐ 1871): *Nhặt thưa gương ⿰扌會 đầu cành*

Chữ ⿰扌會, T.V Ký (và Đào Thái Tôn, Nguyễn Khắc Bảo, TNT-NTC, HKHVN) phiên là là *gối*, E. Nordemann phiên là *rọi*. THƯ 1874 chép là *rọi* 燴, KOM.1902 cũng khắc là *rọi* 燴. Nếu là trăng "gối" đầu cành tuy cũng hợp lý nhưng vì có "gương" (mặt trăng) và "nhặt thưa" (kẽ cành lá thưa và dày khít) dễ liên tưởng đến tầm nhìn từ dưới lên trên đầu những cành cây và thấy ánh sáng mặt trăng chiếu rọi qua kẽ lá nhặt thưa. Lưu ý trong tự vị của P. Béhaine không thấy có *rọi* mà chỉ có *giọi*. Nguyễn Trọng Quản [20] vào năm 1886 đã viết "Trăng giọi", H.T. Của ghi nhận *Trăng giọi*. Về sau *giọi* = *rọi* như tự điển HKTTĐ đầu thế kỷ 20 mới ghi nhận: *Giọi. Chiếu xiên vào* và *Rọi. Soi vào, chiếu vào*. An Chi đọc là "gội" (tắm gội, gội đầu) nhưng nghe cầu kỳ, không hợp tình hợp lý.

BK-TTK, Tản Đà, Lê Văn Hòe, Đào Duy Anh, Nguyễn Văn Hoàn, Nguyễn Quảng Tuân, Nguyễn Tài Cẩn đều đọc là "giọi" vậy nên đọc hiểu là "giọi", âm hưởng thuận hơn là "rọi".

2.4. Câu 470 (LVĐ 1871): *Làm chi cho nặng lòng này 凜申*

Chữ 凜 vẫn thường được các nhà Kiều học đọc hiểu là *lắm thăn*, (thăn: than thở) hay *lắm thân* (thân: biến âm của thay) nhưng thấy tối nghĩa, xa lạ trong tiếng Việt, không phù hợp văn mạch. Chúng tôi đề nghị đọc 凜 là *lấm* (lấm lem, vấy bẩn) còn chữ *thân* 申 (các bản Kiều cổ đều như vậy) chắc là do lầm với chữ đồng âm là chữ 身 (LVĐ 1866 đã có trường hợp dùng 清 thay vì 声 trong *thanh khí*). *Làm chi cho nặng lòng này* **lấm thân**: Kiều tự nói nhún, tài chơi đàn thấp hèn của mình có đáng gì đâu, chỉ làm lấm lem đến con người cao trọng của chàng (Kim Trọng) thôi! Nguyên truyện: Kiều nói Kim Trọng vì mấy đường tơ mà phải tự hạ mình chẳng phải quá đáng lắm sao. Vậy 凜申 đọc là *lấm thân* sẽ sáng nghĩa hơn là *lắm thăn/thân*.

2.5. Câu 516: *Mà lòng rẻ rúng đã 呈 một bên*

Các bản Kiều cổ đều là chữ 呈 riêng THƯ 1874 đã viết Nôm là DÀNH 停. Chữ 呈 T.V Ký phiên là *trình* (và Nguyễn Quảng Tuân), E. Nordemann là *rành* còn các nhà sau như BK-TTK, Tản Đà, Lê Văn Hòe, Đào Duy Anh, Nguyễn Văn Hoàn, Nguyễn Tài Cẩn, Đào Thái Tôn... đều phiên là DÀNH (呈 trình > giành > dành). Nguyễn Khắc Bảo lại phiên là *trành* (nghiêng về một phía như tròng trành) còn An Chi đọc là *chành* (lòi ra một cách méo mó) nhưng các âm này nghe thô vụng, không phù hợp ngữ cảnh, âm hưởng mất thi vị. Chúng tôi cũng đọc hiểu là DÀNH ở câu 516: *Mà lòng rẻ rúng đã* **dành** *một bên*, Mà trong lòng cảm thấy rẻ mạt, đáng khinh đã dành sẵn ra ngay đây. Nghĩa lý và âm hưởng đều thuận.

2.6. Câu 582: *Rụng rời 淡 liễu, tan tành cội mai*

Chữ 淡, các nhà phiên âm *Truyện Kiều* thường theo BK-TTK đọc là "*giọt* liễu" nhưng chưa có nhà nào chú giải thỏa đáng về "***giọt*** liễu". Đáng chú ý là chú giải của Nguyễn Khắc Bảo, *Giọt liễu: chỉ chị em Thúy Kiều, Thúy Vân nhỏ nhoi như giọt nước, yếu đuối như cành liễu* nhưng hiểu như vậy thì "giọt liễu" gồm hai danh từ "giọt nước" và "cành liễu" nên không đối ứng với danh từ "cội mai" (gốc cây mai chỉ người già cả là Vương bà, mẹ của Thúy Kiều). TNT-NTC cho *Giọt liễu: chị em Kiều thì khóc lóc*, như vậy "giọt liễu" (= liễu giọt) như dạng câu đơn (*liễu=người con gái / giọt=nhỏ lệ, khóc lóc*) dĩ nhiên sẽ không đối ứng với danh từ "cội mai" (Vương bà). Chính vì "*giọt* liễu" tối nghĩa nên câu này có nhiều dị bản như: *Rụng rời khung dệt tan tành quả may* (T.V Ký); *Tan hoang khung cửi tan tành gói may* (Nordemann)... Chúng tôi thấy từ *giọt* 湥 có thể đọc ra "đọt" (gi/d>đ, tiếng Việt có dẩy=đẩy; dĩa=đĩa) hoặc có thể hiểu 湥 là chữ Hán, theo *Khang Hy tự điển* có âm là *đột* (音揆) nên sẽ đọc ra "đọt". ĐỌT theo P. Béhaine, H.T Của nghĩa là đọt cây, chồi lá mới nhú. Như vậy danh từ "đọt liễu" sẽ ứng đối rất chỉnh với danh từ "cội mai" (đọt/cội; liễu/mai). "*đọt liễu*" ám chỉ người con gái non nớt, yếu đuối (chị em Thúy Kiều) và "*cội mai*" ám chỉ người già cả (Vương bà). *Rụng rời **đọt** liễu, tan tành cội mai*: Chị em Kiều bị hoảng sợ, rụng rời và Vương bà bị tan tác, tơi tả khi bị bọn sai nha hành hạ, tra xét và trấn lột, hạ nhục (phù hợp với ý hai câu theo liền sau: *Đồ tế nhuyễn của riêng tây, Sạch sành sanh quét cho đầy túi tham*). Nguyên truyện đã tả: Bọn sai nha sau khi lục lọi khắp nhà trước, nhà sau, tủ hòm lớn, nhỏ có vật gì đáng giá đều bị tịch thu, ngay cả bộ áo quần mới Vương bà mặc khi dự tiệc mừng thọ về, đều bị lột sạch, các đồ nữ trang cũng bị chúng vơ vét, chúng cũng định tới lột nốt xiêm y tơ lụa tuy cũ của chị em Thúy Kiều. Vậy nên đọc hiểu là "***đọt** liễu*" sẽ sáng nghĩa và phù hợp văn mạch hơn (Đàm Duy Tạo cũng từng đọc là "đọt")[7]

2.7. Câu 635: *Ngại ngùng* 憚 *gió e sương*

　　　Các bản Kiều cổ LVĐ 1866, NHL 1870, LVĐ 1871 và TMĐ 1879 đều là chữ 憚, THƯ 1874, KOM 1902 viết ▢. E. Nordemann, Tản Đà, Lê Văn Hòe phiên là *dợn*, Đào Duy Anh phiên là *giợn* và Đào Duy Anh giải thích: có cảm giác sợ thấy như lạnh; BK.TTK, Nguyễn Khắc Bảo phiên là *dín* (e lệ, e sợ); Nguyễn Quảng Tuân và Đào Thái Tôn phiên là *dạn*; Nguyễn Văn Hoàn, TNT-NTC và HKHVN phiên là *rọn*. Vậy đọc hiểu là gì mới đúng? "*Dạn gió*" không phù hợp ngữ cảnh còn *dín* không thấy các tài liệu xưa ghi nhận. A. Rhodes ghi nhận: *Giởn, sợ giởn gáy lên* (= sợ rởn gáy), P. Béhaine có "rởn" (rởn ốc, rởn gáy) còn H.T Của có *dởn (rởn): dựng lên (lông, tóc).* HKTTĐ: *Giợn. Nói khi có điều sợ bất thình lình, chân lông chân tóc đứng dựng lên.* Vậy giởn/dởn/rởn=giợn/dợn/rợn. Nên dùng âm "giởn" (Rhodes) hơn là "rởn" hay "*giợn/rợn*", "*giởn gió*" khi đọc, ngâm sẽ thuận và âm hưởng hay hơn: *Ngại ngùng **giởn** gió e sương*. Cũng ở câu 2092: *Nàng đà* 矗 *sợ, rụng rời lắm phen*, chữ 矗 nhiều nhà đọc là "lớn", *lớn sợ* (=cả sợ) có vẻ xa lạ trong tiếng Việt xưa nay. Chúng tôi thấy *lớn* 矗 cũng có thể đọc ra "giởn" (L > Gi), *Nàng đà **giởn** sợ, rụng rời lắm phen*.

2.8. Câu 646: 迎 *nhà nhờ lượng người thương dám nài*

---

[7] Đàm Duy Tạo (1976), *Truyện Kim Vân Kiều*. Sđd.

LVĐ 1866 khắc bị lỗi 迎, còn bản LVĐ 1871 khắc chữ lạ 迊 nhưng xét NHL 1870 chép là 汲, DMT 1872 khắc là 扱 (riêng THƯ 1874 viết 泣) và TMĐ 1879 khắc 返 nên chữ 迎 của LVĐ 1866 sẽ được hiệu đính là 返. Chữ này thường đọc là "dớp/giớp" (BK-TTK, Đào Duy Anh, Nguyễn Tài Cẩn, TNT-NTC...) có lẽ dựa theo E. Nordemann phiên là "dớp" nhưng không thấy tài liệu xưa nào ghi nhận và giải nghĩa. Chỉ đến đầu thế kỷ 20, HKTTĐ mới ghi nhận: DỚP. *Hồi vận không may. Dớp nhà nên phải bán mình chuộc cha* (Kiều). Lê Văn Hòe, Nguyễn Văn Hoàn đọc là "rớp"; Tản Đà, Nguyễn Quảng Tuân, Đào Thái Tôn đều phiên là *gấp*. Chúng tôi đọc là RẤP như T.V Ký và dựa theo nghĩa trong tự vị của P. Béhaine, Rấp: bị gió hay sóng đánh vào bờ. Rấp thuyền: thuyền bị sóng đánh dạt vào bờ. Génibrel ghi nhận *Rấp việc nhà*, đại ý là bị kìm hãm bởi việc nhà rất cấp bách. Nên RẤP nhà có thể hiểu theo nghĩa nhà có việc cấp bách vì bị mắc nạn, gặp vận rủi. Ở câu 898: 窒 *nhà đến nỗi giấn vào tôi ngươi*, chữ 窒 này T.V Ký phiên là *rấp*; E. Nordemann (và Lê Văn hòe) phiên là *rớp*; BK-TTK, Tản Đà, Nguyễn Quảng Tuân phiên là *rấp*; Đào Duy Anh, TNT-NTC phiên là *dớp*; Nguyễn Tài Cẩn và Đào Thái Tôn phiên là *trất* còn An Chi là *trớt* (tin là tiếng Nam bộ!). 窒 có nghĩa Hán là bị lấp, bế tắc, trở ngại nên chúng tôi vẫn đọc theo nghĩa của 窒 là RẤP, *rấp nhà*: nhà bị mắc nạn, gặp vận rủi.

2.9. Câu 767: *Nay cha làm 縕 duyên mày*

LVĐ 1866 khắc 縕, đa số các nhà phiên âm *Truyện Kiều* cho là chữ khắc bị lỗi nhưng thật ra đây là chữ *uẩn* 縕, có nghĩa là rối ren và nếu đọc theo nghĩa Hán sẽ ra âm "rối". Thông thường, LVĐ 1866, NHL 1870, LVĐ 1871 dùng 磊, 儡 để ký âm cho "lỗi" và dùng 縕 ký âm cho "rối". LVĐ 1871 khắc chữ 縕 (縕), NHL 1870 chép 縕, TMĐ 1879 khắc 縕. Các bản DMT 1872, THƯ 1874, KOM 1902 nhuận sắc là *lỗi* 磊, 磊 nên sau chữ 縕 thường được đọc hiểu là "lỗi" (như T.V Ký, E. Nordemann, BK-TTK, Tản Đà, Đào Duy Anh...) nhưng xét thấy không phù hợp đạo lý nhà Nho vì đã cho nàng Kiều phạm tội bất hiếu khi đổ tội cho cha làm LỖI duyên của mình (mâu thuẫn với ý định vì đạo hiếu, nàng Kiều nguyện bán mình chuộc cha)[8]. Chúng tôi theo bản cổ nhất hiện nay là LVĐ 1866 (縕: rối ren) và tham chiếu NHL 1870, LVĐ 1871

---

[8] Câu này thường được cho là lời thoại của Vương Viên ngoại, cha của Thúy Kiều nhưng theo ý riêng, chữ "mày" ở đây không phù hợp cách xưng hô của gia đình Viên ngoại, Nguyễn Du thường cho ông bà Viên ngoại dùng "con" đối với Kiều. Nguyễn Du đã dùng tiếng "mày" ở miệng của Tú Bà khi nói thô lỗ, thông tục với Kiều: "Lạy rồi thì lạy cậu *mày* bên kia"

(繉 có bộ mịch) để đọc lại là "rối" (*rối ren*) cho phù hợp với nguyên lời, nguyên ý của Nguyễn Du. Vậy câu 767 sẽ là *"Nay cha làm **rối** duyên mày"*: Nay do chuyện cha bị vu oan khiến cho tình duyên của (chị) mày bị rối ren, khó xử. Vì tình duyên rối ren nên Kiều mới nhờ em gỡ giải ở câu sau: *Thôi thì nỗi ấy sau này đã em* (Nguyễn Khắc Bảo cũng đọc hiểu là "*rối* duyên").

2.10. Câu 783: *Trời hôm mây kéo tối* 霪

Chữ *dâm* 霪 (có ở hầu hết các bản Kiều cổ), T.V Ký phiên là "dầm", E. Nordemann phiên là "rầm". Cho đến nay đa số các nhà phiên âm sau này (BK-TTK, Tản Đà, Đào Duy Anh, Nguyễn Tài Cẩn…) đều phiên là "rầm" nhưng chúng tôi nhận thấy có vẻ không ổn vì không thấy tiếng Việt ghi nhận ở đâu. *Khang Hy tự điển* cho biết chữ *dâm* 霪 được dùng thay cho chữ *trạm* 湛 (或作湛). Có thể Nguyễn Du hay người biên tập của nhà in Liễu Văn đường đã dùng 霪 thay cho 湛. Từ âm *trạm* 湛 có thể đọc ra *xẩm*. A. Rhodes ghi nhận *Xẩm*: người mù. P. Béhaine ghi nhận *Xẩm mắt*: mắt tối mù, H.T Của ghi nhận *Trời xẩm (Xẩm trời)*: *Trời áng mây, không có nắng, không có sáng; trời gần tối*, HKTTĐ có *Xẩm*: *Tối, mờ quáng: xẩm mặt trời. Xẩm tối.* Tuy nhiên H.T.Của còn ghi nhận *Trời sẩm*: *trời có mây áng, không được thanh bạch*. Vậy *xẩm = sẩm* (trời *xẩm/sẩm, xẩm/sẩm* tối). Do đó theo chúng tôi, ở câu 783, chữ 霪 dùng thay cho chữ 湛 để ký âm cho *xẩm/sẩm* nhưng vì niêm luật lục bát (bằng, trắc) sẽ được đọc biến âm là *xầm/sầm*. Lưu ý THƯ 1874 viết *sầm* 梣 và theo HKTTĐ, *Sầm. Tối đen lại: Mây kéo tối sầm.* Chúng tôi sẽ đọc là "*tối sầm*" cho phù hợp tiếng Việt hiện nay ở câu 783, âm hưởng cũng thuận và hay hơn. *Sầm* cũng nên đọc ở câu 912: *"Bạc phau cầu giá, đen **sầm** ngàn mây"*

2.11. Câu 868: *Mã sinh* 嗾踃 *vội vàng ra đi*

LVĐ 1866, NHL 1870, LVĐ 1871 và DMT 1872, TMĐ 1879 đều là hai chữ 嗾踃. Nguyễn Tài Cẩn và Đào Thái Tôn đọc 嗾踃 là *giục giạo*; Nguyễn Quảng Tuân đọc là *giục rạo*. Nguyễn Khắc Bảo, TNT-NTC, HKHVN đọc là *giục dạo* và chú giải giống nhau: *Giục dạo là giục nhanh, thúc ép (nhộn nhạo lại ra vẻ ồn ào ầm ĩ)*. Nguyễn Quang Hồng giải nghĩa *giục giạo* là hối thúc, thúc giục (An Chi cũng dựa vào để đọc hiểu như vậy). Nhưng những nghĩa lý ở trên có vẻ do các học giả tự suy đoán theo văn mạch vì chúng tôi không thấy có tài liệu nào ghi nhận. Chính vì 嗾踃 tối nghĩa nên đa số các nhà phiên âm *Truyện Kiều* xưa nay đã chọn "giục giã" như THƯ 1874 là 嗾也 và KOM.1902 khắc 嗾吔. Chúng tôi đọc 嗾踃 là *sục sạo* và dựa theo Genibrel ghi nhận *sạo sục* (= *sục sạo*) đại ý là hối thúc tìm kiếm, lùng kiếm ai và HKTTĐ: *Sạo. Đi lùng = Sục sạo.* Vậy có thể hiểu câu 868: *Mã sinh* **sục sạo** *vội vàng ra đi*: Mã Giám sinh hối thúc tìm gọi (người hầu để đưa Thúy Kiều) ra đi vội vàng (ngay vào buổi sáng sớm)

2.12. Câu 1091: *Chim hôm thôi 脫 về rừng*

Chữ 脫 (có ở các bản Kiều cổ) xưa nay được phiên âm là "thót" (như E. Nordemann, BK-TTK, Tản Đà, Đào Duy Anh, Nguyễn Tài Cẩn...). *Thoi thót* theo HKTTĐ là lẻ tẻ còn Đào Duy Anh [4] giải nghĩa: Hình dung những con chim kế tiếp nhau bay vút như cái thoi đưa; *thót* là điệp âm của *thoi* còn Lê Văn Hòe cho *thoi thót* là bay lẹ làng vội vã. Các lý giải này cho thấy suy đoán chủ quan dựa theo ngữ cảnh. Có thể vì tối nghĩa nên riêng THƯ 1874 viết *thúc* 束, thôi *thúc*. T.V Ký phiên là "thôi thoát" và chú thích: *Tối rồi, chim bay về núi.* Chúng tôi đọc hiểu là "thôi thoắt" (thôi thúc, thoăn thoắt) như vậy sẽ hợp với cảnh chim chiều hối thúc nhau bay thoăn thoắt về tổ. Ở câu 3187: "*Thoắt thôi* tay lại cầm tay", Đào Duy Anh giảng *Thoắt thôi: Thoắt buông tay nhau ra lại cầm tay nhau lại*, ý tứ gượng ép không phù hợp ngữ cảnh. Theo chúng tôi, *thoắt thôi* chỉ là đảo từ (cho hợp âm điệu) của *thôi thoắt* với nghĩa thôi thúc, vồn vã. Thúy Kiều còn mặc cảm, dè dặt với Kim Trọng nhưng sau khi thấu hiểu tâm tư tình cảm sâu đậm, khoáng đạt của Kim Trọng, nàng Kiều đã quá vui mừng, xúc động nên mới "vồn vã tay lại cầm tay", tình cảm thắm thiết, gắn bó như xưa.

2.13. Câu 1388: *繪 yên đã thấy xuân đường đến nơi*

LVĐ 1866, NHL 1870, LVĐ 1871, TMĐ 1879 khắc, viết 繪, THƯ 1874 viết 蹭, đa số các bản phiên âm xưa nay đều đọc hiểu là "*gối* yên" (cái gối trên yên ngựa để ngồi tựa). Nhưng theo hiểu biết của chúng tôi, xưa nay trên yên ngựa không hề có cái gối để tựa lưng (dù cho người già) còn nếu là cái vật lót trên yên ngựa để ngồi cho êm, tiếng Việt không gọi là "gối" nhưng là "đệm" (nệm). Do đó cách đọc *gối yên* chỉ là suy diễn vô căn cứ và tối nghĩa. Tản Đà và Lê Văn Hòe đọc là *cởi* (chắc là theo KOM.1902 khắc 擋). Có thể do chữ 繪 (bộ y) nên các nhà phiên âm đã đọc *gối* nhưng thật ra chữ 繪 cũng đã được dùng để ký âm cho *cởi* bằng chứng là ở các câu 353 (*cởi* tấm lòng), 935 (*Cởi* xiêm), 2262 (*cởi* giáp) THƯ 1874 đều dùng chữ 繪. Lưu ý là P. Béhaine, H.T Của, Génibrel cũng đã dùng 繪 để ký âm cho *cổi/cởi*. Vậy nên đọc là "cởi", *cởi yên* vì người xưa sau khi xuống ngựa thường *cởi* yên ngựa ra rồi cất đi. ***Cởi*** *yên đã thấy xuân đường đến nơi*: (Mới thấy cha) cởi yên (ngựa xuống) giờ đã thấy cha đã đến nơi rồi.

2.14. Câu 1709: *Buồm cao lèo thẳng cánh 㠀*

LVĐ 1866 khắc chữ 嵩 có âm Hán Việt là *chuyên*. Hầu như mọi bản Kiều cổ đều là chữ 嵩 *trừ bản KOM.1902 khắc chữ* 遄. T.V Ký đọc là "xiên", E. Nordemann phiên là "chuyền". Chữ này thường được các nhà phiên âm *Truyện Kiều* (như BK-TTK, Đào Duy Anh, Nguyễn Tài Cẩn, TNT-NTC...) đọc là *suyền*; Tản Đà và Lê Văn Hòe, Nguyễn Quảng Tuân là *xuyền*, có lẽ đều dựa vào chữ 遄 (*thuyên (suyền)*: nhanh chóng) trong KOM.1902. Chúng tôi cũng đọc *chuyên* 嵩 là *chuyền* (như Nordemann) và định nghĩa là cánh buồm theo gió thổi (ám chỉ con thuyền) cứ chuyền nhanh đi hết nơi này đến nơi khác. Nghĩa này hợp với câu sau "*Đè chừng huyện Tích **băng miền vượt sang***"

2.15. Câu 1929 (LVĐ 1871): *Phật tiền thảm lấp sầu* 㳦

Chữ 㳦 này là chữ 浼 (thanh phù *khôi* 灰) hay có thể là chữ 恢 (*khôi*) thường đọc ngay là "khơi", nhưng sầu *khơi* (sầu khơi thêm nữa) lại không phù hợp ngữ cảnh và không ứng đối với "thảm *lấp*". Nguyễn Tài Cẩn, Nguyễn Quảng Tuân, Nguyễn Khắc Bảo đã đọc là "khơi" nhưng Đào Thái Tôn đã đề nghị phiên là *hôi*, "sầu *hôi*" (sầu bị tận diệt) vì dựa vào thanh phù "hôi" 灰 là cháy hết thành tro, chuyển nghĩa thành *tận diệt* [5]. Tuy nhiên, trong tiếng Việt xưa nay, từ "hôi" chỉ dẫn đến nghĩa *mùi hôi, hôi thối, hôi hám...* hơn nữa "sầu hôi" (Hán) không ứng đối với "thảm lấp" (Nôm). Về thẩm mỹ cũng như ngữ nghĩa khiến cho người đọc dễ "dị ứng". Đây là một lối đọc hiểu chữ Nôm kỳ dị và chắc chắn không được mọi người đồng thuận. An Chi đọc gượng ép từ "hôi" 灰 ra *vùi* nhưng lại quên đi bộ thủ " 氵 " và ông dẫn chứng loanh quanh rằng *hôi* 灰 trong *thạch hôi* 石灰 là nguyên từ của *vôi*. Theo chúng tôi, có khả năng chữ 㳦 do LVĐ 1871 khắc lỗi từ chữ *vôi* 硴 nên cần phải đính chính để đọc ra "vùi". Sầu *vùi* ứng đối với thảm *lấp*. Trước bàn thờ Phật, nàng Kiều cảm thấy nỗi sầu thảm đã được vùi lấp. Đa số các nhà Kiều học xưa nay đều chọn âm "vùi" vì dựa vào thanh phù 培 trong NHL 1870, THƯ 1874, KOM 1902.

2.16. Câu 2089: *Thấy nàng lạt phấn* 諓 *son*

LVĐ 1866 và 1871 khắc là 諓 (sàm), NHL 1870 chép là 讒, chữ này T.V Ký đọc là "đượm"; Nguyễn Khắc Bảo đọc là "gièm"; Nguyễn Tài Cẩn, Đào Thái Tôn, TNT-NTC là "nhàm"; Nguyễn Quảng Tuân đọc là "sạm"; An Chi lại đọc một cách kỳ dị là "nhèm"! Xét về văn mạch thấy ý nghĩa gượng ép, không phù hợp. Tự vị H.T Của có "xòm" nghĩa là không gọn gàng, chải chuốt. Trần Văn Kiệm [10] giải nghĩa sờm (xờm) là mòn, hết mịn màng như *Gấu quần đã sờm, Áo xờm cổ*, ngoài ra còn có chữ "sờn" là mòn, sờm nhẹ như *cổ áo đã sờn*. Vậy *sờm* đồng nghĩa với *sờn*.

Phụ âm cuối M có thể chuyển thành N, như chữ *bén* 絚 (c.1963) ở LVĐ 1871, chữ này có âm phù là 乏 (biến thể của *biếm* 貶) vẫn được dùng để ký âm *bướm* 蚄, *bám* 扷, *bén* 炛. Nên 譖 *sàm* có thể chuyển âm ra *sờn* là hợp lý. Ở câu này, *Thấy nàng lạt phấn **sờn** son*: mụ Bạc mừng rỡ vì thấy nhan sắc tự nhiên của nàng Kiều (đang ở chùa chép kinh) không tô son đánh phấn và như vậy phải là *lạt* phấn *sờn* son (phấn mờ nhạt, son phai mòn).

2.17. Câu 2314: *博銅 chật đất, tinh kỳ rợp sân*

Hai chữ 博銅 xưa nay vẫn thường đọc hiểu là *bác đồng* (BK-TTK, Tản Đà, Lê Văn Hòe giảng là súng lớn, đại bác bằng đồng) nhưng vì có "chật đất", súng đại bác bày chật đất lại thấy không hợp lý. T.V Ký, E. Nordemann phiên là *vác đòng*. Theo H.T Của, *Vác đòng: giáo mác, đồ binh khí*. Đào Duy Anh giải thích *bác đồng (là biến âm của vác đòng) tức là mác và giáo hay giáo mác*. Như vậy không thể đọc hiểu là *bác đồng*, súng đại bác được. Chúng tôi sẽ đọc là "vác đòng" ở câu này: *vác đòng chật đất* (binh lính cầm giáo mác chen chúc chật cả đất). Nhưng ở câu 2510: "Lễ nghi dàn trước 博銅 phục sau", hai chữ 博銅 cần đọc hiểu là *bác đồng* (súng đại bác bằng đồng), lưu ý P. Béhaine đã ghi nhận *súng đại bác* là 銃大博. *Bác đồng phục sau*: (đại quân) kéo súng lớn bằng đồng phục sẵn phía sau. *Bác đồng* sẽ ứng hợp với câu tiếp sau 1514: "*Ba bề phát súng…*" Do đó có thể xác định đây là "súng lớn" chứ không phải là "vác đòng" (giáo mác).

2.18. Câu 2402: *Biết đâu hạc nội mây 嶡 là đâu*

LVĐ 1866 khắc chữ 嶡, LVĐ 1871 đã khắc 岸, NHL 1870 chép 岸 đến THƯ 1874, TMĐ 1879 cũng là chữ 岸. Vậy 嶡 chắc là lỗi từ chữ 岸 hay 豻. T.V Ký và E. Nordemann, BK-TTK, Tản Đà, Đào Duy Anh…đều phiên là "ngàn". Khác với chữ 嶡 của LVĐ 1866, DMT 1872 đã khắc ra chữ 閑 và Nguyễn Tài Cẩn tuy nhìn nhận là chữ NHÀN nhưng vẫn hiệu đính là chữ NGÀN. Sau Thế Anh[9] đã khẳng định là NHÀN, vì đã dựa theo thành ngữ Hán là 閑雲野鶴 (**Nhàn** vân dã hạc) hình dung người nhàn tản, không chịu câu thúc, không cầu danh lợi. Gần đây An Chi cũng tin và khẳng định đó là chữ NHÀN không phải là chữ NGÀN. Nhân đây chúng tôi thấy cần phản biện ý kiến của Thế Anh, An Chi khi gần như

---

[9] Thế Anh, *Hạc nội mây ngàn" hay "Hạc nội mây nhàn*, nguồn: http://vusta.vn/chitiet/tin-tuyen-sinh-dao-tao/Hac-noi-may-ngan-hay-Hac-noi-may-nhan-1011

khẳng định NHÀN là chữ gốc trong nguyên tác của Nguyễn Du. Trước hết cả *2 bản Kiều chữ Nôm xuất hiện trước DMT 1872 đều xác định là chữ NGÀN* 岸 và *hầu như mọi bản Nôm Kiều sau DMT 1872 đều chỉ là chữ 岸.* Riêng chữ ⿱山⿸厂彡 của LVĐ 1866 theo chúng tôi có khả năng đây là lỗi khắc in từ chữ *ngàn* (một ngàn) 䜶 dùng giả tá cho *ngàn* (dãy núi). Lưu ý chữ 䜶 đã được NHL 1870 dùng theo nghĩa dãy, hàng cây ở câu 2033: *Trời đông vừa rạng* ***ngàn*** *dâu*. Có thể từ 䜶 (một ngàn) khiến Duy Minh Thị đã nhuận sắc lại ra chữ NHÀN (閒) theo kiến thức Hán văn của mình và đã bị thợ khắc Trung Quốc khắc thành chữ dị dạng ⿵冂月. Tuy nhiên, xét văn mạch, ý tứ của tác giả *Truyện Kiều* qua cách dùng "*hạc nội mây ngàn*" để diễn ý về hành tung bất định của sư Giác Duyên qua tiểu đối: *hạc* ***nội****/mây* ***ngàn*** (chim hạc ở đồng nội, mây ở trên dãy núi). Từ ý "*Biết đâu... nào đâu*" ở câu này, cần phải ngầm hiểu: chim hạc *bay đậu tùy thích* ở đồng nội nên *khó biết bóng dáng nơi đâu,* mây *bay tùy ý* trên dãy núi *nào biết về đâu*. Cũng diễn tả tung tích vô định của Giác Duyên, ở câu 3232: ***Mây bay hạc lánh****, biết là tìm đâu,* Nguyễn Du đã dùng *"Mây* ***bay*** *hạc lánh*" (chứ không phải là *Mây* ***nhàn*** *hạc lánh*): mây bay (trên dãy núi) biết về nơi đâu (để tìm), chim hạc (ở đồng nội) lánh mình biết đâu chốn nào (để tìm). Trong bài thơ *Ký Huyền Hư tử* 寄玄虛子 [12] Nguyễn Du đã từng viết: "野鶴浮雲時一見" (Huynh như **hạc nội mây bay**, thỉnh thoảng mới gặp). Vậy "hạc nội mây ngàn" và "Mây bay hạc lánh" của Nguyễn Du đã diễn ý: chim **hạc** *lánh mình ở đồng* **nội**, **mây** *bay trên* **ngàn**. Đó là diễn tả *hành tung vô định* (không biết đi về nơi chốn nào) của sư Giác Duyên. Thế Anh và An Chi có thể chưa biết trong thư tịch Trung Quốc đã từng có cách diễn đạt ***Sơn*** *vân dã hạc* 山雲野鶴 (Mây trên núi, chim hạc ở đồng nội). Chúng tôi tìm thấy trong bộ bách khoa toàn thư đời Thanh xuất bản vào năm 1725 là *Cổ kim đồ thư tập thành* 古今圖書集成 [28] do Trần Mộng Lôi 陳夢雷 trứ tác, ở tập 185, quyển 106 có bài thơ *Ngũ đài họa tiền vận* 五臺和前韻 của Cao Huỳnh 高縈, tác giả đã từng sử dụng "山雲野鶴" trong câu: 山雲野鶴自徘徊 (Mây ngàn, hạc nội (biết tìm nơi đâu), chạnh lòng bồi hồi). Như vậy, Nguyễn Du diễn ý "**山**雲野鶴" là "Hạc nội mây **ngàn**" ở câu 2402 là rất phù hợp còn chữ NHÀN ⿵冂月 của DMT 1872 chỉ nên xem là một dị bản (nhuận sắc) chứ không phải là chữ gốc nguyên lời nguyên ý của Nguyễn Du như ý kiến của Thế Anh và An Chi.

2.19. Câu 2692 (LVĐ 1871): *Tiền Đường* 典 *một bè lau cứu người*

Chữ 典 cũng có ở NHL 1870, TMĐ 1879, riêng DMT 1872 khắc chữ 旦. Nguyễn Quảng Tuân đọc là *đến,* Đào Thái Tôn đọc là *điển* (nghĩa

Hán: coi giữ) nhưng ý nghĩa không phù hợp ngữ cảnh và âm hưởng không thuận. THƯ 1874, KOM 1902 dùng chữ *thả* 且, chính vì vậy đa số các bản phiên âm *Truyện Kiều* xưa nay đều đọc hiểu là "***thả một bè lau***" như T.V Ký, Nordemann, BK-TTK, Tản Đà, Đào Duy Anh…(Nguyễn Tài Cẩn, An Chi cũng đều hiệu đính chữ *đến* 且 ra *thả* 且) Chúng tôi thấy chữ 典 (LVĐ 1871, NHL 1870) có thể đọc hiểu là ĐỀN (đền đáp). Chữ Nôm, *điện* 殿 dùng ký âm *đền* (biến âm *điện > đền*) nên *điển* 典 ký âm cho *đền* là hợp cách. Vậy sẽ là: *Tiền Đường* **đền** *một bè lau cứu người*: Đền đáp một bè lau ở sông Tiền Đường để cứu người (Lưu ý trong Truyện Kiều, 3 từ ở đầu câu *bát* có thanh huyền liền nhau là chuyện bình thường, ví dụ ở câu 558: **Còn về còn** *nhớ đến người hôm nay*, câu1032: **Đành lòng nàng** *cũng sẽ nguôi nguôi dần*).

2.20. Câu 3194: 㣺 *người cho đến bây giờ mới thôi*

Chữ 㣺, E. Nordemann phiên là *nhầm* và các nhà phiên âm sau này vẫn thường đọc hiểu là "lầm" (sai lầm) có lẽ không hợp văn mạch và âm hưởng không hay. Các bản Kiều cổ thường dùng 吐, 啉, 惏 để ký âm cho "lầm" chứ không dùng thanh phù *lắm* 㣺. Đọc là *lầm* có lẽ vì dựa vào NHL 1870 viết 惏, THƯ 1874 viết 林, TMĐ 1879 và KOM 1902 惏. Ở câu trên "Vì mấy đường tơ" lại bị "lầm người" thì sẽ phủ nhận tâm tình si mê "ngón đàn ngày xưa" của chàng Kim Trọng. Chúng tôi đọc 㣺 là "lấm" (lấm lem), gần đây An Chi cũng phiên là "lấm". "Vì mấy đường tơ" nên mới làm hoen ố tấm thân nàng Kiều. Nguyên truyện: hồi trước thiếp say mê đàn này nhưng không biết vì nó đã hại khổ đời mình. Lưu ý, ở câu 3212: *Đoạn trường tiếng ấy* **hại** *người bấy lâu* càng xác định là "lấm". Chữ 㣺 này và chữ 凜 ở câu 470: *Làm chi cho nặng lòng này* **lấm** *thân* đều dùng thanh phù "lẫm" để đọc ra LẤM là hợp cách.

Đinh Văn Tuấn

Tài liệu tham khảo chính

1. Alexandro de Rhodes (1651), *Dictionarivm Annnamiticvm Lvsitanvm et Latinvm*, bản dịch tiếng Việt của Thanh Lãng, Hoàng Xuân Việt, Đỗ Quang Chính, NXB Khoa học Xã hội, 1991
2. An Chi (2020), *Nguyễn Du - Truyện Kiều bản Duy Minh Thị 1872*, Phiên âm, chú giải và thảo luận, NXB Tổng hợp Thành phố HCM.

3. Bùi Kỷ và Trần Trọng Kim (1927) *Truyện Thúy Kiều*, Vĩnh Hưng Long Thư Quán xuất bản. (in lần thứ hai, chữa lại rất kỹ và rất đúng với bản Nôm cổ)

4. Đào Duy Anh (1965), *Văn bản Truyện Kiều* in trong phần Phụ lục của *Từ điển Truyện Kiều*, Nxb KHXH. 1974.

5. Đào Thái Tôn (2005), *Nghiên cứu văn bản Truyện Kiều - bản Liễu Văn Đường năm 1871*, NXB KHXH.

6. Gustave Hue (1937) *VIỆT – HOA - PHÁP*, Librarie Khai-Trí, 62 Lê-Lợi, Saigon 1971 (in đúng bản cũ *Dictionnaire Vietnamien- Chinois- Français* Imprimerie Trung Hòa 1937).

7. Hội Khai Trí Tiến Đức (1931), *Việt Nam tự điển*, Hà Nội. Mặc Lâm tái bản 1968

8. Huình Tịnh Paulus Của, *Đại Nam Quấc âm tự vị*, Tom I-II Sài Gòn 1895-1896, Nxb Trẻ, tái bản, 1998.

9. J.F.M Génibrel, *Dictionnaire Annamite – Français*, Deuxième édition, Tân Định, Saigon 1898 (nguồn sách phổ biến từ books.google.com)

10. L.m An-tôn Trần Văn Kiệm (2004), *Giúp đọc Nôm và Hán Việt*, Nxb Đà Nẵng & Hội Bảo tồn Di sản chữ Nôm Hoa Kỳ, Đà Nẵng.

11. Lê Văn Hòe (1953) *Truyện Kiều chú giải*, NXB Quốc học Thư xã. Hà Nội.

12. Mai Quốc Liên, Vũ Tuân Sán (2015), *Nguyễn Du – Toàn tập*, *Tập 2, Thơ chữ Hán*, Nxb Văn Học.

13. Nguyên Hồng (1938), *Bỉ vỏ*, Nxb Hội Nhà Văn – Nhã Nam. 2015 in theo ấn bản Đời nay 1938. Trang 58, chương III.

14. Nguyễn Khắc Bảo (2009), *Truyện Kiều - Văn bản hướng tới phục nguyên*, Nxb Giáo Dục Việt Nam.

15. Nguyễn Quang Hồng (2014), *Tự điển chữ Nôm dẫn giải*, Nxb KHXH, Hà Nội.

16. Nguyễn Quảng Tuân (2013) *Truyện Kiều – Bản Nôm cổ nhất 1866*, NXB Thời Đại.

17. Nguyễn Tài Cẩn (2002), *Tư liệu Truyện Kiều – Bản Duy Minh Thị 1872*, NXB Đại Học Quốc Gia.

18. Nguyễn Văn Hoàn - Nguyễn Sĩ Lâm - Nguyễn Đức Vân (1965), *Truyện Kiều – Đoạn trường Tân thanh*, Nxb Văn Học.

19. P. Béhaine, *Tự vị Annam - Latinh* (1772 – 1773), Hồng Nhuệ, Nguyễn Khắc Xuyên (dịch và giới thiệu), NXB Thành Phố Hồ Chí Minh, 1999

20. P.J.B Nguyễn Trọng Quản (1887) *Truyện thầy Lazarô Phiền* (Lời tựa viết năm 1866) Sài Gòn – J. Linage, Libraire – Editeur Rue Catinat, 1887 - Cao Xuân Mỹ (biên soạn) *Truyện dài đầu tiên và tuyển tập các truyện ngắn Nam Bộ cuối thế kỷ XIX – đầu thế kỷ XX*. NXB Văn nghệ thành phố Hồ Chí Minh. 1998. Trang 19

21. Phạm Quỳnh (1922) *Pháp Du hành trình nhật ký* đăng trong *Nam phong tạp chí* số 65, Novembre 1922. Trang 331

22. Tản Đà (1941), *Vương Thúy Kiều chú giải tân truyện*, NXB Tân Dân. Hà Nội

23. Thanh Tâm Tài Nhân, *Kim Vân Kiều truyện*, Nguyễn Khắc Hanh, Nguyễn Đức Vân (dịch), Nxb Thế Giới, 2021. Tham khảo thêm Thanh Tâm Tài Nhân, *Kim Vân Kiều truyện* 金雲翹傳, nguồn: https://www.gutenberg.org/cache/epub/27107/pg27107.html

24. Trần Nho Thìn – Nguyễn Tuấn Cường (2007), *Truyện Kiều. Khảo - Chú - Bình*, Nxb Giáo Dục

25. Trương Vĩnh Ký (1875), *Poème Kim Vân Kiều truyện*, Sai gon, Bản in Nhà Nước.

26. *康熙字典*, 上海古籍出版社,1997.

27. Edmond Nordemann, *Kim Vân Kiều tân truyện* 金雲翹新傳, Nouvelle histoire de Kim, Vân, et Kiều (Poème populaire annamite), Mạc-đình-Tư, 1911, 4e éd. Nguồn: https://archive.org/details/EdmondNordemann_1911_KimVanKieuTanTruyen

28. 陳夢雷 (1725), 古今圖書集成, 中華書局影印, nguồn: https://ctext.org/library.pl?if=gb&file=91571&page=1

chẳng ai không rõ tâm mình
biết để bụng, chờ thình lình mang theo
huy chương và bằng khen treo
hiệu nghiệm xóa đói giảm nghèo tốt không
chữ ký sau mặt gương lồng
nhìn no con mắt hẳn lòng no theo ! |Lhoán

NGUYỄN KIẾN THIẾT
Tuổi Già Lẩm Cẩm Và Tình Người Bản Xứ

Một buổi xế chiều giữa mùa đông trên đảo Mộng. Trời se lạnh. Mặt trời nhọc nhằn chọc thủng màn mây xám chiếu những tia nắng vàng vọt yếu ớt. Đường sá trơn trợt do ảnh hưởng cơn bão tuyết hôm qua. Sau khi phát hành quyển sách đầu tay tại hải ngoại, tôi ký tên và đóng dấu triện son cẩn thận để gởi tặng bè bạn gần xa và độc giả đặt mua sách. Một trong các văn thi hữu mà tôi hằng trân quý là cựu đồng nghiệp **T. V.** - tác giả quyển "Gánh Nặng Di Sản", một người đồng điệu, cố vấn Hội Giáo chức Québec.

Chiều hôm ấy, tôi lái xe đến một nhà Dưỡng lão thành phố để tặng sách cho anh. Trước khi đi, tôi gọi anh để nhắc lại giờ hẹn và ghi địa chỉ cẩn thận. Qua điện thoại, anh đọc cho tôi ghi từng số một, theo thứ tự là **5, 4, 2** và **0**, đường Côte-Saint-Luc, Résidence Providence. Thời gian hẹn là 3 giờ chiều. Tôi khởi hành từ nhà lúc 2 giờ để tới điểm hẹn trước 10 phút. Tới trước cao ốc số 5400, đường Côte-Saint-Luc, tôi đậu xe tại nơi quy định và bấm điện thoại gọi:

-A-lô, xin lỗi phải anh Ninh ở đầu dây không? Tuấn đây. Khoảng 5 phút nữa tôi sẽ đến thăm anh, luôn tiện biếu anh quyển sách mới trình làng.

-Tôi đây, anh Ninh trả lời. Tôi sẽ xuống Phòng khách chờ anh. Tôi nóng lòng muốn được đọc sách của anh. Anh rất đúng hẹn.

-Dạ anh. Vài phút nữa chúng ta sẽ gặp nhau.

Tôi tắt điện thoại và lững thững bước tới địa chỉ anh cho cách đó chừng 100 thước. Tới trước cao ốc số 5420, tôi dáo dác tìm vẫn không thấy nhà Dưỡng lão. Loay hoay kiếm số các cao ốc kế bên từ trái sang phải, và ngược lại như: 5410, 5430, rồi 5440... vẫn không được như ý. Tôi bối rối hỏi thăm vài ba người, Âu có, Á có, rồi mò tìm theo sự chỉ dẫn của họ. Nhưng vẫn không lần ra manh mối.

Nửa giờ sau, tôi gọi anh Ninh để xin lỗi:

-Anh Ninh ơi! Tôi kiếm hoài không thấy nhà Dưỡng lão nơi anh ở. Xin lỗi đã trễ hẹn. Tôi chưa muốn bỏ cuộc. Anh chịu khó chờ. Tôi sẽ cố gắng tìm.

-Tôi sẽ đợi anh tới 5 giờ, anh Ninh đáp. Sau giờ nầy tôi phải đi ăn.

Bất chợt một bà đầm chậm rãi đi qua trước mặt, dáng vẻ khoan thai, tôi chạy tới lễ phép hỏi:

-Thưa Bà, xin làm ơn chỉ giùm nhà Dưỡng lão Providence ở số 5420 trên đường nầy. Tôi muốn tặng sách cho một người bạn, nhưng kiếm hoài không được.

Đoạn tôi chìa bao thư gói sách màu vàng trước mặt bà. Tôi đoán bà là người mê sách hoặc có cảm tình với sách- nhứt là thấy tôi có vẻ thành khẩn, ăn nói lễ phép nên dừng lại ngắm nghía bao sách có ghi rõ tên họ, địa chỉ người gởi và người nhận, rồi vui vẻ nói:

-Ông đi theo tôi. Tôi ở cao ốc cách đây mấy bước nên biết rành khu nầy.

Lòng mừng khấp khởi, tôi lẽo đẽo theo bà. Qua trò chuyện, tôi biết bà tên **Rose**, người québecoise, xấp xỉ tuổi cổ lai hy, tóc bạc phơ, ăn mặc tương đối chỉnh tề. Bà cho biết đã về hưu mấy năm nay. Trước kia bà là công chức làm việc tại Sở Di trú, từng tiếp xúc với nhiều lớp di dân gồm đủ mọi sắc tộc. Nghe bà nói có nhiều thiện cảm với di dân người Việt khiến tôi càng thêm ấm lòng. Tôi tự giới thiệu tên họ, kể sơ qua về "lý lịch" của mình, như dạy học, viết văn ở Việt Nam; sau biến cố 1975, cùng vợ và bốn con vượt biển tìm tự do, định cư tại Montréal năm 1989, học chuyên viên điện tử và làm việc ở một số hãng điện tử cho tới khi về hưu, v.v... Tôi có vài cuốn sách xuất bản ở Việt Nam. Còn cuốn tôi sắp tặng cho người bạn là đứa con tinh thần đầu tiên của tôi tại hải ngoại.

Với cái nhìn thân thiện và nụ cười rất tươi nở trên môi, bà Rose nói:

-Rất hân hạnh được biết một người viết văn như ông. Tôi cũng thích đọc sách. Sẵn dịp hôm nay rảnh rỗi, tôi sẽ hướng dẫn ông tới nơi tới chốn. Ông đừng ngại.

Từ đó tôi ngoan ngoãn rảo bước theo bà. Điệp khúc lần trước được lặp lại. Chúng tôi tới cao ốc số 5410, 5420 rồi lần sang các số 5430, 5440... Tới đâu, bà cũng kiên nhẫn bấm chuông hỏi. Cuộc tìm kiếm kéo dài hơn nửa tiếng đồng hồ. Nhưng vẫn vô vọng.

Tuyết bỗng rơi. Ban đầu lất phất. Càng lúc càng nhiều, trắng xóa. Có lần bước lên cầu thang một cao ốc, bà loạng choạng suýt té. Tôi đỡ bà. Từ đó bà đưa tay cho tôi nắm và dìu đi trong mưa tuyết. Quá ái ngại về sự tốt bụng của một người có tuổi xa lạ, tôi nói:

-Thưa bà, trời sắp tối rồi. Tuyết lại rơi dày đặc. Tôi không muốn làm phiền bà nhiều nên xin từ giã bà. Sự tốt bụng của bà khiến tôi vô cùng cảm kích. Xin cám ơn bà thật nhiều. Tôi cầu chúc sức khỏe và bình an cho bà.

-Rất vui lòng được giúp ông, bà Rose đáp. Tiếc rằng không được như ý. Xin chào ông.

Bấy giờ quá thất vọng, tôi đành phải bỏ cuộc. Tôi gọi anh Ninh một lần nữa:

-Anh Ninh ơi! Bão tuyết sắp tới. Tôi phải chạy về nhà. Sẽ gởi sách cho anh qua Bưu điện. Tôi sẽ đến thăm anh vào một ngày thật đẹp trời. Thành thật xin lỗi anh.

Muốn cho chắc ăn, tôi hỏi lại:

-Xin anh đọc lại địa chỉ nhà Dưỡng lão.

-Đó là số **5240**, đường Côte-Saint-Luc, anh Ninh đáp. Anh nhớ trước cổng có tấm bảng ghi: RÉSIDENCE PROVIDENCE.

-Số 5240 phải không? Tôi ngạc nhiên hỏi lại. Sao lúc nãy anh đọc cho tôi ghi là 5420?

-Chắc anh chép lộn.

-Tôi chép đúng thứ tự các số do anh đọc. Tờ giấy nháp còn đây, trước mặt tôi nè!

-Anh Tuấn ơi! Chưa biết ai đúng ai sai. Chúng ta lẩm cẩm cả rồi. Bây giờ tôi phải đi ăn. Anh cứ gởi sách tại văn phòng theo địa chỉ **đúng**, chắc chắn tôi sẽ nhận được. Cám ơn anh nhiều.

Mặc dầu tôi chép **đúng** địa chỉ do bạn hiền T. V. đọc (sai), nhưng tôi vẫn nhận phần lỗi về mình để khỏi mích lòng bạn:

-Vậy thì chắc tôi chép sai. Xin lỗi anh.

Vài phút sau tôi đến đúng địa chỉ (rất dễ tìm) và gởi sách tại phòng tiếp tân Résidence nhờ chuyển cho anh. Đoạn rồ máy xe chạy trở về nhà trong mưa tuyết, đầu óc suy nghĩ mông lung...

Người giá thường lẩm cẩm. Đó là căn bịnh trầm kha của người cao tuổi. Nhưng phần đông đều không nhận biết. Giống như người uống rượu say xỉn vẫn không nhận mình say, và còn đổ thừa cho người khác Dầu sao cái lẩm cẩm của tuổi già vẫn còn ở mức độ nhẹ hơn là *mất trí nhớ* (Alzheimer). Mất trí nhớ đôi khi nguy hiểm tới tánh mạng. Về phía văn hữu T. V., tôi nghĩ anh vẫn còn minh mẫn, chỉ lẫn lộn các con số do *ảo ảnh thị giác* (optical illusion) cũng nên. Tôi nào dám phiền hà. Tôi vẫn còn nợ nơi anh một chút ân tình. Lúc tôi nằm viện, dầu tuổi cao sức yếu, anh đã lặn lội đến thăm tôi. Biết tôi cũng yêu quý sách, nặng tình với sách nên cách đây vài năm, anh đã dùng phương tiện công cộng ôm cả chục cuốn sách quý tìm đến nhà tôi để trao tặng tận tay. Hình ảnh một cụ già 85 tuổi khệ nệ ôm sách tới tặng bạn thật vô cùng cảm động. Chưa hết, anh còn có nhã ý muốn tặng một số sách cũ và mới trong khoảng 1000 cuốn sách cho những ai yêu quý chúng, dầu rằng phải "trào nước mắt". Lý do đơn giản là anh phải thu xếp để vô nhà Dưỡng lão, không thể mang theo cái *gia tài sách* mà mình đã để công đi mua sắm, nâng niu, gìn giữ và yêu quý chúng. Tôi đã chọn khoảng 100 cuốn sách đủ mọi thể loại mang về nhà với tâm trạng vui buồn lẫn lộn. *Vui* vì có thêm một số sách quý; *buồn* vì không biết số phận những cuốn sách ấy sẽ ra sao, liệu mình có đủ thời gian để đọc và nghiền ngẫm những tài liệu quý hiếm ấy hay không. Rồi đây đến một ngày nào, tôi sẽ tiếp bước đồng nghiệp Nguyễn V. Ninh vô... nhà Dưỡng lão, và cũng "trào nước mắt" để lại cái gia tài sách cũng cả ngàn cuốn cho những ai yêu quý chúng. Mấy dòng tâm tư nầy nhằm nói lên lòng biết ơn sâu xa nồng thắm cũng như đáp trả phần nào món nợ tinh thần đối với bạn hiền Nguyễn V. Ninh. Cho nên sự lẩm cẩm của anh- nếu có, khiến tôi mất mấy tiếng đồng hồ để tìm tới nơi anh ở cũng không đáng là bao so với "cái cho" và "cách cho" mà anh đã thể hiện.

Bà Rose quá tử tế. Bà là hình mẫu người bản xứ tốt bụng, giúp người vô vụ lợi trong tinh thần "thi ơn bất cầu báo". Bà không kỳ thị một người di dân da màu- như tôi. Bà đã dành thời gian và kiên nhẫn hướng dẫn tôi đến gõ cửa từng nhà, tận tình giúp tôi đạt được mục đích, giống như cách hành xử đối với một người thân. Bất giác tôi liên tưởng tới một thứ tình-nghĩa-giáo-khoa-thư trên đất Bắc Mỹ. Tôi muốn tự trả lời rằng việc chọn định cư ở Canada của gia đình tôi là một lựa chọn đúng nhứt. Lại càng đúng hơn khi ở "đất lạnh" nầy, "tình nồng" vẫn thắm đượm giữa những người xa xứ lạc loài tới đây, giữa người bản xứ và người nhập cư gồm đủ mọi sắc tộc. Xin cám ơn đất nước **Canada**. Xin cám ơn hiền huynh **Nguyễn V. Ninh**. Xin cám ơn bà **Rose** thật nhiều!.

Nguyễn Kiến Thiết

dân tộc mình quá văn minh
đúng là khó cải điều linh hiển này
mặt chữ tối mò lâu ngày
ngó sơ thành tiến sĩ ngay tức thì
cả nước trí thức khó bì
bình dân học vụ như khi thật tình |Lhoán.

PHẠM CAO HOÀNG
BÀI GIÃ TỪ NĂM CŨ 2

thức cùng em đêm Giao Thừa
giã từ năm cũ cũng vừa đi qua
thắp cây nhang lạy ông bà
giữa đêm trừ tịch bao la xứ người
thức cùng em đêm ba mươi
canh nồi bánh tét bên trời tha phương
nhắc cùng nhau một đoạn đường
năm mươi cái Tết anh thương em nhiều
thức cùng em đêm đìu hiu
nhớ vô cùng nhớ những chiều cuối năm
bữa cơm ấm áp quây quần
dịu dàng tiếng mẹ ân cần giọng cha
bây giờ xa mịt mù xa...
bây giờ xa mịt mù xa... ∎

(Virginia, 1.2023)

LƯU LÃNG KHÁCH
VỀ THĂM SÔNG TRÀ

Người về sau mười năm tưa chân hoang
Trên đồi quê đôi chòm mây lang thang
Chim nao bay theo mây rời non ngàn
Chiều hè đưa chừng nghe mưa thu tàn
Người về đây! Người xưa đâu không sang
Dò tìm chi trên đôi mi thời gian
Bên kinh xanh thôn trinh ngồi mơ màng
Con đường quen trung niên dừng tay đàn
Trà Giang! Trà Giang! Dư âm vang
Câu hò vương miền ca dao miên man...
Anh về quê hay về đâu đây trời
Tìm bờ xe hồn hoang nghe chơi vơi
Mười năm về thăm sông Trà
Mười năm tàn khô cha già
Mười năm bao người qua đời
Mười năm tưa nhàu tình ca
Mười năm còn ta không ta
Ôi ! Điêu hoang lòng sông lời trần tình
Trưa hanh hao dòng xanh giờ phơi mình
Đâu đò ngang ! Thuyền em trôi phương nào
Lòng sông đau chiều quê hương xanh xao. Nao nao ! ∎

CHU NGUYÊN THẢO
ĐẤT

Khi đi đứng ít ai nhìn xuống đất
Quá thân quen như đã thuộc nằm lòng
Bước cả đời trên đất tựa như không
Khi ngã xuống đất thương ôm trọn vẹn

Đất là chỗ lần đầu cha hò hẹn
Sinh con ra bò lết bước đi đầu
Rồi đến trường đất kỷ niệm sắc sâu
Mùa Phượng Vỹ con ve sầu rã rích

Nông dân cả đời cày sâu cuốc bẩm
Đất cho sắn khoai thóc lúa nẩy mầm
Con đường làng vườn chuối mượt xanh um
Vườn cau thẳng tưng khói lam chiều ẩn hiện

Khi lớn lên đi nhiều nơi biết đất trời nhiều chuyện
Rất bao la trù phú lộng lẫy huy hoàng
Nhưng cuối cùng thương đất Mẹ cưu mang
Mới biết được trong máu mỗi con người có đất ∎

San Diego 22/3/2023

DƯƠNG THẮNG
VẾT CHAI

Bao giờ mới hết vết chai
Tuổi cha bóng xế đã ngoài sáu mươi
Người nông dân của quê ơi
Dấu xưa để lại một đời nắng mưa

Những ngày mò ốc, bắt cua
Gai dằm, sương rổ bước chưa thấy mòn
Gót chân hanh nứt chai hơn
Cỏ đêm đẫm giọt bồ hòn lạnh sâu

Những ngày cày cuốc theo trâu
Đôi vai gánh lúa trở đầu nặng tê
Trầy da, rớm đỏ buốt ê
Vai cha gồng cả mùa quê về làng

Những ngày nắng đổ chang chang
Mồ hôi đẫm áo mặn tràn muối tay
Vết chai phồng rộp thêm dày
Xuýt xoa con thổi thơ ngây cha cười

Bây giờ nằm đó cha ơi
Lưng thêm những vết chai đời thêm chai
Rơi từng giọt phía bờ vai
Con kề thức với đêm dài sang canh

Vết chai hằn vết chiếu manh
Một đời sương gió mà thành người quê
Gật gà trong giấc ngủ mê
Con tìm thấy bóng cha về thong dong ∎

HUỲNH LIÊU NGẠN
Giả Tưởng Sắc Không

thương con đường
không còn ai đứng đó
màu áo xưa
hương cũ thì thầm

tháng ba
bắt đầu bằng những chiếc lá
rụng
cùng đám mây thấp
khuôn mặt em
bầu trời trái chín trên cây

chưa kịp xa để nói vài lời
với con phố rộng
môi em ướt sao khuya
khi mùa đông bắt đầu giã từ
niềm cô đơn lên từng sợi tóc

gió mười phương không ngừng thổi xuống ao bèo cuộc đời
làm vỡ tan những mảnh vỡ
để lại một khoảng cách thật dài
dài vô tận
rồi lặng chìm

đừng cố gắng phơi bày sắc diện
cứ làm thơ
ảnh hình chỉ là giả tưởng
sắc không ∎

9.3.2023

HUỲNH MINH LỆ
Nghệ Thuật Đương Đại

những hình người đen trắng
dù đứng hay là nằm
góc phòng hay ngoài phố
cũng đều một điểm chung
không đầu hay đen mặt

thân anh còn nắm tro
biển quê hương mặn đắng ∎

19.03.2023

LÂM BĂNG PHƯƠNG
ANH NHỚ GÌ?

Anh nhớ gì?... khi ve gọi hè sang
Những cánh Phượng trên cành đang thắp lửa
Ve ngân khúc ru mùa tình đôi lứa
Đắm hồn em chan chứa thả vần thơ.

Anh nhớ gì?... tình đầu đẹp như mơ
Thuở lóng ngóng nhìn em bên cửa sổ
Tay ra dấu hẹn hò nơi chốn cũ
Rồi dắt dìu trên lối cỏ dịu êm.

Anh nhớ gì?... kỷ niệm tuổi hoa niên
Nhặt cánh Phượng cài nghiêng trên mái tóc
Mắt môi chạm để nghe lòng rạo rực
Cho đêm về thổn thức vị hương nguyên.

Anh nhớ gì?... hay anh đã lãng quên
Con phố nhỏ ánh đèn đêm mờ tỏ
Em e thẹn nép vào anh mắc cỡ
Nụ hôn đầu bỡ ngỡ nhớ khôn nguôi.

Anh nhớ gì?... dòng mực tím mồng tơi
Viết cho anh phai phôi hay vẫn giữ
Khắc trong tim hay ơ thờ buông bỏ
Khúc ve sầu trong mùa nhớ gọi tên ∎

KIỀU HUỆ
ĐÊM MÙ SƯƠNG

Trời đêm sương trắng mịt mùng
Người đi khuất nẻo nghìn trùng đã xa
Xạc xào tiếng gió thổi qua
Không gian lắng đọng riêng ta chạnh lòng
Đóa tương tư vắt bên song
Hạt sương ướt đẫm chảy dòng nên thơ
Trăng khuya lạnh giá bơ vơ
Gió ơi có biết người giờ nơi đâu
Bẽ bàng trót lỡ tình sầu
Trăng suông bối rối niềm đau khép tròn
Môi đêm khát một nụ hôn
Quỳnh hương nở vội bên thềm bão giông
Giật mình tỉnh mộng...phòng không
Mù sương đêm trắng rêu phong nỗi buồn ∎

LÊ MINH HIỀN
Hồn Tương Tư

1.

Năm nay trời đất khác thường
Mùa Giêng mất hút phố phường cồn mưa
Nhỏ đâu hè! xế ngàn hoa
Tưởng rằng lỗi hẹn dễ mà chia tay

4.

Nhỏ yêu ơi! Nhỏ yêu ơi!
chiều về vàng sánh thiên di mưa nguồn
chút duyên trăm dặm tư tương
dễ thương giọng nói dễ thường hơi quen

2.

Mùa lá rơi mùa lá vàng
dẫu chưa qua hạ xem chừng thu bay
bước đường tình qua tháng hai
Nhỏ xuôi xứ lạ thả dài sợi thương

3.

Trùng dương ngăn cách cố hương
cầu mơ nối nhịp miên trường tràng giang
hồn nhiên Vệ Nữ thiên nhiên
nhìn đôi mắt nhỏ hớp hồn tư tương

5.

Mùa nõn nà mùa hường hương
sắc chiều vàng mật sánh tràn môi ngon
từ hôm nhỏ ra cồn hoang
vô ưu một đóa nở vàng cồn hoa

6.

Bể khơi cuồn cuộn sóng ngầm
dung nham phát tiết khởi nguồn mê si
một tòa ngồn ngộn ra đi
qua miền phong nhụy cho tà huy bay

7.

Ngày trôi tựa cát sông Hằng
sáng nay trầm tích một hàng thành xưa
cho thương yêu cho mù sa
trở thành hiện thực dáng hoa vĩ kỳ

8.

Sớm nay bất chợt buồn buồn
sông thu thơm ngát mùi hoàng hoa trang
thật lạ thường! thật lạ thường!
ai về cởi nhụy trút hương cho người

10.

Năm nay buốt tận tháng hai
ngực trần thấm lạnh ngửa đầu ho khan
sông thu từ độ hoàng nguyên
vài dòng thơ lạ khởi hành trăm năm ∎

NGUYỄN THÁI DƯƠNG
Thói Quen

1

Sớm chiều tay nĩa tay dao
Nhớ đôi đũa, phải gắp vào... giấc mơ
Từ breakfast đến dinner
Sữa bơ lơ mắt. Mắm dưa khan lòng

2

Ngớt hai tháng Mỹ, vài ba biết
Thấy đến nghìn trăm, nhớ mỗi điều
Khi đũa gắp lên phần beefsteak
Nĩa nhìn, cám cảnh thói quen đeo...

3

Đũa và, hoạt bát đôi tay
Với dao nĩa, ngọng nghịu ngay dáng cầm...
Biết sao để thích nghi dần
Quê mùa bén rễ trong tâm từ ngày...

4

Rau củ nằm mơ... niêu kho quẹt
Đợi nĩa dao nằm, đũa đứng reo
Giấc cứ chập chờn cơn mộng Việt
Thênh thang đại lộ nhớ truông đèo ∎

THANH TRẮC NGUYỄN VĂN

Giận Người

Giận người trải bực ra phơi
Trải câu ra đếm, trải lời ra đong
Trải lườm, trải nguýt ra hong
Trải hờn, trải ghét sao lòng vẫn thương?

Mưa rơi cứ ngược con đường
Mẫu đơn lạnh ướt cuối vườn ủ ê
Đã yêu chung một câu thề
Bỗng dưng kẻ đứng người về lẻ loi.

Giận chi lửa bỏng dầu sôi
Phun cay, nhả đắng giờ ngồi nhớ nhau?
Kìa ai lấp ló cầu ao
Thả trăng tạ lỗi ngọt ngào vườn xuân... ∎

TÔN NỮ MỸ HẠNH
Tầm Gai Thương Nhớ

Khi con thiên nga cuối cùng vỗ cánh
cái chấm đen nhỏ nhoi kia
sẽ về đâu cuối bầu trời sương giá
em biết anh không còn bên cạnh
những ngày mùa đông đi qua
nhưng cơn mưa xuân vẫn chưa bật mầm nõn lá
em đi tìm sợi tầm gai
mọc hoang giữa hàng hàng bia mộ
dù bàn chân bao lần tứa máu
nhìn vầng trăng treo lạnh lẽo bên hồ
em cặm cụi kết thành tấm áo
đợi anh về.
*

Em đợi mùa tầm gai hoa nở
bao lần cố giấu nỗi đau thầm kín
con bướm vàng đậu bờ ao thuở ấy
chưa bay về đã hết giêng hai
sợi tầm gai và bước chân tứa máu
tấm áo cũ ngày xưa dệt vẫn còn dang dở
cánh chim thiên di ngày ấy
dù là trong giấc mơ màu xanh lam
cũng không tìm đâu được mùa tầm gai
nở những đóa hoa vô thường
làm sao cất giữ cho nhau
chiếc hôn từ mảnh gương rạn vỡ
để giải thiêng một lời hẹn ước ∎

TRUNG CHÍNH HỒ

Em Về, Nơi Ấy

Em về đâu
mùa đã cạn
Lún sâu trong vũng cát đời
Bên ấy, thu vàng đã hiện
Buồn mình như lá đang rơi

Em về đâu
sương đã xuống
Chim quyên khóc bạn sau nhà
Bếp chiều lửa quen đã thắp
Hương trầm óng ả bay qua

Em về đâu
đêm đã mộng
Lênh đênh, lạc bến, xa bờ
Ảo tưởng chi đời sống khác
Tận cùng một cõi hư vô

Em về đâu
ngày đã tắt
Hồn như đền miếu tơ giăng
Môi héo chờ chi mắt mỏi
Ta về mở cửa trăm năm ∎

VÕ QUÊ

EM TẶNG TÔI MỘT SÀI GÒN RẤT THƠ

Trong ngược xuôi huyên náo xe, người
Đường phố Sài Gòn nhộn nhịp
Sáng nay
Em đến cùng tôi
Cười phúc hậu

Em tặng tôi thời gian yên bình
Em tặng tôi sự thật thà rất Huế
Em tặng tôi ly cà phê đá
Em tặng tôi cái nhớ quê
Lâu tôi và em chưa về
Sóng đầm Chuồn gợn lên ký ức
Một thời châu ngọc
Hương nếp tây trong chuyện kể của cha
Vị bánh khoái cá kình ngọt nhờ tay mạ

Trong xô bồ cuộc sống thị thành
Em vẫn ánh lên vầng trăng Huế
Em vẫn hàm tiếu duyên thầm
Mừng em đang là mẹ
Mừng em cao sang
Bụi Sài Gòn em chuyển thành ngọc quý

Chúng ta có chung một tình yêu Huế
Hèn chi đồng điệu đồng tình
Khi nói về gió mưa ngoài kia
Khi ngợi ca thơ những ông già Huế
Thơ được nâng niu khi không còn trẻ
Thơ được ấp yêu cho lòng thanh tân

Ban mai em đến cùng tôi
Nàng tiên trong tranh vẽ
Tôi hạnh phúc nghe em giọng Huế
Em tặng tôi một Sài Gòn rất thơ ■

QUỲNH NGUYỄN
Huế Đợi Chờ

Về dòng sông thơ mộng
Chở con đò đêm trăng
Ghé qua thăm Đồng Khánh
Để nghe lòng bâng khuâng.

Nghe lá rơi thật buồn
Hàng cây rét ngã nghiêng
Tiếng chuông chùa Thiên Mụ
Huế mơ hồ trong sương!

Ta đi tìm người thương
Tìm câu hò mái đẩy
Đôi má hồng hây hây
Sợi tóc vương mây ngàn.

Nỗi niềm Huế mưa tuôn
Trong đêm trường day dứt
Hè phố vắng nỉ non
Người ở mô… mau về!

Màu nắng Huế là mơ
Mây tím sầu nên thơ
Hoàng thành hoài ngóng đợi
Người ơi nhớ quay về! ∎

LÊ THỊ CẨM HƯƠNG
Chùm Thơ

NỢ

Ta nợ người tim chưa vỡ - trinh nguyên
năm tháng ghép mảnh vụn đời ngang trái.
Người vung vãi lời yêu thương vụng dại
nợ ngàn lời chân thật gửi trao ta!

U MÊ

Ta hồng trần cõi mê vương nợ
Người say hoa ong bướm vờn quanh
Biển gom sóng một đời lấp cát
Khổ dã tràng muôn kiếp hoài công!

DẠI

Hồn em mặt biển mênh mông
ta bơi, bơi mãi mà không tới bờ
một đời gió dập sóng xô
một đời ta hoá dại khờ trong em! ∎

NGUYỄN NGUYÊN PHƯỢNG
Tương Tư Hạ

Chén thời gian cạn cùng năm tháng
Ngất ngây say áo trắng vàng Thu
Nhưng bông Phượng khô dòn hoài niệm
Nghe đắm hồn dấu Hạ tương tư.

Lạy cơn mưa chờ nhau cuối phố
Ve ngẩn ngơ môi ngot tình đầu
Ta ứa lệ dòng thơ lữ thứ
Bể dâu đời trùng ngộ em đâu.

Sợi ưu tư hẹn xuân cùng bạc
Sơi dấu yêu thơm lánh thời gian
Cuối triền mơ trong ngần tiếng hát
Hạ tương tư đuối mộng hai lần ∎

Xuân Lộc, 20/4/2023

NGUYỄN LÊ HỒNG HƯNG
GÓC BIỂN XANH

(Chương 4)
Vài Chuyện Nhỏ Đầu Tuần

Trước đây tôi thấy những thủy thủ lớn tuổi trên tàu thường có vẻ mệt mỏi, khó chịu bực bội và hay gây gổ với người khác, cho nên bị đám trẻ chọc ghẹo hoài, chắc cũng vì vậy mà tới ngày được nghỉ hưu thì họ về nghỉ liền. Hiện giờ trong công ty những thủy thủ trang lứa với tôi không còn ai hết.

Đúng ra tuổi của tôi được về hưu năm ngoái nhưng tôi thấy sức khỏe còn tạm được nên nán lại. Định đi tới khi nào mệt mỏi và làm không nổi nữa thì nghỉ. Cũng vì thấy những người lớn tuổi hay khó chịu mà bị đám nhỏ coi thường, nên tôi tập tánh ôn hòa và không nổi nóng bất tử với ai, nhờ vậy mà cho tới nay tôi chưa gây gỗ với người nào và cũng chưa từng bị ai chọc ghẹo hết. Được may mắn cái là khi xuống tàu phần đông thủy thủ đoàn chào đón vui vẻ, nói chuyện cũng đàng hoàng. Nhứt là thủy thủ trẻ người In Đô, có đứa mới gặp lần đầu cũng mừng rỡ chạy xuống cầu thang bắt tay, ôm: "Chào uncle Tấn!" Rồi tự giới thiệu là con hoặc cháu của một bạn đồng nghiệp nào đó đã nghỉ hưu và chúng nó phụ tôi rinh hành lý lên tàu. Chuyến này có thợ máy người Nga, nhỏ hơn tôi vài tuổi, mặt mày lúc nào cũng gầm gầm khó chịu, từ hôm xuống tàu tới nay ông không bắt tay và cũng không nói chuyện với tôi, ngoại trừ những khi ông vô bếp hỏi thêm đồ ăn. Sáng hôm nay, trong lúc tôi đứng gọt khoai tây, ông tới đứng ngoài cửa phòng ló đầu vô bếp kêu:

- Bếp!

Day lại thấy ông, tôi vui vẻ và lịch sự như người bán hàng, hỏi:

– Tôi có thể giúp gì cho ông?

Thấy ông nhếch đôi môi méo mó, hổng biết cười hay mếu và nói:

– Tui không ăn thịt nữa.

Đã lâu lắm rồi không nghe thấy ai vô bếp phàn nàn chuyện ăn uống và lâu lắm rồi tôi mới thấy lại cái gương mặt cũ kỹ của người Nga hồi cái thời nước Nga còn là Liên Bang Xô Viết. Theo quy định ăn, uống trên tàu của Hòa Lan thì ngày ăn ba bữa; bữa sáng ăn bánh mì thịt nguội phó mát và trứng chiên hoặc trứng luộc, bữa trưa là bữa ăn chánh có đầy đủ thịt, súp, khoai tây, rau cải và đồ ăn tráng miệng, bữa chiều cũng bánh mì thịt nguội, phó mát; sữa, trái cây và nước trái cây, ăn uống thoải mái. Buổi chiều, nếu đầu bếp siêng thì cuốn và chiên cho mỗi người một vài cuốn chả giò hoặc cơm chiên, mì xào. Nếu làm biếng thì lấy trong phòng đông ra kroket hoặc frikandel hay hamburger để tan đá rồi chiên cho mỗi người một cái, những món này không có cũng không sao. Nhưng từ khi người Nga và Đông Âu qua làm việc, hổng biết hợp đồng về ăn uống của họ như thế nào, mà đầu bếp không còn nhận những thứ thịt bò mềm làm bít tết, cá hồi, tôm thẻ, nói chung những món mắc tiền bị loại ra khỏi đơn đặt hàng. Đã vậy mà khi nhận hàng, kiểm đồ khô hết hạn, rau cải bị úng còn thấy được, chớ đồ đông đá thì khi nào tan đá mới biết nó như thế nào. Đầu nậu cũng mánh mung lắm, họ trộn cá ươn, thịt ôi chung với những thùng thịt đông đá, còn khoai tây thì không rửa sạch để đất bám vào cho nặng ký. Thịt bò thì dai nhách, đầu bếp phải ướp soda để cách đêm cho mềm rồi mới đem chế biến, còn thịt ươn thì phải ướp gia vị nhiều vô rồi mới đem chiên, xào, nấu. Nhiều người Hòa Lan thà ăn bánh mì thịt nguội, phó mát chớ không ăn những thực phẩm bị kém chất lượng như vầy đâu. Thiệt tình mà nói, chính tôi nấu ra mà tôi cũng hổng dám ăn luôn! Nhưng những người Nga và Đông Âu thì họ đớp sạch và còn khen ngon, nói chung những người Nga và người Đông

Âu họ ăn nhiều thịt, những người này họ qua Hòa Lan làm việc lâu năm, đã quen cách ăn uống trên tàu Hòa Lan rồi nhưng bữa ăn chiều nào không thấy thịt thì họ có vẻ không vui. Thật ra thì đầu bếp dọn đồ ăn ra bàn ai ăn được thì ăn, không thì thôi, nhưng nếu nấu đúng theo tiêu chuẩn trước kia, nhiều món họ ăn không được, thức ăn bị đổ bỏ nhiều quá, thấy xót ruột nên tôi đành phải phá lệ. Buổi trưa tôi nấu thêm một phần thịt, chiều tôi đem phần thịt dư ra cho mỗi người một miếng, làm như vậy mới an tâm, vì không đổ bỏ thức ăn nữa. Trở lại chuyện ông thợ máy, có hôm buổi chiều tôi dọn món thịt gà chiên bột, ông hỏi:

– Bếp có thịt không?

Tôi chỉ dĩa thịt gà chiên bột cười, dí dỏm nói:

– Thịt đó, món này ông vô nhà hàng Việt mới có.

Thuyền trưởng và mấy người trẻ khác ra điệu sành ăn, bới miếng cơm vô dĩa, gắp cục gà chiên bột để lên và chan sốt chua ngọt vừa giải thích cách ăn. Nhưng ông thợ máy gầm mặt xuống miễn cưỡng ghim miếng gà chiên bột, moi miếng thịt ra ăn, còn phần bột ông bỏ lại, sau này tôi mới biết, cái món chả giò của Việt Nam mà nhiều người ưa thích ông cũng không ăn. Nói chung ngày nào cũng phải có miếng thịt cho ông, không thì ông hỏi, nhưng hôm nay không biết mắc gì mà trở chứng hổng ăn thịt nữa. Tôi ngoái ra nói:

– Ô-kê.

Ông hỏi:

- Tui ăn cá được không?

- Dĩ nhiên là được.

– Cám ơn.

 Nói đoạn ông day lưng đi ra ngoài. Buổi ăn trưa hôm đó, tôi dọn ra món gà đút lò, khoai tây chiên giòn, cải thảo trộn mayonnaise và súp giả vi cá, đây là thực đơn đặc biệt của riêng tôi chọn mà người Âu, người Á và người đạo Hồi đều ưa thích. Dọn bàn xong tôi trở vô bếp, đương lui cui dọn dẹp đồ đạc thì thợ máy đứng ngoài cửa ló mặt vô gọi:

- Bếp!

Mặt mày ông nhăn nhó, bèo nhèo như miếng nùi giẻ lau sàn. Thấy bộ mặt thê thảm của ông, biết có chuyện không vui, nhưng tôi vẫn bình thản hỏi:

- Ông cần gì?

- Cá của tui đâu?

- Hôm nay hổng có cá.

Giọng ông hằn học:

- Hồi sáng ông có hứa làm cá cho tui mà.

Tôi cười thầm trong bụng và vẫn giọng ôn tồn nói:

- Ồ, tui nhớ hồi sáng ông có hỏi tui, ông ăn cá được không? Tui nói là được, chớ đâu có hứa là sẽ làm cá cho ông ăn.

- Vậy tui ăn gì?

Tôi có hơi khó chịu nhưng vẫn giữ giọng bình tĩnh hỏi:

- Đồ ăn đầy bàn, bộ ông hổng ăn được món nào sao?

Nghe tôi hỏi ông ta liền chửi thề một cái rồi mang cái bộ mặt thiểu não day lưng đi trở ra bàn ăn. Lâu rồi tôi không còn bận tâm, thắc mắc hay bực tức về thái độ ăn uống của con người ta nữa, khen cũng được, chê cũng hổng sao, có chửi cũng kệ luôn và cũng không cần giải thích. Sau bữa ăn thuyền trưởng bưng dĩa dơ vô bếp để lên bàn rồi day qua bắt chuyện hỏi:

– Chừng nào ông nghỉ hưu?

Tôi day lại nói:

– Tùy sức khỏe và tùy thủy thủ đoàn, nếu mọi người thấy tôi không còn xài được nữa thì tui về nghỉ liền.

Thuyền trưởng cười nói:

– Vậy chắc còn lâu lắm.

– Biết đâu được?

– Bếp vui vẻ và nấu ăn mọi người ai cũng thích.

Tôi cười khôi hài và nói:

– Có một người chê và thường hay phàn nàn chuyện ăn uống. Thuyền trưởng ồ lên một cái rồi bắt qua nói chuyện thợ máy:

– Tánh thợ máy tuy có hơi khó chịu, nhưng không chê bếp đâu. Bởi vì ông ta theo đạo chính thống Nga. Tôi chặn. – Bộ theo đạo rồi mặt mày lúc nào cũng chầm dầm như giẻ rách vậy hả?

Thuyền trưởng cười, phớt qua câu tôi hỏi và nói tiếp:

– Đạo đó có giới luật, trong tháng cuối năm, tín đồ không được ăn thịt, ăn cá cho tới ngày Giáng Sinh.

– Ồ, tui biết rồi, chúa Giêsu của đạo này ra đời vào ngày bảy tháng Giêng tây lịch.

– Đúng rồi.

– Vậy sao ông ta đòi ăn cá?

Thuyền trưởng ỡm ờ, đưa tay chỉ lên đầu lắc lắc tìm câu trả lời. Trên tàu có mười hai người nhưng có năm quốc tịch khác nhau; Hòa Lan, Bun-ga-ri, Nga, In Đô và tôi là đầu bếp người Hòa Lan gốc Việt. Tôn giáo cũng khác nhau, người đạo Hồi có giới luật không ăn thịt heo, không rượu bia và ngày Ramadan họ ăn, uống ban đêm, ban ngày thì nhịn. Thiệt tình thì tôi không ưa những tôn giáo đem thiên đường ra dụ dỗ hoặc địa ngục ra hù dọa người khác, tệ hơn nữa là nhân danh đạo rồi xách vali đầy chất nổ tấn công đám đông. Tôi cho rằng chỉ có những con người cuồng chánh trị và cuồng tôn giáo họ mới nghĩ và sáng tạo ra những cảnh giết người dã man, chiến tranh tàn khốc, lớn thì khủng bố, làm cho nhiều nơi xáo trộn cả lên, còn nhỏ thì gây phiền phức cho những người sống chung với họ. Điển hình như những người đạo Hồi, mới xuống tàu thì giữ giới kỹ lưỡng và tưởng cái đạo của mình là ngon nhứt thế giới, ai đụng tới thì có chuyện, nhưng làm việc trong thế giới tự do được một thời gian, phần đông bỏ phong tục ăn ban đêm vào tháng Ramadan, người nào không ăn thịt heo thì cũng ăn da heo chiên giòn và uống bia, rượu. Có nhiều người ăn uống cho đã miệng rồi biện minh: "Rượu bia uống cũng tốt, đạo cấm là đạo sai." Còn mấy người đạo Chúa, chỉ có một quyển Thánh Kinh mà sanh nhiều ý tưởng, nhiều sáng tạo, mạnh ai nấy sáng tạo mới có chuyện đi tới đâu gây rắc rối tới đó. Duy có phụ máy người Bun-ga-ri, dễ thân thiện, lúc nào cũng vui vẻ, lễ phép, thỉnh thoảng nó vô bếp nói chuyện và kể tôi nghe, bánh mì là thức ăn chánh của gia đình nó, nhưng từ sau chiến tranh giữa Nga và Ukraina, bánh mì xứ nó mắc lắm nên mới ăn cơm và lúa mạch. Thấy ông thợ máy vô bàn ăn luôn lúc nào cũng khó chịu, hay phàn nàn, nó nói:

– Có ăn là may mắn hơn nhiều người đang sống trong chiến tranh. Vậy mà lúc nào vô bàn ăn thợ máy cũng cằn nhằn này nọ.

Tôi hỏi nó:

– Mày theo đạo nào?

– Không theo đạo nào hết.

Thằng nhỏ hổng có đạo, vậy mà còn có lương tâm và biết nghĩ tới những người khốn khó. Ngày trước tôi hay tìm hiểu về tôn giáo và tôi cũng biết qua cái đạo Chính thống giáo Đông phương là nhánh Kitô giáo lớn thứ nhì trên thế giới, sau Giáo hội Công giáo Rôma. Là một trong những định chế lâu đời và có một vai trò quan trọng trong lịch sử, văn hóa Đông Âu, Hy Lạp, Nga, Kavkaz và vài nước khác. Có lẽ cũng vì trong đầu chứa chấp nhiều đạo quá nên tưởng mình đã là thánh nhân, hễ nghe ai nói tới chuyện đạo khác với ý mình thì rống họng lên bàn cãi om sòm. Rồi một ngày phát hiện ra, toàn là chuyện vô bổ, chỉ nói thôi mà sống thì chẳng ra gì hết! Từ đó tôi tập chú tâm làm việc đúng theo chức năng của mình và tập hòa nhã, sống thiệt lòng, chớ hổng lấy lòng người khác theo cái kiểu "đắc nhân tâm" và cũng không còn nhìn đời qua những cái tiêu cực, chướng tai gai mắt nữa. Sống trong tập thể thì phải tuân theo quy tắc tập thể, người nào sống không hòa đồng được với tập thể rồi sẽ tự mình loại ra thôi. Cũng giống như những người đạo Hồi tự cho mình chân chính, sống đúng theo giới luật đạo Hồi thì không người nào sống được với đời thủy thủ. Viên thợ máy chắc cũng dựa theo cái đạo Chánh thống Nga và tự sáng tạo ra cái ngày chay cho mình, ăn cá không ăn thịt vào tháng chay của đạo chánh thống Nga. Thấy thuyền trưởng ỡm ờ, không có câu trả lời, tôi day qua ngó thuyền trưởng cười và hỏi:

- Vậy ngày nào tui cũng phải nấu cá cho thợ máy ăn hả?

Thuyền trưởng cười và đưa tay khoát khoát nói:

- Không không, tui chỉ kể về tôn giáo Chánh thống Nga cho ông biết thôi.

– Đạo thì chánh thống mà làm toàn là chuyện tà.

Thuyền trưởng cười hì hì. Chợt trong đầu tôi hiện ra một ý tưởng. Tôi nói tiếp:

– Ông biết đó, thế kỷ trước, nước Nga ra đời cái "đạo" gọi là Cộng Sản, đã làm chết biết bao nhiêu người Nga và gây tang thương khắp thế giới....

Thuyền trưởng chặn:

– Nhưng bây giờ nước Nga đâu còn cộng sản nữa.

– Còn chớ, đạo Cộng Sản nó biến dạng giống như con vi-rút Corona vậy đó, độc địa hơn nữa là nó còn chui vào các tôn giáo, lan ra tới đâu gieo rắc đau thương, chết chóc tới đó, cho tới ngày nay nó vẫn tiếp tục hoành hành. Tui đọc báo thấy tổng thống Putin thường đi lễ nhà thờ Chánh Thống giáo ở Moscow. Nghe nói trước khi ra lịnh xua quân qua xâm lăng nước Ukraina ông cũng có đi nhà thờ cầu nguyện, báo chí và truyền hình nước Nga cũng đưa tin và ca ngợi ông quá trời luôn.

– Ồ, ông biết nhiều quá.

Mặc dù tôi cũng thường nghe những người Nga đã chạy ra nước ngoài lánh nạn chiến tranh hoặc nhiều người trong tuổi nghĩa vụ quân sự hối lộ để trốn quân dịch, những người này mở miệng ra thì nói xấu chế độ cộng sản trước kia và chống đối chánh quyền của tổng thống Putin hiện giờ. Nhưng dù sao thuyền trưởng cũng là người Nga, tôi không thể nói quá đà, sợ chạm tự ái dân tộc, nên tôi chỉ nói ngắn gọn để chấm dứt câu chuyện cho rồi.

– Có lẽ cũng vì biết nhiều quá nên tôi bị dị ứng, như đạo Hồi có giới luật hổng ăn thịt heo, đạo Phật thì ăn chay nên đi tới đâu gây phiền phức cho người ta tới đó. Bây giờ có thêm cái đạo Chánh Thống Nga nữa. Chậc, chỉ có ba cái chuyện ăn uống thôi mà phải đem tôn giáo ra làm bảo kê để người khác phục vụ cho mình.

Thuyền trưởng cười ha hả rồi nói sang chuyện khác:

– Lát nữa tui và thủy thủ đoàn đi xem bảo tàng viện xe Volvo. Bếp có đi với chúng tôi không ?

- Không, ông đi trước đi, buổi trưa tôi muốn nghỉ ngơi một chút.

Thuyền trưởng nói:

- Vậy hả, tui lên gọi cho xe hội quán xuống rước. Ông muốn mấy giờ đi, tui hẹn giờ cho ông luôn.

– Không cần, tui có gọi hẹn với họ rồi.

–Vậy tui xem bảo tàng xong rồi về hội quán, lát bếp lên đó mình gặp.

- Ô-kê.

Thuyền trưởng nói xong, chào tôi rồi đi lên phòng. Hình như nãy giờ Dika ngồi bên phòng ăn chờ. Khi thấy thuyền trưởng đi khuất nó bước qua hỏi tôi:

- Chú không đi sao?

- Đi, nhưng không đi chung.

Tôi hỏi:

- Bộ con hổng đi xem bảo tàng viện với mấy người sao?

- Con coi trên mạng thấy bảo tàng triển lãm chỉ có xe Volvo không à chú?

- Bảo tàng xe Volvo thì triển lãm xe Volvo chớ hổng lẽ triển lãm xe BMW hay Mercedes.

Dika cười hì hì và hỏi:

- Chú có lên đó chưa?

- Mười mấy năm trước chú có tới xem một lần, thấy người ta chụp hình, chú cũng bắt chước chụp, nhưng về xem lại thấy hình mình chụp xấu hơn những hình quảng cáo xe, nên chú xóa bỏ, với lại xe Volvo là loại xe "deluxe", mắc tiền quá chú hổng dám nghĩ tới, cho nên trong đầu chú cũng xóa luôn, bây giờ chú hổng còn ấn tượng nào về nó hết.

- Vậy lát nữa chú định đi đâu?

- Chú định vô phố Gothenburg. Nhưng con có đi theo mấy người kia thì lên thay đồ đi đi, đứng đây nói tới nói lui một hồi trễ xe đó.

- Không, con đi với chú.

- Chú có hẹn một giờ rưỡi xe hội quán xuống rước.

- Không sao, con chờ chú.

Tôi nhìn lên đồng hồ trên tường gần một giờ rồi. Tôi day qua nói:

- Nãy giờ nói chuyện làm mất thời gian nghỉ trưa rồi, để chú dọn dẹp xong, thay đồ chắc cũng vừa đúng giờ xe xuống rước.

 – Để con phụ chú.

Tôi chỉ tay qua đống dĩa dơ trên bàn, nói:

– Ở cũng được, vậy con sắp cái đám này vô máy rửa giùm chú đi.

- Được rồi, chú tắm và thay đồ đi.

Nó chỉ tay qua phòng ăn nói:

– Xong rồi con ngồi đó chờ chú nhé.

– Cảm ơn nhé.

Tắm rửa thay đồ xong tôi trở ra thấy Dika bận áo lạnh mỏng quá, thường thì áo lạnh mùa đông bên In Đô không có độn lớp bông, chỉ có hai lớp vải mỏng cỡ áo lạnh mùa thu và mùa xuân bên Âu Châu. Tôi chỉ tay ra bên ngoài cửa kiếng nói:

- Coi kìa, bên ngoài tuyết rơi và trời lạnh trừ một hai độ, con bận áo mỏng và không khăn choàng cổ đi ngoài trời chịu sao thấu.

Nó ngó mặt ra cửa sổ, ngẫm nghĩ một chút rồi nói:

- Hổng lẽ lấy áo làm việc bận.

- Đi phố mà bận áo làm việc coi sao được.

- Chắc hổng sao đâu chú.

Tôi trở vô phòng lấy chiếc áo lạnh và khăn choàng cổ dành bận trên tàu mỗi khi ra ngoài boong đưa cho nó:

- Con bận áo và choàng khăn này đi, mùa đông Thụy Điển, chớ hổng phải bên In Đô.

Tay nó nhận áo mặt lộ vẻ vui mừng, nói:

- Ồ, tốt quá, cám ơn chú.

Chờ nó bận áo và choàng khăn xong rồi chúng tôi vô ngồi trong phòng ăn chờ xe xuống rước. Dika hỏi tôi:

- Con nghe Gothenburg là thành phố lớn thứ hai của Thụy Điển phải không chú?

- Phải rồi, Gothenburg đứng sau thủ đô Stockholm.

- Con cũng biết Gothenburg là do người Hòa Lan xây dựng.

- Theo chú được biết là thành phố Gothenburg được thành lập trước đây năm sáu thế kỷ do vua Thụy Điển và dân chúng Thụy Điển đã sống ở vùng này hàng ngàn năm, đời sống rất thoải mái và phong phú hơn nhiều so với những thành phố khác.

- Dạ , nhưng thành phố thiết kế do những chuyên gia người Hòa Lan, đặc biệt là dựa theo mô hình Batavia, tức thủ đô Jakarta ngày nay.

- Con nói đúng một phần, thật ra phần lớn dựa theo kinh nghiệm đê điều của người Hòa Lan, cách xây dựng trên đầm lầy và những con kinh đào trong thành phố lấy theo mô hình của Amsterdam.

Nói tới đây thì nghe tiếng còi xe trên bến, biết là xe hội quán xuống rước, tuy tiếng còi không có vẻ thúc hối, nhưng tôi và Dika cũng vội vàng đứng dậy bước ra ngoài và đi nhanh xuống cầu thang chỗ xe đậu. Xe mở sẵn cửa bên hông, chúng tôi vừa bước lên thì đã nghe tiếng chào của cô tài xế và chúng tôi cùng chào lại. Trước khi cho xe chạy, cô day mặt ngó ra sau, thấy chúng tôi chưa cài dây an toàn, cô nhắc chúng tôi cài dây an toàn và nói cho chúng tôi biết, cô còn ghé những chiếc tàu khác đón thêm người. Dika hô:

– Yes, Madam!

Xe có mười hai ghế, ghé rước mới hai tàu mà đã hết chỗ ngồi. Mấy người cứ leo lên xe ngồi ém và lấn tôi với Dika sát vô thành xe. Cô tài xế thấy vậy liền hô:

– *Oh ho!*

Cô liền mở cửa xe leo xuống và đi ra phía cửa hông, cô từ tốn nhỏ nhẹ kêu mấy người chen lên ngồi ngoài bìa xuống và nhắc mấy người còn lại cài dây an toàn. Nhìn thấy nhóm người đứng lóng ngóng với vẻ mặt không vui, biết là người Á Đông. Có lẽ những người này ít đi lại Âu Châu nên không biết đây là Thụy Điển, một xứ sở văn minh, người dân ai cũng nghiêm túc tuân thủ luật đi đường, chớ không phải ở các nước còn lạc hậu, kém văn minh, hễ lên xe là cứ chèn ém tới khi nào chật nức mới thôi. Cô tài xế lấy điện thoại gọi về hội quán, rồi day qua ôn tồn nói với mấy người đứng lóng ngóng bên dưới, nói:

– Không là vấn đề, khoảng mười phút có xe tới rước các bạn.

Tôi nhìn xuyên qua khung cửa kiếng, tuyết rơi lai rai từ hồi sáng tới giờ mà đã lấp đầy mặt đất, khắp bến cảng trắng xóa và phủ lên những lố containers trông giống như những ngọn đồi tuyết. Cô tài xế cho xe dừng lại bến xe bus gần hội quán. Tôi xuống xe và bước tới hỏi cô tài xế mấy giờ hội quán đóng cửa. Cô nói:

– Sáu giờ.

Tôi và Dika cám ơn cô rồi bước tới bảng chỉ dẫn trong trạm xe xem giờ. Hôm nay ngày Chủ Nhựt xe vô phố chỉ có một giờ một chuyến. Tôi nhìn đồng hồ, đã quá ba giờ rồi. Tôi day qua nói với Dika:

 – Định đi vô phố chơi rồi trở về hội quá giang xe bus xuống tàu, nhưng hội quán sáu giờ đóng cửa mà xe vô phố bận đi bận về mất hết hai tiếng thì còn đâu giờ để đi chơi.

– Vậy chú tính sao?

Tôi nói với Dika:

– Thuyền trưởng và nhóm thủy thủ đang coi đá banh ở trong hội quán, con thích vừa coi đá banh vừa nhậu thì vô với họ. Cái thời trai trẻ, khỏe mạnh, thức thâu đêm, đụng đâu nhậu đó của chú đã qua rồi.

– Vô ngồi chơi thôi chú.

Tôi chỉ tay qua hướng hàng cây thông, nói:

– Chú đi dạo qua trung tâm của cái xóm nhỏ nằm bên kia, rồi trở vô hội quán sau.

– Vậy con đi với chú.

Tôi với Dika đi trên con đường nhỏ dưới hàng cây thông. Tuyết vẫn lả lơi rơi nhẹ, lên những cành cây trụi lá và góp phần trải thảm lên bãi cỏ giờ đã trắng tươi, làm tôi nhớ tới cái thời mùa bông gòn chín ở quê tôi. Thiên nhiên trầm lắng, tuyết trắng tinh khôi, sáng ngời. Vào mùa đông ở Grothenburg của Thụy Điển mở rộng và có vẻ đẹp tự nhiên, giống như xứ sở thần tiên trong truyện cổ tích.

(còn tiếp)

Nguyễn Lê Hồng Hưng
Hul, Anh quốc 18-3-2023

NGUYỄN VĂN GIA
LÊ HÂN
TIN SÁCH

Sách đã có mặt trong tháng 1, 2, 3, 4 năm 2023:

A. TẠI VIỆT NAM

1. Tình Ngỡ Buông Dòng

Tác giả: Đoàn Quân
Thể loại: thơ
Sách dày 100 trang
Bìa: Đinh Cường
NXB Hội Nhà Văn - 1/2023
Giá bìa: 95.000 đồng.

2. Yêu Thương Còn Lại

Tác giả: Tiểu Nguyệt
Thể loại: truyện ngắn
Sách dày 156 trang
Bìa: Văn Hiếu
NXB Hội Nhà Văn - 1/2023
Giá bìa: 120.000 đồng.

3. Cỏ Hoa

Tác giả: Nguyễn Văn Gia
Thể loại: thơ
Sách dày 200 trang
Bìa: Nguyễn Văn Tài
NXB Hội Nhà Văn - 1/2023
Giá bìa: 95.000 đồng.

4. **Phải Đâu Là Giấc Chiêm Bao**

Tác giả: Đỗ Thị Kết
Thể loại: thơ
Sách dày 116 trang
Bìa: tác giả trình bày
NXB Đà Nẵng - 1/2023
Giá bìa: sách tặng không bán

5. **Bông Hồng Cho Mẹ & Những Cảm Nhận Học Phật**

Tác giả: Đỗ Hồng Ngọc
Thể loại: biên khảo
Sách dày 270 trang
Bìa: Khánh Chi
NXB Hồng Đức - 2/2023
Giá bìa: Không ghi giá bán.

6. **Thời Gian Và Tôi**

Tác giả: Hà Vũ Giang Châu
Thể loại: thơ
Sách dày 378 trang
Bìa: Thành Kata
NXB Hội Nhà Văn - 2/2023
Giá bìa: 150.000 đồng.

7. **Bạc Màu Áo Ngự**

Tác giả: Lê Vũ Trường Giang
Thể loại: truyện ngắn
Sách dày 244 trang
Bìa: Minh Hiếu
NXB Tổng hợp TP HCM - 2/2023
Giá bìa: 99.000 đồng.

8. Khi Hoa Ngô Đồng Nở

Tác giả: Nguyễn Văn Vũ
Thể loại: thơ & nhạc
Sách dày 145 trang
Bìa: Đặng Mậu Triết
NXB Thuận Hóa - 1/2023
Giá bìa:150.000 đồng.

9. Ngày Hồng

Tác giả: Hoàng Xuân Thảo
Thể loại: thơ
Sách dày 312 trang
Bìa: Thy Mai
NXB Thuận Hóa -1/2023
Giá bìa: sách tặng không bán.

10. Đời Thơ Tôi

Tác giả: Nguyễn Đắc Xuân
Thể loại: thơ
Sách dày 128 trang
Bìa: Hồ Viết Vinh
NXB Hội Nhà Văn - 2/2023
Giá bìa: 150.000 đồng.

11. Dòng Huế Dòng Thương

Tác giả: Từ Nguyễn
Thể loại: thơ
Sách dày 166 trang
Bìa: Hải Trung
NXB Thuận Hóa - 2/2023
Giá bìa: 120.000 đồng.

12. **Nắng Ấm Bên Đời**

Tác giả: Nguyễn Kim Hương
Thể loại: thơ
Sách dày 104 trang
Bìa: Khánh Lê
NXB Hội Nhà Văn - 2/2023
Giá bìa: 100.000 đồng.

12. **Vẫn Còn Nắng Trên Đời**

Tác giả: Nguyễn Thị Duyên Sanh
Thể loại: truyện ngắn
Sách dày194 trang
Bìa: Hải Trung
NXB Thuận Hóa - 2/2023
Giá bìa: 120.000 đồng.

B. SÁCH DO NHÂN ẢNH XUẤT BẢN TRONG THÁNG 1, 2, 3 & 4 NĂM 2023:

1. **Những Ngày Cuối Của Tháng Tư**

Tác Giả: Hoàng Ngọc Hòa
Thể loại: Hồi ký
Bìa: Uyên Nguyên Trần Triết
Dàn trang: Nguyễn Công
Nxb Nhân Ảnh - 4/2024
Sách dày 362 trang
Sách có thể mua qua amazon, Barnes & Noble
hay liên lạc: xuanphuong@comcast.net
Giá bìa: $25 (màu), $20 (đen trắng)

2. Kìa Trúc Biếc Hoa Vàng

Tác giả: Tiểu Lục Thần Phong
Thể loại: thơ
Bìa: Uyên Nguyên Trần Triết
Dàn trang: Quận Lê
Nxb Nhân Ảnh - 3/2023
Sách dày 240 trang
Sách có thể mua qua Barnes & Noble
hay: freedomsteven_01@yahoo.com
Giá bìa: $30 US

3. Lung Linh Tình Đầu

Tác giả: Phương-Tấn
Thể loại: thơ
Bìa: Uyên Nguyên Trần Triết
Dàn trang: Văn Tuyển Sài Gòn
Nxb Nhân Ảnh - 4/2023
Sách dày 204 trang, in màu bên trong
Sách có thể mua qua Barnes & Noble
hay: phuongtanlacdatuton@yahoo.com
Giá bìa: $20 US.

4. Lục Bát Phương Tấn

Tác giả: Phương-Tấn
Thể loại: thơ
Bìa: Uyên Nguyên Trần Triết
Dàn trang: Văn Tuyển Sài Gòn
Nxb Nhân Ảnh - 4/2023
Sách dày 182 trang, in màu bên trong
Sách có thể mua qua Barnes & Noble
hay: phuongtanlacdatuton@yahoo.com
Giá bìa: $18 US.

5. Thơ Phương Tấn – Tuyển Tập 1

Tác giả: Phương-Tấn
Thể loại: thơ
Bìa: Uyên Nguyên Trần Triết
Dàn trang: Văn Tuyển Sài Gòn
Nxb Nhân Ảnh - 4/2023
Sách dày 348 trang, in màu bên trong
Sách có thể mua qua Barnes & Noble
hay: phuongtanlacdatuton@yahoo.com
Giá bìa: $30 US.

6. Mỗi Ngày Mây Bay Qua

Tác giả: Trần Vấn Lệ
Thể loại: thơ
Bìa & Dàn trang: Lê Nguyễn Minh Quân
Biên tập: Nguyễn Thiên Nga
Nxb Nhân Ảnh - 4/2023
Sách dày 228 trang
Sách có thể mua qua LuLu.com, Barnes & Noble
hay: letran4820@hotmail.com
Giá bìa: $20 US (bìa mềm), $25 US (bìa cứng)

7. Chân Dung Người Lính – Thi Sĩ Miền Nam – Lê Mai Lĩnh

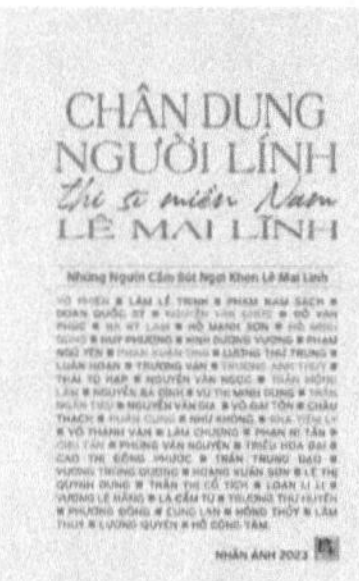

Tác giả: Lê Mai Lĩnh
Thể loại: thơ
Bìa: Uyên Nguyên Trần Triết
Dàn trang: Quận Lê
Nxb Nhân Ảnh - 4/2023
Sách dày 270 trang
Sách có thể mua qua Barnes & Noble
hay: letran4820@hotmail.com
Giá bìa: $30 US (màu), $20 US (đen trắng)

8. Một Đời Phiêu Bạt

Tác Giả: Long Xuyên Nguyễn Tống
Thể loại: thơ
Bìa: Uyên Nguyên Trần Triết
Nxb Nhân Ảnh - 4/2023
Sách dày 256 trang, in màu bên trong
Sách có thể mua qua Barnes & Noble
Giá bìa: $25 US (bìa mềm)

9. Trôi Theo Mệnh Nước Một Thời

Tác giả: Anna Linh Vũ
Thể loại: bút ký
Bìa: Uyên Nguyên Trần Triết
Dàn trang: Nguyễn Thành Công
Nxb Nhân Ảnh - 3/2023
Sách dày: 556 trang
Giá bìa: $45 US (in màu bên trong, bìa cứng)

10. Tổng Quang Về Thiền Và Tâm Hồn Trong Khoa Học Não Bộ

Tác giả: Bs Mai Trung Kiên
Thể loại: biên khảo
Bìa: Uyên Nguyên Trần Triết
Dàn trang: Mai Trung Kiên
Nxb Nhân Ảnh - 1/2023
Sách dày 604 trang
Sách có thể mua qua amazon
hay: kienmai@hotmail.com
Giá bìa: $40 US

11. Tự Điển Nguồn Gốc Tên Cây

Tác giả: Phạm Hoàng Hộ & Lê Công Kiệt
Thể loại: tự điển, biên khảo
Bìa: Uyên Nguyên Trần Triết
Dàn trang: Phạm Hoàng Dũng
Nxb Nhân Ảnh - 2/2023
Sách dày 432 trang
Sách có thể mua qua Barnes & Noble, LuLu, Amazon
hay: drdpham@gmail.com
Giá bìa: $40 US

12. Phiếm 29

Tác Giả: Song Thao
Thể loại: phiếm
Bìa: Khánh Trường
Dàn trang: Tạ Quốc Quang
Nxb Nhân Ảnh - 1/2023
Sách dày 398 trang
Sách có thể mua qua Barnes & Noble, LuLu, Amazon
hay: tatrungson@hotmail.com
Giá bìa: $25 US

13. Việt Nam Nước Chia Hai Đàng

Dịch giả: Lê Tùng Châu
Thể loại: Biên khảo
Bìa: Uyên Nguyên Trần Triết
Dàn trang: Quận Lê
Nxb Nhân Ảnh - 3/2023
Sách dày: 318 trang
Giá bìa: $20 US.

14. Những Kỷ Niệm Để Nhớ Để Thương

Tác giả: Ngô Thị Vân
Thể loại: Văn & Thơ
Bìa: Uyên Nguyên Trần Triết
Dàn trang: Quận Lê
Nxb Nhân Ảnh - 4/2023
Sách dày 240 trang
Sách có thể mua qua Barnes & Noble
hay: vanngoquyen2021@yahoo.com
Giá bìa: $25 US (màu), $20 US (đen trắng)

15. Nội Chiến Văn Hóa Bắc Nam Trên Đất Việt (1975-1986)

Tác giả: Lạp Chúc Nguyễn Huy
Thể loại: biên khảo
Bìa: Uyên Nguyên Trần Triết
Dàn trang: Nguyễn Công
Nxb Nhân Ảnh - 2/2023
Sách dày 198 trang
Sách có thể mua qua Barnes & Noble, LuLu
hay: nguyenhuyquebec@yahoo.ca
Giá bìa: $20 US (đen trắng), $25US (màu)

16. Guerre Civile Culturelle entre leNord et le Sud ...

Tác giả: Lạp Chúc Nguyễn Huy
Dịch giả: Louis-Jacques Dorais
Thể loại: biên khảo
Bìa: Uyên Nguyên Trần Triết
Dàn trang: Nguyễn Công
Nxb Nhân Ảnh - 2/2023
Sách dày 210 trang
Sách có thể mua qua Amazon
hay: nguyenhuyquebec@yahoo.ca
Giá bìa: $20 US. (đen trắng), $25 US (màu)

17. Những Vấn Đề Tham Luận

Tác giả: Vũ Quý Kỳ
Thể loại: biên khảo
Bìa: Uyên Nguyên Trần Triết
Dàn trang: Quận Lê
Nxb Nhân Ảnh - 4/2023
Sách dày 348 trang
Sách có thể mua qua Barnes & Noble, Amazon
hay: kyqvu@yahoo.com
Giá bìa: $35US

18. Mất (cuốn 1)

Tác giả: Vĩnh Linh Thị Hoàng
Thể loại: tiểu thuyết
Bìa: Nguyễn Hữu Phước
Dàn trang: Nguyễn Công
Nxb Nhân Ảnh - 1/2023
Sách dày 346 trang
Sách có thể mua qua Barnes & Noble, Amazon
hay: loilanh2015@yahoo.com
Giá bìa: $25 US (in màu bên trong)

19. Tình Thơ Quê Hương

Nhiều Tác Giả
Thể loại: thơ
Bìa: Uyên Nguyên Trần Triết
Đọc bản thảo: Trần Thị Nguyệt Mai
Dàn trang: Lê Hân
Nxb Nhân Ảnh - 1/2023
Sách dày 628 trang
Sách có thể mua qua Barnes & Noble, LuLu
hay: han.le3359@gmail.com
Giá bìa: $35 US (bìa mềm), $45 (bìa cứng)

20. Đất Còn Thơ Mãi Mùi Hương

Tác giả: Phạm Cao Hoàng
Thể loại: thơ
Bìa: Uyên Nguyên Trần Triết
Dàn trang: Nguyễn Công
Nxb Nhân Ảnh - 4/2023
Sách dày 216 trang
Sách có thể mua qua Barnes & Noble, Amazon
hay: phamcaohoang14@aol.com
Giá bìa: $25 US. (bìa cứng)

21. Kiều Chinh – Nghệ Sĩ Lưu Vong

Tác giả: Kiều Chinh
Thể loại: hồi ký
Bìa: Hòa Bình
Dàn trang: Lê Hân / Trịnh Y Thư
Nxb Nhân Ảnh tái bản - 4/2023
Sách dày 506 trang
Sách có thể mua qua Barnes & Noble
hay: kieuchinh@aol.com
Giá bìa: $40US (bìa mềm), $50 US (bìa cứng)

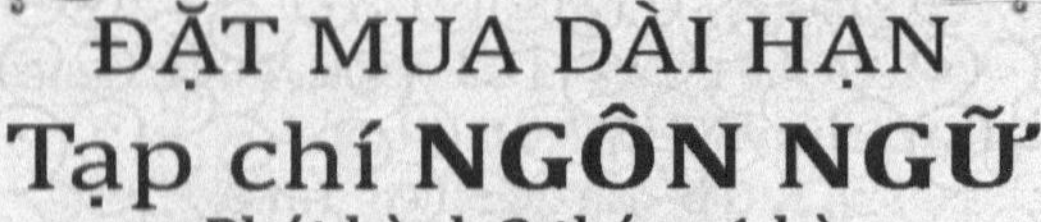

ĐẶT MUA DÀI HẠN
Tạp chí **NGÔN NGỮ**
Phát hành 2 tháng 1 kỳ

Ở Hoa Kỳ:
$120 US/1 năm
$20 một số
Liên lạc: Lê Hân, han.le3359@gmail.com - tel: (408) 722-5626

Ở Cannada:
$138 CAD/1 năm
$25 một số
Liên lạc: Lê Hân, han.le3359@gmail.com - tel: (408) 722-5626

Ở Pháp:
Mua qua www.amazon.fr
Liên lạc: Lê Hân, han.le3359@gmail.com - tel: (408) 722-5626

Ở Đức:
Mua qua www.amazon.fr
Liên lạc: Lê Hân, han.le3359@gmail.com - tel: (408) 722-5626

Ở Việt Nam:
180.000 vnđ một số
Liên lạc: Công Nguyễn, congnguyen.zc@gmail.com
tel: (84) 0908 451 154